।। दैनंदिन ज्ञानेश्वरी।।

निवड आणि निरुपण

माधव कानिटकर

डायमंड पब्लिकेशन्स, पुणे

।। दैनंदिन ज्ञानेश्वरी ।।

निवड आणि निरुपण

माधव कानिटकर
१६९१, सदाशिव पेठ,
पुणे – ४११०३०.

प्रथम आवृत्ती – ऑगस्ट २००१
द्वितीय आवृत्ती – जानेवारी २००९
द्वितीय आवृत्ती पुनर्मुद्रण – नोव्हेंबर २०१४

ISBN 978-81-8483-098-9

© डायमंड पब्लिकेशन्स, पुणे

मुखपृष्ठ :
शाम भालेकर

अक्षरजुळणी :
अक्षरवेल
सी–१८, प्लॉट नं. ५७२, दत्तवाडी
पुणे ४११ ०३०

मुद्रक :
रेप्रो नॉलेज कास्ट लिमिटेड, ठाणे

प्रकाशक :
दत्तात्रेय गं. पाष्टे
डायमंड पब्लिकेशन्स,
२६४/३ शनिवार पेठ, ३०२ अनुग्रह अपार्टमेंट
ओंकारेश्वर मंदिराजवळ, पुणे–४११ ०३०
☎ ०२०–२४४५२३८७, २४४६६६४२

info@diamondbookspune.com
www.diamondbookspune.com

प्रमुख वितरक :
डायमंड बुक डेपो
६६१, नारायण पेठ, अप्पा बळवंत चौक, पुणे – ३०.
☎ ०२० – २४४८०६७७

|| श्री ज्ञानेश्वर चरणी ||

श्रीरामचंद्र चरणी...

श्री ज्ञानेश्वर महाराज

(अल्पचरित्र)

पैठणच्या उत्तरेला दहा मैलांवर (सु. १६ किमी.वर) वसलेलं गोदाकिनारीचं आपेगाव हे श्रीज्ञानेश्वरांचे मूळ गाव. त्यांचे पणजोबा त्र्यंबकराव, आजोबा गोविंदराव आणि वडील विठ्ठलराव. त्र्यंबकराव एक उदार कुलकर्णी होते. दुष्काळात त्यांनी आपेगावच्या लोकांना सहाय्य केलं. त्यांची व गोरक्षनाथांची भेट झाल्यावर ते अध्यात्माकडे वळले. तो वारसा विठ्ठलपंतांपर्यंत पोहोचला. एकदा असेच यात्रा करीत असताना विठ्ठलपंत आळंदीला गेले होते. तिथे आळंदीचे सिधोपंत कुलकर्णी यांच्या आग्रहास्तव त्यांनी त्यांच्या मुलीशी विवाह केला. वास्तविक संन्यासी होण्याचा त्यांचा विचार होता; पण तो सिधोपंतांच्या आग्रहामुळे बाजूला पडला. विठ्ठलराव नवपरिणीत पत्नीला घेऊन आपेगावला आले आणि त्यांचा संसार सुरू झाला. आई-वडिलांच्या निधनानंतर त्यांच्यावरील कुलकर्णी-पणाची जबाबदारी वाढली. पण कामात त्यांचं मन रमत नव्हतं. यात्रा कराव्यात, देवस्थाने पहावीत असे त्यांना वाटे व ते पत्नी रुक्मिणीला बोलूनही दाखवीत. त्यामुळे रुक्मिणी अस्वस्थ होईह्व त्यातून अपत्यलाभाचीही काही लक्षणे दिसेनात म्हणून मग रुक्मिणीनं माहेरी निरोप पाठवून आपल्या आईवडिलांना बोलावून घेतले. सिधोपंतांनी आईवडील नसल्यामुळे एकटे पडलेल्या विठ्ठलपंतांना व रुक्मिणीला आळंदीला आपल्या घरी आणले. पण विठ्ठलपंतांचं अध्यात्म वाढतच चाललं. कीर्तने, प्रवचने, पंढरीची वारी, नामस्मरण, भजन यांतच ते रमू लागले आणि एक दिवस संधी साधून त्यांनी आळंदी सोडली आणि ते थेट काशीनगरीत प्रविष्ट झाले.

रामानंदस्वामी नामक सद्गुरु त्यावेळी काशी-नगरीत प्रसिद्ध होते. विठ्ठलपंत त्यांच्याकडे गेले आणि त्यांना वंदन करून त्यांचे शिष्यत्व घेण्याची इच्छा व्यक्त केली. तशी रामानंदांनी विठ्ठलपंतांची सखोल चौकशी केली, तो अविवाहित आहे, हे त्याच्या तोंडून ऐकले आणि तपस्या सुरू झाली. विठ्ठलपंतांचे चैतन्याश्रम झाले. अशी काही वर्षे गेल्यावर रामानंद तीर्थयात्रेसाठी काही शिष्यांसह बाहेर पडले. चैतन्याश्रमावर त्यांनी काशीच्या आश्रमाची व्यवस्था सोपवली. प्रवास करीत करीत ते आळंदीत पोहोचले. तिथं रुक्मिणीबाईंनी त्यांना पाहिलं आणि थोर साधुपुरुष म्हणून त्यांना नमस्कार केला, तशी रामानंदांनी 'अष्टपुत्रा सौभाग्यवती भव' असा आशीर्वाद दिलाह्व पण तो फलद्रूप होणे शक्य नाही हे तिने रामानंदांना नम्रपणे सांगितले व आपली कर्मकहाणी ऐकवली. ती ऐकताच रामानंदांच्या लक्षात सर्व प्रकार आला आणि तीर्थयात्रा अर्धवट टाकून ते काशीला गेले नि चैतन्याश्रमाला बोलावून घेतलं. विशेष म्हणजे रामानंदांबरोबर रुक्मिणी, सिधोपंत व रुक्मिणीची आई उमाबाई हेही काशीत गेले. रामानंदांनी त्या तिघांना चैतन्याश्रम ऊर्फ विठ्ठलपंतांपुढे उभं केलं तशी विठ्ठलपंत स्तब्ध झाले. त्यांनी रामानंदांची

पुन: पुन्हा माफी मागितली ह्व तशी रामानंदांनी त्यांना संन्यास सोडून पुन्हा संसारी होण्याची आज्ञा दिली आणि आपला शब्द खरा होण्यासाठी 'हे तू केलेच पाहिजेस' असे विठ्ठलपंतांना सांगितले.

गुरूची आज्ञा मोडणं शक्यच नव्हतं. विठ्ठलपंत मग सहपरिवार आळंदीत परत आले व संसाराला लागले खरे पण त्यांना लोकनिंदेला तोंड देत रहावं लागलं. संन्याशाचे संसारी झाले एवढी चूक सोडली तर विठ्ठलपंत सरळमार्गी सद्गृहस्थ होते. ईश्वरनिष्ठ तर होतेच आणि त्यांनी रामानंदांच्या आज्ञेचं पालन केलं होतं, पण तरीही लोक बोलतच राहिले.

या संसारात विठ्ठलपंतांची भगवद्भक्ती फळास आली. त्यांचा संसार पूर्ण झाला. माघ वद्य प्रतिपदा शके ११९५ या दिवशी निवृत्ती (इ. स. १२७३), श्रावण वद्य कृष्णाष्टमी शके ११९७ (इ. स. १२७५) या दिवशी श्रीज्ञानेश्वर, कार्तिक शुद्ध पौर्णिमा शके ११९९ या दिवशी सोपान (इ. स. १२७७) व अश्विन शुद्ध प्रतिपदा शके १२०१ (इ. स. १२७९) या दिवशी मुक्ताबाई अशी एकापाठोपाठ चार अपत्ये त्यांना झाली. यामुळे खरं तर त्यांचा संसार आनंदानं बहरून जायला हवा होता, पण संन्याशानं संसार मांडला म्हणून गावानं त्या दोघांना वाळीत टाकलं होतं. मुलं व्रतबंधयोग्य झाली; पण कुणी व्रतबंध करायला तयार होईनात. मग नाशिकजवळच्या ब्रह्मगिरी पर्वताला प्रतिदिनी मध्यरात्री प्रदक्षिणा घालण्याचा त्यांनी संकल्प केला. व्रतबंधनिश्चिती होईतो प्रदक्षिणा थांबवायच्या नाहीत असे त्यांनी ठरवले आणि प्रदक्षिणापर्व सुरू झाले. एका रात्री हे कुटुंब प्रदक्षिणा घालीत असताना एक अक्राळ-विक्राळ वाघ उड्या मारीत समोर आला. सर्वजण घाबरून इकडेतिकडे पांगले ह्व निवृत्ती डोंगराच्या एका गुहेत शिरला. जरा वेळाने सर्वजण परत एकत्र आले. पण निवृत्ती परतला नाही.

घाबरून निवृत्ती ज्या गुहेत शिरला होता त्या गुहेत गहिनीनाथ ध्यानमग्न होते. तेजस्वी मुद्रा, काळाभोर जटासंभार आणि दाढी, गळ्यात रुद्राक्षांची माळ, अंगावर भगवी वस्त्रे, मस्तकी चंदनाचा टिळा आणि पद्मासनस्थ अशा त्या महापुरुषाला पहाताच निवृत्तिनाथांनी त्यांना साष्टांग नमस्कार घातला. गहिनीनाथांनी डोळे उघडले व कुमारवयातील निवृत्तिनाथांना पाहून त्यांना जवळ घेतले. उपदेश केला, गुरुमंत्र दिला आणि अनुग्रह करून योगमार्गाची दीक्षा दिली ह्व श्रीकृष्णाची उपासना करावयास सांगितले. सात दिवस निवृत्ती तेथे राहिला आणि एक वेगळाच दिव्य पुरुष होऊन तेथून बाहेर पडला तो आता केवळ निवृत्ती नव्हता, निवृत्तिनाथ झाला होता.

ब्रह्मगिरीचा संकल्प झाल्यावर मुलांच्या मुंजीचा विठ्ठलपंत पुन्हा गंभीरपणे विचार करू लागले. त्यासाठी ते पैठणला गेले. तेथील ब्रह्मवृंदापुढे त्यांनी पदर पसरला व सांगितले, 'गुरूंच्या आज्ञेमुळे मी संन्यासाश्रम सोडून पुन्हा गृहस्थाश्रमात प्रवेश केला. ही जर तुम्हाला चूक वाटत असेल तर मला दंड द्या, शिक्षा द्या पण माझ्या मुलांच्या मुंजी करा.'

यावर धर्माध्यक्षांनी अन्य पंडितांशी विचार-विनियम करून सांगितले, 'तुमच्या मुलांच्या मुंजी कराव्यात याला शास्त्रसंमती नाही पण तुम्ही देहान्त प्रायश्चित घेतलंत तर तुमच्या मुलांच्या मुंजीचा विचार करू.'

धर्माध्यक्षांचे हे बोलणे ऐकून सर्व सभा सुन्न झाली. विठ्ठलपंत आणि रुक्मिणीबाई क्षणकाल स्तब्ध झाले. मग विठ्ठलपंत एकदम म्हणाले, 'आम्हाला हे प्रायश्चित मान्य आहे. आम्ही उद्याच प्रयागक्षेत्री जाऊन देह गंगार्पण करतो. आपण व्रतबंध करावेत.'

एवढे बोलून विठ्ठलपंत आपल्या कुटुंबासह

तेथून बाहेर पडले, आणि बोलल्याप्रमाणे दुसऱ्या दिवशी त्यांनी प्रयागचे प्रस्थान ठेवले व प्रयागला पोहोचताच त्या असीम धैर्यशाली पतिपत्नींनी अकरा वेळा गंगास्तोत्र म्हणून गंगेला देह अर्पण केला.

आईवडिलांनी देहत्याग केला तेव्हा निवृत्तिनाथांचे वय दहा, ज्ञानेश्वर आठ, सोपान सहा तर मुक्ताबाई केवळ चार वर्षांची होती. आपेगावच्या लोकांनी त्यांना तिथं राहू दिलं नाही, मग ते व्रतबंध करून घेण्यासाठी आळंदीला, आजोळी आले. आळंदीचे ब्राह्मणही त्यांची मुंज करायला तयार होईनात. त्यांनी त्या भावंडांना पैठणहून शुद्धिपत्र आणायला सांगितलं. कष्टप्रद पायी प्रवास करून भावंडे पैठणला पोहोचली ह्व तिथेही अडचण आली. मग ज्ञानेश्वरांनी एक अद्‌भुत चमत्कार केला. रेड्याकडून वेदपठण करून घेतलं आणि शुद्धिपत्र मिळवलं. त्यानंतर बराच काळ त्यांनी पैठणक्षेत्री घालवला. ज्ञानेश्वरांनी केलेल्या चमत्कारामुळे पैठणमधील भाविकजन या भावंडांचे भक्त झाले होते ह्व त्यामुळे तेथे रहिवास घडलाच.

नंतर वेदमंत्र बोलणाऱ्या रेड्यासह ही भावंडे नेवाशाला निघाली. वाटेत आळे (ता. जुन्नर, जि. पुणे) मुक्कामी त्यांनी रेड्याला देहमुक्त केले व समाधिस्थळ निर्माण केले. परमार्थचर्चा करीत सर्वजण नेवाशाला पोहोचली. नगर जिल्ह्यात प्रवरा नदीच्या काठी नेवासे आहे. मोहनीराजाचे नेवासे म्हणून हे गाव प्रसिद्ध आहे. यतिवेषातील भगवान् विष्णूची मूर्ती असलेले देवालय इथे आहे. नेवाशात शिरताच मृत सच्चिदानंदाला त्यांनी जिवंत केले व आपल्या बरोबर घेतले. तो त्यांचा तत्क्षणीच भक्त बनला. आळंदीच्या मुक्कामात ज्ञानेश्वरांच्या पाठीवर मुक्ताबाईने मांडे भाजल्याची गोष्ट सर्वश्रुत झाली होतीच, त्यानंतर रेड्याचा चमत्कार त्यामुळे नेवासे गावात या भावंडांना फार मोठी प्रतिष्ठा प्राप्त झाली. तेथेच ज्ञानेश्वरांनी निवृत्तिनाथांच्या आज्ञेवरून श्रीज्ञानेश्वरीची रचना केली, हरिभक्त ल. रा. पांगारकरांच्या शब्दात सांगायचे झाले तर, ''गीतेवर भाष्य करणारे हजारो ग्रंथ निर्माण झाले, पण ज्ञानेश्वरीची बरोबरी करणारा एकही ग्रंथ झाला नाही, काव्यग्रंथ म्हणून, तत्त्वज्ञानाचा ग्रंथ म्हणून, धर्मरहस्य प्रकट करणारा ग्रंथ म्हणून, भाषाग्रंथ म्हणून, गुरुभक्तीने ओथंबलेला ग्रंथ म्हणून कोणत्याही दृष्टीने ज्ञानेश्वरीकडे पहा, त्याच्या तुलनेत दुसरा ग्रंथ नाही.''

ज्ञानेश्वरीचे लेखन सच्चिदानंदबाबांनी केल्या-मुळे तेही संतपदवीस पोहोचले. त्यानंतर नामदेवांसह सर्व मंडळी तीर्थयात्रेला निघाली. नामदेवांकडून ज्ञानेश्वरांनी भक्तिपाठ घेतला. पंढरपूरला तीर्थयात्रा संपवून मंडळी आळंदीला आली. तिथे चांगदेवाला मुक्ताईने धडा शिकवल्यावर ज्ञानेश्वरांनी संजीवन समाधीचा विचार केला व शके १२१८ (इ. स. १२९६) मध्ये कार्तिक वद्य त्रयोदशीला त्यांनी समाधी घेतली. सिद्धेश्वराच्या मंदिरानजीक समाधिस्थान निर्माण करण्यात आले. कपाळी केशरीगंध, गळ्यात पुष्पहार घातलेला. ज्ञानेश्वरांनी सर्व थोर मंडळींना व निवृत्तिनाथांना वंदन केले व समाधिस्थळी नामदेवांचा हात धरून उतरले ह्व त्यानंतर वरील शिळा बंद करून त्यांना अखेरचा निरोप दिला. तेव्हा आळंदीतील पौरजन ढसढसा रडले. ज्ञानेश्वरांनंतर निवृत्तीनाथांनी मग सोपानदेवांनी आणि शेवटी मुक्ताबाईंनी देहत्याग केला आणि वैकुंठी प्रयाण केले.

।। जय जय रामकृष्ण हरि ।।

ह्व माधव कानिटकर

दोन कशाला प्रतिदिनी वाचा द्वादश पंक्ति ।
दैनंदिन ही ज्ञानेश्वरी वाचावी मनात असावी भक्ति ।।

एक पुष्प कशाला, घ्या ही सुगंधित माला ।
पहा देवे, अर्जुना कसा युद्धोन्मुख केला ।।

गलितगात्र अर्जुना कर्मयोग सांगे हरि ।
जोडा विपुल सुकृत, वाचून ही ज्ञानेश्वरी ।।

एक तरी ओवी अनुभवावी सांगून गेले नामदेव ।
परि सहा प्रतिदिनी वाचूनी वाढवावी पुण्याची ठेव ।।

।। अध्याय पहिला ।।

। श्रीगणेशाय नमः ।

ॐ नमोजी आद्या । वेदप्रतिपाद्या ।
जय जय स्वसंवेद्या । आत्मरूपा ।।१ ।।
देवा तूंचि गणेशु । सकलमतिप्रकाशु ।
म्हणे निवृत्तिदासु । अवधारिजो जी ।।२ ।।
अष्टादश पुराणें । तींचि मणिभूषणें ।
पदपद्धती खेवणें । प्रमेयरत्नांची ।।५ ।।
देखा काव्यनाटका । जे निर्धारितां सकौतुका ।
त्याचि रुणझुणती क्षुद्रघंटिका । अर्थध्वनि ।।७ ।।
अकार चरणयुगल । उकार उदर विशाल ।
मकार महामंडल । मस्तकाकारें ।।१९ ।।
हे तिन्ही एकवटले । तेथें शब्दब्रह्म कवळलें ।
ते मियां गुरुकृपा नमिलें । आदिबीज ।।२० ।।

ग्रंथारंभी श्रीज्ञानेश्वर महाराज श्रीगणेशाला वंदन करून त्याचे त्यांच्या शब्दात वर्णन करतात. सर्वांचे मूळ असणारा व वेदांच्या प्रतिपादनाचा विषय असणारा तू आत्मरूप ओंकार आहेस. निवृत्तिदास श्रीज्ञानेश्वर महाराज पुढे म्हणतात, सर्व जगाच्या बुद्धीचा जो प्रकाश तो तूच आहेस. अठरा पुराणे ही तुझी रत्नखचित भूषणें किंवा अलंकार आहेत. त्यातील तत्त्वे ही रत्ने असून शब्दाची रचना ही जणू कोंदणेच आहेत. काव्यनाटके ही तुझ्या पायातील क्षुद्र घागऱ्या असून त्या अर्थरुपाने छुमछुमत आहेत. ॐकारातील अकार हा तुझ्या दोन्ही चरणांचे ठायी, उकार तुझ्या विशाल उदराचे ठिकाणी, तर मकार हा मस्तकाचे स्थानी आहे. अकार, उकार आणि मकार या तीन शब्दाकारात संपूर्ण वेद एकवटतो त्या ओंकाररूप गणपतीला मी गुरुकृपेमुळे वंदन करतो.

।। जय जय रामकृष्ण हरी ।।

आतां अभिनव वाग्विलासिनी । जे चातुर्यार्थकलाकामिनी ।
ते शारदा विश्वमोहिनी । नमस्कारिली मियां ।।२१ ।।
मज हृदयीं सद्गुरु । जेणें तारिलों हा संसारपूरू ।
म्हणऊनि विशेषें अत्यादरु । विवेकावरी ।।२२ ।।
आतां अवधारा कथा गहन । जे सकळां कौतुकां जन्मस्थान ।
की अभिनव उद्यान । विवेकतरुंचें ।।२८ ।।
ना तरी सर्व सुखांची आदि । जे प्रमेयमहानिधी ।
नाना नवरससुधाब्दि । परिपूर्ण हे ।।२९ ।।
ना तरी सकळ धर्मांचें माहेर । सज्जनांचें जिव्हार ।
लावण्यरत्नभांडार । शारदेचें ।।३१ ।।
एथ चातुर्य शाहणें झालें । प्रमेय रुचीस आलें ।
आणि सौभाग्य पोखलें । सुखाचें एथ ।।३५ ।।

सरस्वती वंदना करताना ज्ञानेश्वरमहाराज तिच्या गुण गौरवासाठी अनेक विशेषणे योजतात. वाणीचे ठिकाणी अभिनव असा विलास करणारी, चातुर्य, वागर्थ आणि कला यांची देवता असलेली विश्वमोहिनी सरस्वती, तिला मी नमन करतो. माझ्या हृदयात वास करणाऱ्या सद्गुरुंच्या कृपेने मी या संसाराच्या महापुरातून पैलतीरी पोहोचलो, त्यामुळे विवेकबुद्धीकडे मी अत्यादराने पाहतो. ज्यांत गीता निर्माण झाली अशी महाभारताची, सखोल विचारांनी भरलेली कथा, तिचे महात्म्य ऐका. ही कथा म्हणजे सर्व सुखांचा आरंभ, नवरसांनी ओथंबलेला परिपूर्ण असा अमृताचा सागरच आहे. अनेक सिद्धान्तांचा मोठा साठा आहे, ही कथा म्हणजे सर्व धर्मांचे माहेरच आहे. ज्यात सज्जनांचा जिव्हाळा ओतप्रोत भरलेला आहे, असे हे श्री शारदेचे लावण्यरत्नभांडार आहे. या कथेमुळे चातुर्याला शहाणपण प्राप्त झाले. सिद्धान्ताना रुचि आली आणि सुख-सौभाग्याची वृद्धी झाली.

।। जय जय रामकृष्ण हरी ।।

भानुचेनि तेजें धवळलें । जैसें त्रैलोक्य दिसे उजळिलें ।
तैसें व्यासमती कवळलें । मिरवे विश्व ।।३९।।
कां सुक्षेत्रीं बीज घातलें । तें आपुलियापरी विस्तारलें ।
तैसे भारतीं सुरवाडलें । अर्थजात ।।४०।।
नाना पुरतिये प्रतिष्ठेलागीं । सानीव धरूनि आंगीं ।
पुराणें आख्यानरूपें जगीं । भारता आलीं ।।४६।।
म्हणऊनि महाभारतीं नाहीं । तें नोहेचि लोकीं तिहीं ।
येणें कारणें म्हणिपे पाहीं । व्यासोच्छिष्ट जगत्रय ।।४७।।
जैसें शारदीचियें चंद्रकळे । माजीं अमृतकण कोंवळे ।
ते वेंचिती मनें मवाळें । चकोरतलगें ।।५६।।
तियापरी श्रोता । अनुभवावी हे कथा ।
अतिहळुवारपण चित्ता । आणुनियां ।।५७।।

सूर्योदयानंतर सूर्याच्या तेजाने जसे त्रैलोक्य प्रकाशित होते, उजळून निघते त्याप्रमाणे व्यासांच्या बुद्धीतून ही कथा निघाल्यामुळे अखिल विश्व प्रकाशमान झाले. ज्याप्रमाणे चांगल्या शेतजमिनीत उत्तम बी पेरले असता, त्याचा परिपूर्ण विस्तार होतो, त्याप्रमाणे महाभारतात सर्व पुरुषार्थ सुखावले आहेत. जगात पूर्ण प्रतिष्ठा लाभावी, मोठेपणा प्राप्त व्हावा म्हणून सर्व पुराणे लघुत्व अंगी आणून, नम्रपणे आख्यानरूपाने महाभारतात आली आहेत. म्हणून महाभारतात जे नाही ते तिन्ही लोकात नाही, हे लक्षात घेऊन जगातील सर्व कथा व्यासांचे उच्छिष्ट आहेत असे म्हटले जाते. अशी ही गोड व केवळ परमार्थाच्या उत्पत्तीचे स्थानच असलेली ही कथा वैशंपायन जनमेजय राजाला सांगतात. ही कथा अद्वितीय, उत्तम, पवित्र आणि अतिकल्याणकारक आहे. चंद्रकिरणांचे अमृतकण चकोर पक्ष्यांची पिल्ले हळुवारपणे सेवन करतात, त्याप्रमाणे श्रोते हो, आपले चित्त अति हळुवार करून, मनाला हळुवारपणा आणून ही कथा अनुभवावी.

।। जय जय रामकृष्ण हरी ।।

जैसा स्वभावो मायबापांचा । अपत्य बोले जरी बोबडी वाचा ।
तरी आधिकचि तयाचा । संतोष आथी ।।६४ ।।
तैसा तुम्हीं मी अंगिकारिला । सज्जनीं आपुला म्हणितला ।
तरी उणें सहजें उपसाहला । प्रार्थूं कायी ।।६५ ।।
कीं टिटिभू चांचुवरी । माप सूये सागरीं ।
मी नेणतु त्यापरीं । प्रवर्तें येथ ।।६८ ।।
परी एथ असे एकु आधारु । तेणेंचि बोलें मी सधरु ।
जे सानुकूळ श्रीगुरु । ज्ञानदेवो म्हणे ।।७५ ।।
जयातें कामधेनु माये । तयासी अप्राप्य कांहीं आहे ।
म्हणऊनि मी प्रवर्तों लाहें । ग्रंथीं इये ।।७९ ।।
तरी न्यून तें पुरतें । अधिक तें सरतें ।
करूनि घेयावें हे तुमतें । विनवीतु असें ।।८० ।।

आपले मूल बोबडे बोलत असले, तरी आईबापांना त्याचे कौतुकच वाटते, कारण त्यांचा तो स्वभावच असतो. त्याप्रमाणे तुम्ही सज्जनांनी माझा स्वीकार केला आहे, मला आपले म्हटले आहे. तेव्हा माझे काही उणे-दुणे असेल, तर ते तुम्ही सहज सहन कराल, त्यासाठी मी तुमची प्रार्थना करावी असे मला वाटत नाही. टिटवीची पिल्ले समुद्रात पडली, तेव्हा चोचीने पाणी उपसण्याचा टिटवीने प्रयत्न केला, त्याप्रमाणे मी नेणता, अज्ञानी, गीतार्थ सांगण्यास प्रवृत्त झालो आहे. असे पहा, आकाशाचे आकलन करावयाचे झाल्यास त्याहून मोठे झाले पाहिजे. या गीतार्थाची थोरवी एवढी आहे की स्वत: शंकर त्याची चर्चा करीत असत. पण हे अवघड कृत्य करण्यास मला एक आधार मिळाला आहे, तो म्हणजे माझे श्रीगुरु या कार्याला अनुकूल आहेत, त्यामुळे मला धीर आला आहे, असे ज्ञानदेव सांगतात. अहो, कामधेनुच ज्याची माता त्याला प्राप्त न होणारे असे काही असू शकेल का ? म्हणून तर मी हा ग्रंथ सिद्ध करण्यास प्रवृत्त झालो. आता या ग्रंथात काही न्यून असेल, कमी असेल तर ते पूर्ण करून घ्यावे आणि अधिक असेल तर सोडून द्यावे, अशी माझी आपणा संतांस विनंती आहे.

।। जय जय रामकृष्ण हरी ।।

तरी पुत्रस्नेहें मोहितु । धृतराष्ट्र असे पुसतु ।
म्हणें संजया सांगे मातु । कुरुक्षेत्रींची ।।८५ ।।
जें धर्मालय म्हणिजे । तेथ पांडव आणि माझे ।
गेले असती व्याजें । जुंझाचेनि ।।८६ ।।
तरी तिहीं येतुला अवसरीं । काय किजत असे येरयेरीं ।
तें झडकरी कथन करी । मजप्रती ।।८७ ।।
तिये वेळीं तो संजय बोले । म्हणे पांडवसैन्य उचललें ।
जैसें महाप्रळयीं पसरलें । कृतांतमुख ।।८८ ।।
तैसें दळ दुर्धर । नानाव्यूहीं परिकर ।
अवगमलें भयासुर । तिये काळीं ।।९१ ।।
आणीकही द्रौपदीकुमर । हे सकळही महारथी वीर ।
मिती नेणिजे परी अपार । मीनले असती ।।१०२ ।।

ह्व आता ज्ञानेश्वर महाराज आपल्याला प्रत्यक्ष रणांगणावर नेत आहेत. पुत्र प्रेमाने मोहित झालेला धृतराष्ट्र संजयाला सांगतो आहे की 'मला कुरुक्षेत्रीची वार्ता सांग. ज्या कुरुक्षेत्राला धर्माचे घर म्हणतात तेथे पांडव आणि माझे पुत्र लढाई करण्यासाठी गेले आहेत.' संजय कुरुक्षेत्रावरील कौरव-पांडव युद्धाची हकीकत सांगतो. तर ते आता तिथे काय करीत आहेत हे मला त्वरित ऐकवं.' तसा संजय म्हणाला, 'महाप्रलयाचे वेळी काळाचे मुख जसे पसरलेले असते, तसे पांडव सैन्य पसरले आहे.' पांडवांचे सैन्य निरनिराळ्या व्यूहरचना केल्यामुळे भेसूर दिसत आहे. 'द्रौपदीचे सर्व मुलगे तर आहेतच, पण ज्यांची गणती करता येणार नाही, असे पांडव सैन्यातील अपरिमित महावीर या ठिकाणी जमले आहेत.'

।। जय जय रामकृष्ण हरी ।।

आतां आमुच्या दळीं नायक । जे रूढ वीर सैनिक ।
ते प्रसंगें आइक । सांगिजती ।।१०३ ।।
वरी क्षत्रियांमाजी श्रेष्ठु । जो जगजेठी जगीं सुभटु ।
तया दळवैपणाचा पाटु । भीष्मासि पैं ।।११५ ।।
ना तरी प्रलयवन्हि महावातु । या दोघां जैसा सांघातु ।
तैसा हा गंगासुतु । सेनापति ।।११८ ।।
आतां येणेंसि कवण भिडे । हें पांडवसैन्य कीर थोडें ।
ओइचलेनि पाडें । दिसत असे ।।११९ ।।
मग पुनरपि काय बोले । सकळ सैनिकांतें म्हणितलें ।
आतां दळभार आपुलाले । सरसे करा ।।१२१ ।।
तेणें तिया आवरिजे । भीष्मातळीं राहिजे ।
द्रोणातें म्हणे पाहिजे । तुम्हीं सकळ ।।१२३ ।।

संजय धृतराष्ट्राला पुढे सांगतो, ‘‘आता आपल्या सैन्यदलातील प्रमुख वीर कोण आहेत ते यथाक्रम सांगतो, कर्ण, कृपाचार्य, विकर्ण, सोमदत्त हे आहेत आणि सर्व क्षत्रियात श्रेष्ठ आणि या जगात नामवंत ठरलेले प्रतापी भीष्माचार्य यांचेकडे सेनापतीपद दिलेले आहे. प्रलयकालाच्या अग्नीला वादळी वाऱ्याचे सहाय्य मिळून, त्यांचा संयोग व्हावा त्याप्रमाणे आपल्या सैन्याला गंगापुत्र सेनापती भीष्माचार्यांचे सहाय्य मिळाले आहे. आता अशा आमच्या बलवान सैन्यदलासमवेत कोण युद्धास प्रवृत्त होईल ?’’ तसे पाहिले, तर पांडवांचे सैन्य फारच अपुरे दिसत आहे. ते पाहून दुर्योधन सर्वांना उद्देशून म्हणाला, ‘आता आपापले सैन्यविभाग सज्ज करा. ज्यांच्या ताब्यात अक्षौहिणी सैन्य असेल त्यांनी आपापल्या सैन्याच्या आघाडीस जाऊन उभे रहावे. महारथींनी आपापले सैन्य वाटून घ्यावे. तुम्ही सर्वांनी भीष्माचार्यांच्या आज्ञेत असावे.’ आणि नंतर त्याने द्रोणाचार्यांना सर्व सैन्यावर लक्ष ठेवण्यास सांगितले आणि भीष्माचार्यांवर सर्व सैन्य अवलंबून असल्याने माझ्याप्रमाणेच त्यांचेही रक्षण करावे असे दुर्योधनाने बजावले.

।। जय जय रामकृष्ण हरी ।।

या राजयाचिया बोला । सेनापति संतोषला ।
मग तेणें केला । सिंहनादु ।।१२५ ।।
तो गाजत असे अद्‌भुतु । दोन्ही सैन्यांआंतु ।
प्रतिध्वनि न समातु । उपजत असे ।।१२६ ।।
तयाचि तुलगासवें । वीरवृत्तीचेनि थावें ।
दिव्य शंख भीष्मदेवें । आस्फुरिला ।।१२७ ।।
ते दोन्ही नाद मिनले । तेथ त्रैलोक्य बधिरीभूत जाहलें ।
जैसे आकाश का पडिलें । तुटोनियां ।।१२८ ।।
घडघडीत अंबर । उचंबळत सागर ।
क्षोभलें चराचर । कांपत असे ।।१२९ ।।
उदंड सैंघ वाजतें । भयानके खाखातें ।
महाप्रळयो जेथें । धोकडांसी ।।१३१ ।।

दुर्योधन राजाचे हे बोलणे ऐकून सेनापती भीष्माचार्यांना आनंद वाटला आणि त्यांनी सिंहासारखी प्रचंड गर्जना केली, ती गर्जना उभय सैन्यात दुमदुमली आणि तिचा प्रतिध्वनी आकाशातही मावेना. तो विरतो न विरतो तोच भीष्माचार्यांनी आपला दिव्य शंख वाजवला. त्यामुळे दोन्ही आवाज एकत्रित होऊन त्रैलोक्य बधीर झाले आणि आकाश कोसळून खाली पडते आहे की काय असे वाटू लागले. आकाश कडाडले, सप्तसमुद्र उचंबळले, चराचर प्रक्षोभित होऊन थरथरा, चळचळा कापू लागले. या विविध प्रकारच्या भयंकर भीषण रणवाद्यांचा आवाज इतका कर्णकर्कश होता की महाप्रलय वाटावा.

।। जय जय रामकृष्ण हरी ।।

हो का निजसार विजयाचें । कीं ते भांडार महातेजाचें ।
जेथ गरुडाचिये जावळियेचे । कांतले चाऱ्ही ।।१३८ ।।
कीं पाखांचा मेरु जैसा । रहंवरू मिरवतसे तैसा ।
तेंजें कोंदाटलिया दिशा । जयाचेनि ।।१३९ ।।
जेथ अश्ववाहकु आपण । वैकुंठीचा राणा जाण ।
तया रथाचे गुण । काय वर्णूं ।।१४० ।।
ध्वजस्तंभावरी वानरु । तो मूर्तिमंत शंकरू ।
सारथी शार्ङ्गधरु । अर्जुनेंसी ।।१४१ ।।
पाईकु पाठीसीं घातला । आपण पुढां राहिला ।
तेणें पांचजन्यु आस्फुरिला । अवलीळाची ।।१४३ ।।
तैसाचि देखें येरें । निनादें अति गहिरें ।
देवदत्त धनुर्धरें । आस्फुरिला ।।१४६ ।।

विजयाचे माहेरघर, महातेजाचे भांडार आणि ज्याच्या रथाला गरुडाप्रमाणे वेगवान चार घोडे जुंपलेले आहेत आणि जणू मेरु पर्वतालाच पंख आले आहेत, असे वाटावे असा सर्वोत्तम रथ दशदिशा उजळीत तेथे आला. ज्या रथाचे सारथी भगवान श्रीकृष्ण होते, त्या रथाचे मी काय गुण वर्णन करू ? मूर्तिमंत शंकर असलेला मारुतीच ज्याच्या ध्वजस्तंभावर आहे. आपल्या सेवकाला पाठीशी घालून पुढे झालेल्या भगवान श्रीकृष्णांनी मग आपला पांचजन्यनामक दिव्य शंख सहजपणे वाजवला. मग अर्जुनाने आपला देवदत्त नावाचा शंख अतिगंभीर आवाजाने वाजवला.

।। जय जय रामकृष्ण हरी ।।

जैसा गजघटाआंतु । सिंह लीला विदारितु ।
तैसा हृदयातें भेदितु । कौरवांचिया ।।१६२ ।।
तो गाजत जंव आइकती । तंव उभेचि हियें घालिती ।
एकमेकांतें म्हणती । सावध रे सावध ।।१६३ ।।
तेथ बळें प्रौढीपुरते । जे महारथी वीर होते ।
तिहीं पुनरपि दळातें । आवरिलें ।।१६४ ।।
मग सरिसेपणे उठावले । दुणवटोनि उचलले ।
तया दंडीं क्षोभलें । लोकत्रय ।।१६५ ।।
तेथ बाणवरी धनुर्धर । वर्षताती निरंतर ।
जैसे प्रळयांत जलधर । अनिवार कां ।।१६६ ।।
ते देखलिया अर्जुनें । संतोष घेऊनि मनें ।।
मग संभ्रमें दिठी सेने । घालितसे ।।१६७ ।।

सिंह सहजपणाने ज्याप्रमाणे हत्तींच्या कळपाची पांगापांग करतो, त्याप्रमाणे पांडवांनी केलेल्या त्या शंखनादाच्या प्रतिध्वनीने कौरवांची हृदये पार फाटून गेली. काहीजण तो आवाज ऐकून उभ्या उभ्याच आडवे झाले, खाली पडले आणि परस्परांना सावधानतेचा इशारा देऊ लागले. तेथे उपस्थित असलेल्या अनुभवी वीरांनी आणि महारथी महावीरांनी आपापल्या सैन्यदलांना धीर दिला. शब्दांनी बळ दिले, मग ते दुप्पट आवेशाने पुढे सरसावले, त्या त्यांच्या कृतीने त्रिभुवन थरारले. त्या धर्नुधारी वीरांनी बाणांची एवढी वृष्टी केली की, सर्वांना वाटले की ही जणू प्रलयकाळाची पर्जन्यवृष्टीच आहे. ते सर्व दृश्य पाहून अर्जुनाच्या मनाला संतोष झाला आणि त्याने आपल्या सैन्यदलांवरून उत्सुकतेने दृष्टी फिरवली.

।। जय जय रामकृष्ण हरी ।।

तंव संग्रामीं सज्ज जाहले । सकळ कौरव देखिले ।
मग लीला धनुष्य उचलिलें । पंडुकुमरें ।।१६८ ।।
ते वेळीं अर्जुन म्हणतसे देवा । आतां झडकरी रथु पेलावा ।
नेऊनि मध्यें घालावा । दोहीं दळां ।।१६९ ।।
आइका अर्जुन इतुकें बोलिला । तंव श्रीकृष्णे रथु पेलिला ।
दोहीं सैन्यांमाजीं केला । उभा तेणें ।।१७४ ।।
जेथ भीष्मद्रोणादिक । जवळिकेचि सन्मुख ।
पृथिवीपति आणीक । बहु आहाती ।।१७५ ।।
तेथ स्थिर करूनियां रथु । अर्जुन असे पाहातु ।
तो दळभार समस्तु । संभ्रमेंसीं ।।१७६ ।।
मग देवा म्हणे देख देख । हे गोत्रगुरु अशेख ।
तंव कृष्ण मनीं नावे । विस्मो जाहला ।।१७७ ।।

युद्धसिद्ध सैन्यदले पाहून अर्जुनही धनुष्य उचलून युद्ध प्रवृत्त झाला आणि श्रीकृष्णाला म्हणाला, ''देवा, आता आपला रथ दोन्ही सैन्यदलांच्या मध्यभागी नेऊन उभा करावा.'' अर्जुनाची ही विनंती ऐकून श्रीकृष्णाने आपला रथ दोन्ही सैन्याच्या मध्ये नेऊन उभा केला. ज्या ठिकाणी भीष्म द्रोणासह अनेक आप्त व सुपरिचित असे अनेक राजे महाराजे उभे होते, तिथे रथ उभा केल्यावर अर्जुन संभ्रमित होऊन सर्व सैन्यविभाग नीट न्याहाळून पाहू लागला आणि मग एकदम सारथी असलेल्या भगवान श्रीकृष्णांना उद्देशून म्हणाला, ''देवा, पहा पहा, हे तर आमचे नातेवाईक, आप्त आणि यातील काहीजण तर गुरु आहेत.'' श्रीकृष्णाने ते ऐकले आणि त्याला आश्चर्य वाटले. तो विस्मयचकित झाला.

।। जय जय रामकृष्ण हरी ।।

तो आपणयां आपण म्हणे । एथ कायी कवण जाणे ।
हें मनीं धरिलें येणें । परि कांहीं आश्चर्य असे ।।१७८ ।।
ऐसी पुढील से घेतु । तो सहजें जाणे हृदयस्थु ।
परि उगा असे निवांतु । तिये वेळी ।।१७९ ।।
तंव तेथ पार्थु सकळ । पितृ पितामह केवळ ।
गुरु बंधु मातुळ । देखता जाहला ।।१८० ।।
सुहृज्जन सासरे । आणीकाही सखे सोइरे ।
कुमर पौत्र धनुर्धरें । देखिले तेथ ।।१८२ ।।
ऐसें गोत्रचि दोहीं दळीं । उदित जालें असे कळीं ।
हे अर्जुनें तिये वेळी । अवलोकिलें ।।१८४ ।।
तेथ मनीं गजबज जाहाली । आणि आपैसी कृपा आली ।
तेणें अपमानें निघाली । वीरवृत्ति ।।१८५ ।।

त्याच्या उद्‌गारांनी चकित झालेल्या श्रीकृष्णाच्या मनात आले, अर्जुन हे काय भलतेसलते मनात आणतो आहे ? परंतु दुसऱ्याच्या मनातले विचारप्रवाह सहज ओळखणारा भगवान श्रीकृष्ण क्षणकाल स्तब्ध झाला. मग अर्जुन एक एक करून त्या योद्‌ध्यांकडे पाहू लागला. त्याला सर्वत्र त्याचे आप्तेष्टच, गोत्रजन दिसू लागले. पित्यासमान असलेले आजोबा, गुरु, बंधू, मामा, मामेभाऊ, सासरे, इष्टमित्र, त्यांचे मुलगे, नातू हेही अर्जुनाने तिथे पाहिले. त्याचप्रमाणे आपले सगेसोयरे, प्रिय मित्र हेही त्याला दिसले. ज्यांच्यावर त्याने पूर्वायुष्यात उपकार केले होते, ज्यांना संकटातून वाचवले होते असे अनेक लहान मोठे वीर तिथे रणांगणावर अर्जुनास दिसले. दोन्ही सैन्यात आपला आप्तवर्गच युद्धप्रवृत्त झालेला त्यावेळी अर्जुनाने पाहिला आणि तो बावरला. त्याच्या मनात त्यांच्याविषयी करुणा निर्माण झाली. परिणामी अपमानित झालेली वीरवृत्ती त्याला सोडून निघाली.

।। जय जय रामकृष्ण हरी ।।

तैसें अर्जुना तेथ जाहलें । असते पुरुषत्व गेलें ।
जें अंत:करण दिधलें । कारुण्यासी ।।१८९ ।।
देखा मंत्रज्ञु बरळु जाय । मग तेथ का जैसा संचारु होय ।
तैसा तो धनुर्धर महामोहें । आकळिला ।।१९० ।।
तो म्हणे अवधारी देवा । म्यां पाहिला हा मेळावा ।।
तंव गोत्रवर्गु आघवा । देखिला एथ ।।१९३ ।।
हे संग्रामीं अति उद्यत । जहाले असती कीर समस्त ।
पण आपणपेयां उचित । केवीं होय ।।१९४ ।।
देखे देह कांपत । तोंड असे कोरडे होत ।
विकळता उपजत । गात्रांसी ।।१९६ ।।
कैसी नेणों सदयता । उपनली तेथें चित्ता ।
मग म्हणे कृष्णा आतां । नसिजे एथ ।।२०५ ।।

याप्रमाणे अर्जुनाने आपल्या अंत:करणात दयाबुद्धीला, करुणेला स्थान दिल्यामुळे त्याची अशी स्थिती होऊन तो धैर्यहीन झाला, त्याचे पौरुष लोप पावले. एखाद्या मांत्रिकाचे मंत्रोच्चार चुकू लागले की तो जसा चाचरतो, चुकतो, भयभीत होतो, त्याप्रमाणे अर्जुनाची अवस्था झाली. तो श्रेष्ठ, धनुर्धारी पुरुष महामोहाने भ्रमितचित्त झाला. मग तो भगवान श्रीकृष्णांना म्हणाला, ''देवा, मी हा एकूण सैन्याचा मेळावा पाहिला आणि माझ्या दृष्टीस काय पडले, तर माझे आप्त, गोत्रज, मित्र आणि कितीतरी संबंधित. हे सर्व युद्धप्रवृत्त झाले आहेत खरे, पण देवा, त्यांच्याबरोबर युद्ध करणे उचित आहे का, योग्य आहे का हे तूच सांग. माझा देह थरथर कापतो आहे. तोंडाला कोरड पडली आहे आणि एकूण एक अवयवांना शिथिलता आली आहे. माझ्या मनात अशी दयाबुद्धी का निर्माण झाली आहे हेच मला कळत नाही. या सर्वांना मारावयाचें ही गोष्ट मनात आल्याबरोबर माझे मन अति व्याकूळ झाले आहे, तेव्हा देवा, आता आपण इथे थांबू नये हे उत्तम.''

।। जय जय रामकृष्ण हरी ।।

या कौरवां जरी वधावें । तरी युधिष्ठिरादिक कां न वधावें ।।
हे येरयेर आघवे । गोत्रज अमुचे ।।२०७ ।।
म्हणोनि जळो हें झुंज । प्रत्यया नये मज ।
एणें काय काज । महापापें ।।२०८ ।।
देवा बहुतीं परी पाहतां । एथ वोखटें होईल झुंजतां ।
वर कांहीं चुकवितां । लाभु आथी ।।२०९ ।।
तया विजयवृत्ती कांहीं । मज सर्वथा काज नाहीं ।
एथ राज्य तरी कायी । हें पाहुनियां ।।२१० ।।
यां सकळांतें वधावें । मग जे भोग भोगावे ।
ते जळोत आघवे । पार्थु म्हणे ।।२११ ।।
जरी आजि एथ ऐसें कीजे । तरी कवणाच्या मनीं उरिजे ।।
सांगे मुख केवीं पाहिजे । तुझें कृष्णा ।।२२७ ।।

अर्जुनानं पुढं श्रीकृष्णाला विचारलं, ''देवा, जर आमचे गोत्रज असलेल्या कौरवांना मी मारावयाचे तर मग युधिष्ठिर, भीम, नकुल, सहदेव या माझ्या भावांचाही मी का वध करू नये. तेही माझे गोत्रजच आहेत, म्हणून देवा, हे युद्ध जळो. मला काही हे मान्य नाही. हे असले महापातक मी कशाला करू? त्यावाचून काय अडले आहे ? मी निरनिराळ्या प्रकारे विचार केला तेव्हां मला असे वाटू लागले की, असे युद्ध करण्याची काहीही आवश्यकता नाही आणि समजा केलेच तर त्याचे परिणाम काही चांगले होणार नाहीत, वाईटच होतील. पण जर आपण हे युद्ध टाळले तर झाले तर आपले कल्याणच होईल. इथं विजय मिळवावा असं काही मला मनोमनी वाटत नाही. असले राज्य मिळवून काय करायचे ? या सर्वांचा वध करून जे भोग भोगायचे, जे सुख मिळवायचे त्याला आग लागो. त्यातून आम्ही हे युद्ध केले आणि या सर्वांना मारले तर आमचे काय नाव राहील ? तुला तोंड दाखवायला तरी आम्हाला जागा राहील का ? कुलक्षय केला असता अनंत पातके लागतात. अशा वेळी तुला कुठे शोधायचे? अशा युद्धामुळे देवा, माझी पुण्याई कमी झाली तर तुम्ही मला फसवून, माझ्या हातावर तुरी देऊन जाल.''

।। जय जय रामकृष्ण हरी ।।

म्हणोनि मी हें न करीं । इये संग्रामीं शस्त्र न धरीं ।
हें किडाळ बहुतीं परी । दिसतसे ।।२३३ ।।
तुजसीं अंतराय होईल । मग सांगे आमुचें काय उरेल ।
तेणें दुःखे हियें फुटेल । तुजवीण कृष्णा ।।२३४ ।।
तैसा गोत्रींची परस्परें । जरी वधु घडे मत्सरें ।
तरी तेणें महादोषें घोरें । कुळचि नाशे ।।२४४ ।।
आतां यावरी जें जियावें । तयापासूनि हें बरवें ।
जे शस्त्रें सांडुनि साहावे । बाण यांचे ।।२६५ ।।
मग अत्यंत उद्वेगला । न धरत गहिंवरु आला ।
तेथ उडी घातली खालां । रथौनियां ।।२६९ ।।

"म्हणून मी असले काही करणार नाही आणि या संग्रामात, या युद्धात हातात शस्त्रसुद्धा घेणार नाही. कारण हे युद्ध करणे मला निंदनीय वाटते. देवा, तुमच्या माझ्यात जर अंतराय आला तर आमचे काय होईल याची मला कल्पनाच करवत नाही. त्या दुःखाने माझे हृदय फाटून जाईल. आम्ही आमच्या आमच्यातच मत्सराने परस्परांचे वध केले तर त्या महादोषामुळे कुलक्षय होईल, कुळाचा नाश होईल. त्यापेक्षा आपण निःशस्त्र होऊन कौरवांचे बाण सहन करावे असे मला वाटते. अर्जुन उदास झाला. त्याला अनावर गहिवर आला आणि त्याने रथातून खाली उडी मारली.

।। जय जय रामकृष्ण हरी ।।

।। अध्याय दुसरा ।।

म्हणे अर्जुना आदि पाहीं । हें उचित काय इये ठायी ।
तूं कवण हें कायी । करीत, आहासी ।।६।।

तुज सांगें काय जाहलें । कवण उणें आलें ।
करितां काय ठेलें । खेदु कायिसा ।।७।।

तूं अनुचिता चित्त नेदिसी । धीरु कंहींच न संडिसी ।
तुझेनि नामें अपयशीं ।। दिशा लंघिजे ।।८।।

तूं शूरवृत्तीचा ठावो । क्षत्रियांमाजीं रावो ।
तुझिया लाठेपणाचा आवो । तिहीं लोकीं ।।९।।

तुवां संग्रामीं हरु जिंतिला । निवातकवचांचा ठावो फेडिला ।
पवाडा तुवां केला । गंधर्वांसीं ।।१०।।

तो तूं कीं आजि एथें । सांडूनियां वीरवृत्तीतें ।
अधोमुख रुदनातें । करितु आहासी ।।१२।।

'अरे अर्जुना, तुला हे शोभते काय, तू कोण आहेस आणि काय करीत आहेत याचा विचार कर. तुला काय झाले, काय कमी पडले म्हणून तू असा सैरभैर झाला आहेस आणि तुला दुःख तरी कसले झाले आहे? तू चुकीच्या, अनुचित गोष्टीकडे दुर्लक्ष करतोस, तिकडे लक्ष देत नाहीस. कधीही धीर सोडत नाहीस, तुझ्या नावाचा दरारा इतका आहे की तुझे नाव ऐकताच अपयश घाबरून दूर पळून जाते. तुझ्या ठायी सर्व शौर्य एकवटले आहे. तू क्षत्रियांचा जणू राजा आहेस. तू युद्धात साक्षात् श्रीशंकराला जिंकलेस, निवातकवचांचा ठावठिकाणा नष्ट केलास, त्यांचा समूळ उच्छेद केलास आणि गंधर्वानाही हरवलेस. अर्जुन, तुझा पराक्रम एवढा मोठा आहे की, त्याच्या तुलनेला त्रैलोक्यही कमी पडेल. तुझ्यासारखा शूर योद्धा त्रिभुवनात नाही. तो तू आज वीरवृत्ती सोडून, खाली मान घालून रडत बसला आहेस?

।। जय जय रामकृष्ण हरी ।।

विचारी तूं अर्जुनु । कीं कारुण्यें कीजसी दीनु ।
सांगा पां अंधकारें भानु । ग्रासिला आथी ।।१३ ।।
ना तरी पवनु मेघासि बिहे । कीं अमृतासी मरण आहे ।
पाहे पां इंधनचि गिळोनि जाये । पावकातें ।।१४ ।।
म्हणोनि अझुनी अर्जुना । झणें चित्त देसी या हीना ।।
वेगीं धीर करूनियां मना । सावधान होई ।।१७ ।।
सांडी हें मूर्खपण । उठीं घे धनुष्यबाण ।
संग्रामीं हें कवण । कारुण्य तुझें ।।१८ ।।
हे असतिये कीर्तीसी नाशु । आणि पारत्रिकासी अपभ्रंशु ।
म्हणे जगन्निवासु । अर्जुनातें ।।२० ।।
तूं आधींचि काय नेणसी । कीं हे गोत्र नोळखसी ।
वायांचि काय करिसी । अतिशो आतां ।।२४ ।।

जो प्रत्यक्ष अर्जुन त्यास करुणेने एवढे दीन करावे? अरे अंधकार कधी सूर्याला ग्रासून टाकतो काय? अथवा मेघास कधी वाऱ्याचे भय वाटते का? किंवा लाकूड अग्नीला गिळंकृत करेल म्हणून अर्जुना अनुचित गोष्टींकडे लक्ष न देता मनास खंबीर कर. मूर्खपणा न करता उठ, धनुष्य बाण हाती घे आणि युद्धास सिद्ध हो. युद्धाच्या समयी ही करुणा तुला शोभत नाही. जगन्निवास पुढे म्हणाले, ''ती तुझ्या कीर्तीचा नाश तर करेलच पण तुझा परलोकही तुझ्या हातून निसटेल. काय पूर्वीच तुला ह्या भाऊबंदाची ओळख नव्हती? आता फाजिल कळवळा दाखवू नकोस.''

।। जय जय रामकृष्ण हरी ।।

देवा हें येतुलेवरी । बोलावें नलगे अवधारी ।
आधी तूंचि चित्तीं विचारीं । संग्रामु हा ।।३० ।।
देखें मातापितरें अर्चिजती । सर्वस्वें तोष पावविजती ।
तियें पाठीं केविं वधिजती । आपुलां हातीं ।।३२ ।।
देवा, संतवृंद नमस्कारिजे । कां घडे तरी पूजिजे ।
हे वांचूनि केवीं निंदिजे । स्वयें वाचा ।।३३ ।।
तैसे गोत्रगुरु अमुचे । पूजनीय आम्हां नियमाचे ।
मज बहुत भीष्मद्रोणांचे । वर्ततसे ।।३४ ।।
मी पार्थु द्रोणाचा केला । येणे धनुर्वेदु मज दिधला ।
तेणें उपकारें काय आभारैला । वधीं तयातें ।।३७ ।।
हा कारुण्याची आदि । सकळ गुणांचा निधि ।
विद्यासिंधु निरवधि । अर्जुन म्हणे ।।४३ ।।

देवा, तू फार बोललास, इतके मला बोलायचे काही कारण नाही. खरे तर या युद्धाचा मनोमन विचार कर आणि सांग हे युद्ध आहे का? हे बघ, आपल्याला पूज्य असलेल्या माता-पित्यांना आणि वडीलधाऱ्यांना त्यांची सेवा करून त्यांना संतुष्ट ठेवावे आणि नंतर आपणच त्यांच्या वधास प्रवृत्त व्हावे हे बरे आहे का ? देवा, संतवृंदाला नमस्कार करावा, साधुंना वंदन करावे; पण त्याऐवजी आपणच त्यांची निंदा करू लागलो, त्यांच्यावर टीकास्त्र सोडले तर ते योग्य होईल का ? तसे हे आमचे भाऊबंद व गुरू आम्हाला सदैव पूजनीय आहेत. त्यातून भीष्म आणि द्रोण यांचे तर माझ्यावर अनंत उपकार आहेत. मी अर्जुन, द्रोणाचार्यांचा शिष्य, त्यांच्याकडून मी धनुर्विद्या शिकलो आणि आता त्यांच्या जिवावर उठून उपकारांची फेड अपकाराने करू काय ? अर्जुन पुढे म्हणाला, ''हे गुरुवर्य म्हणजे गुणनिधी, दयासागर आणि विद्येचे महानिधी आहेत त्यांचा मी घात करू ?''

।। जय जय रामकृष्ण हरी ।।

ऐसे हे रणीं वधावे । मग आपण राज्यसुख भोगावें ।
तें मना नये आघवें । जीवितेंसीं ।।४५ ।।
हें येणें मानें दुर्भर । जे यांहीहूनि भोग सधर ।
ते असतु येथवर । भिक्षा मागतां भली ।।४६ ।।
ना तरी देश त्यागे जाइजे । का गिरिकंदर सेविजे ।
परि शस्त्र आतां न धरिजे । इयांवरी ।।४७ ।।
देवा नवनिशतीं शरीं । वावरोनी यांच्या जिव्हारीं ।
भोग गिंवसावे रुधिरीं । बुडाले जे ।।४८ ।।
ऐसें अर्जुन तिये अवसरीं । म्हणे श्रीकृष्णा अवधारी ।
परि तें मना नयेचि मुरारी । आईकोनियां ।।५० ।।
हें जाणोनि पार्थु बिहाला । मग पुनरपि बोलों लागला ।
म्हणे देवो कां चित्त या बोला । देतीचिना ।।५१ ।।

देवा, अर्जुन पुढे म्हणाला, ' या सर्वांचा समरांगणात नि:पात करावा आणि आपण सुखात राज्य भोगावे ही गोष्ट माझ्या मनाला पटत नाही. ही गोष्ट मला महाकर्मकठीण वाटते. यापेक्षा राजसत्ता भोगणे किंवा इंद्रपद मिळवणेही नको आणि तेही द्रोणाचार्यांसारख्यांची हत्या करून तर मुळीच नको. त्या पेक्षा भिक्षा मागून उदरनिर्वाह केलेला बरा किंवा गिरिकंदात म्हणजे रानावनात जाऊन रहावे, देशत्याग करावा पण गुरुजनांवर, गोत्रजांवर शस्त्रप्रहार करू नये. देवा, नवीन परजलेल्या बाणांनी यांच्यावर मर्माघात करून रक्तरंजित, रक्तलांछित भोग भोगायचे ते का ? मला तरी हे पटत नाही.' अशा प्रकारे आपली बाजू मांडून अर्जुन श्रीकृष्णाला म्हणाला, 'देवा, माझे बोलणे ऐकताय ना ?' आपले बोलणे कृष्णाला आवडले नाही हे जाणून मनातल्या मनात भयभीत होऊन अर्जुन पुन्हा श्रीकृष्णाला म्हणाला, 'माझ्या बोलण्याकडे का बरे लक्ष देत नाहीत?'

।। जय जय रामकृष्ण हरी ।।

येऱ्हवीं माझ्या चित्तीं जें होतें । तें मी विवरूनि बोलिलों एथें ।
परी निकें काय यापरौतें । तें तुम्ही जाणा ।।५२ ।।
आतां ऐसियांतें वधावें । कीं अव्हेरूनियां निघावें ।।
या दोहोंमाजी काइ करावें । तें नेणों आम्ही ।।५४ ।।
आम्हां काय उचित । तें पाहतां न स्फुरे एथ ।।
जें मोहें येणें चित्त । व्याकुळ माझें ।।५५ ।।
देवा तैसें मज जाहलें । जें मन हे भ्रांती ग्रासिलें ।
आतां काय हित आपुलें । तेंही नेणें ।।५७ ।।
तरी श्रीकृष्णा तुवां जाणावें । निकें तें आम्हां सांगावें ।
जे सखा सर्वस्व आघवें । आम्हांसि तूं ।।५८ ।।
तू गुरु बंधु पिता । तू आमुचि इष्ट देवता ।
तूंचि सदा रक्षिता । आपदीं आमुतें ।।५९ ।।

देवा, माझ्या मनात जे जे होते ते मी बोललो, अगदी विस्ताराने स्पष्ट सांगितले. आता यापेक्षा अधिक योग्य, अधिक चांगले काय ते तुम्हालाच ठाऊक. आता यांचा वध करावा की त्यांना सोडून पळून जावे, निघून जावे हेच कळत नाही. यापैकी योग्य काय हेच मला समजेनासे झाले आहे. मोहाने माझे चित्त व्याकुळ झाले आहे. संभ्रमित झाले आहे. चित्त भांबावले आहे. त्यामुळे स्वहित मला समजत नाही. तेव्हा देवा योग्य काय ते तुम्हीच मला सांगावे, कारण आमचे सर्वस्व तुम्हीच आहा, तूच आमचा बंधू, तूच आमचा गुरु, तूच आमचा पिता आणि रक्षणकर्ता आहेस.

।। जय जय रामकृष्ण हरी ।।

तैसा सर्वांपरी आम्हांसी । देवा तूंचि एक आहासी ।
आणि बोलिले जरी न मनिसी । मागील माझें ।।६२ ।।
हें सकळ कुळ देखोनि । जो शोकु उपजलासे मनीं ।
तो तुझिया वाक्यावांचुनि । न जाय आणिकें ।। ६४ ।।
एथ पृथ्वीतळ आपु होईल । हें महेंद्रपदही पाविजेल ।
परी मोह हा न फिटेल । मानसींचा ।।६५ ।।
जैसीं बीजें सर्वथा आहाळलीं । तो सुक्षेत्रीं जऱ्हीं पेरिलीं ।
तरी न विरुढती सिंचिलीं । आवडे तैसीं ।।६६ ।।
ना तरी आयुष्य पुरलें आहे । तरी औषधें कांही नोहे ।
एथ एकचि उपेगा जाये । परमामृत ।।६७ ।।
तैसे राज्यभोगसमृद्धीं । उज्जीवन नोहे जीवबुद्धि ।
एथ जिव्हाळा कृपानिधी । कारुण्य तुझें ।।६८ ।।

त्याप्रमाणे तुम्हीच आम्हाला सर्वस्व, एकमेव आहात. आतापर्यंत मी जे काही बोललो, तुम्हाला जे काही सांगितले, ते तुम्हाला जर पटत नसेल तर देवा, हा सर्व माझ्याच कुळातील वीर पुरुषवर्ग पाहून माझ्या मनात शोक उसळला आहे. हा जर कमी करायचा असेल, नाहीसा करायचा असेल, तर तुमच्या उपदेशावाचून तरणोपाय नाही. मला पृथ्वीचे राज्य प्राप्त झाले किंवा अगदी महेंद्रपद म्हणजे इंद्रपद जरी मिळाले तरी मनात आलेला हा मोह दूर होईल असे वाटत नाही. भाजलेले बी कितीही उत्तम जमिनीत पेरले, त्याला अगदी भरपूर पाणी घातले तरी ते ज्याप्रमाणे अंकुरित होत नाही किंवा आयुष्याचीच अखेर आल्यावर औषधानेही उपयोग होत नाही तेथे अमृतच लागते. त्याप्रमाणे माझ्या मोहित चित्ताला राज्य किंवा संपत्ती यापेक्षा तुमचा जिव्हाळा आणि प्रेमच उपयोगी पडेल.

।। जय जय रामकृष्ण हरी ।।

कीं मज पाहता उर्मी नोहे । हे अनारिसें गमत आहे ।
तो ग्रासिला महामोहें । काळसर्पें ।।७० ।।
सवर्म हृदयकल्हारीं । तेथ कारुण्यवेळेच्या भरीं ।
लागला म्हणोनि लहरी । भांजेचि ना ।।७१ ।।
हें जाणोनि ऐसी प्रौढी । जो दृष्टिसवें विष फेडी ।
तो धावया श्रीहरी गारुडी । पातला कीं ।।७२ ।।
मग देखा तेथ फाल्गुनु । घेतला असे भ्रांती कवळूनु ।
जैसा घनपडळीं भानु । आच्छादिजे ।।७५ ।।
तयापरी तो धनुर्धरु। जाहलासे दु:खें जर्जरु ।
जैसा ग्रीष्मकाळीं गिरिवरु । वणवला कां ।।७६ ।।
म्हणोनि सहजें सुनीळु । कृपामृतें सजळु ।
तो वोळलासे श्रीगोपाळु । महामेघु ।।७७ ।।

इथे ज्ञानेश्वरांना वाटते की, अर्जुनाच्या मनात जे आले तो काही मायेचा प्रकार नसावा, दुसरेच काही असावे. महामोहरूपी काळसर्पाने अर्जुनाला वेढून टाकले आणि त्याच्या मनात कारुण्य निर्माण झाले आहे, दयाबुद्धीने तो वागू पहात आहे हे पाहून काळसर्पाने अर्जुनाच्या मर्मस्थानी महादंश केला. परिणामी सर्पविषाने त्याच्या अंगातून एकापाठोपाठ एक मोहाच्या लहरी येऊ लागल्या आणि मग त्या दुर्धर प्रसंगी ज्याच्या कृपादृष्टीने विषाचे अमृत होते तो श्रीकृष्णरूपी मांत्रिक वा गारुडी धावून आला. सूर्य ज्याप्रमाणे मेघांनी झाकला जातो, त्याप्रमाणे त्यावेळी अर्जुन मोहाने अगदी घेरला होता – ज्याप्रमाणे उन्हाळ्यात डोंगर वणव्याने पेटतो त्याप्रमाणे दु:खाने जर्जर झालेल्या अर्जुनावर वर्षाव करण्यासाठी कृपामृतरूपी जीवनाने युआ सुनीळ, श्रीगोपाळरुपी महामेघ धावून आला.

।। जय जय रामकृष्ण हरी ।।

हा उमजे आतां कवणेपरी । कैसेनि धीरू स्वीकारी ।
जैसा ग्रहातें पंचाक्षरी । अनुमानी कां ।।८५ ।।
ना तरी असाध्य देखोनि व्याधि । अमृतासम दिव्य औषधि ।
वैद्य सूचि निरवधि । निदानींची ।।८६ ।।
तैसें विवरतु असे श्रीअनंतु । तयां दोन्हीं सैन्याआंतु ।
जयापरी पार्थु । भ्रांति सांडी ।।८७ ।।
तें कारण मनीं धरिलें । मग सरोष बोलों आदरिलें ।
जैसें मातेच्या कोपीं थोकुलें । स्नेह आथी ।।८८ ।।
की औषधाचिया कडुवटपणीं । जैसी अमृताची पुरवणीं ।
ते आहाच न दिसे, परी गुणीं । प्रकट होय ।।८९ ।।
तैसीं वरिवरि पाहतां उदासें । आंत तरी अतिसुरसें ।
तियें वाक्यें हृषीकेशें । बोलों आदरिलीं ।।९० ।।

अर्जुनाच्या या बोलण्याने स्तिमित झालेला भगवान श्रीकृष्ण त्याची कशी समजूत घालावी याचा विचार करू लागले. काय केले असता हा परत धैर्यशाली होईल? एखादा मांत्रिक किंवा पंचाक्षरी, भूतपिशाच्चाने पछाडलेल्या माणसाला कसे सोडवावे याचा विचार करतो किंवा असाध्य रोगाने ग्रस्त झालेल्या रोग्याला रोगमुक्त करण्यासाठी वैद्य अमृतासमान दिव्य अशा औषधीची जशी योजना करतो त्याप्रमाणे उभय सैन्यामध्ये रथारूढ असलेले भगवान श्रीकृष्ण अर्जुनाला ताळ्यावर कसे आणावे याचा विचार करू लागले. आता आईच्या मायेने अर्जुनास रागवावे असे त्यांच्या मनात आले. औषध जरी कडू असले तरी शेवटी ते अमृतासमान ठरते. वरवर पाहता अमृर्तय गुण दिसत नाही; पण परिणाम तोच असतो. त्याप्रमाणे वरकरणी रागाने पण अंतर्यामी प्रेमाने भगवान् श्रीकृष्णाने अर्जुनाला उपदेश करू लागले.

।। जय जय रामकृष्ण हरी ।।

तूं जाणता तरी म्हणविसी । परी नेणिवेतें न सांडिसी ।
आणि शिकवूं म्हणों तरी बोलसी । बहुसाल नीति ।।९२ ।।
जात्यंधा लागे पिसें । मग ते सैरा धांवे जैसें ।
तुझे शहाणपण तैसें । दिसतसे ।।९३ ।।
तू आपणपें तरी नेणसी । परी या कौरवांतें शोचूं पहासी ।
हा बहु विस्मय आम्हांसी । पुढपुढती ।।९४ ।।
कीं तूं एक वधिता । आणि सकळ लोकु हा मरता ।
ऐसी भ्रांति झणें चित्ता । येवों देसी ।।९९ ।।
देखें विवेकी जे होती । तें दोहीतेंहीं न शोचती ।
जे होय जाय हे भ्रांती । म्हणऊनियां ।।१०२ ।।
हें उपजे आणि नाशे । तें मायावशें दिसे ।
ये-हवीं तत्त्वता वस्तु जे असे । ते अविनाशची ।।१०५ ।।

तू स्वत:ला फार शहाणा समजतोस, आपण ज्ञानी आहोत असे तुला वाटते; पण अज्ञान सोडीत नाहीस आणि तुला एखादी गोष्ट शिकवावी म्हटले तर नाना प्रकारच्या नीतीकथा ऐकवतोस. जन्मांध जर वेडा झाला तर तो जसा सैरावैरा धावत सुटेल तसेच तुझे हे शहाणपण मला दिसते आहे. तू स्वत:ला अजून नीट समजावून, जाणून घेतलं नाहीस. आणि कौरवांसाठी शोक करतोस याचं मला मोठं नवल वाटतं. तुला असं वाटतं का, की तूच एकमेव मारणारा आणि बाकी सर्व मरणारे ह्न असा वेडा विचार मनात क्षणभरही येऊ देऊ नकोस. जे विवेकी आहेत, विचारवंत आहेत त्यांना जन्म आणि मृत्यू दोन्ही गोष्टी खोट्या आहेत हे माहीत असते म्हणून ते अशा गोष्टींचा शोक करीत नाहीत. जे उपजते, जन्मते त्याचा नाश होतो हा सगळा मायेचा खेळ आहे. हे जाणते जाणतात त्याचबरोबर आत्मा अविनाशी असतो हेही त्यांच्या लक्षात असते.

।। जय जय रामकृष्ण हरी ।।

आइकें शरीर तरी एक । परी वयसा भेद अनेक ।
हें प्रत्यक्षचि देख । प्रमाण तूं ।।१०८ ।।
एथ कौमारत्व दिसे । मग तारुण्यीं तें भ्रंशे ।
परी देहचि हा न नाशे । एकेकासवें ।।१०९ ।।
तैसीं चैतन्याच्या ठायीं । इयें शरीरांतरें होती जाती पाहीं ।
ऐसें जाणें तया नाहीं । व्यामोहदु:ख ।।११० ।।
एथ नेणावया हेंचि कारण । जे इंद्रियांआधीनपण ।
तिहीं आकळिजे अंत:करण । म्हणऊंनि भ्रमे ।।१११ ।।
इंद्रिये विषय सेविती । तेथ हर्ष शोक उपजती ।
ते अंतर आप्लविती । संगें येणें ।।११२ ।।
जयां विषयांच्या ठायीं । एकनिष्ठता कहीं नाहीं ।
तेथ दु:ख आणि कांहीं । सुखही दिसे ।।११३ ।।

'हे पहा अर्जुना, भगवान श्रीकृष्ण पुढे सांगू लागले, ''हे आपले जे शरीर आहे ते एक असते पण वयोमानानुसार त्यात बदल होत जातात आणि हे सप्रमाण सांगतो म्हणजे असे की, आपले शरीर, बालपण, तारुण्य, वार्धक्य अशा अनेक अवस्थातून जाते. शरीर तेच पण रूपे निरनिराळी. बालपण जाऊन तारुण्य आले तरी शरीर नाहीसे होत नाही. त्याप्रमाणे चैतन्याचे ठायी विविध शरीरांची रुपांतरे होतात. जो हे जाणतो त्याला भ्रांति होत नाही. त्याच्या मनाचा गोंधळ होत नाही. मानव हा इंद्रियांच्या आधीन झालेला असतो. त्यामुळे त्याला ही जाण येत नाही. इंद्रिये विषयासक्त होतात. त्यामुळे सुख किंवा दु:ख निर्माण होते. मग ती सुखे किंवा दु:खे त्याचे मनात गोंधळ निर्माण करतात, चित्त भ्रमवितात. विषयांचे ठिकाणी सारखेपणा नसल्यामुळे, एकनिष्ठेचा अभाव असल्याने सुख-दु:खांचा आभास निर्माण होतो.

।। जय जय रामकृष्ण हरी ।।

हे विषय जयातें नाकळिती । तया सुखदु:खे दोनी न पवती ।
आणि गर्भवासुसंगती । नाहीं तया ।।१२३ ।।
तो नित्यरूप पार्था । वोळखावा सर्वथा ।
जो या इंद्रियार्था । नागवेचि ।।१२४ ।।
हा लोकत्रयाकारु । तो जयाचा विस्तारु ।
तेथें नाम वर्ण आकारु । चिन्ह नाहीं ।।१३४ ।।
आणि शरीरजात आघवें । हें नाशिवंत स्वभावें ।
म्हणोनी तुवां झुंजावें । पंडुकुमरा ।।१३६ ।।
तूं धरूनि देहाभिमानातें । दिठी सूनि शरीरातें ।
मी मारिता हे मरते । म्हणत आहासी ।।१३७ ।।
तरी अर्जुना तूं हें नेणसी । जरी तत्त्वतां विचारिसी ।
तरी वधिता तूं नव्हेसी । हे वध्य नव्हती ।।१३८ ।।

या विषयसुखांच्या फेऱ्यात जे सापडत नाहीत, जे विषयांच्या आधीन होत नाहीत त्यांच्या वाट्याला सुखदु:ख येत नाही. इतकेच नव्हे तर जन्ममरणाच्या चक्रातूनही त्यांची मुक्तता होते. त्याला पुन्हा पुन्हा गर्भवास नाही आणि असा जो विषयांची संगत धरीत नाही तो अर्जुना, नित्यरूप किंवा अविनाशी आहे असे समज. तिन्ही लोकांचा हा जो विस्तार झाला आहे त्याला रंग, रूप, आकार काही नाही. अर्जुना, शरीर, मन ते कुणाचेही असो ते नाशिवंतच असते. ते कायम टिकत नाही हे लक्षात घेऊन तू युद्धास सिद्ध हो. तू जर देहाभिमान धरशील आणि म्हणशील की मी अर्जुन मारणारा आणि हे कौरव मरणारे, तर ते खरे नाही. यातील नेमका तत्त्वार्थ तुला समजत नाही तो असा आहे की, पार्था तू मारणारा नव्हेस आणि हे कौरव मारले जातील असेही नाही.

।। जय जय रामकृष्ण हरी ।।

जैसें स्वप्नामाजिं देखिजे । तें स्वप्नींचि साच आपजे ।
मग चेऊनियां पाहिजे । तंव कांहीं नाहीं ।।१३९।।

तैसी हे जाण माया । तूं भ्रमत आहासी वायां ।
शस्त्रे हाणितलिया छाया । जैसी आंगीं न रुपे ।।१४०।।

कां पूर्ण कुंभ उलंडला । तेथ बिंबाकारु दिसे भ्रंशला ।
परी भानु नाहीं नासला । तयासवें ।।१४१।।

ना तरी मठीं आकाश जैसें । मठाकृती अवतरलें असे ।
तो भंगलिया आपैसें । स्वरूपचि ।।१४२।।

तैसे शरीराच्या लोपीं । सर्वथा नाशु नाहीं स्वरूपीं ।
म्हणऊनि तूं हें नारोपीं । भ्रांति बापा ।।१४३।।

जैसें जीर्ण वस्त्र सांडिजे । मग नूतन वेढिजे ।
तैसें देहांतराते स्वीकारिजे । चैतन्यनाथें ।।१४४।।

अर्जुना, आपल्याला जे स्वप्नात दिसते ते जोपर्यंत आपण स्वप्नात आहोत तोपर्यंत खरे वाटते पण प्रत्यक्षात जागे झाल्यावर त्यापैकी काहीच दृष्टीस दिसत नाही. तशी ही माया आहे हे तू जाणून घे. तू उगीचच भ्रमात पडला आहेस. ज्याप्रमाणे एखाद्या व्यक्तीच्या सावलीवर शस्त्राचा घाव घातला असता ती जखमी होत नाही किंवा एखादी भरलेली घागर किंवा कुंभ अथवा घडा पालथा झाला म्हणजे त्यातील सूर्यबिंब नाहीसे झाले तरी प्रत्यक्षात आकाशातील सूर्य जिथे असतो तिथेच असतो. मठातून आकाश मठाच्या आकाराचे दिसते पण मठ फुटल्यावर आकाशाला काही होत नाही. त्याचप्रमाणे शरीराचा जरी नाश झाला तरी मूळ रूपाचा, आत्म्याचा विनाश होत नाही. म्हणून तू उगीचच काहीतरी मनात आणू नकोस, भ्रांतिपासून दूर हो. ज्याप्रमाणे आपण जुने वस्त्र सोडून नवे वस्त्र वेढून घेतो, त्याप्रमाणे आत्मा जुनी, जीर्ण शरीरे टाकून नवी धारण करतो.

।। जय जय रामकृष्ण हरी ।।

हा अनादि नित्यसिद्ध । निरुपाधि विशुद्ध ।
म्हणऊनि शस्त्रादिकीं छेदु । न घडे यया ।।१४५ ।।
हा प्रळयोदकें नाप्लवे । अग्निदाहो न संभवे ।
एथ महाशोषु न प्रभवे । मारुताचा ।।१४६ ।।
हा सदा दुर्लभु मना । आपु नोहे साधना ।।
नि:सीमु हा अर्जुना । पुरुषोत्तमु ।।१४८ ।।
हा गुणत्रयारहितु । व्यक्तीसि अतीतु ।
अनादि अविकृतु । सर्वरूप ।।१४९ ।।
अर्जुना हा नित्यु । अचळु हा शाश्वतु ।
सर्वत्र सदोदितु । परिपूर्ण हा ।।१५० ।।
अर्जुना ऐसा हा जाणावा । सकळात्मकु देखावा ।
मग सहजें शोकु आघवा । हरेल तुझा ।।१५१ ।।

हा आत्मा अनादि तर आहेच पण जन्ममृत्यूपासून दूर असून त्याला कसलीही उपाधी लागू पडत नाही. तो शुद्ध असल्याने शस्त्राने मरत नाही. महाप्रलय झाला तरी तो बुडत नाही, आगीत जळत नाही, प्रचंड सोसाट्याच्या वाऱ्याने वाळत नाही. तो दिसत नाही पण ध्यानाला मात्र त्याच्या भेटीची प्रचंड उत्सुकता असते. अर्जुना, पुरुषोत्तम म्हणजेच आत्मा अनंत आहे. हा गुणत्रयापलिकडचा अनादि, विकारशून्य आणि आकाररहित आहे. हा नित्य स्थिर, सर्वव्यापी आणि शाश्वत आहे. अर्जुना हे तू ओळख, लक्षात घे म्हणजे मग तुझा शोक आपोआप गळून पडेल.

।। जय जय रामकृष्ण हरी ।।

उपजे तें नाशे । नाशलें पुनरपि दिसे ।
हें घटिकायंत्र तैसें । परिभ्रमे गा ।।१५९ ।।
ना तरी उदो अस्तु आपैसे । अखंडित होत जात जैसे ।
हें जन्ममरण तैसें । अनिवार जगीं ।।१६० ।।
एथ आणीकही एक पार्था । तुज बहुतीं परी पहातां ।
दु:ख करावया सर्वथा । विषो नाहीं ।।१६३ ।।
एऱ्हवीं तरी पार्था । तुज कां नेणों न मनें चित्ता ।
परी किडाळ हें शोचितां । बहुतीं परी ।।१७९ ।।
अर्जुना तुझें चित्त । जऱ्ही जाहलें द्रवीभूत ।
तऱ्हीं हें अनुचित । संग्रामसमयीं ।।१८३ ।।
अगा गोक्षीर जरी जाहलें । तरी पथ्यासि नाहीं म्हणितलें ।
ऐसेनिहि विष होय सुदलें । नवज्वरीं देतां ।।१८४ ।।

जे उत्पन्न होते, उपजते ते नाश पावते, नाहीसे होते आणि कालांतराने पुन्हा दिसते हे रहाटगाडगे किंवा कालक्रम अखंड-अविरत चाललेला असतो. तो थांबत नाही. सूर्योदय आणि सूर्यास्त जसे सतत आपोआप, निसर्गत: होत असतात, त्याप्रमाणे जन्ममरण या जगात सतत चाललेले असतात. या सर्व गोष्टींचा नीट विचार केला तर अर्जुना, तुला दु:ख करण्याचे काहीएक कारण नाही. कोणत्याही बाजूने पाहिले तरी तुला दु:ख करण्याचे कारण नाही. हे सर्व तुला हे कसं समजत नाही हेच माझ्या लक्षात येत नाही हे मात्र पक्के लक्षात घे की, सर्व बाजूंचा विचार करता हा शोक करणे वाईटच आहे. पार्था, तुझ्या मनात दयाबुद्धी निर्माण झाली आहे, तू करुणेने व्याप्त झाला आहेस हे खरे, पण मित्रा, त्यासाठी ही वेळ योग्य नव्हे. युद्धासाठी समरांगणावर सिद्ध झाल्यावर दयाबुद्धी अनुचित आहे. अरे, गाईचे दूध उत्तम खरे परंतु ज्याला नवज्वर झाला आहे, त्याला जर ते दिले तर ते विषच ठरते, म्हणून तू वेळीच सावध हो.

।। जय जय रामकृष्ण हरी ।।

जैसें मार्गेंचि चालतां । अपावो न पवे सर्वथा ।
कां दीपाधारें वर्ततां । नाडळिजे ।।१८७ ।।
तयापरी पार्था । स्वधर्में राहाटतां ।
सकळकामपूर्णता । सहजें होय ।।१८८ ।।
म्हणोनि यालागीं पाहीं । तुम्हां क्षत्रियां आणीक कांहीं ।
संग्रामावांचूनि नाहीं । उचित जाणें ।।१८९ ।।
अर्जुना झुंज देखे आतांचें । हें हो काज दैव तुमचें ।
कीं निधान सकळ धर्माचें । प्रगटलें असे ।।१९१ ।।
हा संग्रामु काय म्हणिपे । की स्वर्गुचि येणें रुपें ।
मूर्त कां प्रतापें । उदो केला ।।१९२ ।।
क्षत्रियें बहुत पुण्य कीजे । तै झुंज ऐसें लाहिजे ।
जैसे मार्गें जातां आडळिजे । चिंतामणिसी ।।१९४ ।।

मार्गावरून जाताना दिव्याचा प्रकाश असेल तर कोणताही अपाय होत नाही किंवा अडखळायलाही होत नाही. त्याप्रमाणे पार्था, स्वधर्माचे जो पालन करतो त्याच्या सर्व मनोकामना पूर्ण होतात म्हणून तुला सांगतो, तुम्हा क्षत्रियांना युद्धाशिवाय, संग्रामावाचून दुसरे काहीही उचित किंवा योग्य नाही. अर्जुना, आताचे हे युद्ध म्हणजे तुमचा पुण्योदय झाला, तुमचे पूर्वसुकृत फळाला आले. सर्वधर्माचे निधान जणू तुम्हाला प्राप्त झाले आहे. अरे अर्जुना, या युद्धाला, तू या संग्रामाला काय म्हणतोस ? अरे साक्षात् मूर्तिमंत स्वर्गच या संग्रामाच्या रूपाने तुझ्या समोर येऊन उभा राहिला आहे. एखाद्याला मार्गाने जाताना, वाटेत ठेचकाळावे तर चिंतामणी सापडावा त्याप्रमाणे जो क्षत्रिय, महापुण्यवंत आहे त्यालाच अशा युद्धाचा, संग्रामाचा लाभ होतो.

।। जय जय रामकृष्ण हरी ।।

आतां हा ऐसा अव्हेरिजे । मग नाथिलें शोचूं बैसिजे ।
तरी आपण आहाणा होईजे । आपणपेयां ।।१९६ ।।
पूर्वजांचे जोडलें । आपणचि होय धाडिलें ।
जरी आजि शस्त्र सांडिलें । रणीं इये ।।१९७ ।।
असती कीर्ति जाईल । जगाचि अभिशापु देईल ।
आणि गिंवसित पावतील । महादोष ।।१९८ ।।
ना तरी रणीं शव सांडिजे । ते चौमेरी गिधीं विदारिजे ।
तैसें स्वधर्महीन अभिभविजे । महादोषीं ।।२०० ।।
म्हणोनि स्वधर्मु हा सांडसील । तरी पापा वरपडा होसील ।
आणि अपेश तें न वचेल । कल्पांतवरी ।।२०१ ।।
जाणतेनि तंवचि जियावें । जंव अपकीर्ति आंगा न पवे ।
आणि सांग पां केवी निंगावें । एथोनियां ।।२०२ ।।

आता असे युद्ध सोडून, हा संग्राम टाकून जर तू जाशील आणि व्यर्थ शोक करीत बसशील तर तुझ्यासारखा तूच मुर्ख. इथे या रणांगणात जर तू शस्त्रत्याग केलास तर तुझ्या पूर्वजांनी जी पुण्यसंपादणी केली ती स्वत:च घालविल्यासारखे होईल. जी तुझी आज सर्वत्र श्रेष्ठ धनुर्धर, योद्धा म्हणून कीर्ती पसरलेली आहे ती नाहीशी होईल, निघून जाईल आणि सारे जग तुझी निंदा करेल. अनेक महादोष, महापातके तुला शोधीत येतील. ज्याप्रमाणे पतिविरहित स्त्री सर्वांच्या उपहासास पात्र होते त्याप्रमाणे स्वधर्म त्याग करणाराची अवस्था होते. रणांगणावर टाकलेल्या प्रेताला जशी चहूबाजूने गिधाडे घेरतात तसेच स्वधर्म सोडणाऱ्या पुरुषास महादोष घेरतात. म्हणून तू इथं स्वधर्म सोडशील तर पापी ठरशील आणि त्यामुळे झालेल्या अपकीर्तीचा डाग कल्पान्तापर्यंत जाणार नाही म्हणून अपकीर्तीचा जोपर्यंत स्पर्श झाला नाही, तोपर्यंतच जगावे. मग सांग इथून का बरे मागे फिरावे ?

।। जय जय रामकृष्ण हरी ।।

तूं निर्मत्सर सदयता । येथूनि निघसी कीर माघौता ।
परी ते गति समस्तां । न मनेल ययां ।।२०३ ।।
हे चहुंकडूनि वेढितील । बाणवरी घेतील ।
तेथ पार्था न सुटिजेल । कृपाळूपणें ।।२०४ ।।
ऐसेनिहि प्राणसंकटें । जरी विपायें पां निघणें घटे ।
तरी तें जियालेंही वोखटें । मरणाहुनी ।।२०५ ।।
तूं आणीकही एक न विचारिसी । एथ संभ्रमें झुंजों आलासी ।
आणि सकणवपणें निघालासी । मागुता जरी ।।२०६ ।।
तरी तुझें तें अर्जुना । या वैरियां दुर्जनां ।
कां प्रत्यया येईल मना । सांगे मज ।।२०७ ।।
हे म्हणती गेला रे गेला । अर्जुन आम्हां बिहाला ।
हा सांगे बोलु उरला । निका कायी ।।२०८ ।।

अर्जुना, तू सरळ मनाने, दयाबुद्धीने, मत्सररहित होऊन माघारी जाशील, पण त्यांना काही ही गोष्ट पटणार नाही, रुचणार नाही. तुझे हे वागणे विश्वसनीय वाटणार नाही आणि कौरव तुला चहूकडून वेढतील आणि तुझ्यावर शरवर्षाव करतील. तुझ्यावर हजारो बाण सोडतील. तुझी दयाबुद्धी किंवा निर्मत्सरी वृत्ती पाहून तुला ते सोडून देतील, अशा भ्रमात तू राहू नकोस. त्यातूनही तू तेथून कसाबसा सुटलास तरी ते जिणे मरणाहूनीही वाईट असेल; अर्जुना एका गोष्टीचा तू विचार केला नाहीस. मोठ्या अपेक्षेने तू इथं आलास, युद्धासाठी सिद्ध होऊन आलास आणि ऐनवेळी असा दयाबुद्धीने प्रेरित होऊन करुणेने व्याप्त होऊन परत फिरलास तर तुझ्या शत्रूंना ते खरे वाटेल असे तुला कसे वाटते ? हे दुर्जन वैरी कौरव त्यावर कदापिही विश्वास ठेवणार नाहीत. म्हणतील, ‘‘हा अर्जुन, आम्हाला भ्याला. आम्हाला भिऊन पळून गेला, अशी तुझी निंदा झालेली तुला चालेल का ?

।। जय जय रामकृष्ण हरी ।।

लोक सायासें करूनि बहुतें । का वेंचितीं आपुलीं जीवितें ।
परी वाढविती कीर्तीतें । धनुर्धरा ।।२०९ ।।
तैसी कीर्ती नि:सीम । तुझ्या ठायीं निरुपम ।
तुझे गुण उत्तम । तिहीं लोकीं ।।२११ ।।
जैसा सिंहाचिया हांका । युगांतु होय मदमुखा ।
तैसा कौरवां अशेखां । धाकु तुझा ।।२१५ ।।
तें अगाधपण जाईल । मग हिणावो अंगा येईल ।
जरी मागुता निघसील । न झुंजतुचि ।।२१७ ।।
आणि हे पळतां पळों नेदिती । धरूनि अवकळा करिती ।
न गणित कुटी बोलती । आइकतां तुज ।।२१८ ।।
मग ते वेळीं हियें फुटावें । आतां लाठेपणें कां न झुंजावें ।
हें जिंतले तरी भोगावें । पृथ्वीतळ ।।२१९ ।।

अनेकजण अपार कष्ट करतात प्रसंगी प्राणांचीही आहुती देतात; पण धनुर्धरा आपली कीर्ती ते वर्धिष्णु करतात, वाढवतात. अर्जुना, तुझी कीर्ती अगणित, उपमेलाही लाजवणारी आहे. त्रिलोकात तुझ्या उत्तम गुणांची चर्चा आहे. ज्याप्रमाणे सिंहगर्जना ऐकली की मदोन्मत्त हत्तींनाही युगान्त झाल्यासारखे वाटते, तसा तुझा कौरवांना धाक आहे. ते तुला भिऊन, घाबरून आहेत. तू जर असा न लढता, युद्ध न करता रणांगणातून पलायन केलेस तर जो मोठेपणा तू आतापर्यंत मिळवला आहेस तो लयास जाईल. तुला हीनत्व येईल. आणि अर्जुना असा जर तू पळून जाऊ लागलास तर हे कौरव तुला पळून जाऊ देणार नाहीत, तुला पकडून ठेवून तुझी फजिती करतील, तुझी अमर्याद निंदा करतील. मग मात्र ते ऐकून तुझे हृदय फाटून जाईल. यासाठी तू शूरपणाने युद्ध कर आणि जग जिंकून त्याचा उपभोग घे.

।। जय जय रामकृष्ण हरी ।।

ना तरी रणीं एथ । झुंजतां वेंचलें जीवित ।
तरी स्वर्गसुख अनकळित । पावसील ।।२२० ।।
म्हणोनि ये गोठी । विचारू न करीं किरीटी ।
आतां धनुष्य घेऊनि उठीं । जुंझें वेगीं ।।२२१ ।।
सुखीं संतोषा न यावें । दु:खी विषादा न भजावें ।
आणि लाभालाभ न धरावे । मनामाजीं ।।२२६ ।।
एथ विजयपण होईल । कीं सर्वथा देह जाईल ।
हें आधींचि कांहीं पुढील । चिंतावेना ।।२२७ ।।
आपणयां उचिता । स्वधर्मातोंचि रहाटतां ।
जें पावें तें निवांता । साहोनि जावें ।।२२८ ।।
ऐसेया मनें होंआवें । तरी दोषु न घडे स्वभावें ।
म्हणोनि आतां झुंजावे । निभ्रांत तुवां ।।२२९ ।।

आणि समजा, तू या रणांगणावर युद्ध करता करता प्राणास मुकलास तर तुला सहज स्वर्गप्राप्ती होईल आणि अनेक सुखांचा स्वामी होशील. यासाठी अर्जुना, तू आता अधिक वेळ विचार करीत बसू नकोस. ऊठ, हातात धनुष्य घे आणि युद्धाला प्रारंभ कर. सुख मिळाले असता संतोष पावू नये आणि दु:ख प्राप्त झाले असता खंत-खेद करू नये, लाभ किंवा हानी मनाला लावून घेऊ नये. या युद्धात आपल्याला विजयश्री प्राप्त होईल की नाही, हा देह जाईल की राहील या साऱ्या पुढच्या गोष्टींची चिंता करू नकोस. आपण योग्य रीतीने स्वधर्माचे आचरण करीत असता जे जे प्रसंग येतील ते सहन करीत जावे अशी एकदा मनाची सिद्धता झाली की तुला कसलाही दोष लागणार नाही वा पाप लागणार नाही. म्हणून तू आता उगाच विचारात न गुरफटता नि:संशयपणे युद्धाला सामोरा जा.

।। जय जय रामकृष्ण हरी ।।

कर्माधारे राहाटिजे । परी कर्मफळ न निरीक्षिजे ।
जैसा मंत्रज्ञु न बंधिजे । भूतबाधा ।।२३४ ।।
तियापरी जे सुबुद्धि । आपुलाल्या निरवधि ।
हा असतांचि उपाधि । आकळूं न सके ।। २३५ ।।
अर्जुना तें पुण्यवशें । जरी अल्पचि हृदयीं बुद्धि प्रकाशे ।
तरी अशेषही नाशे । संसारभय ।।२३७ ।।
जैसी दीपकळिका धाकुटी । परी बहु तेजातें प्रकटी ।
तैसी सद्‌बुद्धि हे थेकुटी । म्हणों नये ।।२३८ ।।
आणिकासारिखा बहुवसु । जैसा न जोडे परिसु ।
कां अमृताचा लेशु । दैवगुणें ।।२४० ।।
तैसी दुर्लभ जे सद्‌बुद्धि । जिये परमात्माचि अवधि ।
जैसा गंगेसी उदधि । निरंतर ।।२४१ ।।

जसे मांत्रिक किंवा पंचाक्षरी असतो त्याला कधीही भूतबाधा होत नाही, त्याला पिशाच्च पछाडत नाही. त्याप्रमाणे कर्मफळाची अपेक्षा न ठेवता कर्माधारे आपले वर्तन ठेवावे. अशी सद्‌बुद्धी ज्याला प्राप्त झाली आहे, त्याला जन्ममरणाची उपाधी होत नाही, जन्ममृत्यूच्या फेऱ्यातून तो मुक्त होतो. अर्जुना,अशी सद्‌बुद्धी पूर्वपुण्याईने एखाद्याला जरी लाभली तरी ती उरलेसुरले संसारभय नाहीसे करते. दीपज्योत लहान असली तरी तिचा प्रकाश ज्याप्रमाणे मोठा पडतो, त्याप्रमाणे एखाद्याची सद्‌बुद्धी अल्प असली तरी तिची उपेक्षा करू नये, तिला लहान समजू नये. इतर दगडधोंडे पुष्कळ सापडतात; पण परीस हा दुर्मिळच असतो किंवा थेंबभर अमृत मिळायलासुद्धा पूर्वसुकृत लागते. गंगेला ज्याप्रमाणे समुद्राशिवाय कशाचाही ध्यास नसतो. त्याप्रमाणे अर्जुना, सद्‌बुद्धीचे एकच ध्येय आहे आणि ते म्हणजे ईश्वरप्राप्ती अमृताप्रमाणे दुर्लभ असते.

।। जय जय रामकृष्ण हरी ।।

जरी वेदें बहुत बोलिलें । विविध भेद सूचिले ।
तऱ्ही आपण हित आपुलें । तेंचि घेपें ।।२६० ।।
जैसा प्रगटलिया गभस्ती । अशेषही मार्ग दिसती ।
तरी तेतुलेहि काय चालिजती । सांगें मज ।।२६१ ।।
तैसे ज्ञानीये जे होती । ते वेदार्थातें विवरिती ।
मग अपेक्षित तें स्वीकारिती । शाश्वत जें ।।२६३ ।।
म्हणोनि आइकें पार्था । याचिपरी पाहतां ।
तुज उचित होय आतां । स्वकर्म हें ।।२६४ ।।
परी कर्मफळीं आस न करावी । आणि कुकर्मीं संगति न व्हावी ।
हे सत्क्रियाचि आचरावी । हेतूविण ।।२६६ ।।
तूं योगयुक्त होऊनी । फळाचा संग सांडुनी ।
मग अर्जुना चित्त देउनी । करीं कर्में ।।२६७ ।।

अर्जुना, वेद अनेक गोष्टी सांगतात, यमनियम ऐकवतात, निरनिराळे भेद अभेद सूचित करतात; परंतु आपल्याला जे स्वहिताचे वाटते तेवढेच घ्यावे, तेच केवळ स्वीकारावे. सूर्योदय झाला की आपल्याला अनेक रस्ते दिसतात; पण आपण सर्व मार्गांनी जातो. का, तूच सांग. जे ज्ञानी आहेत, ज्ञानवंत आहेत ते वेदांचा विचार करून जे शाश्वत आहे, चिरकालीन आहे तेवढेच स्वीकारतात. त्याप्रमाणे अर्जुना तुला जे स्वकर्म आता विहित आहे ते म्हणजे तू त्वरित युद्धसिद्ध होणे; पण हे कर्म तू निष्काम भावनेने करायला हवे. एवंच कर्मफलाविषयी आसक्ति न बाळगता आणि निषिद्ध गोष्टीची, कुकर्माची संगती न धरता आता उचित असे तू स्वकर्म कर. तू आता योगमुक्त किंवा योगी व्हावेस, फलाशेचा त्याग करून, लक्षपूर्वक योग्य अशी कर्मे कर.

।। जय जय रामकृष्ण हरी ।।

परी आदरिलें कर्म दैवें । जरी समाप्तीतें पावे ।
तरी विशेषें तेथ तोषावें । हेंहीं नको ।।२६८।।

कां निमित्तें कोणें एकें । तें सिद्धी न वचतां ठाके ।
तरी तेथिंचेनि अपरितोखें । क्षोभावे ना ।।२६९।।

आचरतां सिद्धी गेलें । तरी काजाचि कीर आलें ।
परी ठेलियाही सगुण जहालें । ऐसेंचि मानीं ।।२७०।।

देखें जेतुलालें कर्म निपजे । तेतुलें आदिपुरुषीं अर्पिजे ।
तरी परिपूर्ण सहजें । जहालें जाणें ।।२७१।।

देखें संतासंती कर्मीं । हें जें सरिसेपण मनोधर्मीं ।
तेचि योगस्थिती उत्तमीं । प्रशंसिजे ।।२७२।।

अर्जुना समत्व चित्ताचें । तेंचि सार जाण योगाचे ।
जेथ मन आणि बुद्धीचें । ऐक्य आथी ।।२७३।।

आणि हे बघ अर्जुना, दैवाच्या अनुकूलतेमुळे हाती घेतलेले कार्य शेवटास गेले तर फार आनंद दाखवू नये किंवा अति संतोषित होऊ नये किंवा या ना त्या कारणाने हाती घेतलेले कार्य सिद्धीस गेले नाही, शेवटपर्यंत पोहोचले नाही तर त्याबद्दल मनात खंत बाळगू नये, खेद करू नये. कर्म करता करता जे सिद्धीस गेले, शेवटपर्यंत पोहोचले तर त्याचा उपयोग झाला असे समजावे; पण कोणत्याही कारणामुळे ते असफल झाले तरी ते पूर्णच झाले असे समजावे. कारण आपल्या हातून जे जे कर्म घडेल ते सर्व त्या जगन्नियंत्याला, परमेश्वराला अर्पण करावे. असे केल्याने कर्मपूर्णत्वाचे पुण्य प्राप्त होते आणि हे बघ, पूर्ण कर्म आणि अपूर्ण कर्म याविषयी मनाने जर समतोलपणाने विचार केला तर योगस्थिती प्राप्त झाली असे गृहीत धरण्यास प्रत्यवाय नाही. या समत्वाचीच प्रशंसा होते. म्हणून अर्जुना, बुद्धियोग हाच पाया शुद्ध आहे म्हणून त्याचेच ठिकाणी तू आपले मन लाव. परंतु कधीही फलप्राप्तीची आशा करू नको. अशी ज्यांची प्रवृत्ती असते ते पापपुण्याच्या बंधनातून आणि जन्ममरणाच्या चक्रातून सुटतात.

।। जय जय रामकृष्ण हरी ।।

जो सर्वदा नित्यतृप्तु । अंत:करणभरितु ।
परी विषयामाजि पतितु । जेणें संगे कीजे ।।२९२ ।।
तो कामु सर्वथा जाये । जयाचे आत्मतोषीं मन राहे ।
तोचि स्थितप्रज्ञु होये । पुरुष जाणें ।।२९३ ।।
नाना दु:खीं प्राप्तीं । जयासी उद्वेगु नाहीं चित्तीं ।
आणि सुखाचिया आर्ती । अडपैजेना ।।२९४ ।।
अर्जुना तयाच्या ठायीं । कामक्रोधु सहजें नाहीं ।
आणि भयातें नेणे कहीं । परिपूर्णु तो ।।२९५ ।।
ऐसा जो निरवधि । तो जाण पां स्थिरबुद्धि ।
जो निरसूनि उपाधि । भेदरहितु ।।२९६ ।।
जो सर्वत्र सदा सरिसा । परिपूर्ण चंद्रु का जैसा ।।
अधमोत्तम प्रकाशा – । माजीं न म्हणे ।।२९७ ।।

जो सदासर्वदा तृप्त आहे, संतुष्ट आहे, ज्याचे हृदय आत्मज्ञानाने भरलेले आहे; पण ज्याच्यामुळे पतन घडते, अधोगती होते त्या कामभावनेला त्याने पूर्णपणे दूर ठेवलेले आहे किंवा जो विषयनिवृत्त आहे आणि जो आत्मानंदात रमून गेलेला आहे. त्यालाच स्थितप्रज्ञ म्हणावे. तो पुरुषच स्थितप्रज्ञ आहे हे जाणावे. कितीही संकटे आली, दु:खे आली तरी ज्याच्या मनात वैताग उत्पन्न होत नाही आणि सुखाची प्राप्ती झाली असता जो आनंदाने वेडा होत नाही, ज्याचे ठायी काम तर नाहीच; पण सहज असा रागही नाही अशा परिपूर्ण पुरुषाच्या मनात भयभावना कधीही नसते. त्याने संसाराचा त्याग केलेला असतो. त्याच्याजवळ भेदाभेद नसतात. ज्याला कसलीही उपाधी नसते तो स्थिरबुद्धी आहे असे समज. पौर्णिमेचा चंद्र जसा चांगले असोत वा वाईट सर्वांना सारखेच चांदणे देतो, त्याप्रमाणे या पुरुषाची सर्वांशी समान वागणूक असते.

।। जय जय रामकृष्ण हरी ।।

ऐसी अनवच्छिन्न समता । भूतमात्रीं सदयता ।
आणि पालटु नाहीं चित्ता । कवणे वेळे ।।२९८।।
गोमटें कांहीं पावे । तरी संतोषें तेणें नाभिभवे ।
जो ओखटेनि नागवे । विषादासी ।।२९९।।
ऐसा हरिखशोकरहितु । जो आत्मबोधभरितु ।
तो जाण पां प्रज्ञायुक्तु । धनुर्धरा ।।३००।।
कां कूर्मा जियापरी । उवाइला अवेव पसरी ।
ना तरी इच्छावशें आवरी । आपुले आपण ।।३०१।।
तैसीं इंद्रियें आपैतीं होतीं । जयाचें म्हणितलें करिती ।
तयाची प्रज्ञा जाण स्थिति । पातली असे ।।३०२।।

अशी अवांछित, कोणतीही अपेक्षा नसलेली समत्व बुद्धी ज्याच्याजवळ असते,
सर्वांविषयी, चराचरांबद्दल ज्याच्या मनात केवळ सहृदयता असते आणि केव्हाही त्याच्या
विचारात बदल किंवा पालट होत नाही, चांगले घडले तर तो हर्षित होत नाही किंवा एखादी
वाईट गोष्ट घडली म्हणून उदास होत नाही असा सुखदु:खरहित किंवा सुखदु:खांच्या पलिकडे
गेलेला आत्मज्ञानसंपन्न असतो त्याला स्थिरबुद्धी असणारा अवश्य म्हणावे. कासव हा
प्राणी मनात आले की आपले अवयव पसरतो किंवा मनात आले की, आत ओढून घेतो.
त्याप्रमाणे ज्याचे आपल्या इंद्रियांवर स्वामित्व असते आणि ज्याची इंद्रिये त्याच्या आज्ञेनुसार
वागतात तो स्थिरबुद्धीचा आहे समज.

।। जय जय रामकृष्ण हरी ।।

आतां अर्जुना आणिकही एक । सांगेन ऐकें कवतिक ।
या विषयातें साधक । त्यजिती नियमें ।।३०३।।

श्रोत्रादि इंद्रियें आवरिती । परि रसने नियमु न करिती ।
ते सहस्रधा कवळिजती । विषयीं इहीं ।।३०४।।

जैसी वरिवरी पालवी खुडिजे । आणि मुळीं उदक घालिजे ।
तरी कैसेनि नाशु निपजे । तया वृक्षा ।।३०५।।

येरां इंद्रियां विषय तुटे । तैसा नियमू न ये रस हटें ।
जें जीवन हें न घटे । येणेंविण ।।३०७।।

मग अर्जुना स्वभावें । ऐसिहि नियमातें पावे ।
जैं परब्रह्म अनुभवें । होऊनि जाइजे ।।३०८।।

तैं शरीरभाव नासती । इंद्रियें विषय विसरती ।
जैं सोहंभावप्रतीती । प्रगट होय ।।३०९।।

आणि अर्जुना, एक कौतुक ऐक, मजेची गोष्ट ऐक. काही साधक मनःपूर्वक, निश्चयाने विषयांचा त्याग करतात. एक प्रकारे विषयमुक्त होतात; पण रसनेंद्रियावर त्यांचा ताबा नसतो. आपल्या जिभेला ते आवरू शकत नाहीत. नाना प्रकारची खाद्यपेये घेण्याचा मोह त्यांना आवरता येत नाही. परिणामी विषय त्यांना नाना तऱ्हांनी व्यापून टाकतात. ज्याप्रमाणे एखाद्या झाडाची वरवरची पाने, पालवी तोडली; पण मुळाशी मात्र पाणी घालणे थांबवले नाही तर त्या झाडाचा नाश कसा होणार? जिभेमुळे, जिभेवर संयम न ठेवल्याने साहजिकच विषयवासनांना पुष्टि मिळते. इतर विषय संपवता येतात; पण जिव्हेवर नियंत्रण आणणे अवघड जाते. कारण तेच आपले जिणे असते. पण ज्याला परब्रह्माचा अनुभव येतो तो रसनेवरही विजय मिळवतो. शरीराचे सर्व भाव नष्ट होतात. इंद्रियांना विषयाचा विसर पडतो आणि ज्यावेळी ब्रह्म मी आहे याचा अनुभव येतो तेव्हा कामक्रोध या विकारापासून शरीर दूर रहाते व इंद्रिये आपले विषय विसरतात.

।। जय जय रामकृष्ण हरी ।।

म्हणोनि आइकें पार्था । यांतें निर्दळी जो सर्वथा ।
सर्वविषयीं आस्था । सांडूनियां ।।३१५ ।।
तोचि तूं जाण । योगनिष्ठेसि कारण ।।
जयाचें विषयसुखें अंत:करण । झकवेना ।।३१६ ।।
जो आत्मबोधयुक्तु । होऊनि असे सततु ।
जो मातें हृदयाआंतु । विसंबेना ।।३१७ ।।
एऱ्हवीं बाह्य विषय तरी नाहीं । परी मानसीं होईल जरी कांही ।
तरी साद्यंतुचि हा पाहीं । संसारू असे ।।३१८ ।।
जैसा कां विषाचा लेशु । घेतलियां होय बहुवसु ।
मग निभ्रांत करी नाशु । जीवितासी ।।३१९ ।।
तैसीयां विषयांची शंका । मनीं वसती देखा ।।
घातु करी अशेखा । विवेकजाता ।।३२० ।।

म्हणून हे पार्था, अर्जुना मी सांगतो की जो सर्व विषयांवरील आस्था, आसक्ती, लोभ, मोह सोडतो, विषयसुखाकडे ज्याचे अंत:करण, जरासुद्धा वळत नाही तोच पुरुष योगनिष्ठेसाठी योग्य आहे असे समज. त्याला आत्मबोध झालेला आहे व तो मला कधीही, कुठेही, केव्हाही विसरत नाही, एखाद्याने बाह्य विषयांचा त्याग केला, कर्मेंद्रियांवर प्रभुत्व प्राप्त केले आणि त्याचे मन जरा जरी विषयानुकूल झाले तर त्याची जन्ममरणाच्या चक्रातून मुक्तता झाली असे म्हणता येणार नाही. विषाचा एक थेंब किंवा अंश जरी शरीरात गेला तरी तो जीवनयात्रा संपविण्यास कारणीभूत ठरतो. त्याप्रमाणे विषयविकाराची यत्किंचितूही बाधा झाली तरी संपूर्ण विचारांचा विवेकबुद्धीचा घात करतात. यासाठी अर्जुना, विषय विचारापासून जितके दूर राहण्याचा प्रयत्न करशील तेवढा तुला अधिक लाभ होईल.

।। जय जय रामकृष्ण हरी ।।

जरी हृदयीं विषय स्मरती । तरी निसंगाही आपजे संगती ।
संगीं प्रगटे मूर्ति । अभिलाषाची ।।३२१।।

जेथ कामु उपजला । तेथे क्रोधु आधींचि आला ।
क्रोधीं असे ठेविला । संमोह जाणें ।।३२२।।

संमोहा जालिया व्यक्ती । तरी नाशु पावे स्मृति ।
चंडवातें ज्योति । आहत जैसी ।।३२३।।

ऐसा स्मृतिभ्रंशु घडे । मग सर्वथा बुद्धि अवघडे ।
तेथ समूळ हे उपडे । ज्ञानजात ।।३२७।।

म्हणोनि आइकें अर्जुना । जैसा विस्फुलिंग लागे इंधना ।
मग तो प्रौढ जालिया त्रिभुवना । पुरों शके ।। ३२९।।

तैसें विषयांचे ध्यान । जरी विपायें वाहे मन ।
तरी येसणें हे पतन । गिंवसीत पावे ।।३३०।।

हृदयात विषयाचे नुसते स्मरण झाले तरी विषयत्याग केलेलाही पुनश्च विषयासक्त
होतो. मग जिथे काम आला किंवा उपजला तिथे क्रोध पाठोपाठ येतोच आणि क्रोधाचा
पाठलाग करीत मोह अवतीर्ण होतो. ज्याप्रमाणे वादळी वारा आला की दिव्याची ज्योत
विझते त्याप्रमाणे मोहाचा उद्भव झाल्यावर स्मृतीचा लोप होतो. स्मृतिभ्रंश घडतो. मग हा
स्मृतिभ्रंश त्याची बुद्धी कचाट्यात पकडतो. एकदा स्मृतिभ्रंश घडला की ज्ञान नष्ट होते.
इंधनावर एखादी ठिणगी जरी पडली तरी इतकी आग भडकते की आवरणे अशक्य होते.
त्याप्रमाणे जरा जरी आपले अंत:करण विषयाकडे वळले तरी सर्वनाश ओढवतो. अनर्थ
होतो, पतन अटळ होते. अर्जुना नीट ऐकून ठेव.

।। जय जय रामकृष्ण हरी ।।

देखें अखंडित प्रसन्नता । आथी जेथ चित्ता ।
तेथ रिगणें नाहीं समस्तां । संसारदुःखां ।।३३८।।
जैसा अमृताचा निर्झरु । प्रसवे जयाचा जठरु ।
तया क्षुधेतृषेचा अडदरु । कहींचि नाहीं ।।३३९।।
तैसें हृदय प्रसन्न होये । तरी दुःख कैचें कें आहे ।
तेथ आपैसी बुद्धि राहे । परमात्मरूपीं ।।३४०।।
जैसा निर्वातीचा दीपु । सर्वथा नेणे कंपु ।
तैसा स्थिरबुद्धि स्वस्वरूपु । योगयुक्तु ।।३४१।।
देखें भूतजात निदेलें । तेथेंचि जया पाहलें ।।
आणि जीव जेथ चेइले । तेथ निद्रितु जो ।।३५५।।
तोचि निरुपाधि । अर्जुना तो स्थिरबुद्धि ।
तोचि जाणें निरवधि । मुनीश्वर ।।३५६।।

हे पहा अर्जुना, ज्याचे मन सतत प्रसन्न असते, अखंड आनंदात डुंबत असते तिथे कसल्याही कोणत्याही सांसारिक चिंतांना प्रवेश नसतो. ज्याच्या पोटातच अमृताचा निर्झर आहे, पीयूषाचा झरा आहे, त्याला कसली आली आहे तहानभूक? त्याला क्षुधातृषेची भ्रांती नसते. त्याप्रमाणे एकदा का चित्ताला प्रसन्नता लाभली की दुःख कुठले आणि कशाचे? मग त्याची बुद्धी परमात्मस्वरूपात अगदी सहजपणाने स्थिर होते. ज्या ठिकाणी वाऱ्याचे येणेजाणे नाही किंवा वारा नाहीच तिथे असलेल्या दिव्याची ज्योत जशी संथपणे आणि शांतपणे तेवत रहाते त्याप्रमाणे योगी पुरुष स्थिरबुद्धीचा असतो.

म्हणून धनंजया, आपली इंद्रिये स्वाधीन होणे यापेक्षा अधिक सार्थक ते काय? असे लोक, ज्यांची इंद्रिये त्यांच्या आधीन आहेत त्यांच्या बुद्धीला स्थिरत्व प्राप्त झाले असे समज. ज्यावेळी आत्मबोधाच्या दृष्टीने सर्व भूतजात निद्रिस्त असते तेव्हा हा जागृत असतो. आणि जीव जेव्हा विषयसुखाचा अनुभव घेत असून जागृत असतात त्यावेळी विषयसुखाच्या दृष्टीने हा पूर्णपणे निद्रिस्त असतो. तोच स्थिरबुद्धी पुरुष आहे असे समज.

।। जय जय रामकृष्ण हरी ।।

पार्था आणीकही परी । तो जाणों येईल अवधारीं ।
जैसी अक्षोभता सागरीं । अखंडित ।।३५७ ।।
जरी सरितावोघ समस्त । परिपूर्ण होऊनि मिळत ।
तरी अधिक नोहे ईषत् । मर्यादा न संडी ।।३५८ ।।
ना तरी ग्रीष्मकाळीं सरिता । शोषूनि जाती समस्ता ।
परी न्यून नव्हे पार्था । समुद्रु जैसा ।।३५९ ।।
तैसा प्राप्तीं ऋद्धिसिद्धी । तयासी क्षोभु नाहीं बुद्धी ।
आणि न पवतां न बाधी । अधृति तयातें ।।३६० ।।
ऐसा आत्मबोधें तोषला । जो परमानंदें पोखला ।
तोचि स्थिरप्रज्ञु भला । वोळख तूं ।।३६६ ।।
तो अहंकारातें दंडुनी । सकळ काम सांडोनी ।
विचरे विश्व होऊनि । विश्वाचि माजीं ।।३६७ ।।

स्थितप्रज्ञाची लक्षणे कोणती, त्याला कसा ओळखावा हे मी तुला आणखी विशद करून सांगतो; ऐकून ठेव. अरे अर्जुना, समुद्र जसा निरंतर परिपूर्ण असतो तसा तो असतो. वर्षा ऋतूत चारही दिशांनी अनेक नद्यांचे पुष्ट प्रवाह सागराला येऊन मिळतात पण म्हणून काही तो फुगून जात नाही किंवा आपल्या मर्यादांचे उल्लंघन करीत नाही, मर्यादा सोडत नाही किंवा ग्रीष्म कालात बहुतेक सर्व नद्यांचे पाणी आटून जाते; पण समुद्रावर त्याचा काहीएक परिणाम होत नाही, तो जशाचा तसा असतो. त्याप्रमाणे या स्थिरबुद्धी पुरुषाला जरी ऋद्धि-सिद्धी प्राप्त झाल्या, प्रसन्न झाल्या, तरी तो आनंदाने मोहरून जात नाही किंवा प्राप्त झाल्या नाहीत म्हणून मनाने नाराज होत नाही. याप्रमाणे आत्मबोधामुळे संतोषित झालेला आणि परमानंदात मग्न असलेला स्थितप्रज्ञ समज. त्याचा अहंकार समाप्त झालेला असतो, विषयासक्ति ओसरलेली असते आणि तो जगद्रुप होऊन जगात संचरतो. अर्जुना याच स्थितीला ब्रह्मस्थिती असे म्हणतात.

।। जय जय रामकृष्ण हरी ।।

।। अध्याय तिसरा ।।

मग आइका अर्जुनें म्हणितलें। देवा तुम्ही जें वाक्य बोलिलें।
तें निकें म्यां परिसले। कमळापती ।।१ ।।
तेथ कर्म आणि कर्ता। उरेचिना पाहतां।
ऐसें मत तुझें अनंता। निश्चित जरी ।।२ ।।
तरी मातें केवीं हरी। म्हणसी पार्था संग्रामु करीं।
इये लाजसीना महाघोरीं। कर्मीं सुतां ।।३ ।।
हां गा कर्म तूचिं अशेष। निराकरिसी नि:शेष।
तरी मजकरवीं हे हिंसक। कां करविसी तूं ।।४ ।।
तरी हेंचि विचारीं हृषिकेशा। तूं मानु देसी कर्मलेशां।
आणि येसणी हे हिंसा। करवीत अहासी ।।५ ।।
देवा तुवांचि ऐसें बोलावें। तरी आम्ही नेणतीं काय करावें।
आतां संपलें म्हण पां आघवें। विवेकाचें ।।६ ।।

मग अर्जुन देवाला उद्देशून म्हणाला, ''देवा, तुम्ही जे काही आता बोललात, मला जे काही सांगितलेत ते मी नीट, लक्षपूर्वक ऐकले आहे. तुमचे हे बोलणे ऐकल्यावर माझ्या मनात असे आले की इथे कर्ता आणि कर्म रहातच नाहीत आणि हृषिकेशा, कमलावरा हेच तुमचे मत असेल तर, या विचाराशी तुम्ही दृढ असाल, तर मला 'युद्ध कर' असे का आणि कशासाठी सांगत आहात? अशा भयंकर कर्मात मला ढकलताना तुम्हाला काहीच कसे वाटत नाही? एकीकडे तुम्ही या कर्माचा निषेध करता आणि मग माझ्याकडून हा हिंसाचार का घडवता? हृषिकेशा तुम्हीच या गोष्टीचा पुनर्विचार करून पहा. एकीकडे कर्माला तुम्ही महत्त्व देता आणि दुसरीकडे मला हिंसा करण्यासाठी उत्तेजन देत आहात. देवा, तुमचे असे बोल ऐकले की आम्ही अजाणांनी, अज्ञान्यांनी काय करावे, जगातील विवेक संपला समजावे का?''

।। जय जय रामकृष्ण हरी ।।

वैद्यु पथ्य वारूनि जाये । मग जरी आपणचि विष सुये ।
तरी रोगिया कैसेनि जिये । सांगें मज ।।८ ।।
मी आधींचि कांहीं नेणें । वरी कवळिलों मोहें येणें ।
कृष्णा विवेकु या कारणें । पुसिला तुज ।।१० ।।
तंव तुझी एकेक नवाई । एथ उपदेशामाजि गांवाई ।
तरी अनुसरलीया काई । ऐसें कीजे ।।११ ।।
आम्हीं तनुमनुजीवें । तुझिया बोला वोटंगावें ।
आणि तुवांचि ऐसें करावें । तरी सरलें म्हणे ।।१२ ।।
मी अत्यंत जड असें । परी ऐसाही निकें परियेसें ।
कृष्णा बोलावें तुवां तैसें । एकनिष्ठ ।।१८ ।।
देखें रोगातें जिणावें । औषध तरी देयावें ।
परी तें अतिरुच्य व्हावें । मधुर जैसें ।।१९ ।।

वैद्याकडे औषधोपचारासाठी गेल्यावर वैद्याने पथ्यापथ्य सांगून त्याला जर विष दिले तर रोगी कसा वांचणार तूच सांग. मी आधीच अज्ञानाने वेढला गेलो आहे, मोहग्रस्त झालो आहे म्हणून विवेकाचा विचार मी तुला विचारतो आहे. पण तुझे एक एक आश्चर्यच आहे. एकीकडे उपदेश करतोस आणि दुसरीकडे गोंधळात टाकतोस. तुझा उपदेश ऐकणाऱ्यांशी तू असे वागावेस का ? आम्ही तनमनाने तुझ्या शब्दासाठी ओठंगून राहिलेलो असतो आणि तूच असे भलतेसलते सांगू लागलास तर मग सगळेच संपले ! देवा मी मंदबुद्धीचा आहे, जड डोक्याचा आहे तेव्हा मी हा असा आहे हे लक्षात घेऊन मला नीट समजेल असे सांगा. हे पहा, रोग तर हटवायचा आहे, रोग्याची रोगापासून मुक्तता तर करावयाची आहे पण ती करताना त्यास जे औषध द्यावयाचे, ते अतिशय रुचकर आणि मधुर असावे, तेव्हा माझ्या मनाला सहज कळेल अशा भाषेत काही सांगा.

।। जय जय रामकृष्ण हरी ।।

देवा तुजऐसा निजगुरु । आजि आर्तीधणी कां न करूं ।
एथ भीड कवणाची धरूं । तूं माय आमुची ।।२१ ।।
हां गा कामधेनूचें दुभतें । दैवें जाहलें जरी आपैतें ।
तरी कामनेची कां तेथें । वानी कीजे ।।२२ ।।
तरी आपुलिया सवेसा । कां न मागावासि परेशा ।
देवा सुकाळू हा मानसा । पाहला असे ।।२६ ।।
देखें सकळार्तीचें जियालें । आजि पुण्य यशासि आलें ।
हे मनोरथ जहाले । विजयी माझे ।।२७ ।।
जी जी परममंगळधामा । देवदेवोत्तमा ।
तूं स्वाधीन आजि आम्हां । म्हणऊनियां ।।२८ ।।
तरी पारत्रिकीं हित । आणि आचरितां तरी उचित ।
तें सांगें एक निश्चित । पार्थु म्हणे ।।३१ ।।

देवा, तुझ्यासारखा गुरु मला भेटल्यानंतर मी माझ्या मनातली इच्छा का पूर्ण करून घेऊ नये? मी कुणाची भीड धरावी, आणि मी का उगाच भिडस्तपणे वागावे? तूच माझी माय माऊली आहेस. जर बलवत्तर दैवयोगाने किंवा सुदैवाने साक्षात् कामधेनुचे दुभते प्राप्त झाले तर आपल्या मनातले मागण्यास का मागे पुढे पहावे? दैवयोगाने आता तुमची प्राप्ती झाली आहे. तर मग देवा, आमच्या मनातले मागणे आम्ही तुमच्यापाशी का मागू नये ? देवा, आज माझ्या मनातील इच्छा पूर्ण होण्याचा काळ समीप आला आहे. देवा, आज माझे पूर्वसुकृत, पूर्व पुण्याई फळास आली असून सर्व मनोरथ परिपूर्ण झाले. कारण परममंगलधाम असे जे तुम्ही ते आमच्या स्वाधीन झाले आहात म्हणून देवा श्रीकृष्णा, तू आम्हाला अशी एक निश्चित गोष्ट सांग की जी इहलोकी आचरण्यास योग्य आणि परलोकी कल्याणकारक असेल !

।। जय जय रामकृष्ण हरी ।।

अवधारीं वीरश्रेष्ठा । ये लोकीं या दोन्ही निष्ठा ।
मजचिपासूनि प्रगटा । अनादिसिद्धा ।।३५ ।।
एकु ज्ञानयोगु ह्मणिजे । जो सांख्यीं अनुष्ठिजे ।
जेथ वोळखीसवें पाविजे । तद्रूपता ।।३६ ।।
एक कर्मयोगु जाण । जेथ साधकजन निपुण ।
होवूनिया निर्वाण । पावती वेळे ।।३७ ।।
हे मार्गु तरी दोनी । परी एकवटती निदानीं ।
जैसी सिद्धसाध्यभोजनीं । तृप्ति एकी ।। ३८ ।।
तैसीं दोनी ये मतें । सूचिती एका कारणातें ।
परी उपास्ति ते योग्यते । आधीन असे ।।४० ।।
देखें उत्प्लवनासरिसा । पक्षी फळासि झोंबे जैसा ।
सांगै नरु केवीं तैसा । पावे वेगां ।।४१ ।।

हे वीरश्रेष्ठा मी काय म्हणतो ते ऐक. लोकांमध्ये मी दोन मार्ग निर्मिले आहेत. त्यापैकी एक ज्ञानयोग, त्याला ज्ञानीजन अनुसरतात आणि त्यात त्यांना ज्ञान होताच ईश्वराशी तद्रूपता, तन्मयता प्राप्त होते. दुसरा योग कर्मयोग. या योगात साधकजन निपुण होऊन निर्वाण प्राप्त करून घेतात, परमगतीला पोहोचतात. तयार केलेल्या आणि तयार असलेल्या दोन्ही भोजनात ज्याप्रमाणे समान तृप्ती मिळते त्याप्रमाणे हे मार्ग जरी दोन दिसले तरी ते एकाच ठिकाणी आत्मस्वरूपी जाऊन मिळतात. तशी दोन्ही मते एकाच तत्त्वाची सूचक आहेत. परंतु त्यांची उपासना उपासकांच्या योग्यतेवर अवलंबून आहे. त्याप्रमाणे ज्ञानयोग व कर्मयोग हे योग जरी दोन असले तरी त्यांचे साध्य एकच असते. मात्र त्याचे आचरण करणे आचरणाच्या योग्यतेवर अवलंबून असते. जसे पक्ष्याला फळ खावयाचे असेल तेव्हा तो एका झेपेत उड्डाण करून फळाला झोंबतो, बिलगतो. तसे करणे माणसाला कसे शक्य आहे?

।। जय जय रामकृष्ण हरी ।।

तो हळूहळू ढाळेंढाळें । केतुकेनि एके वेळे ।
मार्गाचेनि बळें । निश्चित ठाकी ।।४२ ।।
तैसें देख पां विहंगममतें । अधिष्ठूनि ज्ञानातें ।
सांख्य सद्य मोक्षातें । आकळिती ।।४३ ।।
येर योगिये कर्माधारें । विहितेंचि निजाचारें ।
पूर्णता अवसरें । पावते होती ।।४४ ।।
वांचोनि कर्मारंभ उचित । न करितांचि सिद्धवत ।
कर्महीना निश्चित । होईजेना ।।४५ ।।
कां प्राप्तकर्म सांडिजे । येतुलेनि नैष्कर्म्य होईजे ।
हें अर्जुना वायां बोलिजे । मूर्खपणें ।।४६ ।।
म्हणोनि आइकें पार्था । जया नैष्कर्म्यपदीं आस्था ।
तया उचित कर्म सर्वथा । त्याज्य नोहे ।।५० ।।

तो हळू हळू, हलके हलके, सावकाश या शाखेवरून त्या शाखेवर जात जात फळापर्यंत पोहोचेल. काहीजण पक्ष्याप्रमाणे उडत जाऊन ज्ञानमार्गाचा अवलंब करून वेगाने मोक्षप्राप्ती करून घेतात तर दुसरे जे कर्मयोगाने जाणारे असतात ते विहित कर्म करीत योग्य आचार सांभाळीत मोक्षमार्ग साधतात. कर्म मार्गाचा योग्य रीतीने अवलंब न करता जर कोणी आपण ज्ञानी होऊ असे म्हणत असेल तर त्याला ते शक्य होणार नाही. प्राप्तकर्मे सोडून कृतार्थता प्राप्त होईल असे म्हणणे मूर्खपणाचे आहे. दुथडी भरलेली नदी पार करावयाची असेल तर नावेचा किंवा होडीचा आश्रय घ्यावाच लागतो. ज्याला मोक्ष हवा आहे त्याला विहित कर्माचा त्याग करता येत नाही.

।। जय जय रामकृष्ण हरी ।।

देखें विहित कर्म जेतुलें । तें सळें जरी वोसंडिलें ।
तरी स्वभाव काय निमाले । इंद्रियांचे ।।५४ ।।
सांगें श्रवणीं ऐकावें ठेलें । कीं नेत्रींचें तेज गेलें ।
हें नासारंध्र बुझालें । परिमळु नेघे ।।५५ ।।
ना तरी प्राणापानगति । कीं निर्विकल्प जाहली मति ।
कीं क्षुधातृषादि आर्ति । खुंटलिया ।।५६ ।।
हें न ठकेचि जरी कांहीं । तरी सांडिलें तें कायी ।
म्हणोनि कर्मत्यागु नाहीं । प्रकृतिमंतां ।।५८ ।।
कर्म पराधीनपणें । निपजतसे प्रकृतिगुणें ।
येरीं धरीं मोकलीं अंत:करणें । वाहिजे वायां ।।५९ ।।
म्हणऊनि संगु जंव प्रकृतीचा । तंव त्यागु न घडे कर्माचा ।
ऐसियाहि करूं म्हणती तयांचा । आग्रहोचि उरे ।।६३ ।।

विहित कर्मे वैतागून टाकून दिली तर इंद्रियांचे स्वभावधर्म नाहीसे होतील काय? कर्मत्याग केला म्हणून कानांनी ऐकणे सोडले, डोळ्यांनी पाहणे सोडले की नाकाची भोके बुजली गेली व वास येईनासा झाला असे कधी झाले आहे काय? का प्राणवायु आणि अपानवायु यांची गती थांबली आहे? की मनात विचार, एवढेच नव्हे तर एकूण इंद्रियांचे व्यापार थांबत नाहीत म्हणून कर्माचा त्याग करता येत नाही. कर्म हे पराधीन असल्यामुळे जे घडते ते प्रकृतीमुळे घडते, शरीराच्या आश्रयाने असणाऱ्यांनी मी कर्म करीन वा करणार नाही असे म्हणणे व्यर्थ होय. कारण कर्म हे परस्वाधीन आहे. शरीराच्या अंकित आहे. त्याच्या सत्त्वादि गुणानुसार उत्पन्न होते. जोपर्यंत शरीराची साथसंगत आहे तोपर्यंत कर्मत्याग घडण्याची शक्यता नाही तरीही आपण कर्मत्याग करू असे जर कोणी म्हणत असतील तर तसा त्यांचा आग्रहच केवळ शिल्लक उरेल.

।। जय जय रामकृष्ण हरी ।।

जो अंतरीं दृढु । परमात्मरूपीं गूढु ।
बाह्य तरी रूढु । लौकिकु जैसा ।।६८ ।।
जो इंद्रियां आज्ञा न करी । विषयांचें भय न धरी ।
प्राप्त कर्म न अव्हेरी । उचित जें जें ।।६९ ।।
तो कर्मेंद्रियें कर्मीं । राहटतां तरी न नियमी ।
परी तेथिचेनि ऊर्मीं । झांकोळेना ।।७० ।।
तो कामनामात्रें न घेपे । मोहमळें न लिंपे ।
जैसें जळीं जळें न शिंपे । पद्मपत्र ।।७१ ।।
ऐशा चिन्हीं चिन्हितु । देखसी तोचि मुक्तु ।
आशापाशरहितु । वोळख पां ।।७४ ।।
अर्जुना तोचि योगी । विशेषिजे जो जगीं ।
म्हणोनि ऐसा होय यालागीं । म्हणिपें तूतें ।।७५ ।।

बाह्यत: लौकिक व्यवहार करणारा पण आत्मस्वरूपी रंगलेला जो असतो त्याला निष्काम पुरुष अवश्य म्हणावे. विहित कर्माचा अव्हेर न करणारा, इंद्रियांना आज्ञा न देणारा आणि विषयांचे भय न बाळगणारा असतो. कर्मेंद्रियांकडून जेव्हां कर्मे होत असतात तेव्हां तो त्यांना आवर घालीत नाही. वासनेने तो धुंद होत नाही, मोहाचा त्याला स्पर्शही होत नाही. ज्याप्रमाणे कमलपत्र सतत पाण्यात असूनही ओले होत नाही, भिजत नाही. त्याप्रमाणे तो कोणत्याही कामनेने लिप्त होत नाही व अविवेकीरूपी मळाने मलीन होत नाही. अशा लक्षणांनी किंवा चिन्हांनी जो युक्त तोच तू निरिच्छ आहे असे समज, तोच मुक्त आणि त्यानेच सर्व आशापाश तोडले आहेत, हे ओळख. अर्जुना असा माणूसच, अशी व्यक्तीच योगी या संज्ञेस पात्र ठरते, अशा व्यक्तीचीच स्तुती होते म्हणून अर्जुना मी तुला सांगतो की तू असा हो, मनाला आवर, स्थिरबुद्धी हो, मग कर्मेंद्रियांचा व्यापार तिकडे चालत राहू दे.

।। जय जय रामकृष्ण हरी ।।

म्हणशी नैष्कर्म्य होआवें । तरी एथ तें न संभवे ।
आणि निषिद्ध केवीं राहाटावें । विचारीं पां ।।७७ ।।
म्हणोनि जें जें उचित । आणि अवसरेंकरूनि प्राप्त ।
तें कर्म हेतुरहित । आचर तूं ।।७८ ।।
पार्था आणीकही एक । नेणसी तूं हें कवतिक ।
जें ऐसें कर्म मोचक । आपैसें असे ।।७९ ।।
देखें अनुक्रमाधारे । स्वधर्मु जो आचरे ।
तो मोक्षु तेणें व्यापारें । निश्चित पावे ।।८० ।।
स्वधर्मु जो बापा । तोचि नित्ययज्ञु जाण पां ।
म्हणोनि वर्ततां तेथ पापा । संचारु नाहीं ।।८१ ।।
म्हणोनि स्वधर्मानुष्ठान । तें अखंड यज्ञयाजन ।
जो करी तया बंधन । काहींच नाहीं ।।८३ ।।

हे बघ अर्जुना, प्रपंचात राहून, संसार न सोडता कर्मरहित होणे हे जवळ जवळ अशक्य आहे. म्हणून जे जे योग्य आणि समयोचित असेल ते कर्म मनात कोणताही हेतु न ठेवता तू करीत रहा. पार्था, आणखी एक कौतुक तुला सांगतो, कोणतीही अपेक्षा न ठेवता, निष्काम बुद्धीने केलेले कर्म संसारातून मुक्त करणारे असते. जो अनुक्रमानुसार आपल्या स्वधर्माचे आचरण करतो तो त्या वागणुकीमुळेच मोक्ष पावतो, यात संशय नाही. स्वधर्मानुसार आचरण हा एक यज्ञच आहे; म्हणून तेथे पापाला पाय ठेवायला जागा नाही. म्हणून सांगतो की स्वधर्मानुष्ठान हा एक अखंड यज्ञच आहे आणि जो कोणी हा यज्ञ करतो त्याला कसलेही बंधन रहात नाही. हे जग मायेच्या पाशात गुंतले आहे याचे कारण ते स्वकर्माला अनुसरून नाही म्हणून. प्राणी जेव्हा हा स्वधर्म सोडतात आणि कुकर्माला प्रवृत्त होतात तेव्हाच ते जन्ममरणाचे फेऱ्यात सापडतात. यासाठी मी तुला पुन:पुन्हा सांगतो की स्वधर्मानुसार आचरण कर, मग मोक्ष दूर नाही.

।। जय जय रामकृष्ण हरी ।।

आतां येचविशीं पार्था । तुज सांगेन एकी मी कथा ।
जैं सृष्ट्यादि संस्था । ब्रह्मेनि केली ।।८५ ।।
तैं नित्ययागसहितें । सृजिलीं भूतें समस्तें ।
परी नेणतीची तियें यज्ञातें । सूक्ष्म म्हणऊनि ।।८६ ।।
तें वेळीं प्रजीं विनविला ब्रह्मा । देवा आश्रयो काय एथ आम्हां ।
तंव म्हणे तो कमळजन्मा । भूतांप्रति ।।८७ ।।
तुम्हां वर्णविशेषवशें । आम्ही हा स्वधर्मुचि विहिला असे ।
यातें उपासा मग आपैसे । काम पुरती ।।८८ ।।
तुम्हीं व्रतें नियमु न करावे । शरीरातें न पीडावें ।
दुरी केंहीं न वचावें । तीर्थासी गा ।।८९ ।।
देवतांतरा न भजावें । हे सर्वथा कांहीं न करावें ।
तुम्ही स्वधर्मयज्ञीं यजावें । अनायासें ।।९१ ।।

अर्जुना याबद्दलची तुला आता एक कथाच सांगतो. हे बघ, ज्या वेळेस ब्रह्मदेवाने ही सृष्टी निर्माण केली त्यावेळी त्याने मनुष्यप्राणी व त्यांचे आचरण कसे असावे याचे नियमही सिद्ध केले पण ते अवघड आणि गहन असल्यामुळे त्यांना त्या नियमांचे वेळीच ज्ञान झाले नाही. म्हणून त्यांनी ब्रह्मदेवाची अशी प्रार्थना केली की देवा इथं आम्हाला आधार कोणता? तेव्हा त्यांना ब्रह्मदेवाने उत्तर दिले की, ''वर्णाश्रमधर्मानुसार तुम्हाला जे यमनियम घालून दिले आहेत त्याप्रमाणे आचरण करा, असे जर कराल तर तुमच्या सर्व कामना पूर्ण होतील. तुम्ही व्रतवैकल्ये करू नका, उपासतापास करून शरीराला कष्ट देऊ नका. दूर दूर तीर्थयात्रा करण्यासाठी मुद्दाम जाऊ नका. योगादिक साधने तसेच कामनिक आराधना किंवा मंत्रतंत्रादि अनुष्ठाने करू नका. निरनिराळ्या देवतांची उपासना करीत राहू नका. वर्णाश्रम धर्माप्रमाणे जे काही सांगितले आहे त्याचे काळजीपूर्वक अवलंबन करा. मग तुम्हास आणखी काही करण्याची आवश्यकता नाही.''

।। जय जय रामकृष्ण हरी ।।

देखा स्वधर्मातें भजाल । तरी कामधेनु हा होईल ।
मग प्रजाहो न संडील । तुमतें सदा ।।९४ ।।
जें येणेंकरूनि समस्तां । परितोषु होईल देवतां ।
मग ते तुम्हां ईप्सिता । अर्थांतें देती ।।९५ ।।
या स्वधर्मपूजा पूजितां । देवतागणां समस्तां ।
योगक्षेमु निश्चिता । करिती तुमचा ।।९६ ।।
तुम्ही देवतांते भजाल । देव तुम्हां तुष्टतील ।
ऐसी परस्परें घडेल । प्रीती जेथ ।।९७ ।।
तेथ तुम्ही जें करूं म्हणाल । तें आपैसें सिद्धी जाईल ।
वांछितही पुरेल । मानसींचें ।।९८ ।।
वाचासिद्धी पावाल । आज्ञापक होआल ।
म्हणिये तुमतें मागतील । महाऋद्धि ।।९९ ।।

हे पहा, अशा प्रकारे स्वधर्माशी दृढ रहाल तर तो तुमचे इप्सित हेतु, मनोकामना साध्य करील. आणि देव तुमचे सतत संरक्षण करतील. कारण तुमच्या या स्वधर्माचरणाने देवदेवता संतुष्ट झालेल्या असतील; आणि त्याच तुम्हाला प्रसंगी अप्राप्य वस्तूही प्राप्त करून देतील; आणि तुमच्या योगक्षेमाचीही चिंता करतील. अशा प्रकारे तुम्ही आणि देवदेवता यांच्यात प्रेमभाव निर्माण होईल. तुम्ही जे जे म्हणाल, जे जे कार्य हाती घ्याल ते ते सिद्धीस जाईल. तडीस पोहोचेल. तुमच्या मनीचे हेतू पूर्ण होतील. तुम्हाला वाचासिद्धी प्राप्त होईल. म्हणजे तुम्ही जे जे 'होईल' असे म्हणाल तसेच प्रत्यक्षात घडेल. तुमच्या बोलण्यास महत्त्व प्राप्त होईल आणि इतरांना आज्ञा देण्याचा गौरव तुम्हाला प्राप्त होईल आणि ज्या महासिद्धी आहेत त्या तुमच्या आज्ञेत राहून तुम्हाला हवे ते देतील.

।। जय जय रामकृष्ण हरी ।।

जैसें गतायुषी शरीरीं । चैतन्य वासु न करी ।
कां निदैवाच्या घरीं । न राहे लक्ष्मी ।।१०९।।
तैसा स्वधर्मु जरी लोपला । तरी सर्व सुखांचा थारा मोडला ।
जैसा दीपासवें हरपला । प्रकाशु जाय ।।११०।।
जैसी निजवृत्ति जेथ सांडे । तेथ स्वतंत्रते वस्ती न घडे ।
आइका प्रजाहो हें फुडें । विरंचि म्हणे ।।१११।।
म्हणऊनि स्वधर्मु जो सांडील । तयातें काळु दंडील ।
चोरु म्हणूनि हरील । सर्वस्व तयाचें ।।११२।।
जैसें जळचरा जळ सांडे । आणि तत्क्षणीं मरण मांडे ।
हा स्वधर्मु तेणें पाडें । विसंबो नये ।।११७।।
म्हणोनि तुम्हीं समस्तीं । आपुलालिया कर्मी उचितीं ।
निरत व्हावें पुढतपुढती । म्हणिपत असे ।।११८।।

ज्याचे जीवन समाप्त झाले आहे, आयुष्य संपुष्टात आले आहे, त्याच्या शरीरात प्राण वस्तीला रहात नाही, तिथे चैतन्य असत नाही– ज्याप्रमाणे दुर्दैवी, दुर्भाग्याच्या घरी लक्ष्मी रहात नाही, त्याप्रमाणे धर्माचा अस्त झाला तर सुखाचीही इतिश्री झाली असे समजावे. ज्याप्रमाणे दिवा विझला की प्रकाश नाहीसा होतो त्याप्रमाणे धर्माचा अस्त म्हणजे सुखाचा शेवट. म्हणून जो स्वधर्माचा त्याग करील त्याला काळच शासन करील. त्याचे स्वातंत्र्य नष्ट होईल आणि त्याला चोर समजून त्याच्या सर्वस्वाचे हरण होईल– तो सर्वस्वाला मुकेल. जलचर प्राणी, जे पाण्यावरच जगतात, पाणी हेच त्यांना प्राणदान करीत असते ते पाण्याबाहेर काढल्यावर तत्क्षणी निष्प्राण होतात. त्याप्रमाणे स्वधर्माचे ज्यांना विस्मरण होईल त्यांचे अध:पतन होईल. म्हणून ब्रह्मदेव सांगतात की, तुम्ही स्वधर्मानुसार कर्म करीत रहा, त्यातच तुमचे हित आहे. स्वधर्माने मिळवलेले धन स्वधर्मानेच खर्च करावे आणि बाकी राहील त्याचा आनंदाने उपभोग घ्यावा.

।। जय जय रामकृष्ण हरी ।।

जिहीं यज्ञु सिद्धि जाये । परेशा तोषु होये ।
तें हें सामान्य अन्न न होये । म्हणोनियां ।।१३२ ।।
हें न म्हणावें साधारण । अन्न ब्रह्मरूप जाण ।
जे जीवनहेतु कारण । विश्वा यया ।।१३३ ।।
अन्नास्तव भूतें । प्ररोह पावति समस्तें ।
मग वरिषु या अन्नातें । सर्वत्र प्रसवे ।।१३४ ।।
तया पर्जन्या यज्ञीं जन्म । यज्ञा प्रगटी कर्म ।
कर्मासि आदि ब्रह्म । वेदरूप ।।१३५ ।।
मग वेदांतें परापर । प्रसवतसे अक्षर ।
म्हणऊनि हें चराचर । ब्रह्मबद्ध ।।१३६ ।।
परी कर्माचिये मूर्ति । यज्ञीं अधिवासु श्रुति ।
ऐकें सुभद्रापति । अखंड गा ।।१३७ ।।

ज्या अन्नाच्या योगाने यज्ञ विधी पूर्ण होतो आणि त्या योगे परमेश्वर संतुष्ट होतो. म्हणूनच हे अन्न सर्वश्रेष्ठ आहे. तू त्याला कमी लेखू नको. तसेच अन्न हे सर्व प्राणीमात्रांना जगवणारे आहे. जगाच्या जगण्याचे साधन आहे. ते ब्रह्मरूप आहे. सर्वांना जगवणारे हे अन्न पावसामुळे सर्वत्र उत्पन्न होते तो पाऊस यज्ञामुळे उत्पन्न होतो. आणि नीट पहात, या साखळीचा विचार करता जीवन देणारा यज्ञच आहे हे जाणशील. तो हा यज्ञ केवळ कर्मापासून प्रकट होतो. हे कर्म म्हणजे तरी काय? तर वेदरूप ब्रह्माचे ते मूळ आहे. सर्वत्र भरून उरलेले हे ब्रह्म वेदांना उत्पन्न करते. तेव्हा अर्जुना वेदांचे निरंतर रहाणे हे मूर्तिमंत कर्मरूप यज्ञामध्येच आहे हे विसरू नको.

।। जय जय रामकृष्ण हरी ।।

कां गळा स्तन अजेचे । तैसें जियालें देखें तयाचें ।
जया अनुष्ठान स्वधर्माचें । घडेचिना ।।१४२।।

म्हणोनि ऐकें पांडवा । हा स्वधर्मु कवणें न संडावा ।
सर्वभावें भजावा । हाचि एकु ।।१४३।।

हां गा शरीर जरी जाहलें । तरी कर्तव्य वोघें आलें ।
मग उचित कां आपुलें । वोसंडावे ।।१४४।।

देखें असतेनि देहधर्में । एथ तोचि एकु न लिंपे कर्में ।
जो अखंडित रमे । आपणपांचि ।।१४६।।

जे तो आत्मबोधें तोषला । तरी कृतकार्यु देखें जाहला ।
म्हणोनि सहजें सांडवला । कर्मसंगु ।।१४७।।

तृप्ति जालिया जैसीं । साधनें सरती आपैसीं ।
देखें आत्मतुष्टीं तैसीं । कर्में नाहीं ।।१४८।।

म्हणून ज्याचे स्वधर्मानुसार आचरण होत नाही त्याचे जिवंत राहणे हे शेळीच्या गळ्याच्या स्तनांप्रमाणे अर्थहीन आहे असे समज. म्हणून पांडवा, माझे म्हणणे ऐक, स्वधर्माचा कोणीही त्याग करू नये, सर्वभावे तनमने करून धर्माचेच अनुसरण करावे. आपल्याला या जन्मी जे शरीर प्राप्त झाले आहे ते आपल्या पूर्वकर्मानुसार प्राप्त झाले आहे, मग आपण विहित कर्मापासून दूर का रहावे, आपले कर्तव्य का करू नये ? जो आत्मस्वरूपी रममाण झालेला असतो आणि देहाची कर्मे चालली असतानाही जो त्यांनी लिप्त होत नाही, तो आत्मबोधाने संतुष्टी पावलेला असतो, त्यामुळे कृतार्थ असतो. साहजिक तो कर्मबंधापासून मुक्त असतो. त्याप्रमाणे एकदा समाधान झाले, तृप्तता लाभली म्हणजे साधनेही संपतात. आत्मस्वरूपात मग्न झाल्यावर कर्मांचे बंधन उरत नाही. ज्याप्रमाणे पोट भरल्यावर स्वयंपाक करण्याचा खटाटोप आपोआपच संपतो, त्याप्रमाणे आत्मानंदाच्या तृप्तीने कर्मांची खटपट संपूनच जाते.

।। जय जय रामकृष्ण हरी ।।

म्हणऊनि तूं नियतु । सकळ कामरहितु ।।
होऊनियां उचितु । स्वधर्मे राहाटें ।।१५० ।।
जे स्वधर्में निष्कामता । अनुसरलें पार्था ।
ते कैवल्य पर तत्त्वतां । पातले जगीं ।।१५१ ।।
देख पां जनकादिक । कर्मजात अशेख ।
न सांडितां मोक्षसुख । पावते जाहले ।।१५२ ।।
याकारणे पार्था । होआवी कर्मी आस्था ।
हे आणिकाही एका अर्था । उपकारेल ।।१५३ ।।
जे आचरतां आपणपयां । देखी लागेल लोका यया ।
तरी चुकेल अपाया । प्रसंगेंचि ।।१५४ ।।
देखें प्राप्तार्थ जाहले । जे निष्कामता पावले ।
तयाही कर्तव्य असे उरलें । लोकांलागीं ।।१५५ ।।

म्हणून तू सर्व लोभमोह टाकून, सोडून स्वधर्माचेच अवलंबन कर. जे निष्काम बुद्धीने स्वधर्माचे अनुसरण करतात ते खरोखरच मोक्षपदाला जाऊन पोहोचले आहेत. हे बघ कर्माचा जरासुद्धा त्याग न करता जनकराजाने मोक्षसुख प्राप्त करून घेतले, यासाठी अर्जुना, तुला सांगतो, कर्माचे ठिकाणी आस्था असणे आवश्यक आहे. ही आस्था किंवा आपुलकी आणखी एका कामासाठी उपयोगी पडेल. आपण कर्माचे आचरण केल्यामुळे लोकांपुढे तो एक आदर्श होईल. आणि त्या साऱ्यांनाही त्यांच्या कर्माचे आचरण करावे लागेल व त्यांची दु:खे, यातना किंवा वेदना सहजच नाहीशी होतील. अर्जुना, जे स्वत: कृतार्थ झाले आहेत, कृतकृत्य झाले आहेत, ज्यांना कसलीच आवश्यकता राहिलेली नाही त्यांनी देखील लोकांपुढे आदर्श रहावा म्हणून कर्माचे आचरण केले पाहिजे. आपले ध्येय साध्य झाले म्हणून त्यांनी कर्ममार्गाचा त्याग करता कामा नये. कर्ममार्ग हा जीवनात अत्यंत महत्त्वाचा आहे. कर्ममार्गाचे स्वधर्माचरणानुसार अवलंबन करणाऱ्यांना मोक्षप्राप्ती होण्यास विलंब लागत नाही.

।। जय जय रामकृष्ण हरी ।।

मार्गीं अंधासरिसा । पुढे देखणाही चाले जैसा ।
अज्ञाना प्रकटवा धर्मु तैसा । आचरोनि ।।१५६ ।।
हा गा ऐसें जरी न कीजे । तरी अज्ञानां काय वोजे ।
तिहीं कवणेपरी जाणिजे । मार्गातें या ।।१५७ ।।
एथ वडील जें जें करिती । तया नाम धर्मु ठेविती ।
तेंचि येर अनुष्ठिती । सामान्य सकळ ।।१५८ ।।
आम्ही पूर्णकाम होउनी । जरी आत्मस्थिती राहुनी ।
तरी प्रजा हे कैसेनि । निस्तरेल ।।१६६ ।।
इहीं आमुची वास पाहावी । मग वर्तती परी जाणावी ।
तै लौकिक स्थिति आघवी । नासिली होईल ।।१६७ ।।
म्हणोनि समर्थु जो एथें । आथिला सर्वज्ञते ।
तेणें सविशेषें कर्मातें । त्यजावें ना ।।१६८ ।।

जो मनुष्य आंधळा असतो त्याला डोळस माणूस जसा सांभाळून नेतो त्याप्रमाणे जो जो अज्ञानी असेल त्याला ज्ञानी पुरुषाने, ज्ञानवंताने धर्माचरणाचा योग्य मार्ग दाखवावा, आणि असे जर ज्ञानी पुरुष वागले नाहीत तर अज्ञानी जनांना काय समजणार ? त्यांना योग्य मार्ग कसा कळणार ? त्यांना उचित दिशा कोण दाखवणार ? आपल्या देशात थोर व्यक्ती, ज्येष्ठ जे जे करतात, ज्या कर्ममार्गाने जातात त्यालाच धर्म असे म्हणतात आणि सामान्य लोक त्यांचेच अनुकरण करतात. ही गोष्ट साहजिक असल्याने कर्माचा त्याग करता येत नाही आणि जे साधुसंत आहेत त्यांना तर कर्माचे आचरण विशेषे करून करावे लागते. आम्ही जर पूर्णत्वास गेलो असे समजून आत्मस्थितीत राहिलो तर प्रजा या संसारसागरातून पार कशी होईल? या सर्वसामान्यांनी आमचेकडे पहावे आणि त्याप्रमाणे आचरण करावे अशी स्थिती असल्यामुळे आम्ही कर्मत्याग केला तर त्यांचा अध:पात होण्यास विलंब लागणार नाही. म्हणून जो समर्थ आणि सर्वज्ञ असेल त्याने विशेषत: कर्मत्याग करू नये.

।। जय जय रामकृष्ण हरी ।।

तरी उचितें कर्में आघवीं । तुवां आचरोनि मज अर्पावीं ।
परी चित्तवृत्ति न्यासावीं । आत्मरूपीं ।।१८६ ।।
हें कर्म मी कर्ता । कां आचरेन या अर्था ।
ऐसा अभिमानु झणें चित्ता । रिगों देसी ।।१८७ ।।
तुवां शरीरपरा नोहावें । कामनाजात सांडावें ।
मग अवसरोचित भोगावे । भोग सकळ ।।१८८ ।।
आता कोदंड घेऊनि हातीं । आरूढ पां इये रथीं ।
देईं आलिंगन वीरवृत्ती । समाधानें ।।१८९ ।।
जगीं किर्तिं रूढवीं । स्वधर्माचा मानु वाढवीं ।
यया भारापासोनि सोडवीं । मेदिनी हे ।।१९० ।।
आतां पार्था नि:शंकु होईं । या संग्रामा चित्त देईं ।
एथ हें वांचूनि कांहीं । बोलों नये ।।१९१ ।।

तरी अर्जुना, तू योग्य ती कर्मे करून ती मला अर्पण कर. पण असे करताना आपली चित्तवृत्ती मात्र आत्मस्वरूपी ठेव. हे कार्य मी केले, या कर्माचा कर्ता मी आहे किंवा अशासाठी मी असे करीन वगैरे गोष्टी तू मनात आणू नकोस, असा अभिमान धरू नकोस, मनातून तो वृथाभिमान काढून टाक. तू शरीरावर प्रेम करू नकोस; मनातल्या सर्व कामनांचा, इच्छांचा त्याग कर आणि मगच भोगांचा उचित समयी उपभोग घे. आता फारसा उशीर न करता, धनुष्य हातात घे, रथावर आरुढ हो आणि वीरवृत्तीचा आविष्कार कर, जगात तू आपली कीर्ती वाढव, स्वधर्माचा मानसन्मान वाढव आणि पृथ्वीला पापाच्या, दुष्टांच्या भारापासून मुक्त कर. आता पार्था मनात कोणतीही शंका न आणता या युद्धाकडे लक्ष दे. आता युद्धाशिवाय कोणत्याही गोष्टीबद्दल तू बोलू नकोस.

।। जय जय रामकृष्ण हरी ।।

बापा विषाची मधुरता । झणें आवडी उपजे चित्ता ।
परी तो परिणाम विचारितां । प्राणु हरी ।।२१२।।
तैसे अभिलाषें येणें कीजेल । जरी विषयांची आशा धरिजेल ।
तरी वरपडा होईजेला । क्रोधानळा ।।२१५।।
अगा स्वधर्मु हा आपुला । जरी कां कठिणु जाहला ।
तरी हाचि अनुष्ठिला । भला देखें ।।२१९।।
येरु आचारु जो परावा । तो देखतां कीर बरवा ।
परी आचरतेनि आचरावा । आपुलाचि ।।२२०।।
तरी लोकांची धवळारें । देखोनियां मनोहरें ।
असतीं आपुलीं तणारें । मोडावीं केवीं ।।२२३।।
या स्वधर्मातें अनुष्ठितां । वेचु होईल जीविता ।
तोहि निका वर उभयतां । दिसत असे ।।२२९।।

बा अर्जुना, विष हे मधुर असते त्याच्याविषयी मनात आवडही उत्पन्न होईल पण त्याचा परिणाम प्राणघातक असतो याचा विसर पडू देऊ नकोस. विषयांमध्ये रमून जाशील तर तुला क्रोधाग्नीत पडावे लागेल. आपले कर्म सोडून इतर सर्व गोष्टी जरी त्या मोहविणाऱ्या असल्या तरी त्याचे आहारी जाणे आपला कर्म मार्ग सोडणे घातकच. आपला धर्म जरी आचरण्यास कठीण वाटला तरी त्याचेच अनुसरण करावे, तोच आचरावा. दुसऱ्यांचा धर्म जरी आपल्याला चांगला वाटला तरी प्रत्यक्षात स्वधर्मच आचरणात आणावा. थोडक्यात दुसऱ्यांची घरे सुबक, सुंदर आहेत म्हणून आपली झोपडी पाडून टाकावी काय ? आपल्या धर्माचे आचरण करताना प्रसंगी प्राणत्याग करण्याची वेळ आली तरी मागेपुढे पाहू नये. कारण तेच जगताच्या दृष्टीने खरा धर्म होय.

।। जय जय रामकृष्ण हरी ।।

तैसें ज्ञान तरी शुद्ध । परी इहीं असे प्ररुद्ध ।
म्हणोनि तें अगाध । होऊनि ठेलें ।।२६३ ।।
आधीं यांते जिणावें । मग तें ज्ञान पावावें ।
तंव पराभवो न संभवे । रागद्वेषां ।।२६४ ।।
यांचा पहिला कुरुठा इंद्रियें । एथूनि प्रवृत्ति कर्मांते विये ।
आधीं निर्दळूनि घाली तियें । सर्वथैव ।।२६८ ।।
मग मनाची धांव पारुषेल । आणि बुद्धीची सोडवण होईल ।
इतुकेन थारा मोडेल । या पापियांचा ।।२६९ ।।
हे अंतरींहूनि जरी फिटले । तरी निभ्रांत जाण निवटले ।
जैसें रश्मीवीण उरलें । मृगजळ नाहीं ।।२७० ।।
तैसे रागद्वेष जरी निमाले । तरी ब्रह्मींचें स्वराज्य आलें ।
मग तो भोगी सुख आपुलें । आपणचि ।।२७१ ।।

ज्ञान मुळात शुद्ध असते पण ते अनेक दोषांनी झाकलेले असते म्हणून ते अगाध म्हणजे मिळण्यास, प्राप्त होण्यास अवघड समजले जाते. अगोदर कामक्रोधांवर मात करावी, त्यांना जिंकावे आणि मग ज्ञानाची प्राप्ती करून घ्यावी, पण कामक्रोधांचा पराभव करणे सोपे नाही. या कामक्रोधांना इंद्रियांचा आधार असतो आणि तेथूनच कर्माची प्रवृत्ती होतेच म्हणून प्रथम इंद्रियांवर स्वामित्व मिळव. म्हणजे मनाची धावाधाव संपेल, बुद्धीची मुक्तता होईल. आणि मग दुष्टांचे आश्रयस्थानच मोडून जाईल. याप्रमाणे त्यांच्या शरीरातील वस्तीचा विध्वंस झाला म्हणजे ते नाहीसे झाले असे समज. सूर्यकिरणांशिवाय मृगजळाला अस्तित्व नसते. त्याप्रमाणे एकदा रागद्वेषांचा, मोह मत्सरांचा पाडाव झाला की, जणू ब्रह्मप्राप्तीचे स्वराज्यच मिळाले असे समज. लक्ष्मीचा पती, देवाधिदेव भगवान् श्रीकृष्णाने याप्रमाणे अर्जुनाला काम क्रोधादि अवगुणांपासून मुक्त झाल्यावर ब्रह्मप्राप्तीच्या स्वराज्याची प्राप्ती कशी होईल हे सांगितले.

।। जय जय रामकृष्ण हरी ।।

।। अध्याय चौथा ।।

आधींचि विवेकाची गोठी । वरी प्रतिपादी कृष्ण जगजेठी ।
आणि भक्तराजु किरीटी । परिसत असे ।।२ ।।
जैसी पंचमालापु सुगंधु । कीं परिमळु आणि सुस्वादु ।
तै भला जाहला विनोदु । कथेचा इये ।।३ ।।
देवी लक्ष्मीयेवढी जवळिक । तेही न देखे या प्रेमाचें सुख ।
आजि कृष्णस्नेहाचें पिक । यातेंचि आथी ।।९ ।।
या जगदीश्वराचें प्रेम । एथ दिसतसे निरुपम ।
कैसें पार्थे येणें सर्वोत्तम । पुण्य केलें ।।११ ।।
हो कां जयाचिया प्रीती । अमूर्त हा आला व्यक्ती ।
मज एकवंकी याची स्थिती । आवडतु असे ।।१२ ।।
तें हा निजस्वरूप । अनादि निष्कंप ।
परी कवणें मानें सकृप । जाहला आहे ।।१४ ।।

मुळात ही विवेकाची गोष्ट, त्यात ती सांगणारा, प्रतिपादन करणारा जगजेठी श्रीकृष्ण आणि ही कथा ऐकणारा भक्तराज, श्रीकृष्णाचा प्रिय स्नेही, शिष्य अर्जुन म्हणजे मधुर स्वर आणि मधुर गंध किंवा गंध आणि उत्तम रुची यांचा संगमच झाल्यासारखा आहे. या निरुपणाचे महत्त्वच अलौकिक आहे. देवी लक्ष्मी, श्रीकृष्णाची साक्षात् पत्नी पण तिलाही हे प्रेमाचे सुख प्राप्त झाले नाही. पण श्रीकृष्णाच्या प्रेमाचे फळ इथे अर्जुनाला सहज मिळत आहे. पार्थ अर्जुनाने असे अलौकिक पुण्य केले की त्यामुळे श्रीकृष्णाचे निरूपम प्रेम त्याला इथे प्राप्त होत आहे. वास्तविक भगवंत हा निराकार, निर्गुण पण हा निराकार इथे अर्जुनासाठी आकाराला आला. कारण तो अर्जुनाशी एकरूप झाला आहे. असा मूळचा अचल, आदि अंतरहित कोणत्या कारणामुळे अर्जुनावर एवढा कृपावंत झाला आहे बरे ! हा आकाराच्या पलिकडचा असून अर्जुनाला कसा पावला हेच कळत नाही.

।। जय जय रामकृष्ण हरी ।।

मग देव म्हणे पंडुसुता । हाचि योगु आम्ही विवस्वता ।
कथिला परी ते वार्ता । बहुवां दिवसांची ।।१६ ।।
मग तेणें विवस्वतें रवी । ही योगस्थिति आघवी ।
निरुपिली बरवी । मनूप्रती ।।१७ ।।
मनूनें आपण अनुष्ठिली । मग इक्ष्वाकुवा उपदेशिली ।
ऐसी परंपरा विस्तारिली । आद्य हे गा ।।१८ ।।
मग आणिकही या योगाते । राजर्षि जाहले जाणते ।
परि तेथोनि आतां साप्रतें । नेणिजे कोणी ।।१९ ।।
जे प्राणिया कामीं भरु । देहाचिवरी आदरु ।
म्हणोनि पडिला विसरु । आत्मबोधाचा ।।२० ।।
कैसा नेणों मोहो वाढीनला । तेणें बहुतेक काळु व्यर्थ गेला ।
म्हणोनि योगु हा लोपला । लोकीं इये ।।२६ ।।

मग देवाने अर्जुनाला हा अविनाशी योग कुणाकुणाला सांगितला हे सांगण्यास प्रारंभ केला. ‘अर्थात् ही गोष्ट फार जुनीपुराणी आहे. आम्ही हा योग प्रथम सूर्याला सांगितला, सूर्याने तो योग मनूला ऐकवला. मनूने तो आचरला, प्रत्यक्ष कृतीत आणला, आपला पुत्र इक्ष्वाकु याला उपदेशिला. अशी ही परंपरा चालत आली आहे. त्यानंतर या निष्काम कर्मयोगाचे अनुसरण करणारे अनेक राजर्षि होऊन गेले. पण तेव्हा पासून मधल्या काळात तो योग जाणणारा कोणी नाही. मनुष्यप्राणी कामासक्त झाला, विषयाधीन झाला. आपल्या देहालाच तो महत्तम स्थान देऊ लागला. परिणामी आत्मबोधाचा त्याला विसर पडला. या विषय मोहाची वाढ इतकी कशी झाली, मानवप्राणी इतका काळ एवढा देहाधीन कसा झाला हे काही माझ्या लक्षात येत नाही. पण एक गोष्ट खरी की या देहासक्ती मुळे फार मोठा कालावधी व्यर्थ गेला आणि निष्काम कर्मयोगाचा या लोकी लोप झाला.

।। जय जय रामकृष्ण हरी ।।

तोचि हा आजि आतां । तुजप्रती कुंतीसुता ।
सांगितला आम्हीं तत्वतां । भ्रांति न करीं ।।२७ ।।
हें जीवींचें निज गुज । परी केवीं राखों तुज ।
जे पढियेसी तूं मज । म्हणऊनियां ।।२८ ।।
तूं अनुसंगाचा ठावो । आतां तुज काय वंचूं जावों ।
जरी संग्रामारूढ आहों । जाहलों आम्ही ।।३० ।।
तरी नावेक हें सहावें । गाजाबज्यही न धरावें ।
परी तुझे अज्ञानत्व हरावें । लागे आधीं ।।३१ ।।
तंव कृष्ण म्हणे पंडुसुता । तो विवस्वतु जैं होता ।
तैं आम्हीं नसों ऐसी चित्ता । भ्रांति जरा तुज ।।४१ ।।
तरी तूं गा हें नेणसीं । पैं जन्में आम्हां तुम्हांसी ।
बहुतें गेलीं परी तिथें न स्मरसी । आपुली तूं ।।४२ ।।

आता अर्जुना तोच योग मी तुला सांगतो आहे याबद्दल मनात शंका बाळगू नकोस, संशय आणू नकोस. हे माझ्या मनीमानसीचे गुपित, जीवाचे गूज मी तुझ्यापासून कसे चोरून ठेवू, कसे लपवून ठेवू ? अर्जुना तू मला अत्यंत प्रिय आहेस, तू माझ्या प्रेमाचा आणि अति लाडका आहेस. तू माझा इतका जवळचा आहेस की मी, तुझी फसवणूक, वंचना करूच शकत नाही. जरी आता आपण युद्धासाठी सिद्ध झालो असलो तरी सांगतो, हे सगळं क्षणकाल दूर ठेवून, इथल्या युद्धकालीन गडबड गोंधळाकडे दुर्लक्ष करून मला आता तुला अज्ञानमुक्त केले पाहिजे, तुझे अज्ञान संपवून तुझ्या मनात ज्ञानाची प्रभा केली पाहिजे. अर्जुना ज्या वेळेस सूर्य होता तेव्हा आम्ही नव्हतो असे समजू नकोस. अरे, पार्था, तुझे नि माझे आतापर्यंत अनेक जन्म झाले पण तुला तुझ्या पूर्वजन्मांची आठवण नाही एवढेच.

।। जय जय रामकृष्ण हरी ।।

म्हणोनि आघवें । मागील मज आठवें ।
मी अजुही परि संभवें । प्रकृतियोगें ।।४४ ।।
कीं एकचि दिसे दुसरें । तें दर्पणाचेनि आधारें ।
एऱ्हवी काय वस्तुविचारें । दुजें आहे ।।४७ ।।
तैसा अमूर्तचि मी किरीटी । परी प्रकृति जैं अधिष्ठीं ।
तैं साकारपणें नटें नटीं । कार्यालागीं ।।४८ ।।
जें धर्मजात आघवें । युगायुगीं म्यां रक्षावें ।
ऐसा ओघु हा स्वभावें । आद्य असे ।।४९ ।।
म्हणोनि अजत्व परतें ठेवीं । मी अव्यक्तपणही नाठवीं ।
जे वेळीं धर्मातें अभिभवी । अधर्मु हा ।।५० ।।
ते वेळी आपुल्याचेनि कैवारें । मी साकारु होऊनि अवतरें ।
मग अज्ञानाचें आंधारें । गिळूनि घालीं ।।५१ ।।

म्हणून तुला सांगतो की, मला सर्व मागील गोष्टीचे स्मरण आहे. खरा तर मी अजन्मा आहे; पण मायेच्या योगाने अवतार घेतो. आरशामुळे एकाची दोन रूपे दिसतात, पण प्रत्यक्षात एकच रूप असते, दोन रूपे नसतात. अर्जुना तसा मी अमूर्तच म्हणजे निराकारच आहे पण काही विशेष कार्य करण्याचा प्रसंग येतो तेव्हा मायेच्या आश्रयाने मी सगुण, साकार स्वरूपात प्रकट होतो. या जगात जेवढे धर्म आहेत त्या धर्मांचे रक्षण प्रत्येक युगात मीच करावे असे पूर्वीपासून ठरून गेले आहे. ज्या वेळी अधर्माचे साम्राज्य पसरू लागते धर्म गुदमरला जातो तेव्हा माझे जन्मरहितपण बाजूला ठेवून अवतार घेतो. अशा वेळी केवळ माझ्या भक्तांच्या प्रेमासाठी मी देह स्वरूपात येतो, अवतरतो, माझा जन्मरहितपणा मी दूर ठेवतो, अव्यक्तपणाचे स्मरणही ठेवीत नाही आणि भक्तांचा कैवार घेऊन मी मानवदेहाने अवतरतो आणि सर्वत्र पसरलेला अज्ञानाचा अंधार नाहीसा करतो, नष्ट करतो आणि सर्वत्र ज्ञानाचा प्रकाश पसरवतो.

।। जय जय रामकृष्ण हरी ।।

अधर्माची अवधी तोडीं । दोषांचीं लिहिलीं फाडीं ।
सज्जनांकरवीं गुढी । सुखाची उभवीं ।।५२ ।।
दैत्यांचीं कुळें नाशीं । साधूंचा मानु गिंवशीं ।
धर्मासीं नीतीशीं । शेंस भरीं ।।५३ ।।
मी अविवेकाची काजळी । फेडूनि विवेकदीप उजळीं ।
तैं योगियां पाहे दिवाळी । निरंतर ।।५४ ।।
स्वसुखें विश्व कोंदे । धर्मचि जगी नांदे ।
भक्तां निघती दोंदें । सात्त्विकाचीं ।।५५ ।।
तैं पापाचा अचळु फिटे । पुण्याची पहाट फुटे ।
जैं मूर्ति माझी प्रगटे । पंडुकुमरा ।।५६ ।।
ऐसेया काजालागीं । अवतरें मी युगीं युगीं ।
परी हेंचि वोळखे जो जगीं । तो विवेकिया ।।५७ ।।

मी अधर्माची बांधबंदिस्ती तोडून टाकतो, त्याला हद्दपार करतो, जे जे दोषपूर्ण लेखन असेल ते ते मी फाडून टाकतो आणि सज्जनांकडून सुखाची गुढी उभारतो, आनंदाची ध्वजा फडकवतो. राक्षसकुळांचा मी विध्वंस करतो, साधुसंतांना त्यांचा मान पुन्हा मिळवून देतो, त्यांना प्रतिष्ठित करतो, धर्म आणि नीती यांची सांगड घालतो. मी विवेकदीपाला आलेली अविवेकाची काजळी काढून प्रकाश उजळवतो, प्रज्वलित करतो. असे काही झाले म्हणजे योग्यांची न संपणारी, निरंतर अशी दिवाळीच सुरू होते, मग अवघे जग आत्मसुखाने भरून पावते. जगात सर्वत्र धर्माचरण सुरू होते आणि भक्तजनांना सात्त्विकतेची दोंदे येतात. ज्या वेळी मी अवतार घेतो तेव्हा पापांचे पर्वत भुईसपाट होतात, आणि पुण्योदय होतो. यासाठी मी प्रत्येक युगात या जगात अवतार घेतो आणि हे जो ओळखतो त्यालाच खरा विवेकी म्हणावे. पार्था, हे सर्वांच्याच लक्षात येते किंवा समजते असे नाही; पण जेव्हा त्यांना ते समजते तेव्हा ते माझ्यापुढे लीन होतात.

।। जय जय रामकृष्ण हरी ।।

माझें अजत्वें जन्मणें । अक्रियताचि कर्म करणें ।
हें अविकार जो जाणे । तो परममुक्त ।। ५८ ।।
तो चालिला संगें न चळे । देहींचा देहा नाकळे ।
मग पंचत्वी तंव मिळे । माझांचि रूपीं ।।५९ ।।
एऱ्हवीं तरी पाहीं । जे जैसे माझ्या ठायीं ।
भजती तयां मीही । तैसाचि भजें ।।६६ ।।
देखें मनुष्यजात सकळ । हें स्वभावता भजनशीळ ।
जाहलें असे केवळ । माझां ठायीं ।।६७ ।।
परी ज्ञानेंवीण नाशिले । जे बुद्धिभेदासी आले ।
तेणेंचि या कल्पिलें । अनेकत्व ।।६८ ।।
म्हणऊनि अभेदीं भेदु देखती । यया अनाम्यां नामें ठेविती ।
देवी देवो म्हणती । अचर्चातें ।।६९ ।।

अर्जुना मी जेव्हा जन्मतो तेव्हा माझे अजत्व मी कायम ठेवतो, मी अक्रिय असतानाही कर्म करीत राहतो, हे अशी माझी अलिप्तता जो जाणतो त्यालाच मुक्त म्हणावे. तो देहभावाने चालला तरी तो चालत नाही आणि तो देहधारी झाला तरी देहभावाला वश होत नाही तोच मृत्यूनंतर माझ्या रूपाला येऊन मिळतो. एरवी, सर्वसाधारणपणे जे माझे भक्त माझी जशी भक्ती करतात, त्या भक्तीच्या प्रमाणात मीही त्यांची भक्ती करतो. एकूण मनुष्यजात ही अस्तित्ववादी असते आणि त्यांची वृत्ती माझी भक्ती करण्याकडे असते. पण त्यांना माझ्याविषयीचे नेमके ज्ञान नसल्यामुळे सगळा गोंधळ होतो, त्यांचा बुद्धिभेद होतो आणि त्यामुळे मी एकमेव असताना माझे ठायी ते अनेकत्व आकारतात म्हणून वास्तविक ज्या ठिकाणी भेद नाही, फरक नाही तेथे ते भेद पाहतात, मी जो अनाम-नामरहितह्न त्याला अनेक नावे देतात, देव देवी म्हणतात. वास्तविक हा काही चर्चेचा विषय नव्हे. मी मायेमुळे सर्वत्र सारखा असून ते भ्रांतीने वाईट-चांगला असा भेद करतात.

।। जय जय रामकृष्ण हरी ।।

मग नानाहेतुप्रकारें । यथोचितें उपचारें ।
मानिली देवतांतरे । उपासिती ।।७१ ।।
तेथ जें जें अपेक्षित । ते तैसेंचि पावती समस्त ।
परी तें कर्मफळ निश्चित । वोळख तूं ।।७२ ।।
वांचून देतें घेतें आणिक । निभ्रांत नाहीं सम्यक ।
एथ कर्मचि फळसूचक । मनुष्यलोकीं ।।७३ ।।
जैसें क्षेत्रीं जें पेरिजे । तेंवांचूनि आन न निपजे ।
कां पाहिजे तेंचि देखिजे । दर्पणाधारें ।।७४ ।।
नातरी कडेयातळवटीं । जैसा आपुलाचि बोलु किरीटी ।
पडिसादु होऊनि उठी । निमित्तयोगें ।।७५ ।।
तैसा समस्तां यां भजनां । मी साक्षिभूतु पैं अर्जुना ।
एथ प्रतिफळे भावना । आपुलाली ।।७६ ।।

माणसे नाना प्रकारचे, निरनिराळे हेतु मनात धरून आपण मानलेल्या देवाची किंवा देवीची पूजा अर्चना करतात, उपासना, भक्ती करतात. मग त्यांनी ज्या हेतुने हा भक्तिभाव जागवलेला असतो तो हेतु साध्य होतो पण अर्जुना हे काही करण्यात माझा काहीही वाटा नसतो. जे घडते ते त्यांच्या कर्माचे फळ असते. वास्तविक कर्माशिवाय फल देणारे किंवा घेणारे अन्य कोणी नाही, जो तो आपल्याच कर्माची फळे चांगल्या किंवा वाईट अर्थाने भोगत असतो. जमिनीत जे आणि जसे पेरावे तेच उगवते. जे पेरले असते त्याशिवाय दुसरे काही उगवत नाही. गहू पेरून जोंधळे येत नाहीत. आरशात जे पहावे तेच दृष्टीस पडते किंवा डोंगराच्या पायथ्याशी आपण एखादा मोठा शब्दोच्चार केला त्याचा तसाच प्रतिध्वनी आपल्या कानावर येतो. तसा या सर्वांच्या उपासनेला, पूजाअर्चेला, भक्तिभावाला मी केवळ साक्षी आहे. ज्याच्या त्याच्या कर्माप्रमाणे ज्याला त्याला फळ मिळते.

।। जय जय रामकृष्ण हरी ।।

एथ आणिकही एक अर्जुना । हे कर्माकर्मविवंचना ।
आपुलिया चाडे सज्ञाना । योग्यु नोहे ।।८४ ।।
कर्म म्हणिजे तें कवण । अथवा अकर्मा काय लक्षण ।
ऐसें विचारितां विचक्षण । गुंफोनि ठेले ।।८५ ।।
जैसें का कुडें नाणें । खऱ्याचेनि सारखेपणें ।
डोळ्याचेंहि देखणें । संशयी घाली ।।८६ ।।
तैसें नैष्कर्म्यतेचेनि भ्रमें । गिंवसिजत आहाती कर्मे ।
जे दुजी सृष्टि मनोधर्मे । करूं सकती ।।८७ ।।
वांचूनि मूर्खांची गोठी कायसी । एथ मोहले गा क्रांतदर्शी ।।
म्हणोनि आतां तेचि परियेसीं । सांगेन तुज ।।८८ ।।
तरी कर्म म्हणजे स्वभावें । जेणें विश्वाकारु संभवे ।
तें सम्यक आधीं जाणावें । लागे एथ ।।८९ ।।

अर्जुना, आणखी एक सांगतो. मित्रा कर्म कोणते आणि अकर्म कोणते याचा निवाडा किंवा निर्णय भल्याभल्यांनाही करता आलेला नाही. कर्म कशाला म्हणावे आणि अकर्म कोणते याचा विचार करताना विचारवंत किंवा ज्ञानीही गोंधळून जातात. खोटे नाणे खऱ्या नाण्यासारखेच दिसत असल्याने नाण्यांची परीक्षा करणाराही प्रसंगी संभ्रमात पडतो, घोटाळतो. त्याप्रमाणे प्रतिसृष्टी निर्माण करण्याची शक्ती आणि सामर्थ्य असलेलेही, आपण कर्मातीत आहोत असे समजून प्रत्यक्षात मात्र कर्मात गुरफटत जातात. याबाबतीत विद्वानांचीही संभ्रमावस्था होते, तिथे मूर्खांविषयी काय बोलावे? म्हणून अर्जुना तुला सांगतो, जेथे स्वभावत: आपोआप, सहज हे विश्व साकार होते त्याला कर्म म्हणतात. इथेच कर्माचे नेमके, यथार्थ, योग्य ज्ञान आपण करून घेतले पाहिजे, अन्यथा अज्ञान दूर होणार नाही.

।। जय जय रामकृष्ण हरी ।।

जो सकळकर्मीं वर्ततां । देखें आपुली नैष्कर्म्यता ।
कर्मसंगें निराशता । फळाचिया ।।९३।।
आणि कर्तव्यतेलागीं । जया दुसरें नाहीं जगीं ।
ऐसिया नैष्कर्म्यता तरी चांगी । बोधला असे ।।९४।।
परी क्रियाकलापु आघवा । आचरतु दिसे बरवा ।
तरी तो इहीं चिन्हीं जाणावा । ज्ञानिया गा ।।९५।।
जैसा कां जळापाशीं उभा ठाके । तो जरी आपणपें जळामाजिं देखे ।
तरी तो निभ्रांत वोळखे । म्हणे मी वेगळा आहें ।।९६।।
तैसें सर्व कर्मीं असणें । तें फुडें मानूनि वायाणें ।
मग आपणपें जो जाणे । नैष्कर्म्यु ऐसा ।।९८।।
एकेचि ठायीं बैसला । परि सर्वत्र तोचि गेला ।
हें असो विश्व जाहला । आंगेंचि तो ।।१०२।।

जो कर्म तर करीत असतो, कर्माविषयी उदासीन नसतो, पण कर्माचरण करीत असताना तो कर्मापासून आपण अलिप्त आहोत हे जाणतो आणि फळाची आशा धरीत नाही आणि कर्मापासून अलिप्तता म्हणजे काय हे त्याला नीट समजले असल्याने त्याला निराळे कर्तव्य असे काही उरत नाही. आणि असे असूनही जो कर्मरत असतो, तो ज्ञानी आहे हे त्याच्या या लक्षणांवरून ओळखावे. पाण्यात पडलेल्या आपल्या प्रतिबिंबाहून आपण वेगळे आहोत हे जो ओळखून आहे, आपण पाण्यात नाही हे जाणून असतो त्याप्रमाणे तो सर्व कर्माचे आचरण करीत असतो, कर्ममार्गानेच जात असतो पण असे करताना हे आभासात्मक आहे हे तो जाणतो, आपली नैष्कर्म्यता तो विसरत नाही. एकाच ठिकाणी तो बसून असला तरी तो सर्वत्र भ्रमण करणाराच आहे, एवढेच नव्हे तर तो स्वत: विश्वरूपच झालेला असतो. तो माणसासारखा दिसतो तरी तो माणूस नसून परब्रह्मच आहे असे समजावे. सूर्याचे प्रतिबिंब पाण्यात पडले तरी त्यात सूर्य नसतो, कारण तो स्वयमेव जगच झालेला असतो.

।। जय जय रामकृष्ण हरी ।।

जया पुरुषाच्या ठायीं । कर्माचा तरी खेदु नाहीं ।
परी फळापेक्षां कहीं । संचरेना ।।१०३ ।।
आणि हें कर्म मी करीन । अथवा आदरिलें सिद्धी नेईन ।
येणें संकल्पेंही जयाचें मन । विटाळेना ।।१०४ ।।
ज्ञानाग्नीचेनि मुखें । जेणें जाळिलीं कर्में अशेखें ।
तो ब्रह्मचि मनुष्यवेखें । वोळख तूं ।।१०५ ।।
जो शरीरीं उदासु । फळभोगीं निरासु ।
नित्यता उल्हासु । होऊनि असे ।।१०६ ।।
जो संतोषाचा गाभारा । आत्मबोधाचिया वोगरा ।
पुरे न म्हणेचि धनुर्धरा । आरोगितां ।।१०७ ।।
म्हणोनि सर्वांपरी मुक्तु । तो सकर्मुचि कर्मरहितु ।
सगुण परि गुणातीतु । एथ भ्रांति नाहीं ।।११४ ।।

ज्या पुरुषांच्या मनात कर्माचा राग किंवा खेद अथवा तिरस्कार नसतो आणि फळाची इच्छा चुकूनही ज्याच्या मनात येत नाही. आणि हे कर्म मी करीन, मीच हे पूर्ण करीन अशा भ्रामक कल्पना ज्याच्या मनाला शिवतही नाहीत, ज्ञानरूपी अग्नीच्या मुखात घालून ज्याने आपली सर्व कर्मे जाळून टाकली आहेत, तो मानव नसून साक्षात् ब्रह्मच आहे असे तू समज. तो शरीराविषयी उदास असतो आणि तो सदासर्वदा संतुष्ट असतो, आनंदात असतो. पार्था, तो संतोषाच्या गाभाऱ्यात बसून जेव्हा जेवत असतो, भोजन घेत असतो तेव्हा आत्मबोधरूपी पक्वान्नाला 'पुरे–आता नको, बस् झाले, पोट भरले' असे कधीच म्हणत नाही. म्हणून अर्जुना, तो पूर्णपणे मुक्त आहे. तो कर्म करीत असतो पण ते करीत असतानाही तो कर्मरहीत आहे, सगुण असूनही गुणातीत आहे. तो देहधारी असूनही निर्गुणासारखा दिसतो आणि ब्रह्माच्या कसाला लावून पाहिला तर त्याच्यासारखा शुद्ध दिसतो. तो ज्या ज्या वेळी जे जे मिळेल त्यातच सुख मानतो आणि त्याच्या मनात आपपर भाव नसतो.

।। जय जय रामकृष्ण हरी ।।

ते ज्ञान पैं गा बरवें । जरी मनीं आथि आणावें ।
तरी संतां यां भजावें । सर्वस्वेशीं ।।१६५ ।।
जे ज्ञानाचा कुरुठा । तेथ सेवा हा दारवंटा ।
तो स्वाधीन करी सुभटा । वोळगोनी ।।१६६ ।।
तरी तनुमनुजीवें । चरणांसीं लागावें ।
आणि अगर्वता करावें । दास्य सकळ ।।१६७ ।।
मग अपेक्षित जें आपुलें । तेंही सांगती पुसिलें ।
जेणें अंत:करण बोधलें । संकल्पा नये ।।१६८ ।।
जयाचेनि वाक्यउजिवडें । जाहलें चित्त निधडें ।
ब्रह्माचेनि पाडें । नि:शंकु होय ।।१६९ ।।
ऐसें ज्ञानप्रकाशें पाहेल । तैं मोहांधकारु जाईल ।
जैं गुरुकृपा होईल । पार्था गा ।।१७१ ।।

अर्जुना, सर्वोत्तम ज्ञानाचा लाभ आपल्याला मिळावा असे जर तुला वाटत असेल तर तू संतांना शरण जा, सर्वस्वेकरून संतांचे भजनपूजन करावेस. कारण संत म्हणजे ज्ञानाची सदने, ज्ञानाची घरे आहेत आणि अशा संतांची सेवा म्हणजे त्या घराचा उंबरठा आहे. अर्जुना तू सेवा करून त्यांना आपलेसे करून घे. तनमने करून तू त्यांची सेवा कर पण तसे करताना कसलाही गर्व करू नकोस, वृथाभिमान बाळगू नकोस. मग तुझ्या इच्छा मनोकामनांबद्दल विचारले असता ते उपदेश करतील. ते असे योग्यच असेल की, तुझ्या मनातील आंदोलनेच संपतील. मग ते जो त्यांच्या उपदेशरूप प्रकाशाने तुझे चित्त निर्भय होईल, निर्धास्त होईल. पार्था, अशा प्रकारे ज्यावेळी गुरुकृपा होईल तेव्हा ज्ञानप्रकाशाने तुझ्या मनातील मोहरूप अंधकार समाप्त होईल.

।। जय जय रामकृष्ण हरी ।।

जरी कल्मषांचा आगरु । तूं भ्रांतीचा सागरु ।
व्यामोहाचा डोंगरु । होउनी अससी ।।१७२ ।।
तऱ्ही ज्ञानशक्तिचेनि पाडें । हें आघवेंचि गा थोकडें ।
ऐसें सामर्थ्य असे चोखडें । ज्ञानीं इये ।।१७३ ।।
सांगें भुवनत्रयाची काजळी । जे गगनामाजि उधवली ।
तिये प्रळयींचे वाहटुळी । काय अभ्र पुरे ।।१७६ ।।
कीं पवनाचेनि कोपें । पाणियेंचि जो पळिपें ।
तो प्रळयानळु दडपे । तृणें काष्टें काई ।।१७७ ।।
म्हणोनि असो हें न घडे । तें विचारतांचि असंगडें ।
पुढती ज्ञानाचेनि पाडें । पवित्र न दिसे ।।१७८ ।।
जैसी अमृताची चवी निवडिजे । तरी अमृताचिसारिखी म्हणिजे ।
तैसें ज्ञान हें उपमिजें । ज्ञानेंसींचि ।।१८३ ।।

तू पापाचे आगर, भ्रांतीचा सागर किंवा मनातील गुंतागुंतीचा, व्यामोहाचा डोंगर जरी असलास तरी ज्ञानशक्तीपुढे या सर्व गोष्टी यथातथाच आहेत. असे ज्ञानाचे विलक्षण सामर्थ्य आहे. अरे त्रैलोक्याची राख आभाळात उडवून लावणारी प्रळयकाळची वावटळ तिच्या पुढे ढगांची काय तमा? किंवा वाऱ्याच्या संतापाने किंवा रागाने प्रळयकाळची आग पाण्याने पेटते, ती गवताच्या काड्यांनी विझेल का? अर्थात विचार केला असता हे सगळे अशक्य आहे हे समजते. पण एकूण विचार करता ज्ञानासारखे पवित्र काहीही नाही. अमृताची चव कशी आहे असे जर आपल्याला कुणी विचारले, तर आपण काय उत्तर देणार? अमृताची चव अमृतासारखीच आहे असेच सांगावे लागेल. ज्ञानाला ज्ञानाचीच उपमा द्यावी लागेल.

।। जय जय रामकृष्ण हरी ।।

तरी आत्मसुखाचिया गोडिया । विटे जो कां सकळ विषयां ।
जयाच्या ठायीं इंद्रियां । मानु नाहीं ।।१८७ ।।
जो मनासीं चाड न सांगे । जो प्रकृतीचें केलें नेघे ।
जो श्रद्धेचेनि संभोगें । सुखिया जाहला ।।१८८ ।।
तयातेंचि गिंवसित । तें ज्ञान पावे निश्चित ।
जयामाजि अचुंबित । शांति असे ।।१८९ ।।
तें ज्ञान हृदयीं प्रतिष्ठे । आणि शांतीचा अंकुर फुटे ।
मग विस्तार बहु प्रकटे । आत्मबोधाचा ।।१९० ।।
मग जेउती वास पाहिजे । तेउती शांतीचि देखिजे ।
तेथ अपारा पारु नेणिजे । निर्धारितां ।।१९१ ।।
ऐसा हा उत्तरोत्तरु । ज्ञानबीजाचा विस्तारु ।
सांगतां असे अपारु । परि असो आतां ।।१९२ ।।

ज्याला आत्मसुखाची गोडी लागली आहे, त्याला विषयांचा वीट आलेला असतो. विषयसुख त्याला नकोसे वाटते, इंद्रियांचे लाड तो करीत नाही. तो कसलीच आणि कुठलीच इच्छा मनात येऊ देत नाही. प्रकृती जी जी कर्मे करते त्या कर्माचे कर्तेपण तो आपल्याकडे घेत नाही. श्रद्धेमुळे तो सुखी झालेला असतो. त्याला शांतीची वसती असलेले ज्ञान शोधीत येते ते ज्ञान हृदयात प्रतिष्ठित होते, अंत:करणात स्थिरपद प्राप्त करून घेते. त्या ज्ञानाला शांतीचे धुमारे फुटतात, अंकुर येतात, आत्मज्ञानाचा विस्तार होऊन ते व्यक्त होते. तो जिथे जिथे पाहील तिथे तिथे त्याला शांतीच दिसते, तिथे त्याचा आपपरभाव पूर्णपणे नाहीसा झालेला असतो. असा हा क्रमश: उत्तरोत्तर होणारा ज्ञानबीजाचा विस्तार सांगू तेवढा थोडाच आहे. तेव्हा त्याचे वर्णन आता पुरे करतो.

।। जय जय रामकृष्ण हरी ।।

ऐकें जया प्राणियाच्या ठायीं । इया ज्ञानाची आवडी नाहीं ।
तयाचें जियालें म्हणों काई । वरी मरण चांग ।।१९३ ।।
शून्य जैसें गृह । कां चैतन्येंवीण देह ।
तैसें जीवित तें संमोह । ज्ञानहीना ।।१९४ ।।
अथवा ज्ञान कीर आपु नोहे । परि ते चाड एकी जरी वाहे ।
तरी तेथ जिव्हाळा कांहीं आहे । प्राप्तीचा पैं ।।१९५ ।।
वांचूनि ज्ञानाची गोठी कायसी । परि ते आस्थाही न धरी मानसीं ।
तरी तो संशयरूप हुताशीं । पडिला जाण ।।१९६ ।।
जे अमृतही परि नावडे । ऐसें सावियाची आरोचकु जैं पडे ।
तैं मरण आलें असे फुडें । जाणों ये कीं ।।१९७ ।।
तैसा विषयसुखें रंजे । जो ज्ञानेंसींचि माजे ।
तो संशयें अंगिकारिजे । एथ भ्रांति नाहीं ।।१९८ ।।

बाबा रे, ज्या मनुष्यप्राण्याला या अशा ज्ञानाची आवड नाही त्याला काय म्हणावे बरे? असल्या आयुष्यापेक्षा मरण चांगले. एखादे ओसाड, मनुष्यवस्ती नसलेले घर किंवा प्राण नसलेला देह जसा व्यर्थ आहे, त्याप्रमाणे ज्ञानहीनाला हे जीवन व्यर्थ आहे. अथवा एखाद्याला खरोखर ज्ञानाची प्राप्ती झाली नाही पण त्याच्या मनात ज्ञानलालसा निर्माण झाली तरी ज्ञानप्राप्तीची त्याला थोडीफार आशा आहे. अन्यथा ज्ञानाची गोष्ट तर सोडाच पण आपण ज्ञानी व्हावे, ज्ञानवंत व्हावे अशी इच्छाही ज्याच्या मनात येत नाही त्याला संशयरूप अग्नीने वेढलेच म्हणून समज. ज्याच्या जिभेला अमृताचीही चव कळत नाही, अशी अरुचि जेव्हा त्याच्यात निर्माण होते तेव्हा तो मरणाच्या दारात पोचलाच असे समज. आणि विषयसुखात रंगलेला, रमलेला, ज्ञानाची कदर न करणारा सहजच संशयाने घेरला जाईल.

।। जय जय रामकृष्ण हरी ।।

म्हणऊनि संशयाहूनि थोर । आणिक नाहीं पाप घोर ।
हा विनाशाची वागुर । प्राणियासी ।।२०३ ।।
येणें कारणें तुवां त्यजावा । आधीं हाचि एकु जिणावा ।
जो ज्ञानाचिया अभावा- । माजि असे ।।२०४ ।।
हृदयीं हाचि न समाये । बुद्धीतें गिंवसूनि ठाये ।
तेथ संशयात्मक होये । लोकत्रय ।।२०६ ।।
ऐसा जरी थोरावे । तरी उपायें एकें आंगवे ।
जरी हातीं होय बरवें । ज्ञानखड्ग ।।२०७ ।।
तरी तेणें ज्ञानशस्त्रें तिखटें । निखळु हा निवटे ।
मग नि:शेष खता फिटे । मानसींचा ।।२०८ ।।
याकारणें पार्था । उठीं वेगीं वरौता ।
नाशु करोनि हृदयस्था । संशयासी ।।२०९ ।।

संशयी पुरुषाला कशाचीच ओळख पटत नाही. म्हणूनच संशयापेक्षा, शंकेशिवाय दुसरे कोणतेच महापाप नाही. संशय हे एक विनाशाचे, अधोगतीचे प्राणिमात्राचा नाश करणारे भयानक जाळे आहे. यासाठी प्रथम संशयावर मात कर. जिथे ज्ञान असते तिथे संशय नसतो. कारण ज्ञानाचा अभावच संशयाला जागा करून देतो. हा संशय केवळ मनापुरता मर्यादित नाही. केवळ हृदयातच भरून राहतो असे नाही तर तो बुद्धिभेदही करतो. मग तो तिन्ही लोकांकडे संशयग्रस्त दृष्टीनेच पाहू लागतो. पण संशयाचे प्रमाण कितीही वाढले तरी त्याचा नि:पात करणारी ज्ञानाची तलवार किंवा ज्ञानरूपी खड्ग जर तुमच्या हाती असेल तर चिंता करण्याचे कारण नाही. मग मनात राहिलेला उरला-सुरला संशयही रसातळाला जाईल म्हणून अर्जुना, आता मनातील संशय, शंका काढून टाक आणि अधिक विचार करीत न बसता ऊठ.

।। जय जय रामकृष्ण हरी ।।

ऐसें सर्वज्ञानाचा बापु । जो श्रीकृष्णु ज्ञानदीपु ।
तो म्हणतसे सकृपु । ऐकें राया ।।२१० ।।
तंव या पूर्वापार बोलाचा । विचारूनि कुमरु पंडूचा ।।
कैसा प्रश्नु अवसरींचा । करिता होइल ।।२११ ।।
जयाचिया बरवेपणीं । कीजे आठां रसांची वोवाळणी ।
जो सज्जनाचिये आयणी । विसांवा जगीं ।।२१३ ।।
तो शांतुचि अभिनवेल । ते परियसा मऱ्हाठे बोल ।
जे समुद्राहूनि खोल । अर्थभरित ।।२१४ ।।
जैसें बिंब तरी बचकें एवढें । परि प्रकाशा त्रैलोक्य थोकडें ।
शब्दाची व्याप्ति तेणें पाडें । अनुभवावी ।।२१५ ।।
तैसें कथेचें इये ऐकणें । एक श्रवणासी होय पारणें ।
आणि संसारदु:ख मूळवणें । विकृतीविणें ।।२२१ ।।

जो सर्वज्ञांचा पिता, साक्षात् ज्ञानदीप असे भगवान श्रीकृष्ण कृपावंत होऊन अर्जुनाला म्हणाले तेव्हा मागच्या पुढच्या कथेचा विचार करून अर्जुन प्रसंगानुरूप कसा प्रश्न विचारील. ज्याच्या चांगलेपणावरून आठही रस ओवाळून टाकावेत आणि जो सद्बुद्धीची विश्रांती आहे तो मराठी बोल ऐका, असे ज्ञानेश्वर महाराज सांगत आहेत. ते पुढे म्हणतात, ‘‘या माझ्या मराठी बोलातून शांत रस प्रकट होईल, तो सागरापेक्षा गंभीर आणि अर्थघन आहे. सूर्यबिंब तसे बघितले तर बचकेत मावेल असे दिसते पण ते त्रैलोक्याला उजळून टाकते. तशी या शब्दांची व्याप्ती आहे. त्याप्रमाणे ही कथा ऐकून कानांचे पारणे फिटेल आणि काहीएक विकार न होता संसारदु:ख नाहीसे होईल.’’

।। जय जय रामकृष्ण हरी ।।

।। अध्याय पांचवा ।।

मग पार्थु श्रीकृष्णातें म्हणे । हां हो कैसें तुमचें बोलणें ।
एक होय तरी अंत:करणें । विचारूं ये ।।१ ।।

मागां सकळ कर्मांचा संन्यासु । तुम्हींची निरोपिला होता बहुवसु ।
तरी कर्मयोगीं केवीं अतिरसु । पोखीतसां पुढती ।।२ ।।

ऐसें द्व्यर्थ हें बोलतां । आम्हां नेणतयांच्या चित्ता ।
आपुलिये चाडें अनंता । उमजु नोहे ।।३ ।।

परी मागील असो देवा । आतां प्रस्तुती उकलु देखावा ।
सांगें दोहींमाजि बरवा । मार्गु कवणु ।।६ ।।

जो परिणामींचा निर्वाळा । अचुंबितु ये फळा ।
आणि अनुष्ठितां प्रांजळा । सावियाची ।।७ ।।

जैसें निद्रेचें सुख न मोडे । आणि मार्गु तरी बहुसाल सांडे ।
तैसें सोकासना सांगडें । सोहपें होय ।।८ ।।

यावर अर्जुनाने श्रीकृष्णाला सरळच विचारले, ''देवा, हे काय तुमचे बोलणे. एकदा एक सांगता मग दुसरेच ऐकवता. एकच गोष्ट नीट सांगितलीत तर तिचा विचार तरी करता येईल. सर्व कर्मांचा त्याग करावा असे तुम्ही आधी सांगितले आणि आता कर्मयोगाचे कौतुक करीत आहात. तुमचे हे असे द्व्यर्थी बोलणे आमच्यासारख्या अज्ञानी जनांना काही उमजत नाही. देवा, ज्या एका तत्त्वाचा किंवा मार्गाचा आम्ही अवलंब करावा असे तुम्हाला निखळपणे वाटत असेल तोच समजावून सांगा. पण आता ते जाऊ दे. देवा आता दोन्हीपैकी कोणता मार्ग उजवा आहे, योग्य आहे, उचित आहे ते तरी तुम्ही नीट उकलून दाखवा. तो मार्ग शेवटपर्यंत सोबत करणारा, शुद्ध फळ देणारा आणि आचरण्यास सोपा असावा. झोपमोड न होता बराच मार्ग आक्रमणारे सुखाचे वाहन असावे तसा तो असावा.''

।। जय जय रामकृष्ण हरी ।।

तो म्हणे गा कुंतीसुता । हे संन्यास योगु विचारितां ।
मोक्षकर तत्त्वता । दोनीही होती ।।१५ ।।
तरी जाणां नेणां सकळां । हा कर्मयोगु कीर प्रांजळा ।
जैसी नाव स्त्रियां बाळां । तोयतरणीं ।।१६ ।।
तैसें सारासार पाहिजे । तरी सोहपा हाचि देखिजे ।
येणें संन्यासफळ लाहिजे । अनायासें ।।१७ ।।
आतां याचिलागीं सांगेन । तुज संन्यासियाचें चिन्ह ।
मग सहजें हें अभिन्न । जाणसी तूं ।।१८ ।।
तरी गेलियाची से न करी । न पवतां चाड न धरी ।
जो सुनिश्चळु अंतरीं । मेरु जैसा ।।१९ ।।
आणि मी माझें ऐसी आठवण । विसरलें जयाचें अंत:करण ।
पार्था तो संन्यासी जाण । निरंतर ।।२० ।।

अर्जुनास उद्देशून भगवान् श्रीकृष्णांनी पुढे सांगितले, ‘कुंतीपुत्रा, जर नीट विचार केला तर कर्मयोग आणि कर्मत्याग या दोन्हींमुळे मोक्ष प्राप्ती होते. तथापि नौका किंवा नाव अथवा होडी जशी बायकामुलांना नदी पार करून जाण्यास सोपी, सुलभ आहे त्याप्रमाणे जो जाणता आहे, ज्ञानी आहे त्याला आणि जो नेणता म्हणजे अज्ञानी आहे, त्यालासुद्धा संसारसागर तरून जाण्यास कर्मयोग हा सहजसाध्य आहे. एकंदरीत सारांशाने विचार करता हाच योग सोपा आहे. आणि त्याच्या आचरणाने कर्माच्या संन्यासापासून मिळणाऱ्या फळासारखाच लाभ कष्टावाचून मिळतो. आता यानंतर तुला मी कर्मसंन्यास करणाऱ्याची खूण किंवा चिन्ह सांगेन म्हणजे कर्मयोग आणि कर्मसंन्यास दोन्ही एकच आहेत याची तुला खात्री पटेल. एखादी वस्तू गेली तर खंत करीत नाहीत, मिळाली नाही तर तिची इच्छा करीत नाहीत. मेरू पर्वताप्रमाणे मनोमनी जो स्थिर असतो आणि ज्याचे ‘मीपण’ संपले आहे तो नित्य संन्यासी आहे असे समज.’

।। जय जय रामकृष्ण हरी ।।

जो मनें ऐसा जाहला । संगीं तोचि सांडिला ।
म्हणोनि सुखें सुख पावला । अखंडित ।।२१ ।।
आतां गृहादिक आघवें । तें काहीं नलगे त्यजावें ।
जे घेतें जाहलें स्वभावें । नि:संगु म्हणऊनि ।।२२ ।।
देखें अग्नि विझोनि जाये । मग जे राखोंडी केवळु होये ।
तैं ते कापुसें गिंवसूं ये । जियापरी ।।२३ ।।
तैसा असतेनि उपाधी । नाकळिजे तो कर्मबंधीं ।
जयाचिये बुद्धी । संकल्पु नाहीं ।।२४ ।।
म्हणोनि कल्पना जैं सांडे । तैंचि गा संन्यासु घडे ।
इया कारणे दोनी सांगडे । संन्यासयोगु ।।२५ ।।
आणि सांख्यी जें पाविजे । तेंचि योगीं गमिजे ।
म्हणोनि ऐक्य दोहींतें सहजें । इयापरी ।।२९ ।।

जो मनाने स्थिर झाला तो आपोआप विषय सुखापासून दूर होतो, किंबहुना विषयेच्छाच त्याला सोडते. परिणामी त्याला अखंड आनंदाची प्राप्ती होते, तो सदासुखी होतो. अशा माणसाने घर सोडण्याची आवश्यकता नाही कारण आधीच तो मनाने संगरहित झालेला असतो. विस्तव विझून गेल्यावर त्याची राख सहज कापसात ठेवता येते. मग उष्णतेचा कापसावर काही परिणाम होत नाही. त्या प्रमाणे, 'मी हे करतो. मी ते करतो, मी याचा कर्ताकरविता आहे' हे एकदा मनातून गेले की तो संसारात असला तरी संसारापासून दूर जातो तेव्हा तो मनाने संन्यासी होतो आणि म्हणून कर्मयोग आणि कर्मत्याग दोन्ही समसमान आहेत. त्यांच्या स्वाभाविक अज्ञानापुढे हे दोन्ही योग भिन्न आहेत असे ते समजतात; सांख्यमार्गापासून जे काही मिळते, जी प्राप्ती होते तीच कर्मयोगापासूनही होते म्हणून या दोन्हीमध्ये सहजच एकता किंवा ऐक्य आहे.

।। जय जय रामकृष्ण हरी ।।

जे पार्था तया देहीं । मी ऐसा आठऊ नाहीं ।
तरी कर्तृत्व कैचें काई । उरे सांगैं ।।३८ ।।
ऐसे तनुत्यागेंवीण । अमूर्ताचे गुण ।
दिसती संपूर्ण । योगयुक्ता ।।३९ ।।
एऱ्हवीं आणिकांचिये परी । तोही एक शरीरी ।
अशेषींही व्यापारीं । वर्ततु दिसे ।।४० ।।
तोही नेत्रीं पाहे । श्रवणीं ऐकतु आहे ।
परि तेथींचा सर्वथा नोहे । नवल देखें ।।४१ ।।
स्पर्शासि तरी जाणे । परिमळु सेवी घ्राणें ।
अवसरोचित बोलणें । तयाहि आथी ।।४२ ।।
आहारातें स्वीकारी । त्यजावें तें परिहरी ।
निद्रेचिया अवसरीं । निदिजे सुखें ।।४३ ।।

आणि पार्था अशा माणसाजवळ मी कर्ता अशी भावनाही नसते. मग कर्तेपणाचा अभिमान कोठून असणार? या प्रमाणे शरीराचा त्याग न करता कर्मयोगी पुरुषाचे देही ब्रह्माचे सर्व गुण दिसतात. इतरेजन जे जे शरीरधारी आहेत त्यांच्या प्रमाणेच याचेही शरीर व्यापार चाललेलेच असतात. तो डोळ्यांनी पहात असतो, कानांनी ऐकत असतो पण शरीरभावात तो गुंतून पडत नाही ही एक नवलाचीच गोष्ट म्हणायला हवी. त्याला स्पर्श कळतो, सुगंध त्याच्या घ्राणेंद्रियांना समजतो इतकेच नव्हे तर इतरांशी संवाद करताना तो समयोचित, प्रसंगानुरूप बोलतोसुद्धा. जो इतरांप्रमाणे नित्य भोजन घेतो, जे नको असेल ते टाकून देतो आणि शान्तपणे प्रतिदिनी निद्रासुखही अनुभवतो. सर्वकाही करून तो सर्व गोष्टींपासून मुक्त असतो.

।। जय जय रामकृष्ण हरी ।।

दीपाचेनि प्रकाशें । गृहींचे व्यापार जैसे ।
देहीं कर्मजात तैसें । योगयुक्ता ।।४९ ।।
तो कर्में करी सकळें । परी कर्मबंधा नाकळे ।
जैसें न सिंपे जळीं जळें । पद्मपत्र ।।५० ।।
इंद्रियांच्या गांवीं नेणिजे । ऐसा व्यापारु जो निपजे ।
तो केवळू गा म्हणिजे । मानसाचा ।।५५ ।।
योगिये तोही करिती । परी कर्में ते न बंधिजती ।
जे सांडिली आहे संगती । अहंभावाची ।।५६ ।।
तरी आत्मयोगें आथिला । जो कर्मफळाशीं विटला ।
तो घर रिघोनी वरिला । शांति जगीं ।।७१ ।।
येरु कर्मबंधे किरीटी । अभिलाषाचिया गांठीं ।
कळासला खुंटी । फळभोगाच्या ।।७२ ।।

दिव्याच्या प्रकाशात ज्याप्रमाणे घरकाम चालते, घरातील व्यवहार चालत असतात. त्याप्रमाणे ज्ञानरूपी दिव्याच्या प्रकाशात योगीजनांची कर्मे देहात चाललेली असतात. तो कर्म करीत असतो पण कर्मापासून अलिप्त असतो. पाण्यात असूनही कमळाचे पान ज्याप्रमाणे भिजत नाही त्याप्रमाणे तो कर्म करूनही कर्मापासून दूर असतो. ज्या कर्मांची इंद्रियांना माहिती नसते, जी कर्मे इंद्रियांपर्यंत पोहोचत नाहीत असा जो व्यापार तो मनाचा व्यापार होय. ते मानसिक कर्म म्हणायला हवे. योगी मानसिक कर्महीकरीत असतात परंतु त्यांनी अहंकाराची संगत सोडली असल्यामुळे मानसिक कर्मानेही ते बद्ध होत नाहीत. ज्याला कर्मफळाचा वीट आलेला आहे त्याच्या घरात शांती शिरते आणि त्याच्या गळ्यात वरमाला घालते. उलट दुसरा (प्रपंची) कर्मबंधनामुळे अभिलाषेच्या दाव्याने फलभोगाच्या खुंट्याला बांधला जातो.

।। जय जय रामकृष्ण हरी ।।

तैसें आपणपें नाहीं दिठें । जयातें स्वसुखाचे सदा खरांटे ।
तयांसीचि विषय हे गोमटे । आवडती ।।११२ ।।
सांगें वातवर्षआतपु धरे । ऐसें अभ्रच्छायाचि जरी सरे ।
तरी त्रिमाळिकें धवळारें । करावीं कां ।।११४ ।।
म्हणोनि विषयसुख जें बोलिजे । तें नेणतां गा वायां जल्पिजे ।
जैसें महूर कां म्हणिजे । विषकंदाते ।।११५ ।।
जरी विषयीं विषयो सांडिजेल । तरी महादोषी कें वसिजेल ।
आणि संसारू हा शब्दु नव्हेल । लटिका जगीं ।।१२५ ।।
या कारणें गा सुभटा । हा विचारितां विषय वोखटा ।
तूं झणें कहीं या वाटा । विसरोनि जाशी ।।१२७ ।।
पैं यातें विरक्त पुरुष । त्यजिती कां जैसें विष ।
निराशां तयां दु:ख । दाविलें नावडे ।।१२८ ।।

अर्जुना, ज्यांनी आत्मसुखाचा अनुभव घेतलेला नसतो, त्यांना अशा सुखाची उणीवच असते, त्यांनाच विषयसुखाचे आकर्षण वाटते. विषयात सुख आहे असे म्हणणे बरोबर नाही. कारण ऊन, वारा, पाऊस यांच्यापासून ढगांच्या सावलीने संरक्षण मिळत असेल तर तीन तीन मजली घरे बांधण्याचे काय प्रयोजन? म्हणून ज्याप्रमाणे बचनाग या विषाच्या कांद्याला गोड म्हणण्याप्रमाणेच विषयसुखाची प्रशस्ती करणे होय. जर विषयासक्त लोभी जनांनी विषयोपभोगाला निरोप दिला, तर महापातकांनी आणि महादोषांनी कुठे जायचे? आणि मग संसार खोटाच पडणार, संसार हा शब्द निरर्थक ठरणार यासाठी अर्जुना, विषयांची संगत ही हानिकारक आहे, विषय वाईट आहेत म्हणून तू सहसा त्या वाटेला जाऊ नकोस, चुकूनसुद्धा जाऊ नकोस. विरक्त पुरुष विषयसुखाचा विषाप्रमाणे त्याग करतात आणि ते निरिच्छ असल्यामुळे विषयांचे सुखरूपी दु:ख त्यांना आवडत नाही.

।। जय जय रामकृष्ण हरी ।।

म्हणोनि असो हें आघवें । एथ न बोलणें काय बोलावें ।
ते खुणाचि पावले स्वभावें । आत्माराम ।।१३६ ।।

जे ऐसेनि सुखें मातले । आपणपांचि आपण गुंतले ।
ते मी जाणें निखिळ वोतले । सामरस्याचे ।।१३७ ।।

ते आनंदाचे अनुकार । सुखाचे अंकुर ।
की महाबोधें विहार । केले जैसे ।।१३८ ।।

अर्जुना अनंत सुखाच्या डोहीं । एकसरा तळुचि घेतला जिहीं ।
मग स्थिराऊनि तेही । तेंचि जाहलें ।।१४४ ।।

अथवा आत्मप्रकाशें चोखें । जो आपणपेंचि विश्व देखे ।
तो देहेंचि परब्रह्म सुखें । मानूं येईल ।।१४५ ।।

जें साचोकारें परम । ना तें अक्षर निःसीम ।
जिये गांवींचे निष्काम । अधिकारिये ।।१४६ ।।

म्हणून हे सर्व आता राहू दे. जी गोष्ट अनुभवाशिवाय लक्षात येत नाही ती नुसती बोलू कशाला? जो आत्मस्वरूपी निमग्न झाला त्यालाच त्याची खूण सहज समजेल. जे अशा सुखाने पूर्णत्वाला पोहोचले आणि मद्रूप झाले ते ब्रह्मानंदाचे ओतीव पुतळेच आहेत असे मी समजतो. ते आत्मबोधाच्या सुखाचे अंकुर किंवा आत्मबोधाचे प्रतिबिंबच आहेत. किंवा महाबोधाने आपल्या राहण्यासाठी जणू मंदिरच केले आहे. अर्जुना, आत्मसुखाच्या अनंत सुखाच्या डोहात ज्यांनी तळ गाठला ते तेथेच स्थिर झाले. किंवा निर्मळ आत्मप्रकाशात जो आपल्या ठायीच अवघे विश्व पाहतो तो सदेह परब्रह्म झाला असेच म्हणावे लागेल. जे खरोखर अत्युत्तम, अविनाशी आणि अमर्याद असे ब्रह्मसुख मिळवतात, ते निरिच्छ असल्यानेच त्याचे अधिकारी होतात.

।। जय जय रामकृष्ण हरी ।।

तरी वैराग्याचेनि आधारें । जिहीं विषय दवडूनि बाहिरें ।
शरीरीं एकंदरें । केलें मन ।।१५१ ।।
सहजें तिहीं संधी भेटी । जेथ भ्रूपल्लवा पडे गांठी ।
तेथ पाठीमोरी दिठी । पारखोनियां ।।१५२ ।।
सांडूनि दक्षिण वाम । प्राणापानसम ।
चित्तेंसीं व्योम- । गामिये करिती ।।१५३ ।।
तैसी वासनातरांची विवंचना । मग आपैसी पारुखे अर्जुना ।
जे वेळीं गगनीं लयो मना । पवनें कीजे ।।१५५ ।।
जेथ हें संसारचित्र उमटे । तो मनोरूप पटु फाटे ।
जैसें सरोवर आटे । मग प्रतिभा नाहीं ।।१५६ ।।
तैसे मनपण मुदल जाय । मग अहंभावादिक कें आहे ।
म्हणोनि शरीरेंचि ब्रह्म होये । अनुभवी तो ।।१५७ ।।

त्या योगीजनांनी वैराग्यवृत्ती मनात आणून आपले चित्त विषयांपासून बाहेर काढले. त्यांनी आपली मनोवृत्ती एका ठिकाणी दृढ केली. मग इडा, पिंगला, सुषुम्ना या तिघींची भेट भुवयांच्या टोकावर तेथे दृष्टी स्थिर केली. उजव्या व डाव्या नाकपुडीतून क्रमाक्रमाने वाहणाऱ्या वायुची गति बंद करून प्राण व अपान वायुंना सुष्मनेंत समगति म्हणजे एक्य करून, त्यासह चित्तास ते व्योमगामी करतात. व्योमगामीमध्ये मनाचा लय होतो तेव्हा वासना आणि विषय विचार आपोआप नाहीसे होतात.

असे झाले की जो मनोरूपी पडदाच फाटून जातो, ज्या पडद्यावर संसारचित्र उमटते. ज्याप्रमाणे सरोवर आटल्यावर प्रतिबिंब कसे दिसणार? अशा प्रकारे मनाचे मनपण लयाला गेल्यावर अहंकारादी विचार संपले की, असा पुरुष जिवंतपणीच ब्रह्मरूप होतो.

।। जय जय रामकृष्ण हरी ।।

तंव कृष्ण म्हणती हो कां । तुज हा मार्गु गमला निका ।
तरी काय जहालें ऐकीजो कां । सुखें बोलों ।।१६८।।

अर्जुना तूं परिससी । परिसोनी अनुष्ठिसी ।
तरी आम्हांसीचि वानी कायसी । सांगावयाची ।।१६९।।

अर्जुना जेणें भेदें । तुझें कां चित्त बोधे ।
तैसें तैसें विनोदें । निरूपिजेल ।।१७६।।

तो काइसया नाम योगु । तयाचा कवण उपेगु ।
अथवा अधिकारप्रसंगु । कवणा येथ ।।१७७।।

ऐसें जें जें कांहीं । उक्त असे इये ठाईं ।
ते आघवेंचि पाहीं । सांगेन आतां ।।१७८।।

तूं चित्त देऊनि अवधारीं । ऐसें म्हणौनि श्रीहरी ।
बोलिजेल ते पुढारी । कथा आहे ।।१७९।।

यावर भगवान् श्रीकृष्ण म्हणाले, ''अर्जुना, तुला हा मार्ग सोपा आणि सरळ वाटतो ना, मग तुला आम्ही तो आनंदाने ऐकवतो. अर्जुना तू ऐकतोस आणि आम्ही जे सांगतो ते तू आचरणात आणतोस. मग आम्ही सांगायला का कमी करावे? अर्जुना तुझ्या मनाला जे जे, जसे पटेल त्या दृष्टीने तुला सर्वकाही सोपे करून सांगण्यात आम्हाला आनंदच आहे. योग हे कशाला नाव आहे? ते नेमके काय आहे? त्याचा उपयोग काय आणि कोणाला हे सारेच मी तुला शास्त्रशुद्ध पद्धतीने सांगेन. तू मन एकाग्र करून आता पुढची कथा ऐकण्यास सिद्ध हो.''

।। जय जय रामकृष्ण हरी ।।

।। अध्याय सहावा ।।

तो गीतेमाजी षष्ठींचा । प्रसंगु असे आयणीचा ।
जैसा क्षीरार्णवीं अमृताचा । निवाडु जाहला ।।१० ।।
तैसें गीतार्थाचें सार । जें विवेकसिंधूचें पार ।
नाना योगविभवभांडार । उघडलें कां ।।११ ।।
जें आदिप्रकृतीचें विसवणें । जें शब्दब्रह्मासि न बोलणें ।
जेथूनि गीतावल्लीचें ठाणें । प्ररोहो पावे ।।१२ ।।
तो अध्याय हा सहावा । वरि साहित्याचिया बरवा ।
सांगिजेल म्हणोनि परिसावा । चित्त देउनि ।।१३ ।।
माझा मराठाचि बोलु कौतुकें । परि अमृतातेंही पैजासीं जिंके ।
ऐशीं अक्षरें रसिकें । मेळवीन ।।१४ ।।
आहाच बोलाची वालीफ फेडिजे । आणि ब्रह्माचियाचि आंगा घडिजे ।
मग सुखेंसी सुरवाडिजे । सुखाचिमाजी ।।२५ ।।

(ब्रह्मज्ञानाचे जे निरूपण कृष्णाने अर्जुनास केले) त्या संवादाचे कथानक संजयने धृतराष्ट्रास केले तो प्रसंग म्हणजे हा सहावा अध्याय. मात्र क्षीरसमुद्रांतून अमृताची निवड करणारा जाणकार हवा. हा अध्याय म्हणजे गीतेचे सार आहे. हा चातुर्याचा प्रसंग आहे. विचाररूपी समुद्राचे पैलतीर आहे. विवेकसिंधुचा पलिकडचा किनारा आहे. हा नाना योगांचे वैभव भांडारच आहे. हा अध्याय म्हणजे आदिप्रकृतीचे विश्रांतीस्थान आहे. इथे वेदांनीही मौन पत्करले, येथूनच गीतारूप वेलीला अंकुर फुटले. असा सहावा अध्याय अलंकारयुक्त करून ऐकवला जाईल, तेव्हा लक्ष देऊन ऐका. मी हे ज्या माझ्या माय मराठी भाषेत सांगतो आहे ती भाषा अमृताशीही पैजा जिंकणारी आहे असे तुम्हाला वाटेल. अशी अक्षरे, अशी शब्दरचना मी करीन. वर वर असलेली शब्दरूपी गवसणी काढून आतील ब्रह्मरूपी अर्थात रमावे आणि नंतर सुखावून जावे.

।। जय जय रामकृष्ण हरी ।।

जिहीं आत्मबोधाचिया आवडी । केली स्वर्गसंसाराची कुरोंडी ।
तेवांचूनि एथींची गोडी । नेणती आणिक ।। २८ ।।
जें दिठीही न पविजे । तें दिठीवीण देखिजे ।
जरी अतींद्रिय लाहिजे । ज्ञानबळ ।।३३ ।।
ना तरी जें धातुवादाही न जोडे । तें लोहींचि पंधरें सांपडे ।
जरी दैवयोगें चढे । परिसु हाता ।।३४ ।।
तैसी सद्गुरुकृपा होये । तरी करितां काय आपु नोहे ।
म्हणऊनि तें अपार मातें आहे । ज्ञानदेवो म्हणे ।।३५ ।।
आइका यश श्री औदार्य । ज्ञान वैराग्य ऐश्वर्य ।
हे साही गुणवर्य । वसती जेथ ।।३७ ।।
म्हणोनि तो भगवंतु । जो निःसंगाचा सांगातु ।
तो म्हणे पार्था दत्तचित्तु । होईं आतां ।।३८ ।।

ज्यांनी ज्यांनी आत्मबोध व्हावा, आत्मज्ञान प्राप्त व्हावे म्हणून संसार आणि स्वर्ग यांना तिलांजली दिली आहे तेच या विषयाची गोडी समजू शकतील. पण जे ज्ञानी आहेत जर अतींद्रिय ज्ञानाचे बळ प्राप्त होईल, तर दृष्टीला दिसत नाही ते डोळ्यांशिवाय पाहता येते. जर आपले दैव बलवत्तर असेल आणि हाती परीस आला तर लोखंडाचेच सोने करता येईल त्याप्रमाणे एकदा का सद्गुरूची कृपा झाली तर कोणतीही गोष्ट अशक्य नाही. ज्ञानेश्वर महाराज म्हणतात, ‘‘माझ्यावर सद्गुरूची अपार कृपा आहे. यश, लक्ष्मी, औदार्य, ज्ञान, वैराग्य आणि ऐश्वर्य हे सहाही गुण ज्याच्या जवळ आहेत त्यालाच भगवंत म्हणतात.’’ ज्यांनी सर्वसंग परित्याग केला आहे त्यांना मित्राप्रमाणे असणारे भगवान् श्रीकृष्ण अर्जुनाला म्हणाले, ‘‘पार्था, आता मी जे जे तुला सांगेन ते ते तू लक्षपूर्वक ऐक, त्यातच तुझे हित आहे.’’

।। जय जय रामकृष्ण हरी ।।

आइकें योगी आणि संन्यासी जनीं । हे एकचि सिनाने झणीं मानीं ।
एऱ्हवी विचारिजती जंव दोन्ही । तंव एकचि ते ।।३९ ।।
नातरी एकचि उदक सहजें । परि सिनानां घटीं भरिजे ।
तैसें भिन्नत्व जाणिजे । योगसंन्यासांचे ।।४२ ।।
ऐसा तोचि संन्यासी । पार्था गा परियेसीं ।
तोचि भरवंसेनिसीं । योगीश्वरु ।।४७ ।।
आता योगाचळाचा निमथा । जरी ठाकावा आथि पार्था ।
तरी सोपाना या कर्मपथा । चुका झणीं ।।५४ ।।
तरी जयाचिया इंद्रियांचिया घरा । नाहीं विषयांचिया येरझारा ।
जो आत्मबोधाचिया वोवरां । पहुडला असे ।।६२ ।।
जयाचे सुखदु:खाचेनि आंगें । झगटले मानस चेवो नेघे ।
विषय पासींही आलिया से न रिघे । हें काय म्हणऊनि ।।६३ ।।

अर्जुना ऐक, योगी आणि संन्यासी एकच आहेत. त्यांना वेगळे समजावे असे तुला वाटेल पण विचारान्ती दोन्ही एकच आहेत हे तुझ्या लक्षात येईल. एकच पाणी पण दोन वेगवेगळ्या भांड्यात भरले तर जसे निरनिराळे दिसते त्याप्रमाणे वस्तुत: योग आणि संन्यास एकच असून भिन्न भिन्न भासतात. जो कर्तव्यात गुंतत नाही, फळाची आशा धरीत नाही. असा जो संन्यासी त्याला योगेश्वर म्हणण्यास प्रत्यवाय नाही. ज्याला योगपर्वताचा माथा गाठावयाचा असेल त्याने कर्ममार्गाच्या सोपानाचा अवलंब केलाच पाहिजे. ज्याच्या इंद्रिय सदनात विषयांचे येणेजाणे नसते तो आत्मज्ञानाच्या दालनात शांतपणे विश्रांती घेत असतो. आणि विषयांची तर त्याला जाणीवही नसते. ते मूर्तिमंत त्याच्यापाशी येऊन उभे राहिले तरी ते कोण आहेत हे त्याला ठाऊक नसते. जो देही जागा असून निजलेला असतो तोच खरा योगी आहे असे समज.

।। जय जय रामकृष्ण हरी ।।

तया स्वांत:करणजिता । सकळकामोपशांता ।
परमात्मा परौता । दूरी नाहीं ।।८१ ।।
जैसा किडाचा दोषु जाये । तरी पंधरें तेंचि होये ।
तैसें जीवा ब्रह्मत्व आहे । संकल्पलोपीं ।।८२ ।।
जे जया वाटा सुर्य जाये । तेऊतें तेजाचें विश्व होये ।
तैसें तया पावे तें आहे । तोचि म्हणऊनि ।।८६ ।।
देखें मेघौनि सुटती धारा । तिया न रुपती जैसिया सागरा ।
तैशीं शुभाशुभें योगीश्वरा । नव्हती आनें ।।८७ ।।
ऐसा शरीरीचि परी कौतुकें । परब्रह्माचेनि पाडें तुके ।
जेणें जिंतली एकें । इंद्रियें गा ।।९० ।।
तो जितेंद्रियु सहजें । तोचि योगयुक्तु म्हणिजे ।
जेणें सानें थोर नेणिजे । कवणे काळीं ।।९१ ।।

ज्याने स्वत:चे मन जिंकले आहे, ज्याच्या सर्व इच्छा तृप्त झाल्या आहेत, त्याला ईश्वर दूर नाही. ज्याप्रमाणे सोन्याचा हिणकसपणा तावून सुलाखून काढल्यावर जातो व ते अस्सल सोने होते त्याप्रमाणे मनातून संकल्प संपले की जिवाला ब्रह्मत्व प्राप्त होण्यास विलंब लागत नाही. अशा स्थितीत त्याच्या देहातील अहंकाराचा समूळ नाश झालेला असतो. कारण सूर्य ज्या मार्गाने जातो, तितका भाग प्रकाशित होतो. त्याप्रमाणे त्याला प्राप्त झालेले त्याचेच स्वरूप नसते काय? असे पहा आकाशातून वेगाने येणाऱ्या पर्जन्यधारा, पावसाच्या सरी समुद्रास काही खुपत किंवा टोचत नाहीत त्याप्रमाणे जो ब्रह्मरूप पावला आहे त्याला शुभ किंवा अशुभ कर्मे असा भेदभाव नसतो. तो देहधारीच असतो. पण शरीरात राहूनही त्याने आपल्या इंद्रियांवर स्वामित्व मिळवलेले असते त्यामुळे तो परब्रह्माच्या बरोबरीचा ठरू शकतो. तो सहजच जितेंद्रिय आहे. त्याचे पायी लहान-थोर असा भेद कधीच नसतो. तो योगयुक्त असतो.

।। जय जय रामकृष्ण हरी ।।

देखें सोनयाचें निखळ । मेरूयेसणें ढिसाळ ।
आणि मातियेचें डिखळ । सरिसेंचि मानी ।।९२ ।।
तेथ सुहृद आणि शत्रु । कां उदासु आणि मित्रु ।
हा भावभेदु विचित्रु । कल्पूं कैंचा ।।९४ ।।
तया बंधु कोण काह्याचा । द्वेषिया कवणु तयाचा ।
मीचि विश्व ऐसा जयाचा । बोधु जाहला ।।९५ ।।
घापे पटामाजीं दृष्टी । दिसे तंतूंची सैंघ सृष्टी ।
परि तो एकवांचूनि गोठी । दुजी नाहीं ।।१०० ।।
पुढती अस्तवेना ऐसें । जया पाहलें अद्वैतदिवसें ।
मग आपणपांचि आपण असे । अखंडित ।।१०५ ।।
ऐसिया दृष्टी जो विवेकी । पार्था तो एकाकी ।
सहजें अपरिग्रही जो तिहीं लोकीं । तोचि म्हणऊनि ।।१०६ ।।

ज्याला मेरूएवढा सुवर्णाचा पर्वत आणि मातीचे ढेकूळ सारखेच वाटतात, त्याला आप्त, मित्र, शत्रु अशा सर्वांकडे तो समभावनेने पहातो. संपूर्ण विश्वच मी आहे अशा भावनेने जो भारला गेला आहे त्याचा भाऊ कोण आणि त्याला मत्सर किंवा द्वेष कुणाचा? मग त्याच्या दृष्टीला लहान थोर असा भेदभाव असणार तरी कसा? एखाद्या वस्त्राकडे दृष्टिक्षेप टाकला असता उभ्या आडव्या तंतुंशिवाय कशाचीही रचना आपल्याला दिसत नाही मात्र त्यात धाग्याशिवाय काही नसते. तसा त्याचा अनुभव असतो. तसे त्याला सर्वत्र ब्रह्म दिसते. कधीही अस्तंगत न होणारा, कधीही न मावळणारा ज्ञानसूर्य ज्याच्या अंत:करणात उदित झाला आहे तो स्वान्तसुखात रममाण होऊन सदैव ब्रह्मानंदी लीन असतो. पार्था, असा जो विचारवंत तोच अद्वितीय, एकमेव आणि त्रैलोक्यात अपरिग्रही समज.

।। जय जय रामकृष्ण हरी ।।

हें असो कथा सांगे वेगीं । मग अर्जुन म्हणे सलगी ।
देवा इये संतचिन्हें आंगीं । न ठकती माझां ।।१३९ ।।
एऱ्हवीं या लक्षणांचिया निजसारा । मी अपाडें कीर अपुरा ।
परि तुमचेनि बोलें अवधारा । थोरावें जरी ।।१४० ।।
जी तुम्ही चित्त देयाल । तरी ब्रह्म माझें होईल ।
काय जहालें अभ्यासिजेल । सांगाल तें ।।१४१ ।।
हां हो नेणों कवणाची काहाणी । आइकोनि श्लाघत असों अंत:करणीं ।
ऐसी जहालेपणाची शिरयाणी । कायसी देवा ।।१४२ ।।
देखा संतोषु एक न जोडे । तंवचि सुखाचें सैंघ सांकडें ।
मग जोडलिया कवणीकडे । अपुरें असे ।।१४४ ।।
तैसा सर्वेश्वरु बळिया सेवकें । म्हणोनि ब्रह्महीं होय तो कौतुकें ।
परि कैसा भारें आतला पिके । दैवाचेनि ।।१४५ ।।

श्रोते ज्ञानेश्वर महाराजांना म्हणतात. ते राहू द्या लवकर पुढे काय ते सांगा. श्रीकृष्णाने सांगितलेली संन्यासी योग्याची लक्षणे आपल्या जवळ नाहीत. मी तसा नाही असे अर्जुनाने भगवान् श्रीकृष्णांना मोठ्या प्रेमाने सांगितले आणि पुढे तो म्हणाला, ‘‘एकूण लक्षणांचा विचार केला तर मी फारच अपूर्ण आहे पण तुमच्या बोलण्याने माझ्यात तो मोठेपणा येईल. तुम्ही माझ्याकडे लक्ष देणार असाल तर मी सुद्धा ब्रह्म होईन, तुम्ही सांगाल तो अभ्यास मी करीन, मुळीच दुर्लक्ष करणार नाही. ही तुम्ही कुणाची कथा कथन केलीत हे काही मला कळले नाही, पण ती ऐकल्यापासून त्या व्यक्तीचे कौतुक करावेसे वाटते. ही योग्यता ज्याचे अंगी असेल तो किती महत्त्वाचा असेल? अर्जुना, जोपर्यंत, एक समाधान प्राप्त झाले नाही तोपर्यंत सुखाची उणीव असते पण ते एकदा प्राप्त झाल्यावर सुखाची कमतरता कशी असणार? सर्वेश्वर श्रीकृष्णाचा अर्जुन सेवक आहे म्हणून तो सहज ब्रह्म होईल. पण अर्जुनाच्या दैवाच्या वजनाने दडपल्यामुळे श्रीकृष्ण कशा प्रकारे फलद्रूप झाला ते पहा.

।। जय जय रामकृष्ण हरी ।।

ऐसें विवरोनियां श्रीहरी। म्हणितलें तिये अवसरीं।
अर्जुना हा अवधारीं। पंथराजु।।१५२।।
पाठीं महर्षी येणें आले। साधकांचे सिद्ध जाहाले।
आत्मविद थोरावले। येणेंचि पंथें।।१५६।।
हा मार्गु जैं देखिजे। तैं तहान भूक विसरिजे।
रात्रिदिवसु नेणिजे। वाटे इये।।१५७।।
चालतां पाऊल जेथ पडे। तेथ अपवर्गाची खाणी उघडे।
आव्हांटलिया तरी जोडे। स्वर्गसुख।।१५८।।
निगिजे पूर्वीलिया मोहरा। कीं येईजे पश्चिमेचिया घरा।
निश्चळपणें धनुर्धरा। चालणें एथिंचें।।१५९।।
येणें मार्गें जया ठाया जाइजे। तो गांवो आपणचि होईजे।
हें सांगों काय सहजें। जाणसी तूं।।१६०।।

दूरवर विचार करून भगवान् श्रीकृष्ण अर्जुनाला म्हणाले, ''आता मी तुला जो मार्ग सांगतो तो ऐक, हा राजमार्ग आहे. आणि आत्मबोध होऊन थोरपदी स्थिरावले ते या मार्गाने गेले म्हणूनच. या मार्गाची ज्यांना ओळख होते त्यांना तहानभुकेची आठवण होत नाही. दिवस आणि रात्र याची जाणीव होत नाही. या मार्गाने जाणाऱ्याचे जिथे जिथे पाऊल पडेल तिथे तिथे मोक्षाची खाणच उघडते आणि चुकून जरी तो आडमार्गाला गेला तरी त्याला स्वर्गसुखाची प्राप्ती होते. या मार्गाने जाणारा पूर्वेकडून निघून पश्चिमेकडे पोहोचतो. मनाची स्थिरता हेच या मार्गाचे चालणे आहे. ह्या मार्गाने जो ज्या गावाला जातो ते गावच आपण होतो हे तुला काय सांगायला हवे, ते तू जाणतोसच. आणि तुला ते आपोआप कळेल.''

।। जय जय रामकृष्ण हरी ।।

तरी विशेषें आतांचि बोलिजेल । परि तें अनुभवें उपेगा जाईल ।
म्हणोनि तैसें एक लागेल । स्थान पाहावें ।।१६३ ।।
जेथ अराणुकेचेनि कोडें । बैसलिया उठों नावडे ।
वैराग्यासी दुणीव चढे । देखलिया जें ।।१६४ ।।
जो संती वसविला ठावो । संतोषासि सावावो ।
मना होय उत्सावो । धैर्याचा ।।१६५ ।।
अभ्यासुचि आपणयातें करी । हृदयातें अनुभव वरी ।
ऐसी रम्यपणाची थोरी । अखंड जेथ ।।१६६ ।।
जया आड जातां पार्था । तपश्चर्या मनोरथा ।
पाखंडियाहि आस्था । समूळ होय ।।१६७ ।।
हे राज्य वर सांडिजे । मग निवांता एथेंचि असिजे ।
ऐसें शृंगारियांहि उपजे । देखतखेंवो ।।१७० ।।

आता मी जे काही सांगितले ते मी आता विस्तारपूर्वक सांगतो, परंतु त्याचे अनुसरण केले तरच उपयोग होईल, अनुभव येईल. अशी जागा शोधावी की जिथे आसनस्थ होणे समाधानकारक ठरेल. तेथून उठावेसे वाटणार नाही, वैराग्यवृत्ती दुप्पट बळावेल. ज्या ठिकाणी संतांनी वस्ती केली आहे त्या ठिकाणी सहज संतोष प्राप्त होईल आणि मनाला उल्हास, उत्साह आणि धैर्य वाटेल. जिथे साक्षात् अभ्यासच साधकांकडून अभ्यास करवून घेतो आणि ज्याच्या हृदयाला अनुभव देतो असे सुंदर रम्य स्थळ ते असावे. जिथे गेल्यावर एखाद्या नास्तिक माणसाच्या मनोवृत्तीतही बदल होईल व त्यालाच तिथे तपाला बसावेसे वाटेल. ते स्थान पाहिल्यावर एखाद्या राजालाही राज्य सोडून इथे निवांतपणे रहावेसे वाटले पाहिजे. एखादा विलासी माणूस असला तरी त्याला त्या एकांतवासात रहावेसे वाटेल. जे स्थान इतके पवित्र व सुंदर असून डोळ्याला ब्रह्म स्पष्ट दिसते.

॥ जय जय रामकृष्ण हरी ॥

आणिकही एक पाहावें । जें साधकीं वसतें होआवें ।
आणि जनाचेनि पायरवें । मैळेचिना ।।१७२ ।।
जेथ अमृताचेनि पाडें । मुळेंहीसकट गोडें ।
जोडती दाटें झाडें । सदाफळतीं ।।१७३ ।।
पाउला पाउला उदकें । वर्षाकाळीही चोखें ।
निर्झरें का विशेखें । सुलभे जेथ ।।१७४ ।।
हा आतपुही आळुमाळु । जाणिजे तरी शीतळु ।
पवनु अति निश्चळु । मंद झुळके ।। १७५ ।।
परि आवश्यक पांडवा । ऐसा ठावो जोडावा ।
तेथ निगूढ मठ होआवा । कां शिवालय ।।१७९ ।।
दोहीं माजीं आवडे तें । जें मानलें होय चित्तें ।
बहुतकरूनि एकांते । बैसिजे गा ।।१८० ।।

स्थान निवडताना आणखी एक काळजी घ्यावी. तिथे साधकांनी निवास केलेला असावा पण ते स्थान फार येणारा जाणारांचे वर्दळीचे किंवा वहिवाटीचे नसावे. ज्यांचे मूळ आणि नेहमी येणारे फळ अमृतासारखे गोड आहे अशी विपुल दाट झाडे तिथे असावी. तिथे पावलोपावली पाणी असावे, ते पावसाळ्यातही शुद्ध किंवा निर्मळ असावे आणि विशेष म्हणजे गोड्या पाण्याचे झरे असावेत. तिथले ऊन सौम्य असावे, वारा निश्चल असला तरी मंद झुळुका मात्र येत असाव्यात. तिथे नीरव शांतता असावी, तिथे सहज दिसणारा एखादा मठ किंवा शंकराचे देऊळ असावे. या दोन्हीपैकी आपल्याला जे आवडेल किंवा आपल्या मनास पसंत पडेल, त्या ठिकाणी एकांतवासात बसावे.

।। जय जय रामकृष्ण हरी ।।

म्हणोनि तैसें तें जाणावें । मन राहतें पाहावें ।
राहेल तेथ रचावें । आसन ऐसें ।।१८१ ।।

वरी चोखट मृगसेवडी । माजी धूतवस्त्राची घडी ।
तळवटीं अमोडी । कुशांकुर ।।१८२ ।।

सकोमळ सरिसे । सुबद्ध राहती आपैसे ।
एकें पाडें तैसीं । वोजा घालीं ।।१८३ ।।

परि सावियाचि उंच होईल । तरि आंग हन डोलेल ।
नीच तरी पावेल । भूमिदोषु ।।१८४ ।।

म्हणोनि तैसें न करावें । समभावें धरावें ।
हें बहु असो होआवें । आसन ऐसें ।।१८५ ।।

मग तेथ आपण । एकाग्र अंत:करण ।
करूनि सद्गुरुस्मरण । अनुभविजे ।।१८६ ।।

अशी जागा शोधल्यानंतर आपले मन तिथे स्थिर होते की नाही हे तपासून पहावे. मग तिथे आसनाची सिद्धता करावी. अगदी तळाशी मऊ दर्भ किंवा गवत घालावे, त्यावर मृगाजिन, त्यावर धूतवस्त्राची घडी घालावी. दर्भ कोवळे असून सारखे आणि सहजच एकमेकाला लागलेले एकसारखे रहातील असे व्यवस्थेने घालावेत. आसन उंच झाले तर शरीराचा तोल जाईल आणि खोल झाले तर जमिनीचा गारवा जाणवेल, जमिनीतील कीटकांचा त्रास होईल, म्हणून सर्व बाजूंनी सारखे असे आसन तयार करावे. मग मन एकाग्र करून सद्गुरुस्मरण करावे.

।। जय जय रामकृष्ण हरी ।।

तंव येरीकडे धनुर्धरा । आसनाचा उबारा ।
शक्ति करी उजगरा । कुंडलिनीथे ॥२२१॥
नागाचें पिलें । कुंकुमें नाहलें ।
वळण घेऊनि आलें । सेजे जैसें ॥२२२॥
तैशी सुबद्ध आटली । पुटीं होती दाटली ।
ते वज्रासनें चिमुटली । सावध होय ॥२२५॥
तैशी वेढियातें सोडिती । कवतिकें आंग मोडिती ।
कंदावरी शक्ती । उठली दिसे ॥२२७॥
सहजें बहुतां दिवसांची भूक । वरी चेवविली तें होय मिष ।
मग आवेशें पसरी मुख । उर्ध्वा उजू ॥२२८॥
मुखींच्या ज्वाळीं । तळीं वरी कवळी ।
मांसाची वडवाळी । आरोगूं लागे ॥२३०॥

तर अर्जुना, या विशिष्ट आसनाच्या उष्णतेमुळे कुंडलिनी नावाची शक्ती जागृत होते. नागिणीचे पिलू जसे केशराने न्हाऊन वेटोळे करून निजते. निजलेली, ती वज्रासनाचा, चिमटा बसून जागी होते. मग ती आपले वेढे सोडते आणि कौतुकाने आळस सोडून नाभीवर उभी राहते. ती फार दिवसांची उपाशी, तिला जाग येताच ती तोंड उघडून उभी राहते आणि मुखातील ज्वालांनी शरीरातील मांस संपवू लागते आणि तो ब्रह्मस्वरूप होतो.

॥ जय जय रामकृष्ण हरी ॥

जो रसनेंद्रियाचा अंकिला । कां निद्रेसी जीवें विकला ।
तो नाहीं एथ म्हणितला । अधिकारिया ।।३४५ ।।
अथवा आग्रहाचिये बांदोडी । क्षुधा तृषा कोंडी ।
आहारातें तोडी । मारूनियां ।।३४६ ।।
निद्रेचिया वाटा नवचे । ऐसा दृढिवेचेनि अवतरणें नाचे ।
तें शरीरचि नव्हे तयाचें । मा योगु कवणाचा ।।३४७ ।।
म्हणोनि अतिशयें विषयेसेवा । तैसा विरोध न व्हावा ।
कां सर्वथा निरोधु करावा । हेंही नको ।।३४८ ।।
आहार तरी सेविजे । परी युक्तीचेनि मापे मविजे ।
क्रियाजात आचरिजे । तयाची स्थिती ।।३४९ ।।
मापितला बोली बोलिजे । मितलां पाउलीं चालिजे ।
निद्रेही मानु दीजे । अवसरें एकें ।। ३५० ।।

भगवान् श्रीकृष्ण सांगतात, ''जो जिभेच्या अधीन आहे किंवा अति झोपाळू आहे, तो योगाचा अधिकारी नव्हे, जो हट्टाने तहानभूक कोंडतो, उपाशी राहतो तो ही नव्हे, किंवा जो झोपतच नाही, शरीर ज्याच्या अंकित नाही, उगाचच नाचतो, विषयाचे अतिसेवन करणारा किंवा विषयाचे अति नियमन करणारा तोही अधिकारी नाही. योग्याने मिताहारी असावे, मोजके बोलावे, मोजून पावले चालावी, झोपेचाही मान राखातो तो कोणाचा अधिकारी...

।। जय जय रामकृष्ण हरी ।।

बाहेर युक्तीची मुद्रा पडे । तंव आंत आंत सुख वाढे ।
तेथें सहजेंचि योगु घडे । नाभ्यासितां ।।३५३ ।।
जैसे भाग्याचिये भडसें । उद्यमाचेनि मिसें ।
मग समृद्धिजात आपैसें । घर रिघे ।।३५४ ।।
तैसा युक्तिमंतु कौतुकें । अभ्यासाचिया मोहरा ठाके ।
आणि आत्मसिद्धीचि पिके । अनुभव तयाचा ।।३५५ ।।
म्हणोनि युक्ति हे पांडवा । घडे जया सदैवा ।
तो अपवर्गीचिये राणिवा । अळंकारिजे ।।३५६ ।।
युक्ति योगाचें आंग पावें । ऐसें प्रयाग होय जे बरवें ।
तेथ क्षेत्रसंन्यासें स्थिरावें । मानस जयाचें ।।३५७ ।।
तयातें योगयुक्त तूं म्हण । हेंही प्रसंगे जाण ।
तें दीपाचें उपलक्षण । निर्वातीचिया ।।३५८ ।।

बाह्येंद्रियांना साहजिकच मग नियमितपणाची शिकवण मिळते, परिणामी अंत:करणात सुख वाढत जाते. ज्याप्रमाणे दैव बलवत्तर झाले की उद्योगव्यवसायाचे निमित्त होऊन घरी समृद्धी चालत येते त्याप्रमाणे वागण्यात नियमितपणा असलेला पुरुष योगाभ्यासाकडे वळतो तेव्हा आत्मबोधाचा अनुभव त्याला येतोच. म्हणून पार्था, असा नियमितपणा ज्या भाग्यपुरुषाच्या हातून घडतो त्याला मोक्षाचे राज्य प्राप्त होते. नियमितता आणि योगाभ्यास या गंगायमुनांचा संगम ज्या प्रयागक्षेत्री होतो तिथे त्याचे मन क्षेत्रसंन्यस्त होऊन स्थिरावते. जिथे वारा येत नाही तिथे सतत तेवणारा दिवा जसा असतो, निर्वात स्थळीचा दीप तसा तो पुरुष योगयुक्त होतो, त्याचे तप निर्वेधपणे चालत रहाते.

।। जय जय रामकृष्ण हरी ।।

आतां तुझें मनोगत जाणोनी । कांही एक आम्ही म्हणोनी ।
तें निकें चित्त देऊनि । परिसावें गा ।।३५९ ।।
तूं प्राप्तीची चाड वाहसी । परि अभ्यासीं दक्षु नव्हसी ।
तें सांग पां काय बिहसी । दुवाडपणा ।।३६० ।।
तरी पार्था हें झणें । सायास घेशी हो मनें ।
वायां बागूल इयें दुर्जनें । इंद्रियें करिती ।।३६१ ।।
पाहें पां आयुष्याचा अढळ करी । जें सरतें जीवित वारी ।
तया औषधातें वैरी । काय जिव्हा न म्हणे ।।३६२ ।।
ऐसें हितासी जें जें निकें । तें सदाचि या इंद्रियां दुःखे ।
एऱ्हवी सोपें योगासारिखें । काही आहे ।।३६३ ।।
म्हणोनि आसनचिया गाढिका । जो आम्हीं अभ्यासु सांगितला निका ।
तेणें होईल तरी हो कां । निरोधु यया ।।३६४ ।।

आता तुझ्या मनातील भावभावना ओळखून, तुझे मनोगत जाणून मी जे काही सांगतो ते नीट लक्ष देऊन ऐक. तू मोक्षप्राप्तीची अपेक्षा बाळगतोस, ती आपल्याला व्हावी असे तुला वाटते पण अभ्यासाचा कंटाळा करतोस. अभ्यासाच्या बाबतीत तू दक्ष नाहीस. या विषयातील अवघडपणाचे भय तुला वाटते काय? अर्जुना, हे कष्टप्रद काम आहे असा, मनाचा कल होऊ लागला असेल तर तसा होऊ देऊ नकोस. ही दुष्ट इंद्रिये उगाचच बागुलबुवा दाखवतात. हे बघ, आयुष्य वाढवणारे आणि दुखणे बरे करणारे औषध जिभेला शत्रुवत् वाटते त्याप्रमाणे आपल्या अंतिम हितास जे उपकारक ते या इंद्रियांना नेहमीच दुःखदायक वाटते पण अन्यथा योगासारखे सुलभ काही आहे का? म्हणून आसनाच्या बळकटपणापासूनच्या योगाभ्यासाला आरंभ करण्यासाठी योगअभ्यास आम्ही तुला सांगितला त्या योगे इंद्रियाचा निग्रह होईल.

।। जय जय रामकृष्ण हरी ।।

जेणें ऐक्याचिये दिठी । सर्वत्र मातेंचि किरीटी ।
देखिला जैसा पटीं । तंतु एक ।। ३९८ ।।
सुखदु:खादि वर्मे । कां शुभाशुभें कर्में ।
दोनी ऐसीं मनोधर्में । नेणेचि जो ।।४०५ ।।
हे समविषम भाव । आणिकही विचित्र जें सर्व ।
तें मानी जैसे अवयव । आपुले होती ।।४०६ ।।
हें एकैक काय सांगावें । जया त्रैलोक्यचि आघवें ।
मी ऐसें स्वभावें । बोधा आलें ।।४०७ ।।
म्हणोनि आपणपां विश्व देखिजे । आणि आपण विश्व होईजे ।
ऐसें साम्यचि एक उपासिजे । पांडवा गा ।।४०९ ।।
हे तूतें बहुतीं प्रसंगीं । आम्ही म्हणों याचिलागीं ।
जे साम्यापरौती जगीं । प्राप्ति नाहीं ।।४१० ।।

अर्जुना ज्याप्रमाणे एखाद्या वस्त्रात सर्व तंतु एकच असतात त्याप्रमाणे ज्याने ऐक्याच्या दृष्टीने मी सर्वत्र आहे हे जाणले, जो सुख आणि दु:ख, शुभ आणि अशुभ ही दोन वेगवेगळी आहेत असे समजत नाही. सम विषम असा भाव ज्याच्या मनीमानसी नाही, आपल्या शरीराच्या अवयवांप्रमाणे सर्वांना समान समजतो, ज्याला त्रैलोक्य म्हणजे मीच आहे हे नीट समजले आहे, त्याच्याबद्दल आणखी काय सांगू ? म्हणून अर्जुना स्वत: विश्वरूप होता येईल अशा समदृष्टीची तू उपासना कर. आम्ही तुला पूर्वी, पुन:पुन्हा ऐकविले आहे की, समदृष्टीसारखे जगात दुसरे काही मिळविण्यासारखे नाही.

।। जय जय रामकृष्ण हरी ।।

अर्जुन म्हणे देवा । तुम्ही सांगा कीर आमुचिया कणवा ।
परि न पुरों जी स्वभावा । मनाचिया ।।४११ ।।
हें मन कैसें केवढें । ऐसें पाहों म्हणों तरी न सांपडे ।
एऱ्हवीं राहाटावया थोडें । त्रैलोक्य यया ।।४१२ ।।
जें बुद्धीतें सळी । निश्चयातें टाळी ।
धैर्येसीं हातफळी । मिळऊनि जाय ।।४१४ ।।
जें विवेकातें भुलवी । संतोषासीं चाड लावी ।
बैसिजे तरी हिंडवी । दाही दिशा ।।४१५ ।।
जे निरोधलें घे उवावो । जया संयमुचि होय सावावो ।
तें मन आपुला स्वभावो । सांडील काई ।।४१६ ।।
म्हणोनि मन एक निश्चळ राहेल । मग आम्हांसि साम्य येईल ।
हें विशेषेंही न घडेल । याचिलागीं ।।४१७ ।।

अर्जुन भगवान् श्रीकृष्णांना विचारतो, ''देवा, आमच्याविषयीच्या कळकळीने तुम्ही सांगत आहात हे खरे पण, मनाच्या चंचलतेपुढे आमचे काही चालत नाही. हे मन कसे आणि केवढे आहे काही समजत नाही, एरवी या मनाला भटकायला त्रैलोक्यही अपुरे आहे. हे मन बुद्धीचा छळ मांडते, निश्चय मोडून टाकते आणि धैर्याच्या हातावर तुरी देऊन निघून जाते. विवेकाला हे मन भुलवते, संतोषाला नादावते आणि एका स्थळी बसलो असताना ते दाही दिशांना हिंडवून आणते. त्याला विरोध केला किंवा आवरण्याचा प्रयत्न केला तर ते उसळते. ते मन आपला स्वभाव टाकील काय, सोडील काय? म्हणून मन स्थिर झाले तरच आम्हाला समदृष्टी प्राप्त होणार, पण एकूण मनाची चंचलता पाहता मला ती गोष्ट अवघड वाटते.''

।। जय जय रामकृष्ण हरी ।।

तंव कृष्ण म्हणती साचचि । बोलत आहासि ते तैसेंचि ।
यया मनाचा कीर चपळचि । स्वभावो गा ।।४१८।।
परि वैराग्येचेनि आधारें । जरि लाविलें अभ्यासाचिये मोहरे ।
तरि केतुलेनि एके अवसरें । स्थिरावेल ।।४१९।।
कां जें यया मनाचें एक निकें । जे हें देखिले गोडीचिया ठाया सोके ।
म्हणोनि अनुभवसुखचि कवतिकें । दावीत जाइजे ।।४२०।।
एऱ्हवीं विरक्ति जयांसि नाहीं । जे अभ्यासीं न रिघती कहीं ।
तयां नाकळे हें आम्हीही । न मनूं कायी ।।४२१।।
या जालिया मानसा कहीं । युक्तीची कांबी लागली नाहीं ।
तरी निश्चल होईल काई । कैसेनि सांगें ।।४२३।।
म्हणोनि मनाचा निग्रहो होये । ऐसा उपाय जो आहे ।
तो आरंभीं मग नोहे । कैसा पाहों ।।४२४।।

त्यावर भगवान् श्रीकृष्ण म्हणाले, ''अर्जुना तू सांगतो आहेस, ते खरेच आहे. या मनाचा स्वभाव चपळच आहे. पण वैराग्याचा आधार घेऊन, वैराग्याच्या बळाने मन स्थिर करण्याचा प्रयत्न केला आणि अभ्यासाकडे वळवले तर यथावकाश ते स्थिर होईल. मनाची एक गोष्ट चांगली आहे, ज्याची मनाला गोडी लागेल तिथे ते स्थिरावते म्हणून आपण त्याला कौतुकाने आत्मसुखाची गोडी लावावी. एरवी ज्यांचे जवळ विरक्ती नाही, वैराग्य नाही, जे कधीच अभ्यास करीत नाहीत, ज्यांचे मनावर नियंत्रण नाही त्यांना मोक्षाची वाट सापडणार नाही हे आम्हालाही समजते. पण यमनियमांचा विचार केला नाही, जो विषयसुखात बुडाला आहे आणि ज्याच्या मनाला युक्तीचा चिमटा बसलेला नाही त्याचे मन निश्चल कसे होईल? म्हणून आधी तू मनाच्या निग्रहाला आरंभ कर. मग ते कसे निश्चल होत नाही ते पाहू. योगसाधनेचे बळ जर अंगात असेल तर मनाची चंचलता त्याच्यापुढे कशी टिकून राहील?''

।। जय जय रामकृष्ण हरी ।।

म्हणोनि सांगें गोविंदा । कवण एकु मोक्षपदा ।
झोंबत होता श्रद्धा । उपायेंविण ।।४३१ ।।
इंद्रियग्रामोनि निगाला । आस्थेचिया वाटा लागला ।
आत्मसिद्धीचिया पुढिला । नगरा यावया ।।४३२ ।।
तंव आत्मसिद्धी न ठकेचि । आणि मागुतें न येववेचि ।
ऐसा अस्तु गेला माझारींचि । आयुष्यभानु ।।४३३ ।।
जैसें अकाळीं आभाळ । अळुमाळु सपातळ ।
विपायें आलें केवळ । वसे ना वर्षे ।।४३४ ।।
तैसीं दोन्ही दुरावलीं । जे प्राप्ती तंव अलग ठेली ।
आणि अप्राप्तीही सांडवली । श्रद्धा तया ।।४३५ ।।
ऐसा वोला तरला काजी । जो श्रद्धेच्या समाजीं ।
बुडला तया हो जी । कवण गति ।।४३६ ।।

हे गोविंदा, एक सांगा, कोणी एक जण तीव्र प्रयत्नाशिवाय श्रद्धा भक्तियुक्त अंत:करणाने मोक्ष प्राप्तीकरितां इच्छा करीत होता. इंद्रियरूपी गावाहून निघाला व मोक्षरूपी गावाला जाण्याकरिता तो भक्तिरूप मार्गाला लागला. पण तो त्या मोक्षरूपी गावाला धड पोचला नाही तोच त्याचा आयुष्यसूर्य अस्ताला गेला. अकाली विरळ मेघ टिकत नाहीत आणि पाऊसही पाडू शकत नाहीत त्याप्रमाणे संसार आणि मोक्ष दोन्ही त्याला दुरावली. याप्रमाणे जो पुरुष मोक्षापर्यंत पोहोचलाच नाही, श्रद्धा असूनही तिथपर्यंत पोहोचण्यापूर्वीच मृत्यू आल्यामुळे, आयुष्य अस्तास गेल्यामुळे पोहोचलाच नाही, त्या पुरुषाला कोणती गति, कोणता लोक प्राप्त होतो हे तुम्ही मला जरा सांगा.''

।। जय जय रामकृष्ण हरी ।।

तंव कृष्ण म्हणती पार्था । जया मोक्षसुखीं आस्था ।
मोक्षावांचुनि अन्यथा । गति आहे गा ।।४३७ ।।
परि एतुलेंचि एक घडे । जें माझारीं विसवावें पडे ।
तेंहि परी ऐसेनि सुरवाडें । जो देवां नाहीं ।।४३८ ।।
एऱ्हवीं अभ्यासाचां उचलतां । पाउलीं जरी चालता ।
तरी दिवसाआधीं ठाकिता । सोहंसिद्धीतें ।।४३९ ।।
परि तेतुला वेगु नव्हेचि । म्हणऊनि विसावा तरी निकाचि ।
पाठीं मोक्षु तंव तैसाचि । ठेविला असे ।।४४० ।।
ऐकें कवतिक हें कैसें । जें शतमखा लोक सायासें ।
ते तो पावे अनायासें । कैवल्यकामु ।।४४१ ।।
मग तेथिंचे जे अमोघ । अलौकिक भोग ।
भोगितांही सांग । कांटाळे मन ।।४४२ ।।

त्यावर भगवान् श्रीकृष्णांनी अर्जुनाला उत्तर दिले की, ज्याला मोक्षसुखाची आस लागली आहे त्याला मोक्षाशिवाय अन्य गति आहे तरी का ? पण एक असे घडते की त्याला मध्येच विसावा घ्यावा लागतो, पण तो विसावा इतका सुखकर की, तो देवदेवतांनाही तसा मिळत नाही. जर त्याने वेगाने अभ्यासाची पावले टाकली असती तर त्याला मोक्षप्राप्ती झाली असती. पण तेवढा वेग त्याला शक्य झाला नाही. त्यामुळे थोडे थांबणे, विश्रांती घेणे त्याला क्रमप्राप्त झाले, नंतर मोक्षप्राप्ती आहेच. आता एक कौतुक असे पहा, जो लोक मिळावा म्हणून शंभर यज्ञ करणाऱ्यास कष्ट करून जो मोक्ष मिळतो ते सुख मोक्षेच्छु पुरुषाला सहज प्राप्त होतो, पण तेथील अलौकिक भोगांना तो कंटाळतो.

।। जय जय रामकृष्ण हरी ।।

हा अंतरायो अवचितां । कां वोढवला भगवंता ।
दिविभोग भोगितां । अनुतापी नित्य ।।४४३ ।।
पाठीं जन्मे संसारीं । परि सकळ धर्माचिया माहेरीं ।
लांबा उगवे आगरीं । विभवश्रियेचा ।।४४४ ।।
जयातें नीतीपंथें चालिजे । सत्यधूत बोलिजे ।
देखावें तें देखिजें । शास्त्रदृष्टी ।।४४५ ।।
वेद तो जागेश्वरू । जया व्यवसाय निजाचारू ।
सारासारविचारू । मंत्री जयातें ।।४४६ ।।
जयाचां कुळीं चिंता । जाली ईश्वराची पतिव्रता ।
जयातें गृहदेवता । आदि ऋद्धी ।।४४७ ।।
ऐसी निजपुण्याची जोडी । वाढिन्नली सर्वसुखाची कुळवाडी ।
तिये जन्में तो सुरवाडी । योगच्युतु ।।४४८ ।।

साहजिकच तिथे कंटाळल्यामुळे तो स्वर्गातील भोग भोगत असताना भगवंताला विचारतो, ''हे असले विघ्न का बरे मध्येच आले ?'' त्याचे मन पश्चात्तापदग्ध झालेले असते. नंतर तो परत मृत्यूलोकी जन्म घेतो, पण अशा घरात जिथे सर्व धर्म नांदत आहेत, वैभवरूप लक्ष्मींचे जे कुलरूपी शेत आहे त्या घरात भातगोट्याचे रोपाप्रमाणे वाढतो. या घरातील लोक सत्यधर्म जाणतात, सर्वत्र पावित्र्य असते आणि जे काही करावयाचे ते घरातील लोक शास्त्रशुद्ध दृष्टीने करीत असतात. ज्या कुळात वेद जागे आहेत, शास्त्रविहित आचरण हा त्या कुलातील लोकांचा व्यवसाय आणि सारासार विचार, विवेकबुद्धी हा त्यांचा मंत्री असतो, त्या कुळात चिंतेला वाव नसतो, चिंता ही ईश्वराची पतिव्रता असते आणि ऋद्धि-सिद्धी ज्या घरातील देवता आहेत, अशा कुलात, कुटुंबात तो पूर्वपुण्याईच्या बळावर तो योगभ्रष्ट जन्म सुखाने घेतो.

।। जय जय रामकृष्ण हरी ।।

मोटकी देहाकृति उमटे । आणि निजज्ञानाची पाहांट फुटे ।
सूर्यापुढां प्रगटे । प्रकाशु जैसा ।।४५२ ।।
तैसी दशेची वाट न पाहतां । वयसेचिया गांवा न येतां ।
बाळपणींच सर्वज्ञता । वरी तयातें ।।४५३ ।।
तिये सिद्धप्रज्ञेचेनि लाभें । मनचि सारस्वतें दुभे ।
मग सकळ शास्त्रें स्वयंभें । निघती मुखें ।।४५४ ।।
अमरीं भाट होईजे । मग मृत्युलोकाते वानिजे ।
ऐसें जन्म पार्था गा जें । तें तो पावे ।।४५६ ।।
आणि मागील जे सद्बुद्धि । जेथ जीविता जाहाली होती अवधि ।
मग तेचि पुढती निरवधि । नवी लाहे ।।४५७ ।।
तैसा संतोषाचा काय घडिला । कीं सिद्धिभांडारींहूनि काढिला ।
दिसे तेणें माने रुढला । साधकदशे ।।४६४ ।।

ज्याप्रमाणे प्रत्यक्ष सूर्योदय होण्यापूर्वी सूर्यप्रभा पसरू लागते त्याप्रमाणे जन्म घेतल्यावर, लहान वयातच त्यांना आत्मबोध होतो. प्रौढावस्थेपर्यंत पोहोचण्यापूर्वीच बालपणीच त्यांना सर्वज्ञता प्राप्त होते. पूर्वजन्मात मिळालेली सिद्धी व बुद्धी त्याला सर्व विद्या प्राप्त करून देतात आणि त्याच्या मुखातून शास्त्रे स्वत: होऊन प्रकट होऊ लागतात. मग देवांची प्रशंसास्तोत्रे गाऊन मृत्यूलोकाचे कौतुक करावे अशा उत्तम कुळात हा योगभ्रष्ट पुरुष जन्म घेतो. आणि पूर्वजन्माला जिथे पूर्णविराम मिळाला तीच बुद्धी त्याला या जन्मी, जन्मत: सहजगत्या मिळते. साहजिकच साधकदशेतच तो सिद्धी समुदायातीलच संतोषाचा पुतळा होतो.

।। जय जय रामकृष्ण हरी ।।

जे वर्षशतांचिया कोडी । जन्मसहस्रांचिया आडी ।
लंघिता पातला थडी । आत्मसिद्धीची ।।४६५ ।।
म्हणोनि साधनजात आघवें । अनुसरे तया स्वभावें ।
मग आयतिये बैसे राणिवे । विवेकाचिये ।।४६६ ।।
पाठीं विचारितया वेगा । तो विवेकुही ठाके मागां ।
मग अविचारणीय तें आंगा । घडोनि जाय ।।४६७ ।।
ऐसी ब्रह्मीची स्थिती । जे सकळां गतींसी गती ।
तया अमूर्ताची मूर्ति । होऊनि ठाके ।। ४७० ।।
तेणें बहुतीं जन्मीं मागिलीं । विक्षेपांचीं पाणिवळें झाडिलीं ।
म्हणोनी उपजतखेंवो बुडाली । लग्नघटिका ।।४७१ ।।
अगा योगी जो म्हणिजे । तो देवांचा देव जाणिजे ।
आणि सुखसर्वस्व माझें । चैतन्य तो ।।४८२ ।।

कारण तो सहस्र वर्षातील शेकडो जन्मांचे प्रतिबंध, अडचणी पार करून अखेर आत्मसिद्धीच्या तीराला लागलेला असतो. म्हणून जेवढी जेवढी साधने आहेत ती त्याला जन्मत:च प्राप्त होतात आणि तो सहजच विवेकाच्या राज्यावर बसतो. मग विचारांच्या वेगामुळे विवेकही मागे राहतो आणि मग विचारांच्या पलिकडचे जे ब्रह्मस्वरूप त्याला प्राप्त होते. तशी ब्रह्माची जी स्थिती, जी सर्व गतींची गती आहे, त्या निर्गुण निराकार ब्रह्मस्थितीची तो केवळ मूर्ति होतो. त्याने मागील अनेक जन्मातील विक्षेपरूपी केरकचरा झटकून टाकलेला असतो म्हणून हा जन्म होताच त्याची लग्नघटिका बुडून जाते. अर्जुना, असा योगी जो माझे सुखसर्वस्व आणि चैतन्य आहे तो देवांचा देव समजावा.

।। जय जय रामकृष्ण हरी ।।

।। अध्याय सातवा ।।

आइकां मग तो श्री अनंतु । पार्थातें असे म्हणतु ।

पै गा तूं योगयुक्तु । जालासी आतां ।।१।।

मज समग्रातें जाणसी ऐसें । आपुलिया तळहातींचें रत्न जैसें ।

तुज ज्ञान सांगेन तैसें । विज्ञानेंसीं ।।२।।

एथ विज्ञानें काय करावें । ऐसें घेसी जरी मनोभावें ।

तरी पैं आधीं जाणावें । तेंचि लागे ।।३।।

तैसी जाणीव जेथ न रिघे । विचार मागुता पाउलीं निघे ।

तर्कु आयणी नेघे । आंगीं जयांचा ।।५।।

अर्जुना तया नांव ज्ञान । येर प्रपंचु हें विज्ञान ।

तेथ सत्यबुद्धि तें अज्ञान । हेंही जाण ।।६।।

आता अज्ञान अवघें हरपे । विज्ञान नि:शेष करपे ।

आणि ज्ञान तें स्वरूपें । होऊनि जाईजे ।।७।।

मग भगवान् श्रीकृष्ण अर्जुनाला म्हणाले, ''अरे तू आता योगाच्या ज्ञानाने युक्त झाला आहेस. आपल्या तळहातात घेतलेल्या रत्नाप्रमाणे मला संपूर्णाला तू जाणशील. असे प्रपंचज्ञानासह तुला स्वरुपज्ञान सांगतो. येथे विज्ञानाशी काय करावयाचे आहे अशी जर तुझी मनापासून समजूत असेल तर तेच अगोदर समजणे जरूरी आहे. तेच आधी नीट समजून घे. जिथे बुद्धीचा प्रवेश होत नाही. विचार माघारी फिरतो आणि त्याच्या तर्काचे चातुर्य चालत नाही. अर्जुना, त्याचे नाव ज्ञान होय. त्याहून दुसरा जो प्रपंच ते विज्ञान आहे आणि प्रपंचाच्या ठिकाणी खरेपणाची बुद्धी जी, तिला अज्ञान म्हणतात. हे ही तू समज. आता अज्ञान संपूर्ण नाहीसे होईल व प्रपंच पूर्णपणे बाधित होईल आणि ज्ञान आपण स्वत:च होऊन जाऊ.

।। जय जय रामकृष्ण हरी ।।

ऐसें वर्म जें गूढ। तें कीजेल वाक्यारूढ।
जेणें थोडेन पुरे कोड। बहुत मनींचें ।।९ ।।
पै गा मनुष्यांचिया सहस्रशां । माजी विपाइलेयाचि धिंवसा।
तैसें या धिंवसेकरां बहुवसां। माजि विरळा जाणे ।।१० ।।
जैसा भरलेया त्रिभुवना। आंतु एकएकु चांगु अर्जुना।
निवडूनि कीजे सेना। लक्षवरी ।।११ ।।
कीं तयाही पाठीं। जें वेळी लोह मांसातें घांटी।
ते वेळी विजयश्रियेच्या पाटीं। एकुचि बैसे ।।१२ ।।
तैसे आस्थेचां महापुरीं। रिघताती कोटिवरी।
परी प्राप्तीच्या पैलतीरीं। विपाइला निगे ।।१३ ।।
म्हणऊनि सामान्य गा नोहे। हें सांगतां वडिल गोठी गा आहे।
परी ते बोलों येईल पाहें। आता प्रस्तुत ऐकें ।। १४ ।।

असे जे गूढ वर्म आहे ते शब्दात आणले जाईल व त्याच्या थोड्या प्रतिपादनानेच मनाचे पूर्ण समाधान होईल. अरे अर्जुना, हजारो मनुष्यात एखाद्यासच याविषयी इच्छा असते व अशा इच्छा करणाऱ्यांमध्ये स्वरुपज्ञानास एखादाच जाणतो. ज्याप्रमाणे संपूर्ण त्रैलोक्यात, अर्जुना एक एक चांगला सैनिक निवडून लक्षावधी सैन्य तयार करावे. असे सैन्य निवडल्यानंतर ज्यावेळी लोखंडाच्या शस्त्रांचे अंगावर घाव होतात. त्यावेळी विजय लक्ष्मीच्या सिंहासनावर एखादाच बसतो. त्याप्रमाणे स्वरुप ज्ञानाच्या इच्छारूपी पुरात कोट्यवधी लोक प्रवेश करतात. पण स्वरुपज्ञानाच्या प्राप्तीच्या पलीकडच्या काठाला एखादाच निघतो. म्हणून हे सामान्य नाही. सांगावयास गेले असता ही गोष्ट फार महत्त्वाची आहे. परंतु ती ज्ञानाची गोष्ट पुढे सांगता येईल.

।। जय जय रामकृष्ण हरी ।।

हे रोहिणीचें जळ । तयाचें पाहतां येईजे मूळ ।
तैं रश्मि नव्हती केवळ । होय तो भानु ।।२९ ।।
तयाचिपरी किरीटी । इया प्रकृति जालिये सृष्टी ।
जैं उपसंहरूनि कीजेल ठी । तैं मीचि आहें ।।३० ।।
ऐसें होय दिसे न दिसे । हें मजचि माजींवडे असे ।
मियां विश्व धरिजे जैसें । सूत्रें मणि ।।३१ ।।
सुवर्णाचे मणी केले । ते सोनियाचे सुतीं वोविले ।
तैसें म्यां जग धरिलें । सबाह्याभ्यंतरीं ।।३२ ।।
म्हणौनि उदकीं रसु । कां पवनीं जो स्पर्शु ।
शशिसूर्यीं जो प्रकाशु । तो मीचि जाण ।।३३ ।।
तैसाचि नैसर्गिकु शुद्धु । मी पृथ्वीच्या ठायीं गंधु ।
गगनीं मी शब्दु । वेदीं प्रणवु ।।३४ ।।

या मृगजळाचे मूळ पाहू गेले असता ते सूर्यकिरणे नसून, केवळ तो सूर्यच आहे. त्याचप्रमाणे अर्जुना, ज्यावेळी या प्रकृतीपासून झालेल्या सृष्टीचा उपसंहार होऊन शेवट मुक्काम होतो, त्यावेळी पाहिले असता मीच आहे. याप्रमाणे जगाची उत्पत्ती, स्थिती आणि लय हे माझ्या मध्येच आहेत. ज्याप्रमाणे दोरा मण्याला धारण करतो. त्याप्रमाणे मी जगाला धारण करतो. सोन्याचे मणि करून ते सोन्याच्या सुतांत ओवावेत त्याप्रमाणे आत-बाहेर जग मीच धरले आहे. म्हणून पाण्यामध्ये रस किंवा वात्यामध्ये स्पर्श अथवा चंद्रसूर्यामध्ये जे तेज आहे ते मीच आहे असे समज. त्याचप्रमाणे पृथ्वीच्या ठिकाणी स्वभावत:च असणारा शुद्ध वास मीच आहे. आकाशाच्या ठिकाणी असणारा शब्द मी आहे व वेदांमधील ॐकार मी आहे.

।। जय जय रामकृष्ण हरी ।।

नराचां ठायीं नरत्व । जें अहंभाविये सत्त्व ।
तें पौरुष मी हें तत्त्व । बोलिजत असे ।।३५।।
अग्नि ऐसें आहाच । तेज नामाचें आहे कवच ।
तें परौतें केलिया साच । निजतेज तें मी ।।३६।।
आणि नानाविध योनी । जन्मोनि भूतें त्रिभुवनीं ।
वर्तत आहाति जीवनीं । आपुलाला ।।३७।।
एकें पवनेंचि पिती । एकें तृणास्तव जिती ।
एकें अन्नाधारें राहती । जळें एकें ।। ३८ ।।
ऐसे भूतांप्रति आनान । जें प्रकृतिवशें दिसे जीवन ।
तें आघवाठायीं अभिन्न । मीचि एक ।। ३९ ।।
ऐसे अनादि जें सहज । तें मी गा विश्वबीज ।
हें हातातळीं तुज । देईजत असे ।।४२।।

अग्नि नावाचे कवच आहे, ते दूर केल्यावर जे स्वयंसिद्ध तेज ते मीच आहे. या जगात नाना प्रकारच्या योनीत प्राणी जन्माला येतात आणि आपले जीवन व्यतीत करतात. काही वारा पिऊन राहतात तर काही गवत खाऊन राहतात, कितीतरी अन्नावर जगतात तर कित्येकांना पाणी हाच जीवनाधार असतो. याप्रमाणे प्राण्यांना ज्याच्या त्याच्या प्रकृतीला अनुसरून जो आहार दिसतो. त्या सर्व निरनिराळ्या आहारांच्या ठिकाणी मीच एक अभिन्नत्वाने आहे. असे जे जग ते आकाशाच्या अंकुराने विस्तारित होते आणि सृष्टीच्या लयाच्या काळी ॐकाररुपी पटावरील अक्षराचा ग्रास करते. जगाचा आकार दिसतो तसा असतो पण महाप्रलयाचे वेळी ते निराकार होते. असे जे स्वभावत: अनादि विश्वाचे बीज ते मी आहे. हे मी तुला तळहातात देतो.

।। जय जय रामकृष्ण हरी ।।

परी हे अप्रासंगिक आलाप । आतां असतु न बोलों संक्षेप ।
जाण तपियांच्या ठायीं तप । तें स्वरूप माझें ।।४४ ।।
बळियांमाजी बळ । तें मी जाणें अढळ ।
बुद्धिमंती केवळ । बुद्धि तें मी ।।४५ ।।
भूतांच्या ठायीं कामु । तो मी म्हणे आत्मारामु ।
जेणें अर्थास्तव धर्मु । थोरु होय ।।४६ ।।
एऱ्हवीं विकाराचेनि पैसे । करी कीर इंद्रियांचे यांचि ऐसें ।
परी धर्मासि वेखासें । जावों नेदी ।।४७ ।।
जो अप्रवृत्तीचा अव्हांटा । सांडूनि विधीचिया निघे वाटा ।
तेवींचि नियमाचा दिवटा । सवें चाले ।।४८ ।।
हें एकेक किती सांगावें । आतां वस्तुजातचि आघवें ।
मजपासूनि जाणावें । विकारलें असे ।।५२ ।।

आता हे विषयान्तर पुरे, ते मी आता बोलत नाही. तप करणाऱ्या तपस्व्यांचे जे तप आहे ते मी आहे. बलिष्ठांच्या अंगी जे अढळ बळ आहे तें ती माझीच विभुती आहे, बुद्धिमान लोकांचे ठायी जी बुद्धी आहे ती माझीच विभुती आहे. ज्या कामाच्या वेगाने धर्माचा उत्कर्ष होतो ती प्राणीमात्रांच्या ठायी असणारा जो काम आहे तो मी आहे. एरवी विकारांच्या फैलावाने इंद्रियासच अनुकूल अशी कर्मे खरोखर करतो. परंतु ती कर्मे धर्मास विरुद्ध जाऊ देत नाहीत. कारण की शास्त्र निषिद्ध कर्माची आडवाट सोडून शास्त्रविरहित कर्माच्या राजमार्गाने निघतो व त्याचप्रमाणे विधीच्या मार्गाने तो जात असताना त्यांच्याबरोबर नियमरुपी मशालजी चालतो. हे वेगळे वेगळे किती सांगावे! आता जेवढे म्हणून पदार्थ आहेत तेवढे सर्व माझ्यापासूनच आकाराला आलेले आहेत असे समज.

।। जय जय रामकृष्ण हरी ।।

जे सात्त्विक हन भाव । कां रजतमादि सर्व ।
ते ममरूपसंभव । वोळखे तूं ।।५३ ।।
हे जाले तरी माझा ठायीं । परी ययांमाजी मी नाही ।
जैसी स्वप्नींचा डोहीं । जागृति न बुडे ।।५४ ।।
नातरी रसाचीचि सुघट । जैशी बीजकणिका तरी घनवट ।
परी तियेस्तव होय काष्ठ । अंकुरद्वारें ।।५५ ।।
मग तया काष्ठाचां ठायीं । सांग पां बीजपण असे काई ।
तैसा मी विकारीं नाहीं । जरी विकारला दिसे ।।५६ ।।
मग तया उदकाचेनि आवेशें । प्रगटलें तेज जें लखलखीत दिसे ।
तिये विजूमाजीं असे । सलिल कायी ।।५८ ।।
सांगे अग्नीस्तव धूम होये । तिये धूमीं काय अग्नि आहे ।
तैसा विकारु हा मी नोहें । जरी विकारला असें ।।५९ ।।

सत्त्व, रज, तम युक्त असे जे जे पदार्थ आहेत, जे जे प्राणीमात्र आहेत ते ते सर्वजण माझ्यापासून उत्पन्न झाले आहेत असे समज. स्वप्नांच्या डोहात जागृति जसे बुडत नाही अथवा ज्याप्रमाणे भरीव बी गोठलेला रसच असतो, पण त्यापासूनच अंकुर उत्पन्न होऊन त्याचेच लाकूड बनते त्या लाकडात बीपणा थोडा तरी असतो का ? त्याप्रमाणे मी विकारी वाटलो तरी मी त्या विकारात नाही. भाव जरी माझ्यापासून निर्माण झाले तरी त्या भावात मी नाही. पाण्याच्या जोराने उत्पन्न झालेले जे लखलखीत तेज दिसते, ज्याला आपण वीज म्हणतो तिच्यात पाणी असते काय ? अग्निमुळे धूर उत्पन्न होतो पण धुरात अग्नि असतो काय ? त्याप्रमाणे विकार जरी माझ्यापासून निर्माण झाले असले तरी मी विकारी होत नाही.

।। जय जय रामकृष्ण हरी ।।

परी उदकीं झाली बाबुळी । जें उदकातें जैसी झाकोळी ।
कां वायांचि आभाळीं । आकाश लोपे ।।६० ।।
तैसी हे माझीच बिंबली । त्रिगुणात्मक साउली ।
कीं मजचि आड वोडवली । जवनिका जैसी ।।६३ ।।
म्हणऊनि भूतें मातें नेणती । माझींच परी मी नव्हतीं ।
जैसी जळींची जळीं न विरती । मुक्ताफळें ।।६४ ।।
पैं पृथ्वीयेचा घटु कीजे । सवेंचि पृथ्वीसि मिळे जरी मेळविजे ।
एऱ्हवी तोचि अग्निसंगें सिजे । तरी वेगळा होय ।।६५ ।।
तैसें भूतजात सर्व । माझेचि कीर अवयव ।
परि मायायोगें जीव । दशे आले ।।६६ ।।
म्हणोनि माझेचि मी नव्हती । माझेचि मज नोळखती ।
अहंममताभ्रांती । विषयांध जाले ।।६७ ।।

पाण्यावर साठणारे शेवाळे पाण्याला झाकून टाकते किंवा ढगांमुळे आकाश खोटे खोटे झाकले जाते त्याप्रमाणे त्रिगुणात्मक माया माझीच पडलेली छाया आहे. ती जणू काय पडद्याप्रमाणे माझ्या आड आली आहे म्हणून प्राणी मला जाणत नाहीत ते माझेच आहेत. ज्याप्रमाणे मोती पाण्यापासून तयार होतात पण पाण्यात विरघळत नाहीत. मातीचे मडके करावे व ते केल्याबरोबर मातीशी मिळवले तर मातीत न मिळता खापररूपाने वेगळे रहाते. त्याचप्रमाणे सर्व प्राणिमात्र हे खरोखरच माझेच अवयव आहेत. पण मायेच्या योगाने ते जीवदशेस आले. हे प्राणी माझेच असून मला जाणत नाहीत कारण मी आणि माझेपण या भ्रांताने विषयांच झाले आहे. दुर्गुणांनी ते ग्रासले आहेत.

।। जय जय रामकृष्ण हरी ।।

म्हणउनि गा पंडुसुता । जैसी सकामा न जिणवेची वनिता ।
तेवीं मायामय हे सरिता । न तरवें जीवां ।।९६ ।।
येथ एकचि लीला तरले । जे सर्वभावें मज भजले ।
तयां ऐलीच थडीये सरलें । मायाजळ ।।९७ ।।
जयां सद्गुरु तारू पुढे । जे अनुभवाचिये कांसे गाढे ।
जयां आत्मनिवेदनतरांडे । आकळलें ।।९८ ।।
जे अहंभावाचें वोझें सांडुनी । विकल्पाचिया झुळूका चुकाउनी ।
अनुरागाचा निरुता होउनि । पाणिढाळु ।।९९ ।।
जया ऐक्याचिया उतारा । बोधाचा जोडला तारा ।
मग निवृत्तीचिया पैल तीरा । झेंपावले जे ।।१०० ।।
येणें उपायें मज भजले । ते हे माझी माया तरले ।
परि ऐसे भक्त विपाइले । बहुवस नाहीं ।।१०२ ।।

यासाठी अर्जुना, ज्याप्रमाणे विषयासक्त पुरुषाला स्त्री जिंकता येत नाही त्याप्रमाणे जिवांना स्वसामर्थ्यावर ही मायारूप नदी तरून जाता येणार नाही. ज्यांनी सर्व भावे माझी भक्ती केली, माझे भजन केले तेच तेवढे ही मायानदी पार करून गेले. एवढेच नव्हे तर ऐलथडी, अलिकडच्या काठावर असतानाच मायाजळ नाहीसे होते. ज्यांच्यासाठी सद्गुरू हाच नावाडी असून ज्यांनी आत्मानुभवाचा कासोटा घट्ट बांधला आहे त्यांना आत्मनिवेदनाचा ताफा प्राप्त झाला आहे. मीपणाचे ओझे टाकून, विकासरूपी वात्याच्या झुळका चुकवून संसारावरील प्रेमाच्या ओहोटीचे पाणी तपासून व ज्यांना जीव व परमात्मा ज्यांच्या ऐक्यरूपी उतार असलेल्या पाण्यात ज्ञानरूपी सोपी पायवाट सापडून मग जे निवृत्तिरूपी तीराकडे वळले या उपायाने जे मला भजले ते ही माझी माया तरून गेले. परंतु असे भक्त थोडे आहेत फार नाहीत.

।। जय जय रामकृष्ण हरी ।।

म्हणोनि ते मातें चुकले । आइकां चतुर्विध मज भजले ।
जिहीं आत्महित केलें । वाढतें गा ।।१०८ ।।
तो पहिला आर्तु म्हणिजे । दुसरा जिज्ञासु बोलिजे ।
तिजा अर्थार्थी जाणिजे । ज्ञानिया चौथा ।।१०९ ।।
तेथ आर्तु तो आर्तीचेनि व्याजें । जिज्ञासु तो जाणावयालागीं भजे ।
तिजेनि तेणें इच्छिजे । अर्थसिद्धी ।।११० ।।
मग चौथियाचा ठायीं । कांहींचि करणें नाहीं ।
म्हणोनि भक्तु एकु पाही । ज्ञानिया जो ।।१११ ।।
जे तया ज्ञानाचेनि प्रकाशें । फिटलें भेदाभेदांचें कवडसें ।
मग मीचि जाहला समरसें । आणि भक्तुही तेवींचि ।।११२ ।।
म्हणोनि आपुलिया हिताचेनि लोभें । मज आवडे तोही भक्त झोंबे ।
परी मीचि करी वालभें । ऐसा ज्ञानिया एकु।। ११९ ।।

जे मायेने ग्रासलेले आहेत ते मला मुकतात. केवळ चौघे असे आहेत की ज्यांनी माझी भक्ती आणि भजन करून आत्महित वाढवले. त्या चौघांपैकी पहिल्याला आर्त, दुसऱ्याला जिज्ञासू, तिसऱ्याला अर्थार्थी आणि चौथ्याला ज्ञानी असे म्हणतात. आर्त भक्त हा जो असतो तो स्वत:ची दु:खापासून मुक्तता व्हावी म्हणून मला भजतो, जिज्ञासूला जाणण्यासाठी म्हणून तो भजतो, तिसऱ्याला धन हवे असते म्हणून तो मला भजतो, पण चौथा जो असतो तो निरपेक्ष भावनेने माझी भक्ती करतो. तोच माझा भक्त आहे असे समज, कारण की ज्ञानाच्या प्रकाशाने त्याच्या ठिकाणचा द्वैताद्वैतरूपी अंधार नाहीसा होतो नंतर ब्रह्मैक्यभावाने तो मद्रूप होतो आणि मद्रूपसुद्धा माझा भक्त असतोच. आपापल्याला हिताच्या इच्छेने मला वाटेल तो भक्त माझ्यात मिसळतो परंतु मीच ज्याच्यावर प्रेम करतो. अशा त्यापैकी एक ज्ञानी भक्त होय. म्हणून तो एकमेव ज्ञानी पुरुषच माझा खरा भक्त असतो.

।। जय जय रामकृष्ण हरी ।।

पाहें पां दुभतेयाचिया आशा । जगचि धेनूसि करीताहे फांसा ।
परि दोरेंवीण कैसा । वत्साचा बळी ।।१२० ।।
तें येणें मानें अनन्यगती । म्हणूनि धेनूही तैसीचि प्रीती ।
यालागीं लक्ष्मीपती । बोलिले साचें ।।१२२ ।।
हें असो मग म्हणितलें । जें का तुज सांगितलें ।
तेही भक्त भले । पढियंते आम्हां ।।१२३ ।।
परि जाणोनियां मातें । जें पाहों विसरले मागौतें ।
जैसें सागरा येऊनि सरितें । मुरडावें ठेलें ।।१२४ ।।
तैसी अंत:करणकुहरीं उपजली । जयाची प्रतीतिगंगा मज मिनली ।
तो मी हे काय बोली । फार करूं ।।१२५ ।।
एऱ्हवीं ज्ञानिया जो म्हणिजे । तो चैतन्यचि केवळ माझें ।
हें न म्हणावें परि काय कीजे । न बोलणें बोलों ।।१२६ ।।

असे पाहा, अर्जुना, दुभत्याच्या आशेने लोकच गायीला माळा घालतात. परंतु दोरावाचून वासराचा पाश कसा बळकट आहे. वासरु इतके अनन्यगति असते म्हणून गायीचेही त्याच्यावर तसेच प्रेम असते. म्हणून श्रीकृष्ण जे वर म्हणाले ते खरे आहे. नंतर भगवंतांनी म्हटले, ''हे असो इतर तीन भक्त जे तुला सांगितले ते देखील आम्हाला चांगले आवडत आहेत. परंतु मला जाणून जो मागे पाहावयास विसरला. ज्याप्रमाणे नदी समुद्राला मिळाल्यावर मागे वळत नाही. त्याप्रमाणे अंत:करणरुपी गुहेमध्ये उत्पन्न झालेली, ज्याची अनुभवरुपी गंगा मला मिळाली आहे. तो मी आहे. हे शब्दाने विस्तार करून काय सांगू! वास्तविक पाहिले तर ज्ञानी म्हणून जो म्हणतात. तो माझा केवळ आत्माच आहे. ही गोष्ट शब्दांनी सांगण्यासारखी नाही. परंतु काय करावे? ही न बोलण्यासारखी गोष्ट.''

।। जय जय रामकृष्ण हरी ।।

जे तो विषयांची मोट झाडी । माजीं कामक्रोधांचीं सांकडीं ।
चुकावूनि आला पाडीं । सद्वासनेचिया ।।१२७ ।।
मग साधुसंगें सुभटा । उजू सत्कर्माचिया वाटा ।
अपप्रवृत्तीचा अव्हांटा । डावलूनि ।।१२८ ।।
आणि जन्मशतांचा वाहतवणा । तेविंची आस्थेचिया न लेचि वाहणा ।
तेथ फलहेतूचा उगाणा । कवणु चाळी ।।१२९ ।।
ऐसा शरीरसंयोगाचिये राती । माजीं धांवतां सडिया आयती ।
तंव कर्मक्षयाची पाहाती । पाहांट जाली ।।१३० ।।
तैसी गुरुकृपाउखा उजळली । ज्ञानाची वोतपली पडली ।
तेथ साम्याची ऋद्धि उघडली । तयाचिये दिठी ।।१३१ ।।
ते वेळीं जयाकडे वास पाहे । तेउता मीचि तया एकु आहे ।
अथवा निवांत जरी राहे । तरी मीचि तया ।।१३२ ।।

तो विषयांच्या दाट झाडीतून, काम क्रोध यांची संकटे टाळून, चांगल्या वासनारुपी डोंगरावर आला. अर्जुना, मग संताच्या संगतीने विहित कर्माच्या सरळ मार्गाने निषिद्ध आचरणाचा आडमार्ग टाकून आणि शेकडो जन्माचा प्रवास करीत असताना तो फलाशेच्या वहाणा पायात घालीत नाही. अशा स्थितीत फलांच्या हेतूंचा हिशेब कोणी करावा? ह्याप्रमाणे देहतादात्म्यरुप रात्रीत सर्व संग परित्यागरुपी तयारीने धावताना कर्माच्या क्षयाची उजडती पहाट झाली. त्याचप्रमाणे गुरुकृपारुप उष:काल झाला व ज्ञानरुपी कोवळे ऊन पडले तेव्हा त्याप्रसंगी त्याच्या दृष्टीला ब्रह्मैक्याचे ऐश्वर्य दिसू लागले. त्यावेळी तो जिकडे तिकडे पाहील. तिकडे तिकडे त्याला मीच एक आहे. अथवा तो जरी निवांत राहिला तरीही त्याला मीच आहे.

।। जय जय रामकृष्ण हरी ।।

हें असो आणिक कांहीं । तया सर्वत्र मीवांचूनि नाहीं ।
जैसे सबाह्य जळ डोहीं । बुडालिया घटा ।।१३३ ।।
तैसा तो मजभीतरीं । मी तया आंतुबाहेरी ।
हें सांगिजे बोलवरी । तैसें नव्हे ।।१३४ ।।
म्हणोनि असो हें इयापरी । तो देखे ज्ञानाची वाखारी ।
तेणें संसरलोनि करी । आपु विश्व ।।१३५ ।।
हें समस्तही श्रीवासुदेवो । ऐसा प्रतीतिरसाचा वोतला भावो ।
म्हणोनि भक्तांमाजीं रावो । आणि ज्ञानिया तोचि ।।१३६ ।।
जयाचिये प्रतीतीच्या वाखौरां । पवाडु होय चराचरा ।
तो महात्मा धनुर्धरा । दुर्लभु आथी ।।१३७ ।।
येर बहुत जोडती किरीटी । जयांची भजनें भोगासाठीं ।
जे आशातिमिरें दृष्टी । मंद जाले ।।१३८ ।।

त्याप्रमाणे तो माझ्या मध्ये असतो व मी त्याच्या आतबाहेर असतो. ही स्थिती शब्दाने सांगता येईल अशी नाही. म्हणून हे राहू दे, याप्रमाणे तो ज्ञानाचे भांडार पाहतो व त्या योगाने सावरण्यामुळे सर्व जग आत्मरुप पाहतो. हे संपूर्ण विश्व श्रीवासुदेव आहे. अशा अनुभवरुपी रसाचा त्याचा भाव ओतलेला असतो. म्हणून सर्व भक्तांमध्ये तो राजा आहे आणि ज्ञानादी तोच आहे. ज्याच्या अनुभवरुपी भांडारात स्थावर जगमात्मक अखिल विश्वाचा समावेश होतो. हे अर्जुना, तो महात्मा दुर्लभ आहे. ज्यांची भजने भोगासाठी असतात व ज्यांची दृष्टी आशारुपी नेत्ररोगाने मंद झालेली असते. असे इतर भक्त पुष्कळ मिळतात.

।। जय जय रामकृष्ण हरी ।।

पैं जो जिये देवतांतरीं । भजावयाची चाड करी ।
तयाची ते चाड पुरी । पुरविता मी ।।१४३ ।।
देवोदेवीं मीचि पाहीं । हाही निश्चय त्यासि नाहीं ।
भाव ते ते ठायीं । वेगळाला धरती ।।१४४ ।।
मग श्रद्धायुक्त । तेथिचें आराधन जें उचित ।
तें सिद्धीवरी समस्त । वर्तों लागे ।।१४५ ।।
ऐसें जेणें जें भाविजें । तें फळ तेणें पाविजे ।
परी तेंही सकळ निपजे । मजचिस्तव ।।१४६ ।।
परी ते भक्त मातें नेणती । जे कल्पनेबाहेरी न निघती ।
म्हणोनि कल्पित फळ पावती । अंतवंत ।।१४७ ।।
किंबहुना ऐसें जे भजन । जें संसाराचेंचि साधन ।
येर फळभोग तो स्वप्न । नावभरी दिसे ।।१४८ ।।

जो जो माणूस ज्या ज्या देवतेला भजावं याची अपेक्षा ठेवून भक्ती करील, त्याची अपेक्षा मीच पूर्ण करतो. त्याच्या भक्तीचे फळ मीच त्याला देतो. देव अथवा देवी दोन्ही निराळी नाहीत, दोन्ही मीच आहे, पण त्याला ते समजत नाही. प्रत्येक देवतेचे ठायी त्याचा विभिन्न भाव असतो. मग त्यांना प्रिय असलेल्या देवतेचे ते श्रद्धेने पूजन अर्चन करतात, यथाविधी करतात. मग त्याला जे फळ अपेक्षित असते ते त्याला मिळते पण ते सर्व मीच करीत असतो. ती फलप्राप्ती त्याला माझ्यामुळेच होते. पण ते भक्त ही गोष्ट नीट लक्षात घेत नाहीत. आशापाशात गुंतून राहतात त्यामुळे त्यांना जी इच्छित फळे मिळतात ती नाशवंत असतात. खरं सांगायचं तर अशी भक्ती म्हणजे संसाराचे साधनच. परिणामी त्याचा फळभोग क्षणिक असतो.

।। जय जय रामकृष्ण हरी ।।

हें असो परौतें । मग हो का आवडे तें ।
परि यजी जो देवतांते । तो देवत्वासीचि ये ।।१४९।।
येर तनुमनप्राणी । जे निरंतर माझेयाचि वाहणीं ।
ते देहाचां निर्वाणीं । मीचि होती ।।१५०।।
परी तैसें न करिती प्राणिये । वायां आपुलि हिती वाणिये ।
जे पोहताती पाणियें । तळहातींचेनि ।।१५१।।
नाना अमृताचां सागरीं बुडिजे । मग तोंडा का वज्रमिठी पाडिजे ।
आणि मनीं तरी आठविजे । थिल्लरोदकातें ।।१५२।।
एऱ्हवी मी नसें ऐसें । कांहीं वस्तुजात असे ।
पाहें पां कवण जळ रसें । रहित आहे ।।१५९।।
पवन कवणातें न शिवेचि । आकाश कें न समायेचि ।
हें असो एक मीचि । विश्वीं आहे ।।१६०।।

बरं ते सर्व राहू दे, त्यांच्या आवडीच्या देवतेचे, त्याचे पूजन देवत्वास पावते. जे तनमने करून माझी भक्ती करीत राहिले ते देहान्ती, निर्वाणाच्या क्षणी माझ्याकडे येतात. मत्स्वरूपच होतात. पण काहीजण तसे करीत नाहीत. तळहातावरच्या पाण्यात पोहल्यासारखे करतात आणि स्वहिताला मुकतात. इतर देवदेवतांच्या पूजनाने त्यांना अल्पकाळात फलप्राप्ती होते पण हे खरे फळ नाही हे त्यांना समजत नाही. अमृताच्या सागरात बुडालेल्याने तोंड घट्ट मिटून घ्यावे आणि मनातल्या मनात डबक्यातील पाण्याची आठवण कां करावी? एरवी ज्यात माझे अस्तित्व नाही अशी वस्तुजात आहे का? कोणते पाणी असे आहे की ज्यात रस नाही, ओलावा नाही. वारा ज्याप्रमाणे सर्वांना स्पर्श करतो आणि आकाश सर्वत्र दिसते त्याप्रमाणे अखिल विश्वात मीच एकटा भरलेला आहे.

।। जय जय रामकृष्ण हरी ।।

एऱ्हवीं तरी पार्था । जन्ममरणाचि निमे कथा ।
ऐसिया प्रयत्नातें आस्था । विये जयांची ।।१७५ ।।
तयां तो प्रयत्नुचि एके वेळे । मग समग्रें परब्रह्में फळे ।
जया पिकलेया रसु गळे । पूर्णतेचा ।।१७६ ।।
तेवेळीं कृतकृत्यता जग भरे । तेथ अध्यात्माचे नवलपण पुरे ।
कर्माचें काम सरे । विरमे मन ।।१७७ ।।
ऐसा अध्यात्मलाभ तया । होय गा धनंजया ।
भांडवल जया । उद्यमीं मी ।।१७८ ।।
तयातें साम्याचिये वाढी । ऐक्याची सांदे कुळवाडी ।
तेथ भेदाचिया दुबळवाडी । नेणिजे त्तो ।।१७९ ।।
एऱ्हवीं तरी जाण । ऐसे जे निपुण ।
तेचि अंत:करण । युक्त योगी ।।१८४ ।।

एरवी पार्था, जन्ममरणाच्या चक्रातून सुटण्यासाठी जे साधन आहे ते साधन आपल्याला प्राप्त व्हावे अशी त्यांना इच्छा होते. मग त्याचा तो प्रयत्न यशस्वी होतो व त्यांना ब्रह्मप्राप्ती होते आणि एखाद्या पिकलेल्या फळाचा रस असावा त्याप्रमाणे ते पूर्णत्व पावतात. त्यावेळी त्यांना कृतकृत्य वाटते, धन्य झाल्यासारखे वाटते, सर्वत्र आनंदच आनंद भरून राहिलेला आहे असे त्यांना वाटते. मग ब्रह्माच्या स्थितीची ओळख पटते, कर्माचे कामच संपते आणि मन नाहीसे होते. अर्जुना, ज्याच्या व्यापारासाठी मीच भांडवल असतो त्याला असा सहज अध्यात्माचा लाभ होतो. त्यांना समदृष्टीरूपी व्याज मिळते, परिणामी ऐक्यरूपी संपत्तीत वाढ होत रहाते व विषमतेच्या दैन्याचे स्मरणही उरत नाही. एरवी तू असे पक्के समज की जे असे पूर्णपणे ज्ञानी झाले आहेत तेच अंत:करणापासून मद्रूप झाले आहेत.

।। जय जय रामकृष्ण हरी ।।

।। अध्याय आठवा ।।

मग अर्जुनें म्हणितलें । हां हो जी अवधारिलें ।
जें म्यां पुसिलें । तें निरुपिजो ।।१।।

सांगा कवण तें ब्रह्म । कायसया नाम कर्म ।
अथवा अध्यात्म । काय म्हणिपे ।।२।।

अधिभूत तें कैसें । एथ अधिदैव तें कवण असे ।
हें उघड मी परियेसें । तैसें बोला ।।३।।

देवा अधियज्ञ तो काई । कवण पां इये देहीं ।
हे अनुमानासि कांहीं । दिठी न भर ।।४।।

आणि नियता अंत:करणीं । तूं जाणिजसी देहप्रयाणीं ।
तें कैसेनि हें शार्ङ्गपाणी । परिसवा मातें ।।५।।

तैसें अर्जुनाचिया बोलासवें । आलें तेंचि म्हणितलें देवें ।
परियेसें गा बरवें । जें पुसिलें तुवां ।।७।।

यावर अर्जुनाने एकापाठोपाठ एक भगवान् श्रीकृष्णांना प्रश्न विचारण्यास प्रारंभ केला. अर्जुनाने विचारले, ''देवा, मी जे विचारतो आहे ते तुम्ही ऐका, अगदी स्पष्ट करून सांगा. ब्रह्म कोणते, कर्म कशाला म्हणावे, अध्यात्म म्हणजे काय, अधिभूत कशाला म्हणतात; या जगात अधिदैव म्हणजे काय आहे. हे सर्व काही मला नीट समजेल अशा भाषेत, अशा शब्दात सांगा. देवा, अधियज्ञ तो काय, या देहात तो कोणता हे काही समजत नाही. हे शारंगपाणी ज्यांनी आपल्या अंत:करणावर नियंत्रण मिळवले आहे, त्यांना जन्माचे शेवटी, मृत्यूचे वेळी तुम्हाला ओळखणे कसे शक्य होते ते सांगा; मला सहज समजेल असे ऐकवा.'' यावर भगवान् श्रीकृष्ण म्हणाले, ''अर्जुना, तू जे जे काही विचारलेस ते तुला समग्र समजावून सांगतो, नीट ऐक.''

।। जय जय रामकृष्ण हरी ।।

मग म्हणितलें सर्वेश्वरें । जे आकारीं इये खोंकरे ।
कोंदलें असत न खिरे । कवणे काळीं ।।१५ ।।
एऱ्हवीं सपूरपण तयाचें पहावें । तरि शून्यचि नव्हे स्वभावें ।
वरि गगनाचेनि पालवें । गाळुनि घेतलें ।।१६ ।।
जें ऐसेंही परि विरूळें । इये विज्ञानाचिये खोळे ।
हालवलेंहि न गळे । तें परब्रह्म ।।१७ ।।
आणि आकाराचेनि जालेपणें । जन्मधर्मातें नेणे ।
आकारलोपीं निमणें । नाहीं कहीं ।।१८ ।।
ऐशिया आपुलियाची सहजस्थिती । जया ब्रह्माची नित्यता असती ।
तया नाम सुभद्रापती । अध्यात्म गा ।।१९ ।।
ऐसा करितेनविण गोचरु । अव्यक्तीं हा आकारु ।
निपजे जो व्यापारु । तया नाम कर्म ।।२९ ।।

मग सर्वेश्वर भगवान् श्रीकृष्ण उत्तरले, अविनाशी ब्रह्म जे या फुटक्या नाशिवंत आकारमात्रांत काठोकाठ भरले असतानाही कधीही, केव्हाही गळत नाही, एरवी ते शून्यच वाटेल पण ते शून्य नव्हे. शिवाय त्याचा सूक्ष्मपणा एवढा की, सूक्ष्मतम अशा आकाशाच्या पदरातून ते गाळून घेतले आहे. ते इतके सूक्ष्मात सूक्ष्म असूनही झिरझिरीत असलेल्या प्रपंचरूपी वस्त्राच्या गाळणीद्वारे हलवले तरी गळत नाही ते परब्रह्म होय. त्याला परब्रह्म म्हणावे. आणि आकार म्हणजे शरीर जन्मल्यावर त्याचे जे जन्मरुपी विकाराला जाणत नाही व शरीर नाश पावले असता नाश पावत नाही, अशा रीतीने आपल्या सहजस्थितीने असणाऱ्या ब्रह्माचे जे अखंडत्व त्याला अध्यात्म असे संबोधन आहे. निरभ्र आकाशात निरनिराळ्या रंगांचे ढग कसे उत्पन्न होतात हे कळत नाही त्याप्रमाणे अव्यक्ताचे ठायी कर्त्यांवाचून प्रत्यक्ष दिसणारा आकार उत्पन्न करण्याची जी क्रिया तिला कर्म म्हणतात.

।। जय जय रामकृष्ण हरी ।।

आतां अधिभूत जें म्हणिपे । तेंहि सांगों संक्षेपें ।
तरी होय आणि हारपे । अभ्र जैसें ।।३० ।।
तैसें असतेपण आहाच । नाहीं होईजे हें साच ।
जयांतें रूपा आणिती पांचपांच । मिळोनियां ।।३१ ।।
भूतांतें अधिकरूनि असे । आणि भूतसंयोगें तरि दिसे ।
जे वियोगावेळे भ्रंशें । नामरूपादिक ।। ३२ ।।
तयातें अधिभूत म्हणिजे । मग अधिदैव पुरुष जाणिजे ।
जेणें प्रकृतीचें भोगिजे । उपार्जिलें ।।३३ ।।
जीव येणें नावें । जयातें आळविजे स्वभावें ।
ते अधिदैवत जाणावें । पंचायतनींचें ।।३६ ।।
तेवीं अहंभावो जाये । तरी ऐक्य तें आधींचि आहे ।
हेचि साचें जेथ होये । तो अधियज्ञु मी ।।४५ ।।

आता अर्जुना, ज्याला अधिभूत म्हणतात त्याबद्दल तुला संक्षेपाने सांगतो. अरे, आकाशात मेघांची दाटी होते आणि नंतर ते नाहीसे होतात. त्याप्रमाणे ज्यांचे अस्तित्व नाममात्र असते, पंचमहाभूते एकत्र येऊन ज्याला घडवतात, जे पंचमहाभूतांवरच अवलंबून असते त्या शरीराला अधिभूत म्हणावेह्न मग अधिदैव म्हणजे पुरुष तो प्रकृती जे भोग मिळवते ते तो भोगतो. साधारणपणे ज्याला जीव म्हणून संबोधिले जाते त्याला पंचमहाभूतांनी घडवलेल्या शरीरातील अधिदैव म्हणावे, त्याप्रमाणे अहंभाव नाहीसा झाला की, ऐक्य हे मूळचेच आहे. हेच ऐक्य जिथे प्रत्ययाला येते तो अधियज्ञ मीच.

।। जय जय रामकृष्ण हरी ।।

आणि जागता जंव असिजे । तंव जेणें ध्यानें भावना भाविजे ।
डोळां लागतखेंवो देखिजे । तेंचि स्वप्नीं ।।७३ ।।
तेविं जितेनि अवसरें । जें आवडोनि जीवीं उरे ।
तेंचि मरणाचिये मेरे । फार हों लागे ।।७४ ।।
आणि मरणीं जया जें आठवें । तो तेचि गतीतें पावे ।
म्हणोनि सदां स्मरावें । मातेंचि तुवां ।।७५ ।।
डोळां जें देखावें । कां कानीं हन ऐकावें ।
मनीं जें भावावें । बोलावें वाचें ।।७६ ।।
तें आंत बाहेरि आघवें । मीचि करूनि घालावें ।
मग सर्वी काळीं स्वभावें । मीचि आहे ।।७७ ।।
ऐसया जरी जाहालिया । मग न मरिजे देह गेलिया ।
मा संग्राम केलिया । भय काय तुज ।।७८ ।।

मनुष्य ज्यावेळेस जागा असतो त्यावेळी त्याच्या ध्यानीमनी जे असते तेच त्याला स्वप्नीपण ज्याप्रमाणे दिसते. त्याप्रमाणे जिवंत असताना जी गोष्ट सतत त्याच्या मनात घोळत असते तीच मृत्यूसमयी त्याला आठवते आणि परिणामी तो त्याच गतीस जातो. यासाठी तू माझेच सदैव स्मरण कर. डोळ्यांनी जे दिसते, कानांनी जे ऐकता येते, तोंडाने जे बोलता येते, जे मनाने चिंतन केले जाते ते सर्व मीच आहे, मग सर्वत्र मीच भरून राहिलो आहे हे तुला सहज दिसेलह्न आत आणि बाहेर मीच आहेह्न सर्व काळी काल आज उद्या, भूत वर्तमान भविष्य सर्व काळात मीच आहे. याप्रमाणे तू एकदा जाणून घेतलेस की, देह गेला तरी तुला मृत्यू नाही मग युद्ध करण्याचे तुला कसले भय?

।। जय जय रामकृष्ण हरी ।।

येणेंचि अभ्यासेंसी योगु । चित्तासि करी पां चांगु ।
अगा उपायबळें पंगु । पहाड ठाकी ।।८१ ।।
तेविं सदभ्यासें निरंतर । चित्तासि परमपुरुषाची मोहर ।
लावीं मग शरीर । असो अथवा जावो ।।८२ ।।
जें नानागतींते पावतें । तें चित्त वरील आत्मयातें ।
मग कवण आठवी देहातें । गेलें कीं आहे ।।८३ ।।
पैं सरितेचेनि ओघें । सिंधुजळा मीनलें घोघें ।
तें काय वर्तत आहे मागें । म्हणोनि पाहों येती ।।८४ ।।
ना तें समुद्रचि होऊन ठेलें । तेंवि चित्ताचें चैतन्य जाहालें ।
जेथ यातायात निमालें । घनानंद जें ।।८५ ।।
तो केवळ परब्रह्म । जया परमपुरुष ऐसें नाम ।
तें माझें निजधाम । होऊनि ठाके ।। ९९ ।।

अर्जुना, प्रयत्नाच्या बळाने लंगडा पांगळा देखील पर्वत चढू शकतो. तेव्हा तू देखील अभ्यासाची आणि चित्ताची सांगड घाल. तू सतत अभ्यासाने या परमपुरुषाचे ध्यान लावीत रहा मग शरीर राहो अथवा जावोह्व नाना गतींना पावणाऱ्या आत्म्याने जर चित्ताला वरिले तर देहभाव कुणाजवळ राहील? हे बघा, सागराकडे वेगाने धो धो करीत निघालेली नदी मागे काय चालले आहे हे पहाण्यासाठी मागे वळते काय? नाही. ते पाणी एकदा समुद्रात गेले की समुद्ररूपच होते त्याप्रमाणे अर्जुना, एकदा आपले चित्त आत्मरूप झाले की, जन्ममरणाच्या फेऱ्यातून सुटका होते आणि केवळ आनंदच आनंद भरून रहातो. मग तो पुरुष, जे केवळ परब्रह्म आहे म्हणजेच माझेच खास स्वरूप आहे ते होऊन राहतो.

।। जय जय रामकृष्ण हरी ।।

तरी मना या बाहेरिलीकडे । यावयाची साविया सवें मोडे ।
हें हृदयाचिया डोहीं बुडें । तैसें कीजे ।।१११ ।।
परी हे तरीच घडे । जरी संयमाचीं अखंडें ।
सर्वद्वारीं कवाडें । कळासती ।।११२ ।।
तरी सहजें मन कोंडलें । हृदयींचि असेल उगलें ।
जैसें करचरणीं मोडलें । परिवरु न संडी ।।११३ ।।
तैसें चित्त राहिल्या पांडवा । प्राणांचा प्रणवुचि करावा ।
मग अनुवृत्तिपंथें आणावा । मूर्ध्निवरी ।।११४ ।।
तेथ आकाशीं मिळे न मिळे । तैसा धरावा धारणाबळें ।
जंव मात्रात्रय मावळे । अर्धबिंबीं ।।११५ ।।
तंववरी तो समीरु । निराळीं कीजे स्थिरु ।
मग लग्नीं जेविं ॐकारु । बिंबींचि विलसे ।।११६ ।।

अर्जुना, तसे चित्त स्थिर झाले असतां मग प्राणवायूचा ओंकार करून त्यास मग सुषुम्ना नाडीच्या मार्गाने मूर्ध्नीआकाशापर्यंत आणावा. तेथे प्राणवायूचा लय होईल न होईल अशा अर्धवट स्थितीत धारणेच्या जोरावर धरून ठेवावा. जेथपर्यंत अकार, उकार व मकार या तीन मात्रा अर्धमात्रारूप ओंकार बिंदूमध्ये नाहीशा झाल्या नाहीत, तोपर्यंत तो प्राणवायु मूर्ध्नीआकाशांत निश्चल करावा, मग अर्धबिंबात मात्रात्रयाचे ऐक्य झाले असता ओंकार अर्धमात्रेमध्ये जसा शोभतो तसा तो प्राण मूर्ध्नाकाशात शोभतो.

।। जय जय रामकृष्ण हरी ।।

म्हणोनि प्रणवैकनाम । हें एकाक्षर ब्रह्म ।
जो माझें स्वरूप परम । स्मरतसांता ।।११८ ।।
यापरी त्यजी देहातें । तो त्रिशुद्धी पावे मातें ।
जया पावणया परौतें । आणिक पावणें नाहीं ।।११९ ।।
येथ अर्जुना जरी विपायें । तुझ्या जीवीं हन ऐसें जाये ।
ना हें स्मरण मग होये । कायसयावरी अंतीं ।।१२० ।।
इंद्रियां अनुघडु पडलिया । जीविताचें सुख बुडालिया ।
आंतुबाहेरी उघडलिया । मृत्युचिन्हें ।।१२१ ।।
ते वेळीं बैसावेंचि कवणें । मग कवण निरोधी करणें ।
तेथ काह्याचेनि अंत:करणें । प्रणव स्मरावा ।।१२२ ।।
तरी अगा ऐशिया हो ध्वनी । झणें थारा देशी हो मनीं ।
पैं नित्य सेविला मी निदानीं । सेवकु होय ।।१२३ ।।

एकाक्षर ब्रह्माचे म्हणजे प्रणव ज्याचे नाव आहे ते माझे मुख्य स्वरूप असून, त्या माझ्या परमस्वरूपाचे स्मरण करीत असता जो देहत्याग करतो तो निश्चयपूर्वक माझ्यापाशीच येतो कारण त्याला माझ्या शिवाय अन्य गती नसते. अर्जुना, कदाचितह्न तुझ्या मनात शंका आली की नेमकी मृत्यूसमयी माझी आठवण कशी होणार? जीवन संपत आले, मृत्यूच्या खाणाखुणा आत आणि बाहेर दिसू लागल्याह्न मग उठून बसणार कसे, इंद्रिय दमन करणार कोण आणि कोणत्या अंत:करणाने, कोणत्या मनाने प्रणवाचे म्हणजे ओंकाराचे स्मरण करणार ? पण अर्जुना अशा शंकेला तू मनात थारा देऊ नकोसह्न अरे जो माझे नित्य स्मरण करतो त्याच्या अखेरच्या क्षणी मी त्याचा जणू सेवकच होतो.

।। जय जय रामकृष्ण हरी ।।

ऐसे निरंतर एकवटले । जे अंत:करणीं मजशीं लिगटले ।
मीचि होऊनि आटले । उपासिती ।।१२६ ।।
तयां देहावसान जैं पावे । तैं तिहीं मातें स्मरावें ।
मग म्यां जरी पावावें । तरि उपास्ति ते कायसी ।।१२७ ।।
पैं रंकु एक आडलेपणें । काकुळती अंती धांवां गा धांवां म्हणे ।
तरि तयाचिये ग्लानी धांवणें । काय न घडे मज ।।१२८ ।।
आणि भक्तांही तेचि दशा । तरी भक्तीचा सोसु कायसा ।
म्हणऊनि हा ध्वनी ऐसा । न वाखाणावा ।।१२९ ।।
तिहीं जें वेळी मी स्मरावा । ते वेळीं स्मरिला कीं पावावा ।
तो आभारुही जीवा । साहवेचि ना ।।१३० ।।
तें ऋणवैपण देखोनि आंगी । मी आपुलियाचि उत्तीर्णत्वालागीं ।
भक्तांचियां तनुत्यागीं । परिचर्या करी ।।१३१ ।।

अशा वेळी जे मला येऊन मिळालेले आहेत, मदूरूप झालेले आहेत आणि निरंतर माझीच सेवा करणारे आहेत ह्न त्यांची मृत्यूवेळा समीप यावी, त्यांनी माझे स्मरण करावे आणि त्यानंतर मी जावे, असे झाले तर त्यांच्या भक्तीची काय किंमत राहिल. संकट प्रसंगी एखाद्या दीन माणसानेही 'देवा धाव रे धाव' म्हणून दीनवाणीने, काकुळतीने माझा धावा केला, तर मी धावून जातोच ना? माझ्या भक्तांना जर मी त्यांच्या संकटकाळी किंवा मृत्यूसमयी उपयोगी पडलो नाही तर त्यांनी माझी भक्ती तरी का करावी? तेव्हा अर्जुना जे जे माझे परमभक्त ज्या ज्या वेळी स्मरण करतात त्यावेळी मी धावून जातो आणि त्यांच्या ऋणातून मुक्त होण्यासाठी त्यांच्या अंतसमयी मी धावून जातो. मी भाव भुकेला आहे, मी माझ्या भक्तांसाठी धाव घ्यायची नाहीतर कुणासाठी?

।। जय जय रामकृष्ण हरी ।।

।। अध्याय नववा ।।

तरी अवधान एकवेळें दीजे। मग सर्व सुखासि पात्र होईजे।
हें प्रतिज्ञोत्तर माझें। उघड ऐका ।।१ ।।
परी प्रौढी न बोलें हो जी। तुम्हां सर्वज्ञांच्यां समाजीं।
देयावें अवधान हे माझी। विनवणी सलगीची ।।२ ।।
तुमचे या दिठिवेयाचिये वोल। सासिन्नलें प्रसन्नतेचे मळे।
ते साउली देखोनि लोळें। श्रांतु जी मी ।।४ ।।
प्रभू तुम्ही सुखामृताचे डोहो। म्हणोनि आम्ही आपुलिया स्वेच्छा वोलावो लाहों।
येथही जरी सलगी करूं बिहों। तरी निवों कें पां ।।५ ।।
प्रभू तुम्ही महेशाचिया मूर्ती। आणि मी दुबळा अर्चितसें भक्ती।
म्हणोनि बेल जऱ्ही गंगावती। तऱ्ही स्वीकाराल कीं ।।१४ ।।
आणि तेणें आपुलेपणाचेनि मोहें। तुम्ही संत घेतले असा बहुवें।
म्हणोनि केलिये सलगीचा नोहे। आभारु तुम्हां ।।१७ ।।

श्री ज्ञानेश्वर महाराज इथे श्रोत्यांना उद्देशून म्हणतात, 'श्रोते हो मी तुम्हाला प्रतिज्ञापूर्वक सांगतो की, तुम्ही इकडे लक्ष द्याल तर सर्व सुखाला पात्र व्हाल. पण मी तुमच्यासमोर हे उद्धटपणाने किंवा प्रौढीने बोलत नाही, तुम्ही लक्ष द्या. ही मी सलगीने विनंती करतो आहे. तुम्ही समर्थ मायबाप माझा हा हट्ट नक्की पुरवाल. तुमच्या कृपादृष्टीने इथे प्रसन्नतेचे मळे फुलले आहेत ह्न त्यामुळे जी शीतल सावली इथे आली आहे, त्या सावलीत श्रमलेला, दमलेला मी विश्राम घेतो. श्रोते हो, तुम्ही सुखामृताचे डोहच आहात, म्हणून आम्ही स्वेच्छेने क्रीडा करू इच्छितो आणि ते करण्यासाठी आम्ही संकोच करू लागलो तर अखेर आम्ही जावे कुठे ? अहो, तुम्ही साक्षात् श्रीशंकर आहात, मी बिचारा गरीब पण भक्तिपूर्वक तुमची पूजा करतो आहे, म्हणून बेलाऐवजी माझ्या बोलरूपी निर्गुडीच्या पाल्याचा स्वीकार करा. आणि या आपलेपणानेच तुम्ही संतजनांनी मला आपुलकी दाखवली आहे, म्हणून या माझ्या सलगीचा विषाद मानू नका. माझ्यावर आपली कृपादृष्टी असू द्या.'

।। जय जय रामकृष्ण हरी ।।

नातरि अर्जुना हें बीज। पुढती सांगिजेल तुज।
जें हें अंत:करणीचें गुज। जिवाचिये ।।३४।।
येणें मानें जीवाचें हियें फोडावें। मग गुज कां पां मज सांगावें।
ऐसें कांहीं स्वभावें। कल्पिशी जरी ।।३५।।
तरी परियेसी प्राज्ञा। तूं आस्थेचीच संज्ञा।
बोलिलिये गोष्टीची अवज्ञा। नेणसी करुं ।।३६।।
म्हणोनि गूढपण आपुलें मोडो। वरि न बोलवेंही बोलावें घडो।
परि आमुचिये जीवींचें पडो। तुझ्यां जीवीं ।।३७।।
तरि प्रस्तुत आतां गुणीं इहीं। तूंवांचून आणिक नाहीं।
म्हणोनि गुज तरी तुझ्यां ठायीं। लपवू नये ।।४१।।
कां चांचूचेनि सांडसें। खांडिजे पय पाणी राजहंसें।
तुज ज्ञान विज्ञान तैसें। वांटूनि देऊं।। ४४।।

अर्जुना, माझ्या अंत:करणातील ज्ञानाची गुप्त गोष्ट ती मी तुला पुन्हा सांगतो. माझ्या अंतर्मनातील गुप्त गोष्ट मी तुला कां सांगावी असे सहज जरी अर्जुना तुझ्या मनात आले असेल तर ती, तुला ज्ञानप्राप्तीविषयी किती आस्था वाटते, याची खूण असेल आणि मी जे जे सांगतो ते ते तू आदरपूर्वक स्वीकारतोस. म्हणून ही गुप्तता आता मोडून टाकावी. जे उघडपणे बोलायचे नसते तेही माझ्या मुखातून आता येणार आहे. माझ्या हृदयांतरीचे गुपित तुझ्या हृदयी उतरणार आहे. आता इतका वेळ मी वारंवार गुप्त, गूढ, गुह्य असे जे म्हणत आलो ते म्हणजे प्रपंचज्ञानासहित मी तुला आत्मज्ञान ऐकवणार आहे. राजहंस पक्षी ज्याप्रमाणे दूध आणि पाणी एकत्र मिसळले असता दूध वेगळे करतो त्याप्रमाणे ज्ञानविज्ञान मी तुला वेगवेगळे करून सांगणार आहे.

।। जय जय रामकृष्ण हरी ।।

परि भोगाचिये ऐलिकडिलिये मेरे। चित्त उभें ठेलेंचि सुखा भरे।
ऐसें सुलभ आणि सोपारें। वरि परब्रह्म।।५१।।
ऐसा अवघाचि हा सुरवाडु आहे। तरी जनाहातीं केविं उरों लाहे।
हा शंकेचा ठाव कीर होये। परि न धरावी तुवां।।५६।।
पाहें पां दूध पवित्र आणि गोड। पासीं त्वचेचिया पदराआड।
परि तें अव्हेरुनि गोचिड। अशुद्ध काय न नेघती? ।।५७।।
तैसा हृदयामध्यें मी रामु। असतां सर्व सुखाचा आरामु।
कीं भ्रांतासि कामु। विषयावरी।।६०।।
माझेया विस्तारलेपणा नांवें। हें जगचि नोहे आघवें।
जैसें दूध मुरालें स्वभावें। तरि तेंचि दही।।६४।।
कां बीजचि जाहलें तरु। अथवा भांगारचि अळंकारु।
तैसा मज एकाचा विस्तारु। तें हें जग।।६५।।

अर्जुना, जे स्वरुपज्ञान भोगाच्या अलीकडच्या काठावर चित्त उभे राहिल्याबरोबर सुखावते. ते कष्टावाचून मिळणारे सोपे व श्रेष्ठ ब्रह्म आहे. याप्रमाणे सर्वत्र अनुकूलता असूनही ते लोकांच्या हाती कसे लागले नाही. अशी शंका तुझ्या मनात आली तरी ती तू धरू नकोस. असं पहा, गाईचे दूध पवित्र आणि गोड असते आणि ते अगदी जवळ त्वचेच्या पडद्याआडच असते पण तिकडे दुर्लक्ष करून, पाठ फिरवून गोचिड रक्तच तेवढे पीत नाही का ? त्या प्रमाणे हृदयामध्ये सर्व सुखांचे विश्रांतीस्थान असलेला मी राम असताना अज्ञानी विषयसुखात रस घेतो. त्याला हे कळत नाही का? माझा विस्तार हेच हे जग आहे. जसे दूध विरजले असता तेच स्वभावत: दही होते. बीजाचाच वृक्ष होतो, सोन्याचे दागिने होतात त्याप्रमाणे माझ्या निर्गुण निराकाराचे प्रत्यक्ष रूप म्हणजे हे जग.

।। जय जय रामकृष्ण हरी ।।

यालागीं मजपासूनि भूतें। आनें नव्हती हे निरुतें।
आणि भूतांवेगळिया मातें। कांहींच न मनीं हो।।८८।।
तरी धनुर्धरा धैर्या। निकें अवधान देईं बा धनंजया।
पैं सर्व भूतांतें माया। करी हरी गा।।९७।।
बीज जळाची जवळीक लाहे। आणि तेंचि शाखोपशाखीं होये।
तैसें मज करणें आहे। भूतांचें हें।।१०९।।
अगा नगर हें रायें केलें। या म्हणणया साचपण कीर आलें।
परि निरुतें पाहतां काय शिणले। रायाचे हात।।११०।।
जो हा भूतग्रामु आघवा। असे प्रकृतिआधीन पांडवा।
जैसी बीजाचिया वेलपालवा। समर्थ भूमि।।११८।।
म्हणोनि भूतें हन सृजावीं।। कां सृजिलीं प्रतिपाळावीं।
इये करणीं न येती आघवीं। आमुचिया आंगा।।१२२।।

अर्जुना, यासाठी सर्व प्राणिमात्र माझ्यापासून निराळे आहेत आणि मी त्यांच्यापासून निराळा आहे, असे समजू नकोस. तरी हे धैर्यशील धनुर्धरा, तूं नीट लक्ष देऊन ऐक की, प्राणिमात्रांची उत्पत्ती, स्थिती व लय या सर्वांना मायाच कारण आहे. ज्याप्रमाणे बीजाला पाणी मिळाल्यामुळे अंकुर फुटून त्याचे पुढे झाड होते, त्याप्रमाणे प्राणिमात्रासंबंधीचा सृष्टीचा पसारा माझ्यामुळे होतो. एखादे शहर एखाद्या राजाने वसवले हे जरी खरे असले तरी प्रत्यक्ष राजाला काही कष्ट पडतात का? पांडवा, हा सर्व प्राणीसमूह प्रकृतीच्या आधीन आहे. ज्याप्रमाणे बीजाला पानेफुले आणण्यास जमीन समर्थ असते, त्याप्रमाणे, प्राणी उत्पन्न करावे किंवा त्यांचे पालन-पोषण करावे या कृतीचे कर्तृत्व प्रकृतीच्या स्वाधीन आहे. म्हणून भूते उत्पन्न करावीत रक्षावीत याचा संबंध आमच्याकडे येत नाही.

।। जय जय रामकृष्ण हरी ।।

दीपु ठेविला परिवरीं ।। कवणातें नियमी ना निवारी ।
आणि कवण कवणिये व्यापारीं । राहाटे तेंहि नेणें ।।१२८ ।।
तो जैसा कां साक्षिभूतु । गृहव्यापारप्रवृत्तिहेतु ।
तैसा भूतकर्मीं अनासक्तु । मी भूतीं असें ।।१२९ ।।
जे लोकचेष्टां समस्तां । जैसा निमित्तमात्र कां सविता ।
तैसा जगत्प्रभवीं पंडुसुता । हेतु मी जाणें ।।१३१ ।।
आतां येणें उजिवडें निरुतें । न्याहाळीं पां ऐश्वर्ययोगातें ।
जे माझ्या ठायीं भूतें । परी भूतीं मी नसें ।।१३३ ।।
अथवा भूतें ना माझां ठायीं । आणि भूतांमाजीं मी नाहीं ।
या खुणा तूं कहीं । चुकों नको ।।१३४ ।।
हें सर्वस्व आमुचें गूढ । परि दाविलें तुज उघड ।
आतां इंद्रियां देऊनि कवाड । हृदयीं भोगीं ।।१३५ ।।

घरामध्ये ठेवलेल्या दिव्याच्या प्रकाशात सर्वजण आपापली कामे करीत असतात, पण तो दिवा कुणी काय करावे हे सांगत नाही, कोण काय करते हे ही जाणत नाही. निर्विकार असतो तो तटस्थ असला तरी घरातील सर्व व्यापारांना बळ देणारा असतो. तसाच मी सर्व भूतांमध्ये असूनही उदासीन आहे. एकंदर सृष्टी व्यापाराला सूर्य जसा निमित्तमात्र, कारणीभूत आहे, त्याप्रमाणे या जगाच्या निर्मितीला मी निमित्तमात्र कारण आहे असे समज. तेव्हा अर्जुना, माझ्यापासून भूतांची जरी उत्पत्ती होते तरी मी भूतांमध्ये समाविष्ट नाही. हा माझा ऐश्वर्ययोग तू जाणून घे. आणि या वर्माचा विसर पडू देऊ नकोस अथवा प्राणिमात्र माझ्या ठिकाणी आहेत. पण मी मात्र त्यांचे ठिकाणी नाही हे रहस्य तू कधी विसरू नकोस. हे गूढ गुपित मी तुला उघड करून सांगितले आहे. ते तू हृदयात जप पण असे करताना इंद्रियांची दारे बंद करून घे. इंद्रियाची दारे बंद करून घे म्हणजे विषयभोग व बहिर्मुखवृत्ती बंद करून सर्व इंद्रियवृत्तीना अंतर्मुख करून या गूढ ज्ञानाचा आपल्या अंत:करणात अनुभव घे.

।। जय जय रामकृष्ण हरी ।।

पैं स्थूलदृष्टी देखती मातें। तेंचि न देखणें जाण निरुतें।
जैसें स्वप्नींचेंनि अमृतें। अमरा नोहिजे ।।१४४।।
म्हणोनि मोहिलेनि मनोधर्में। हेंचि मी मानूनि संभ्रमें।
मग येथिंची जियें जन्मकर्में। तियें मजचि म्हणती ।।१५५।।
येतुलेनि अनामा नाम। मज अक्रियासि कर्म।
विदेहासि देहधर्म। आरोपिती ।।१५६।।
मज वर्णहीना वर्णु। गुणातीतासि गुणु।
मज अचरणा चरणु। अपाणिया पाणी ।।१५८।।
मज अमेया मान। सर्वगतासी स्थान।
जैसें सेजेमाजीं वन। निदेला देखे ।।१५९।।
तैसें अश्रवणा श्रोत्र। मज अचक्षूसी नेत्र।
अगोत्रा गोत्र। अरूपा रूप ।।१६०।।

अर्जुना, स्वप्नात अमृत प्राशन केल्यामुळे कोणी अमरपदाला पोचत नाही. त्याप्रमाणे जे जे मला स्थूलदृष्टीने पाहतात ते खरोखर मला पहात नाहीत. मोहित झालेल्या मनोवृत्तीने स्थूल शरीरालाच परमात्मा समजून जन्मादि कर्मे माझ्यावर लादतात. खरं तर मला कसलंही नाव नाही, मी अनाम आहे. पण ते मला नावाने अलंकृत करतात, मी नुसता अनाम नाही तर देहरहित, क्रियारहित असूनही मला सनाम, देहधारी, कर्मकारी व देहधर्म करणारा समजतात. मी वर्णहीन असून मला वर्ण देतात, मी गुणातीत असून मला गुणसंपन्न ठरवतात, मला हातपाय नाहीत पण मला दोन्ही आहेत असे समजतात. अमर्याद मला मोजता येत नाही, पण मला ते मोजू पहातात, मी सर्वव्यापी असून मला एका स्थळी बसवतात, साऱ्या स्वप्नवत कामना करतात – अंथरूणावर अख्य पाहतात, मला नाक, कान, डोळे नसून ते सर्व आहे असे समजतात. माझे भक्तमानव त्यांना जे जे आहे ते ते मला आहे असे समजतात.

।। जय जय रामकृष्ण हरी ।।

मज अनावरणा प्रावरण। भूषणातीतासि भूषण।
मज सकळकारणा कारण। देखती ते ।।१६२ ।।
मज सहजातें करिती। स्वयंभातें प्रतिष्ठिती।
निरंतरातें आव्हानिती। विसर्जिती गा ।।१६३ ।।
मी सर्वदा स्वत:सिद्धु। तो कीं बाळ तरुण वृद्धु।
मज एकरूपा संबंधु। जाणती ऐसे ।।१६४ ।।
मज अद्वैतासि दुजें। मज अकर्तयासि काजें।
मी अभोक्ता कीं भुंजें। ऐसें म्हणती ।।१६५ ।।
मज अकुळाचें कुळ वानिती। मज नित्याचेनि निधनें शिणती।
मज सर्वांतरातें कल्पिती। अरि मित्र गा ।।१६६ ।।
मी स्वानंदाभिरामु। तया मज अनेक सुखांचा कामु।
आघवाचि मी असें समु। कीं म्हणती एकदेशी ।।१६७ ।।

अर्जुना, तुला काय सांगू, मला वस्त्रात गुंडाळता येणे शक्य नाही, मी जगाला पांघरुण घालणारा पण ते मला वस्त्र नेसवतात, मी भूषणांपलिकडचा असताना, मला अलंकार चढवतात, वास्तविक मी जगाचा उत्पत्तीकर्ता पण तेच मला उत्पन्न करतात. सर्वत्र नित्य असणारा मी पण ते माझीच मूर्ती घडवतात, माझी प्राणप्रतिष्ठा करतात इतकेच नव्हे, तर प्रसंगानुसार माझे विसर्जनही करतात. मी सदा सारखाच व सर्वत्र एकरूप असतो. पण माझ्यावर बाळपण, तारुण्य आणि वार्धक्य लादतात. माझी अद्वैतावस्था असताना द्वैतभावनेने माझ्याकडे पहातात, मी कर्मरहित असून मी कर्मे करतो असे म्हणतात, खरं तर मी अभोक्ता पण मला भोगप्रवण करतात. माझे कुळ आहे असा शोध लावतात, मी वास्तविक अमर पण माझ्या मरणाने दु:खी होतात, मला शत्रू वा मित्र आहेत असे कल्पितात, मी सर्वव्यापी असून मला एका स्थळी बसवतात, मला सुखदु:ख नसताना तसे समजतात. जे जे त्यांना होते त्याचे त्याचे माझ्यावर आरोपण करतात.

।। जय जय रामकृष्ण हरी ।।

मी आत्मा एक चराचरीं। म्हणती एकाचा कैंपक्ष करीं।
आणि कोपोनि एकातें मारीं। हेंचि वाढविती ।।१६८।।
किंबहुना ऐसे समस्त। जे हे मानुष्यधर्म प्राकृत।
तयाचि नांव मी ऐसें विपरीत। ज्ञान तयांचे ।।१६९।।
जंव आकारु एक पुढां देखती। तंव हा देव येणें भावें भजती।
मग तोचि विघडलिया टाकिती। नाहीं म्हणोनि ।।१७०।।
मातें येणें येणें प्रकारें। जाणती मनुष्य ऐसेनि आकारें।
म्हणऊनि ज्ञानचि ते आंधारें। ज्ञानासि करी ।।१७१।।
यालागीं जन्मलेचि ते मोघ। जैसें वर्षियेवीण मेघ।
कां मृगजळाचे तरंग। दुरुनीचि पहावे ।।१७२।।
तैसें ज्ञानजात तयां। आणि जें कांहीं आचरलें गा धनंजया ।।
तें आघवेंचि गेलें वायां। जें चित्तहीन ।।१७८।।

मी एकंदर स्थावरजंगमाचा एकच आत्मा असताना मी एका पक्षाचा कैवार घेतो आणि दुसऱ्यावर वार करतो असे म्हणतात आणि हेच चोहिकडे करतातह्न आणखी काय सांगू सर्वसामान्य लोकांची जी सर्वसाधारण कर्मे आहेत, तशी मीही करतो असे या अज्ञानी जनांचे विपरीत ज्ञान आहे. ज्या वेळेस एखाद्या देवमूर्ती पुढे ते उभे रहातात त्यावेळेस त्या मूर्तीतच केवळ देव आहे, असे समजून तिची भक्ती, पूजा, आराधना करतात आणि ती मूर्ती या ना त्या कारणाने भंगली तर तिची पूजा थांबवतात. अशा प्रकारे ते माझ्यावरच त्यांचे मनुष्यरूप लादतात आणि त्यांचे ते विपरीत ज्ञान माझ्या शुद्ध स्वरूपाच्या यथार्थ ज्ञानाला झाकून टाकते. म्हणून ज्यांचा जन्म व्यर्थ आहे, जसे निर्जल ढग किंवा मृगजळाचे लोट दुरूनच बरे दिसणे. अशा त्यांच्या मूढ समजूतींमुळे आणि चित्त स्थिर नसल्यामुळे त्यांचे संपूर्ण ज्ञान आणि केलेले आचरण व्यर्थच जाते.

।। जय जय रामकृष्ण हरी ।।

तरी जयांचे चोखटे मानसीं । मी होऊनि असें क्षेत्रसंन्यासी ।
जयां निजेलियातें उपासी । वैराग्य गा ।।१८८।।
जयांचिया आस्थेचिया सद्भावा । आंतु धर्म करी राणिवा ।
जयाचें मन ओलावा । विवेकासी ।।१८९।।
जे ज्ञानगंगे नाहाले । पूर्णता जेऊनि धाले ।
जे शांतीसी आले । पालव नवे ।।१९०।।
जे परिणामा निघाले कोंभ । जे धैर्यमंडपाचे स्तंभ ।
जे आनंदसमुद्रीं कुंभ । चुबकळोनि भरिले ।।१९१।।
जयां भक्तीची येतुली प्राप्ती । जे कैवल्यातें परौतें सर म्हणती ।
जयांचिये लीलेमाजी नीति । जियाली दिसे ।।१९२।।
ऐसें जे महानुभाव । दैविये प्रकृतीचें दैव ।
जे जाणोनियां सर्व । स्वरूप माझें ।।१९४।।

भगवान् श्रीकृष्ण म्हणाले, ‘वैराग्य ज्यांची अहोरात्र सेवा करते, स्वप्नातही ज्यांना विषयवासनेचा स्पर्श होत नाही, त्यांच्या निर्मळ अंत:करणात मी क्षेत्रसंन्यासी म्हणजे सतत एकाच क्षेत्रात वास्तव्य करणारा होऊन रहातो. जे अधर्मापासून दूर असतात, ज्यांचे अंत:करण सदैव सुविचाराकडे झुकलेले असते, जे ज्ञानगंगेत स्नान करून अंतर्बाह्य शुद्ध झाले, ब्रह्मस्वरूप झाले आणि ज्यांच्या शांतीला नवे कोंब फुटले, ते धैर्यरूप मंडपाचे खांब आहेत, आनंदसमुद्रात बुडवून काढलेले कुंभ आहेत, त्यांना भक्ती इतकी महत्त्वाची वाटते की ते मोक्षाचीही पर्वा करीत नाहीत. जे सहजच नीतिमान आहेत, ज्यांनी आपल्या सर्व अवयवात शांती भरली आहे, ज्यांनी मला पूर्णपणे जाणले त्या महानुभवांच्या ठायी मी असतो. ते मला पूर्णपणे जाणतात, त्यांनी माझे निर्गुण निराकार स्वरूप ओळखलेले असते. त्यामुळे मी त्यांच्यातच विरून जातो आणि ते मद्रूप होतात.

।। जय जय रामकृष्ण हरी ।।

ऐसें मीच होऊनि पांडवा । करिती माझी सेवा ।
परि नवलावो तो सांगावा । असे आइक ।। १९६ ।।
तरी कीर्तनाचेनि नटनाचे । नाशिले व्यवसाय प्रायश्चित्तांचे ।
जें नामचि नाहीं पापाचें । ऐसें केलें ।।१९७ ।।
ते पहांटेवीण पाहावित । अमृतेंवीण जीववित ।
योगेंवीण दावित । कैवल्य डोळां ।।२०१ ।।
परी राया रंका पाड धरुं । नेणती सानेयां थोरां कडसणी करूं ।
एकसरें आनंदाचें आवारु । होत जगा ।।२०२ ।।
कहीं एखाधेनि वैकुंठा जावें । तें तिहीं वैकुंठचि केलें आघवें ।
ऐसें नामघोषगौरवें । धवळलें विश्व ।।२०३ ।।
तेजें सूर्य तैसे सोज्वळ । परि तोहि अस्तवे हें किडाळ ।
चंद्र संपूर्ण एखादे वेळ । हे सदा पुरते ।।२०४ ।।

अर्जुना, अशा प्रकारे माझ्यातच जणू विलीन होऊन जे माझी सेवा करतात, त्या सेवेची नवलकथा सांगतो ती ऐक. ते हरिकीर्तन करीत नाचतात. मग पापाचे नावसुद्धा उरत नाही. या साधुंचे वैशिष्ट्य असे की ते पहाट झाल्याशिवाय जिवांना आत्मज्ञानाचा प्रकाश दाखवतात. अमृताशिवाय प्राणिमात्रांना संजीवनी देतात आणि योगसाधना न करता मोक्षपदी नेतात. राजा आणि रंक असा योग्यता भेद करीत नाहीत, लहान-थोर समान समजतात आणि जगाला आनंदाचा परिसर करून टाकतात. वैकुंठाला जाणारा एखादाच असतो, पण या साधुजनांनी माझ्या नामघोषाने सर्व जगच वैकुंठ केले, पवित्र प्रकाशित केले. त्या साधूंचे तेज सूर्याप्रमाणे आहे, पण सूर्यही सायंकाळी अस्तमान होतो, चंद्रासारखे म्हणावे तर चंद्र एकदाच पूर्ण असतो, हे साधू मात्र निरंतर पूर्णत्व पावलेले आहेत. म्हणून असे साधुजन मला निरंतर प्रिय असतात. ते योगसाधनेशिवाय मोक्षाप्रत नेतात.

।। जय जय रामकृष्ण हरी ।।

जयांचें वाचेपुढां भोजे । नाम नाचत असे माझें ।
जें जन्मसहस्त्रीं वोळगिजे । एकवेळ मुखासि यावया ।।२०६ ।।
तो मी वैकुंठीं नसें । वेळ एक भानुबिंबींही न दिसें ।
वरी योगियांचींही मानसें । उमरडोनि जाय ।।२०७ ।।
परी तयांपाशीं पांडवा । मी हारपला गिंवसावा ।
जेथ नामघोषु बरवा । करिती माझा ।।२०८ ।।
कैसे माझां गुणीं घालें । देशकाळातें विसरले ।
कीर्तनेंसुखी झाले । आपणपांचि ।।२०९ ।।
कृष्ण विष्णु हरि गोविंद । या नामाचे निखळ प्रबंध ।
माजी आत्मचर्चा विशद । उदंड गाती ।।२१० ।।
हें बहु असो यापरी । कीर्तित मातें अवधारीं ।
एक विचरती चराचरीं । पांडुकुमरा ।।२११ ।।

माझे नाम मुखी येण्यासाठी सहस्त्र जन्म माझ्या सेवेत घालवावे लागतात, माझे नावच त्यांच्या वाचेपुढे जणू नाचत असते. काही वेळेस मी वैकुंठात वास्तव्य करीत नसतो, सूर्यमालिकेतही दृष्टीस पडत नाही. योग्यांनाही पार करून जातो, पण पांडवा, जिथे माझ्या नावाचा सतत घोष चालला आहे, नामस्मरणाचा सोहळा होतो आहे. तिथे मी असणारच. ते माझ्या गुणांनी एवढे तृप्त झालेले असतात, की देशकाल वर्तमान विसरून केवळ नामस्मरणामुळे, कीर्तनाने सुखी झालेले असतात. अशा नामांचेच केवळ कथन करतात व आत्मचर्चाही करतात. हे पंडुकुमारा, अशा प्रकारे माझे निरनिराळ्या प्रकारे गुण संकीर्तन करीत अनेकजण भ्रमंती करीत असतात.

।। जय जय रामकृष्ण हरी ।।

जैसें उंचीं उदक पडिलें। तें तळवटवरी ये उगेलें।
तैसें नमिजे भुतजात देखिलें। ऐसा स्वभावोचि तयांचा ।।२२४ ।।
अखंड अगर्वता होऊनि असती। तयांची विनयो हेचि संपत्ती।
जे जयजयमंत्रें अर्पिती। माझांचि ठायीं ।।२२६ ।।
नमितां मानाभिमान गळाले। म्हणोनि अवचितें ते मीचि जहाले।
ऐसें निरंतर मिसळले। उपासिती ।।२२७ ।।
जैसा चेइला तो अर्जुना। म्हणे स्वप्नींची ही विचित्र सेना।
मीचि जाहालों होतों ना। निद्रावशें ।।२४६ ।।
आतां सेना ते सेना नव्हे। हें मीच एक आघवें।
ऐसें एकत्वें मानवें। विश्व तया ।।२४७ ।।
मग तो जीवु हे भाष सरे। आब्रह्म परमात्मबोधें भरे।
ऐसे भजती ज्ञानाध्वरें। एकत्वें येणें ।।२४८ ।।

ज्याप्रमाणे अतिशय उंचावरून पडणारे पाणी एकदम तळाशी येते त्याप्रमाणे सर्वांना नमस्कार करणे हा त्यांचा नम्र स्वभाव दर्शवतो. त्यांना कसलाही गर्व नसतो, विनय हीच त्यांची संपत्ती असते आणि मुखाने माझा 'जय जय' मंत्राने माझ्याच ठिकाणी अर्पण करीत असतात. ते नम्र असल्यामुळे मानापमानाचा विचारही त्यांच्या मनाला स्पर्श करीत नाही. म्हणून ते पूर्णपणे माझ्या स्वरूपात एकरूप झालेले असूनही सतत माझीच भक्ती करतात. स्वप्नात सैन्य पाहिलेला माणूस जागा झाल्यावर 'मीच सेना झालो होतो ना' असे म्हणतो, अशा प्रकारे त्याला सर्व जग एकरूप भासते, मग त्याचे एक प्रकारे मीपण समाप्त होते, ब्रह्मदेवापासून मुंगीपर्यंत सर्वत्र ब्रह्मरूपच भरलेले आहे, असे तो मानतो आणि अशा प्रकारे ज्ञानानें तो परिपूर्ण होतो आणि ऐक्यभावनेनें माझे भजन करितात.

।। जय जय रामकृष्ण हरी ।।

हें भानुबिंब आवडेतया। सन्मुख जैसें धनंजया।
तैसे ते विश्वा या। समोर सदा ।।२५९ ।।
अगा तयांचिया ज्ञाना। पाठी पोट नाहीं अर्जुना।
वायु जैसा गगना। सर्वांगीं असे ।।२६० ।।
तैसा मी जेतुला आघवा। तेंचि तुक तयांचिया सद्भावा।
तरी न करितां पांडवा। भजन जहालें ।।२६१ ।।
ऐऱ्हवीं तरी सकळ मीचि आहें। तरी कवणीं कें उपासिला नोहें।
एथ एकें जाणणेनवीण ठाये। अप्राप्तीसी ।।२६२ ।।
परि तें असो येणें उचितें। ज्ञानयज्ञें यजितसांते।
उपासिती मातें। तें सांगितलें ।।२६३ ।।
अखंड सकळ हें सकळां मुखीं। सहज अर्पत असे मज एकीं।
कीं नेणणेयासाठीं मूर्खीं। न पविजेचि मातें ।।२६४ ।।

धनंजया, सूर्यबिंब हे वाटेल त्याच्या सन्मुख असते. त्याप्रमाणे ज्ञानीजन सतत विश्वाच्या समोर असतात. वारा ज्याप्रमाणे आकाश भरून असतो, तसे त्यांच्या ज्ञानालाही पुढची वा मागची बाजू असे काही नसते. त्याप्रमाणे जेवढा मी परिपूर्ण आहे, तेवढेच महत्त्व त्यांच्या सद्भावास असते. त्यामुळेच ते प्रत्यक्ष भजन करत नसले तरी त्यांच्याकडून सहज भजन होत असते. माझी कोण, कोठे भक्ती करीत नाही सांग बरे? परंतु असे पूर्ण ज्ञान नसणाऱ्यास हे असे भजन घडत नाही. असो. उचित ज्ञानयज्ञ करून माझी उपासना करतात ते भक्त मी तुला सांगितले.

सर्वांचे, सर्व जे जे करतात ते कर्म माझ्या ठिकाणी येऊन मिळत असते. पण मूर्खांनी ते न जाणल्यामुळे ते सहज अर्पण होणारे सर्व कर्म मला प्राप्त होत नाही.

।। जय जय रामकृष्ण हरी ।।

तोचि जाणिवेचा उदयो जरी होये। तरी मुदल वेदु मीचि आहें।
आणि तो विधानातें जया विये। तो ऋतुही मीचि ।।२६५।।
मग तया कर्मापासूनि बरवा। जो सांगोपांगु आघवा।
यज्ञु प्रगटे पांडवा। तोही मी गा ।।२६६ ।।
स्वाहा मी स्वधा। सोमादि औषधी विविधा।
आज्य मी समिधा। मंत्रु मी हवि ।।२६७।।
होता मी हवन कीजे। तेथ अग्नी तो स्वरूप माझें।
आणि हुतक वस्तु जें जें। तेही मीचि ।।२६८।।
पै जयाचेनि अंगसंगें। इथे प्रकृतीस्तव अष्टांगें।
जन्म पाविजत असे जगें। तो पिता मी गा ।।२६९।।
अर्धनारींनटेश्वरीं। जो पुरुष तोचि नारी।
तेवीं मी चराचरीं। माताही होय ।।२७०।।

ती जाणीव जर मनुष्याच्या मनात जागृत झाली तर वेद मीच आहे आणि वेदात जी जी विश्व कर्मे करावयास सांगितले आहे त्याची प्रक्रियाही मीच. मग त्या यज्ञातून प्रकटणारा विधियुक्त यज्ञ तोही मीच आहे. देवांना आणि पितरांना द्यावयाचा नैवेद्यही मी. यज्ञात उपयोगी आणल्या जाणाऱ्या समिधा तूप व सोमादिक आणि औषधी वनस्पतीही मीच. मंत्रही मी आणि दानही मीच. यज्ञाचा ब्राह्मण, अग्नी आणि हवन द्रव्यही मीच आहे. ज्याच्या अंगसंगाने अष्टांग प्रकृतीने जगाला जन्म दिला त्या जगाचा पिता मी आहे. अर्धनारीनटेश्वरामध्ये जसे जो पुरुष तोच स्त्री असतो तसेच या चराचरासाठी मीच माताही आहे.

।। जय जय रामकृष्ण हरी ।।

आणि जाहालें जग जेथ राहे । जेणें जित वाढत आहे ।
तें मीचि वांचूनि नोहे । आन निरुतें ।।२७१ ।।
तो विश्वश्रियेचा भर्ता । मीचि गा पंडुसुता ।
मी गोसावी समस्ता । त्रैलोक्याचा ।।२८० ।।
आकाशें सर्वत्र वसावें । वायूनें नावभरी उगे नसावें ।
पावकें दाहावें । वर्षावें जळें ।।२८१ ।।
पर्वतीं बैसका न संडावी । समुद्रीं रेखा नोलांडावी ।
पृथ्वीया भूतें वाहावीं । हे आज्ञा माझी ।।२८२ ।।
म्यां बोलविल्या वेदु बोले । म्यां चालविल्या सूर्यु चाले ।
म्यां हालविल्या प्राणु हाले । जो जगातें चाळिता ।।२८३ ।।
ऐसा जो समर्थु । तो मी जगाचा नाथु ।
आणि गगनाऐसा साक्षिभूतु । तोही मीचि ।।२८५ ।।

उत्पन्न झालेले जग व त्याचे संवर्धन करणारे स्थान माझ्याशिवाय दुसरे कोणते नाही. मी विश्वलक्ष्मीचा पती आणि अर्जुना तिन्ही लोकांचे स्वामित्व माझ्याकडेच येते ह्व आकाशाने सर्वव्यापी असावे, वाऱ्याने क्षणाचीही विश्रांती घेऊ नये, अग्नीने ज्वलनाचे काम करावे आणि मेघांनी वृष्टी करावी. पर्वतांनी आपली जागा सोडू नये, समुद्राने आपली मर्यादा सोडू नये, पृथ्वीने सर्व भुतांचा भार वहावा हे सर्व माझ्या आज्ञेने चालले आहे. मी बोलण्यास सांगितले तर वेदांनी बोलावे, मी चालवले तरच सुर्याने चालावे. आणि मी आज्ञा केली तरच जगाचा प्रवर्तक प्राण आपले कार्य करतो. असा सर्व शक्तीमान जगाचा मालक मीच आहे आणि आकाशाप्रमाणेच सगळ्यात असूनही सगळ्यात नसलेला निर्विकारही मीच आहे.

।। जय जय रामकृष्ण हरी ।।

जैसे जळाचे कल्लोळ। आणि कल्लोळीं आथी जळ।
ऐसेनि वसवीतसे सकळ। तो निवासु मी ।।२८७ ।।
जो मज होय अनन्य शरण। त्याचें निवारीं मी जन्ममरण।
यालागीं शरणागता शरण्य। मीचि एकु।। २८८ ।।
मीचि एक अनेकपणें। वेगळालेनि प्रकृतीगुणें।
जीत जगाचेनि प्राणें। वर्तत असें ।।२८९ ।।
जैसा समुद्र थिल्लर न म्हणतां। भलतेथ बिंबे सेविता।
तैसा ब्रह्मादि सर्वां भूतां। सुहृद तो मी ।।२९० ।।
मीचि गा पांडवा। या त्रिभुवनासि वोलावा।
सृष्टिक्षयप्रभवा। मूळ तें मी ।।२९१ ।।
आतां बहु बोलोनि सांगावें। तें एकिहेळां घे पां आघवें।
तरी सतासतही जाणावें। मीचि पैं गा ।।२९९ ।।

ज्याप्रमाणे लाटा जलाशयातच उत्पन्न होतात आणि लाटातही पाणी असते त्याप्रमाणे हे सर्व जग वसविणारा आणि त्या जगात असणारा मीच आहे. जो मला अनन्यभावाने शरण येतो त्याला मी जन्म-मरणाच्या चक्रातून मुक्त करतो आणि शरणागताला अभय देणारा मीच एकटा आहे. वास्तविक मी एकच आहे पण विविधांगांनी जगात प्रकट होत असतो. ज्याप्रमाणे सूर्य हा समुद्र किंवा हे डबके असे न म्हणता सगळ्यात प्रतिबिंबीत होतो, त्याप्रमाणे ब्रह्मापासून क्षुद्र कीटकापर्यंत सर्वांचा सुहृद मीच आहे. पांडवा, या त्रिभुवनाचा, ओलावा मीच आणि उत्पत्ती, आणि लय यांचा कर्ता मीच. थोडक्यात अर्जुना मी नाही असे काहीही नाही. तुला एकदाच आणि अखेरचे सांगतो की, व्यक्त आणि अव्यक्त दोन्ही माझीच रूपे आहेत.

।। जय जय रामकृष्ण हरी ।।

ऐऱ्हवी तरी नरकींचें दु:ख। पावोनि स्वर्गा नाम कीं सुख।
वांचूनि नित्यानंद गा निर्दोष। तें स्वरूप माझें।।३१४।।
स्वर्गा पुण्यात्मकें पापें येइजे। पापात्मकें पापें नरका जाइजे।
मग मातें जेणें पाविजे। तें शुद्ध पुण्य।।३१६।।
पैं सर्वभावेंसीं उखितें। जे वोपिलें मज चित्तें।
जैसा गर्भगोळु उद्यमातें। कोणाही नेणें।।३३५।।
ऐसे अनन्यगतिकें चित्तें। चिंतितसांते मातें।
जे उपसिती तयांते। मीचि सेवीं।।३३७।।
हा योगक्षेमु आघवा। तयांचा मजचि पडिला पांडवा।
जयांचिया सर्वभावा। आश्रयो मी।।३४३।।

एरवी नरकातील दु:खाचा विचार केला तर स्वर्गप्राप्तीला सुखच म्हणावे लागेल, निर्दोष त्रिकालाबाधित असे जे सुख ते माझे रूप होय. पुण्यात्मक पापाने (आतून पाप बाहेरून पुण्य) स्वर्गाला येता येते आणि पापरूप पापाने (आतबाहेर फक्त पाप) नरकाला जाता येते. मात्र माझी प्राप्ती केवळ शुद्ध पुण्यानेच होते. ज्याप्रमाणे गर्भावस्थेतील बालक काहीही व्यवहार जाणत नाही, त्याप्रमाणे इतर काहीही न जाणणारे, ज्यांनी आपले चित्त सर्वभावे माझ्याकडे लावले आहे, त्यांना मीच केवळ माहीत असतो, जे माझ्यासाठीच जगतात, अशा एकनिष्ठ भक्तांची सेवा मी करतो ह्न आणि पांडवा, अशा प्रकारे ज्यांचा सर्वस्व मीच असतो त्या सर्वांचा योगक्षेम मीच करतो.

।। जय जय रामकृष्ण हरी।।

सर्वांगीं सर्वांठायीं। मीचि नमस्कारिला जिहीं।
दानपुण्यादिकें जें कांहीं। तें माझियाचि मोहरा ।।३६०।।
जिहीं मातेंचि अध्ययन केलें। जें आंतबाहेरि मियांचि धालें।
जयांचें जीवित्व जोडलें। मजचिलागीं ।।३६१।।
जे अहंकारु वाहत आंगीं। आम्ही हरीचे भुषावयालागीं।
जे लोभिये एकचि जगीं। माझेनि लोभें ।।३६२।।
जे माझेनि कामें सकाम। जे माझेनि प्रेमें सप्रेम।
जे माझिया भुलीं सभ्रम। नेणती लोक।। ३६३।।
जयांची जाणतीं मजचि शास्त्रें। मी जोडें जयांचेनि मंत्रें।
ऐसें जे चेष्टामात्रें। भजले मज ।।३६४।।
ते मरणाऐलीचकडे। मज मिळोनि गेले फुडे।
मग मरणीं आणिकीकडे। जातील केवीं ।।३६५।।

जे सर्वांगाने सर्व स्थळी मी आहे असे समजून, मलाच नमस्कार करतात, जे दान किंवा पुण्य मलाच अर्पण करतात, ज्यांच्या अभ्यासाचा अध्ययनाचा विषय माझे नामस्मरण आहे, जे अंतर्बाह्य माझ्यामुळेच तृप्ती पावले आहेत, ज्यांनी आपले अवघे आयुष्य मलाच अर्पण केले आहे, ज्यांना माझ्याशिवाय अन्य काहीही मिळवण्याची इच्छा राहिलेली नाही, आम्ही हरीकीर्ती वाढविणारे आहोत असे जे गर्वाने सांगतात, माझीच इच्छा हीच ज्यांची इच्छा, जे माझ्यावर प्रेम करून आनंदी होतात आणि जे लोक माझ्यावर भाळल्यामुळे वेडे होतात, मला जाणणे हेच ज्यांचे शास्त्र आहे आणि जे अशा मंत्राचा जाप करतात की त्यापासून त्यांना माझीच प्राप्ती होते. ते कायिक, वाचिक, मानसिक या सर्व अंगाने मलाच भजतात ते मरणाआधीच माझ्याशी एकरूप होतात. मग मरणानंतर माझ्याशिवाय कुठे जातील?

।। जय जय रामकृष्ण हरी ।।

मग निस्सीमभावउल्हासें। मज अर्पावयाचेनि मिसें।
फळ एक आवडे तैसें। भलतयाचें हो ।।३८२।।
भक्तु माझियाकडे दावी। आणि मी दोन्ही हात वोडवीं।
मग देंठु न फेडितां सेवीं। आदरेंसीं ।।३८३।।
पैं गा भक्तीचेनि नांवे। फूल एक मज द्यावें।
तें लेखें तरि म्यां तुरंबावें। परि मुखींचि घालीं ।।३८४।।
हे असो कायसीं फुलें। पानचि एक आवडें तें जाहलें।
तें साजुकही न हो सुकलें। भलतैसें ।।३८५।।
परि सर्वभावें भरलें देखें। आणि भुकेला अमृतें तोखे।
तैसें पत्रचि परि तेणें सुखें। आरोगूं लागें ।।३८६।।
पैं भक्ति एकी मी जाणें। तेथ सानें थोर न म्हणे।
आम्ही भावाचे पाहुणे। भलतेया ।।३९५।।

दृढ भक्तिपूर्वक माझ्या भक्ताने माझ्यापुढे कोणत्याही झाडाचे, त्याला प्रिय असलेले फळ ठेवले म्हणजे दोन्ही हातांनी मी ते उचलतो आणि त्याचा देठही न तोडता सादर सेवन करतो, एखाद्याने अनंत भक्तिभावाने एखादे फूल दिले तर त्याचा वास घ्यावयाचे विसरून मी सरळ ते तोंडातच घालतो ह्व असो, पण तुला सांगतो फळे-फुलेच काय भक्तिभावाने मला समर्पण केलेले झाडाचे एखादे पानही मला आवडते, ते ताजे असो वा सुकलेले मला चालते. पण ते अत्यंत भक्तिभावाने अर्पण केलेले आहे हे पहाताच, क्षुधित, भुकेलेल्या माणसाने अमृत प्राशन करून तृप्त व्हावे त्याप्रमाणे ते पान मला अमृततुल्य वाटते आणि मी ते खातो. मी केवळ भक्ती ओळखतो, मग तिथे भेदभाव नाही, कोणाच्याही भक्तीरूपी मेजवानीला आम्ही हजर रहातो.

।। जय जय रामकृष्ण हरी ।।

जें जें कांहीं व्यापार करिसी । कां भोग हन भोगिसी ।
अथवा यज्ञीं यजिसी । नानाविधीं ।।३९८ ।।
नातरी पात्रविशेषें दानें । कां सेवकां देशी जीवनें ।
तपादि साधनें । व्रतें करिसी ।।३९९ ।।
तें क्रियाजात आघवें । जें जैसें निपजेल स्वभावें ।
तें भावना करोनि करावें । माझिया मोहरा ।।४०० ।।
परि सर्वथा आपुले जीवीं । केलियाची शंका कांहींचि नुरवीं ।
ऐसीं धुवोनि कर्में द्यावीं । माझिया हातीं ।।४०१ ।।
अगा कर्में जैं उरावें । तैं तिहीं सुखदु:खी फळावें ।
आणि तयांते भोगावया यावें । देहा एका ।।४०३ ।।
तें उगाणिलें मज कर्म । तेव्हांचि पुसिलें मरण जन्म ।
जन्मासवें श्रम । वरचिलही गेले ।।४०४ ।।

बाबा रे, जे जे काही तू करशील मग तो व्यापार असो वा व्यवसाय, ज्या वस्तूंचा उपभोग घेशील किंवा माझ्यासाठी यज्ञ करशील, सत्पात्री जी दाने करशील, तुझ्या नोकर माणसांना जे जे वेतन देशील, जे तप करशील, जी व्रते करशील ही सहज तुझ्या हातून होणारी कर्मे तू भक्तिपूर्वक माझ्याच हेतूने कर आणि आपण ही सर्व कर्मे केली आहेत हे तू विसरून जा, किंवा त्यांचे स्मरणही रहाणार नाही अशा निष्काम बुद्धीने मला ती अर्पण कर. नाहीतर कर्मे शिल्लक राहतात, त्याच्यापासून सुख किंवा दु:ख निर्माण होते आणि ते भोगण्यासाठी पुन: पुन्हा जन्म घ्यावा लागतो. तेच कर्म तू मला अर्पण केलेस तर तुला पुन्हा जन्म घ्यावा लागणार नाही आणि जन्मामुळे जे कष्ट होतात ते नाहीसे होतील.

।। जय जय रामकृष्ण हरी ।।

तो मी पुससी कैसा। तरि जो सर्वभूतीं सदा सरिसा।
जेथ आपपरु ऐसा। भागु नाहीं।।४०७।।
जें ऐसिया मातें जाणोनि। अहंकाराचा कुरुठा मोडोनि।
जें जीवें कर्में करुनि। भजती मातें।।४०८।।
ते वर्तत दिसती देहीं। परि ते देहीं ना माझां ठायीं।
आणि मी तयांचा हृदयीं। समग्र असे।।४०९।।
तेवीं आम्हां तया परस्परें। बाहेर नामाचींचि अंतरें।
वांचुनि आंतुवट वस्तुविचारें। मी तेचि ते।।४११।।
परिमळु निघालिया पवनापाठीं। मागें वोस फूल राहें देंठीं।
तैसें आयुष्याचिये मुठीं। केवळ देह।।४१३।।
येर अवष्टंभु जो आघवां। तो आरुढोनि मद्भावा।
मजचि आंतु पांडवा। पैठा जाहला।।४१४।।

तर एकूण 'मी कसा आहे?' असं विचारशील तर मी सांगेन मी सर्व भूतांचे ठायी भेदभावरहित आहे. जे माझे भक्त माझ्या अशा स्वरूपाला जाणतात आणि बाह्यत: ते दैनंदिन कर्मे करीत असले तरी त्यांच्या हृदयात मीच पूर्णपणे असतो, त्यांनी अहंकार मोडून टाकून मला कायावाचामन जणू अर्पण केलेले असते. आत्म्यात आणि भक्तांत बाह्यनामरूप आणि नजरेचा भेद आहे. खरे पहाता आत्मदृष्टीने पहाता आम्ही एकच आहोत. ज्याप्रमाणे फुलातला सुगंध वारा घेऊन जातो तेव्हा सुगंधरहित फुल देठाशी रहाते. अगदी तसाच भक्ताचा देह आयुष्य धरून ठेवते मात्र त्याचा सुगंधरूपी देहाहंकार माझ्या स्वरूपी स्थित झालेला असतो.

।। जय जय रामकृष्ण हरी ।।

ऐसं भजतेनि प्रेमभावें । जया शरीरही पाठीं न पवे ।
तेणें भलतया व्हावें । जातीचिया ।।४१५ ।।
आणि आचरण पाहातां सुभटा । तो दुष्कृताचा कीर सेल वांटा ।
परि जीवित वेंचिलें चोहटां । भक्तीचिया कीं ।।४१६ ।।
अगा अंतीचिया मती । साचपण पुढिले गती ।
म्हणोनि जीवित जेणें भक्ती । दिधलें शेखीं ।।४१७ ।।
यालागीं दुष्कृती जऱ्ही जाहाला । तरि अनुतापतीर्थीं न्हाला ।
न्हाऊनि मजआंतु आला । सर्वभावें ।।४२० ।।
तरि आतां पवित्र तयाचेंचि कुळ । आभिजात्य तेंचि निर्मळ ।
जन्मलेयाचें फळ । तयासीच जोडलें ।।४२१ ।।
हें असो बहुत पार्था । तो उतरला कर्में सर्वथा ।
जयाची अखंड गा आस्था । मजचिलागीं ।।४२३ ।।

अशा प्रेमाने जे माझे भजन करतात, ते कोणत्याही जातीचे असले तरी त्यांना हे शरीर परत प्राप्त होत नाही. पुन्हा जन्म येत नाही. एखाद्याने आपल्या पूर्वायुष्यात दुष्ट आचरण केले असले, अनंत पापे केली असली तरी ज्यांनी आपल्या आयुष्याच्या उत्तरार्धात भक्तिमार्गाचा अवलंब केला आहे, आणि अंतकाळी, मरणसमयी जी बुद्धी होते तीच गती पुढील जन्मी प्राप्त होते. म्हणून आयुष्याच्या पूर्वार्धात जरी एखादा पापाचरण करणारा असला तरी तो अनुतापाच्या तीर्थात न्हाऊन मला सर्वभावे शरण आला तर त्याचे कुळ पवित्र होते, तो कुलीन होतो आणि जन्मास आल्याचे फळ जी भक्ती ती त्याला प्राप्त होते. आता पार्था, आणखी काय सांगू. जो आवडीने मद्रुप होतो तो पूर्णतः कर्मबंधनातून मुक्त होतो.

।। जय जय रामकृष्ण हरी ।।

म्हणोनि कुळ जाति वर्ण। हें आघवेंचि गा अकारण।
एथ अर्जुना माझेपण। सार्थक एक।। ४५६ ।।
तेचि भलतेणें भावें। मन मजआंतु येतें होआवें।
आलें तरी आघवें। मागील वावो ।।४५७ ।।
कां खैर चंदन काष्ठें। हें विवंचना तंवचि घटे।
जंव न घापती एकवटें। अग्नीमाजीं ।।४५९ ।।
तैसे क्षत्री वैश्य स्त्रिया। का शूद्र अंत्यदि इया।
जाती तंवचि वेगळालिया। जंव न पावती मातें ।।४६० ।।
तरी भोग्यजात जेतुलें। तें एका देहाचिया निकिया लागलें।
आणि एथ देह तंव असे पडिलें। काळाचां तोंडी ।।४९५ ।।
बाप दु:खाचे केणें सुटलें। जेथ मरणाचे भरे लोटलें।
तिये मृत्यूलोकींचिये शेवटिले। येणें जाहालें हाटवेळे ।।४९६ ।।

अर्जुना, कुळ, जाती, वर्ण हे सगळे अकारण आहेत. माझी भक्तीच केवळ केली असता, जीवनाचे सार्थक होते. त्याचे मन कोणत्या का कारणाने होईना माझ्याशी एकरूप होणे गरजेचे. एकदा का ते मद्रुप झाले की बाकी सर्व व्यर्थ आहे. लाकडे जोपर्यंत अग्नीत घातली नाहीत तोपर्यंत त्यांना खैर, चंदन वगैरे नावे असतात. त्याप्रमाणे जोपर्यंत ते माझ्यात एकरूप होत नाहीत, मद्रूप होत नाहीत तोपर्यंत त्यांना क्षत्रिय, वैश्य, शूद्र, अंत्यज, स्त्री वगैरे संज्ञा असतात. बाबा रे, जेवढ्या उपभोगाच्या वस्तू आहेत त्या देहसुखासाठी उत्पन्न केल्या आहेत आणि मृत्यूलोकी देह काळाच्या तोंडी पडलेला असतो. या मृत्यूलोकाच्या बाजारात दु:खरूपी माल भरलेला असून मरणाच्या मापाने मोजला जात आहे. अशा या बाजारात नरदेहरूपी अशा शेवटच्या बाजारात तो आला आहे. वेळी मनुष्यरूपाने येणे झाले आहे. विषयांपासून होणाऱ्या सुखाला सुख म्हणणे हेच मोठे अज्ञान आहे. ज्या मृत्यूलोकात चंद्र क्षयी असतो, सूर्याचा अस्त होतो तेथे दु:ख हे सुखाचे पांघरूण घेऊन जगाला छळते. अरे मृत्यू हा उदरातील गर्भाला देखील शोधीत येतो. अशी ज्या मृत्यूलोकीची स्थिती तिथे जन्मणाऱ्या लोकांचा निष्काळजीपणा पाहून नवल वाटते.

।। जय जय रामकृष्ण हरी ।।

जंव जंव बाळ बळिया वाढे । तंव तंव भोजें नाचती कोडें ।
आयुष्य निमालें आतुलियेकडे । ते ग्लानीची नाहीं ।।५११ ।।
जन्मलिया दिवसदिवसें । हों लागे काळाचियाचि ऐसें ।
कीं वाढती करिती उल्हासें । उभविती गुढिया ।।५१२ ।।
अगा मर हा बोलु न साहती । आणि मेलिया तरी रडती ।
परि असतें जात न गणिती । गहिंसपणें ।।५१३ ।।
अहा कटा हें वोखटें । मृत्युलोकींचें उफराटें ।
एथ अर्जुना जरी अवचटें । जन्मलासी तूं ।।५१५ ।।
तरी झडझडोनि वहिला निघ । इये भक्तीचिये वाटे लाग ।
जिया पावसी अव्यंग । निजधाम माझें ।।५१६ ।।
तूं मन हें मीचि करीं । माझिया भजनीं प्रेम धरीं ।
सर्वत्र नमस्कारीं । मज एकातें ।।५१७ ।।

अर्जुना, हे बघ, लहान मूल जसे जसे मोठे होते, तसा तसा त्याच्या आईबापांना आनंद होत असतो. पण प्रत्यक्षात त्याचे आयुष्य कमी होत असते याविषयी त्यांना खंतच वाटत नाही. तो जन्मला की तो मृत्यूकडे वाटचाल सुरू करतो. पण प्रत्यक्षात त्याचा वाढदिवस गुढ्या तोरणे उभारून केला जातो. त्यांना 'मर' हा शब्ददेखील अभद्र वाटतो, तो सहन होत नाही, मेल्यावर तर रडतातच पण इकडे आपले आयुष्यही प्रतिदिनी संपत चालले आहे, याची या मूर्खांना जाणही नसते. हाय हाय– मृत्यूलोकी अशा सर्व गोष्टी उलट्या, उफराट्या घडत असतातह्व अर्जुना, अकस्मात तू या जगात जन्माला आला आहेस तरी वेगाने वेगळा हो, भक्तिमार्गाला लाग तरच अविनाशी पद तुला प्राप्त होईल. मन माझ्याशी एकरूप करून सर्व ठिकाणी मीच आहे, असे मानून मला एकालाच नमस्कार कर.

।। जय जय रामकृष्ण हरी ।।

।। अध्याय दहावा ।।

नमो विशदबोधविदग्धा । विद्यारविंदप्रबोधा ।
पराप्रमेयप्रमदा– । विलासिया ।।१ ।।
जी आपुलिया स्नेहाची वागीश्वरी । जरी मुकेयातें अंगीकारी ।
तो वाचस्पतीशीं करी । प्रबंधुहोडा ।।८ ।।
हें असो दिठी जयावरी झळके । कीं हा पद्मकरु माथां पारुखे ।
तो जीवचि परि तुके । महेशेंसीं ।।९ ।।
मग म्हणितलें जी स्वामी । भलेनि ममत्वें देखिलें तुम्ही ।
म्हणोनि कृष्णार्जुनसंगमीं । प्रयागवटु जाहलों ।।१६ ।।
ना तरी वैकुंठपीठनायकें । रुसला ध्रुव कवतिकें ।
बुझाविला देऊनि भातुकें । ध्रुवपदाचें ।।१८ ।।
तैसी जे ब्रह्मविद्यारावो । सकळ शास्त्रांचा विसंवता ठावो ।
ते भगवद्गीता वोविया गावों । ऐसें केलें ।।१९ ।।

ब्रह्मज्ञानाचा बोध करण्यात चतुर, विद्यारूपी कमलपुष्प फुलविणारा आणि परावाणीच्या अर्थरूप स्त्रीशी विलास करणाऱ्या गुरुराजा, तुला नमस्कार असो. जेव्हा तुमची सरस्वती मुक्यावरही प्रसन्न होते, तेव्हा ग्रंथरचनेत तो बृहस्पतीलाही मागे टाकतो. ज्यावर महाराज आपली कृपादृष्टी वळते किंवा ज्याच्या मस्तकी आपण हात ठेवता तो जीव असूनही शिवरूपच होतो. हे स्वामी तुमच्या प्रेममय कृपादृष्टीमुळे मी कृष्णार्जुन संवादरूपी गंगायमुनांच्या संगमात प्रयागतीर्थीचा वटवृक्ष झालो. रुष्ट ध्रुवाला अढळपदाचा खाऊ देऊन श्रीकृष्णांनी त्यांची समजूत घातली. त्याप्रमाणे ब्रह्मविद्येत श्रेष्ठ, सर्व शास्त्रांची विश्रांती अशी अध्यात्मविद्यारूप भगवद्गीता ती मी ओवीरूपात गुंफावी अशी मला तुम्ही शक्ती दिलीत.

।। जय जय रामकृष्ण हरी ।।

आम्हीं मागील जें निरुपण केलें। तें तुझें अवधानचि पाहिलें।
तंव टांचे नव्हें भलें। पुरतें आहे ।।५०।।
घटीं थोडेसें उदक घालिजे। तेणें न गळे तरी वरिता भरिजे।
तैसा परिसौनी पाहिलासि तंव परिसविजे। ऐसेंचि होतसे ।।५१।।
एथ वेद मुके जाहाले। मन पवन पांगुळले।
रातीविण मावळले। रविशशी ।।६४।।
उदरींचा गर्भु जैसा। नेणे मायेची वयसा।
देवांसि मी तैसा। चोजवेना ।।६५।।
मी कवण केतुला। कवणाचा कैं जाहला।
निरुती या करितां बोला। युगें गेले ।।६७।।
महर्षी आणि या देवां। येरा भूतजातां सर्वां।
मी आदि म्हणोनि पांडवा। जाणतां अवघड ।।६८।।

आम्ही या आधी जे तुला समजून सांगितले त्याकडे तुझे किती लक्ष होते हे आजमावले आहे आणि ते अर्धवट नसून पूर्ण लक्ष आहे हे जाणले आहे. भगवान् श्रीकृष्ण अर्जुनाला उद्देशून पुढे सांगू लागले, 'ज्याप्रमाणे नवा माठ आणला की त्यात थोडे पाणी घालून तो गळका नाही ना, हे तपासून पहातात आणि मगच पूर्ण भरतात. त्याप्रमाणे तुझी ही परीक्षा केली, आता पुढे तुला ऐकवावे असे आम्हाला वाटू लागले आहे. माझ्या या विश्वरूपी स्वरूपाबद्दल वेदांना बोलता येत नाही. मन आणि वारा यांची गती माझ्या पुढे खुंटली जाते. रात्र न होताच चंद्र सूर्य मावळतात. मातेच्या उदरातील गर्भाला आईचे वय माहीत नसते, त्याप्रमाणे मी उत्पन्न केलेले देव मला जाणत नाहीत. मी कोण, कसा, केवढा, कोणाचा वगैरे प्रश्नांचा खल करता करता शतके, युगे गेली. कारण अर्जुना महर्षी, देव व सर्व प्राणिमात्र या सर्वांच्या मुळाशी मी असल्यामुळे मला जाणून घेणे त्यांना अवघड जाते. खाली आलेले पाणी पुन्हा वर चढेल.

।। जय जय रामकृष्ण हरी ।।

ऐसाही जरी विपायें। सांडुनि पुढील पाये।
सर्वेंद्रियांसि होये। पाठिमोरा जो।।७२।।
प्रवर्तलाही वेगीं बहुडे। देह सांडूनि मागलीकडे।
महाभूतांचिया चढे। माथयावरी।।७३।।
तैसा राहोनि ठायठिके। स्वप्रकाशें चोखें।
अजत्व माझें देखे। आपुलिया डोळां।।७४।।
मी आदीसि परु। सकळलोकमहेश्वरु।
ऐसिया मातें जो नरु। यापरी जाणे।।७५।।
तो पाषाणामाजि परिसु। रसांआतु सिद्धरसु।
तैसा मनुष्याकृति अंशु। तो माझाचि जाण।।७६।।
तो चालतें ज्ञानाचें बिंब। तयाचे अवयव ते सुखाचे कोंभ।
परी माणुसपणची भांब। लोकाचि भागु।।७७।।

मला जाणणे अवघड आहे. तरीसुद्धा जो प्रवृत्ती सोडून इंद्रियांना जिंकतो आणि मग देह सोडून तो पंचमहाभूतांच्या मस्तकावर चढून बसतो. अशी मन:स्थिती झाल्यावर त्याला माझे उत्पत्तीरहित स्वरूप दिसते. मी आरंभाआधीचा आणि सर्वश्रेष्ठ आहे, हे जो माणूस जाणील तो दगडात जसा परीस श्रेष्ठ, रसात जसे अमृत श्रेष्ठ तसा सर्व मानवजातीत माझा श्रेष्ठ विभूति अंश आहे. ती माणसे म्हणजे चालते, बोलते ज्ञान किंवा ज्ञानाच्या चालत्या बोलत्या मूर्ती, त्यांचे अवयव म्हणजे सुखाचे अंकुर ह्न एरवी त्यांचे माणूसपण केवळ भास किंवा भ्रम. अशा प्रकारचा माझा भक्त प्रत्यक्षात मनुष्यलोकात वावरत असला तरी त्याला मायेची बाधा होत नाही. तो माझा अंश लोकांना माणूस रुपात दिसतो ते माणुसपण हा भ्रम आहे.

।। जय जय रामकृष्ण हरी।।

यालागी सुभद्रापती । हे भाव इया माझिया विभूती ।
आणि यांचिया व्याप्ती । व्यापिलें विश्व ।।१०४ ।।
म्हणोनि गा यापरी । ब्रह्मादिपिपीलिकावरी ।
मीवांचूनि दुसरी । गोठी नाहीं ।।१०५ ।।
मी माझिया विभूती । आणि विभूतीं व्यष्टलिया व्यक्ती ।
हें आघवें योगप्रतीती । एकचि मानी ।।१०७ ।।
म्हणोनि नि:शंकें येणें महायोगें । मज मीनला मनाचेनि आंगें ।
एथ संशय करणें न लगे । तो त्रिशुद्धी जाहला ।।१०८ ।।
कां जे ऐसें किरीटी । मातें भजे जो अभेदा दिठी ।
तयाचिये भजनाचिये नाटीं । सूती मज ।।१०९ ।।
म्हणऊनि अभेदें जो भक्तियोगु । तेथ शंका नाहीं नये खंगु ।
करितां ठेला तरी चांगु । तें सांगितलें षष्ठीं ।।११० ।।

हे सुभ्रदापती अर्जुना, माझे वीस भाव व अकरा विभूती यांनी हे जग व्यापले आहे. म्हणून ब्रह्मदेवापासून मुंगीपर्यंत माझ्याशिवाय अन्य काहीही नाही. दुसरी गोष्टच नाही. म्हणून अर्जुना मी, माझ्या विभूती, आणि माझ्या विभूतींनी युक्त असलेले प्राणी हे सारे एकच आहे हे जाणतो म्हणून खरोखर जो या ज्ञानयोगाने कायावाचामने माझ्या स्वरूपात एकरूप झाला तो कृतार्थता पावला असे समज. कारण अर्जुना जो माझे अभेददृष्टीने भजन करतो, त्याच्या भजनभावाने प्रसन्न होऊन मी त्याच्या प्रेमात पडतो. म्हणून जो कोणी अभेद बोधाने माझी मन:पूर्वक भक्ती करतो त्याला माझी प्राप्ती होण्यात काही अडचण येत नाही तो हा भक्तियोगच समज. अशा भक्तिमार्गाने तो जात असताना मृत्यू पावला वा अडथळा आला तरी त्याला चांगलेच फळ मिळते. हे सहाव्या अध्यायात (श्लोक चाळीस) सांगितलेच आहे.

।। जय जय रामकृष्ण हरी ।।

तरि मीचि एक सर्वां। या जगा जन्म पांडवा।
आणि मजचिपासूनि आघवा। निर्वाहो यांचा ।।११२ ।।
कल्लोळमाळा अनेगा। जन्म जळींचि पैं गा।
आणि तयां जळचि आश्रयो तरंगा। जीवनही जळ ।।११३ ।।
ऐसें आघवांचि ठायीं। तयां जळचि जेविं पाहीं।
तैसा मीवांचूनि नाहीं। विश्वीं इये ।।११४ ।।
ऐसिया व्यापका मातें। मानूनि जे भजती भलतेथें।
परि साचोकारें उदितें। प्रेमभावें ।।११५ ।।
देश काळ वर्तमान। आघवें मजसीं करूनि अभिन्न।
जैसा वायु होऊनि गगन। गगनींचि विचरे ।।११६ ।।
ऐसेनि जे निजज्ञानीं। खेळत सुखें त्रिभुवनीं।
जगद्रूपा मनीं। सांठऊनि मातें ।।११७ ।।

तर अर्जुना, या जगाचा उत्पत्तिकर्ता व पालनकर्ता मीच आहे. माझ्यामुळेच सर्वांचा निर्वाह होतो. ज्याप्रमाणे लाटांचा जन्म पाण्यात होतो, त्यांचा आश्रय देखील पाणीच, त्याचे असणे देखील पाणीच. त्याप्रमाणे या अखिल विश्वात माझ्याशिवाय दुसरे काही नाही. अशा प्रकारे माझे पूर्ण स्वरूप जाणून ते आत्यंतिक प्रेमभावाने, भक्तिभावाने कुठेही, केव्हाही माझे भजन करतात, मला भजतात, देश कालवर्तमान, भूत, वर्तमान, भविष्य यापासून मी वेगळा नाही. वारा ज्याप्रमाणे आकाशरूप होऊन आकाशातच संचार करीत असतो त्याप्रमाणे ज्यांना आत्मज्ञानाचा लाभ झाला आहे, जे माझे सर्व व्यापकपण जाणतात, ते माझे सतत स्मरण करून या त्रिभुवनात सुखाने कालक्रमणा करीत असतात. जे जे दृष्टीला दिसेल ते ते भगवंत्स्वरूप असे समजणे हा खरा भक्तियोग आहे असे समज. अशा प्रकारे जे आपले तनमन माझ्या स्वरूपात एकरूप करतात, त्यांना माझ्यामुळे परम संतोष प्राप्त होतो व मग ज्ञानामुळे ते जन्ममरण विसरतात. प्रत्येक प्राणी हे माझेच, परमात्म्याचेच रुपच समजावे हा भक्तियोग आहे हे निश्चितपणे जाण.

।। जय जय रामकृष्ण हरी ।।

म्हणोनि मज आत्मयाचा भावो। जिहीं जियावया केला ठावो।
एक मीवांचूनि वावो। येर मानिलें जिहीं।।१४१।।
तयां तत्त्वज्ञां चोखटां। दिवी पोतासाची सुभटा।
मग मीचि होऊनि दिवटा। पुढां पुढां चालें।।१४२।।
अज्ञानाचिये राती। माजीं तमाचि मिळणी दाटती।
तें नाशूनि घालीं परौती। करीं नित्योदयो।।१४३।।
ऐसें प्रेमळाचेनि प्रियोत्तमें। बोलिलें जेथ पुरुषोत्तमें।
तेथ अर्जुन मनोधर्में। निवालों म्हणतसे।।१४४।।
आजि आयुष्या उजवण जाहली। माझिया दैवा दशा उदयली।
जे वाक्यकृपा लाधली। दैविकेनि मुखें।।१४७।।
अनादिसिद्ध तूं स्वामी। जो नाकळिजसी जन्मधर्मी।
तो तूं हें आम्ही। जाणितलें आतां।।१५१।।

म्हणून, यासाठी जो आत्मा म्हणजे मी, माझी भक्ती हेच ज्यांनी जीवनात एकमेव साध्य ठरवले व इतर सर्व गोष्टी त्याज्य मानल्या अशा शुद्ध तत्त्वज्ञ प्रेमळ भक्ताच्या पुढे मी कापराची मशाल हाती घेतो आणि मशालजी होऊन त्यांच्या पुढे चालतो. अज्ञानाच्या रात्रीत जो गडद काळा काळोख होतो, तो मी ज्ञानरूपी सूर्योदय करून नष्ट करतो. भक्तांना प्रिय असलेला पुरुषोत्तम असे जेव्हा म्हणाला, तेव्हा अर्जुन उद्गारला, ‘देवा आता माझे मन शांत झाले. देवा तुमच्या मुखातून हे शब्द मी ऐकले आणि मला माझ्या जन्माचे सार्थक झाले असे वाटले, माझे नशीब उघडले, माझे भाग्य फळफळले, देवा तुम्ही सर्वसामान्यांसारखे नाही. तुम्ही अनादिसिद्ध स्वामी आहात आणि तुम्हाला जन्मही नाही आणि मरणही नाही हे मला आता समजले. तुम्ही या त्रिभुवनांचे सर्वेसर्वा आहात हे मला आता कळले. तिन्ही कालांचे संचालक आणि जीवन कलेची मुख्य देवता तुम्हीच आहात हे मला आता समजले. तुम्ही ब्रह्मांडाला आश्रयभूत आहात.

।। जय जय रामकृष्ण हरी ।।

तैसें गुरुजी सर्वत्र आथी। परि कृष्णा आम्हां तूंचि गती।
हें असो मजप्रती। विभूती सांगें ।।१८४।।
जी तुझिया विभूती आघविया। परि व्यापितीया शक्ति दिव्या जिया।
तिया आपुलिया दावाविया। आपण मज ।।१८५।।
जी कैसें मियां तूतें जाणावें। काय जाणोनि सदा चिंतावें।
जरी तूंचि म्हणों आघवें। तरी चिंतनचि न घडे ।।१८७।।
म्हणोनि मागां भाव जैसे। आपुले सांगितले तुवां उद्देशें।
आतां विस्तारोनि तैसे। एक वेळ बोलें ।।१८८।।
जयां जयां भावांचां ठायीं। तूतें चिंतितां मज सायासु नाहीं।
तो विवळ करुनि देईं। योगु आपुला ।।१८९।।

जगात अनेक गुरुवर्य आहेत, पण आम्हाला गुरु केवळ तुम्हीच. आता कृपा करून तुमच्या विभूती सांगा. महाराज, सर्व विभूती तुमच्याच आहेत पण त्या विभूतींपैकी ज्या दिव्य, तेजोमय, शक्तिशाली आणि व्यापक आहेत, तेवढ्याच मला सांगा. महाराज, मी आपल्याला कसे जाणून घ्यावे, सर्वत्र केवळ आपण आहात एवढेच म्हटले तर माझ्याकडून तुमचे चिंतन होणार नाही म्हणून पूर्वी आपण जे थोडक्यात सांगितले ते आता सविस्तर सांगा. तुम्ही ज्या ज्या विभूती सांगाल, तिथे तिथे किंवा त्या विभूतीठायी आपणच आहात असे समजून चिंतन केले म्हणजे श्रम तर होणार नाहीत. तो आपला विभूतीयोग मला सांगा. तुमच्या सांगण्यातल्या स्पष्टतेमुळे तुमची प्राप्ती लौकर होईल.

।। जय जय रामकृष्ण हरी ।।

तरि तुवां पुसलिया विभूती। तयांचें अपारपण सुभद्रापती।
ज्या माझियाचि परि माझिये मती। आकळती ना।।२०९।।
आंगींचिया रोमा किती। जयाचिया तयासि न गणवती।
तैसिया माझिया विभूती। असंख्य मज।।२१०।।
एरव्हीं तरी मी कैसा केवढा। म्हणोनि आपणपयाही नव्हेचि फुडा।
यालागीं प्रधाना जिया रुढा। तिया विभूती आइकें।। २११।।
जिया जाणितलियासाठीं। आघवीया जाणनलिया होती किरीटी।
जैसें बीज आलिया मुठीं। तरूचि आला होय।।२१२।।
कां उद्यान हाता चढिलें। तरी आपैसीं सांपडलीं फळें फुलें।
तेवीं देखिलिया जिया देखवलें। विश्व सकळ।।२१३।।
ए॒व्हवीं साचचि गा धनुर्धरा। नाहीं शेवटु माझिया विस्तारा।
पैं गगना ऐशिया अपारा। मजमाजीं लपणें।।२१४।।

अर्जुना, तू माझ्या विभूतींविषयी विचारतो आहेस, पण त्या अगणित, अमेय, मोजता येण्याजोग्या नाहीत, त्या माझ्याच आहेत पण मला त्या नेमक्या माहीत नाहीत ह्न आपल्या शरीरावरील केसांची जशी गणती करता येत नाही, मोजदाद करता येत नाही, त्याप्रमाणे माझ्या विभूतींची गणती करता येत नाही कारण त्या अगणित विभूती आहेत ह्न एरवीदेखील खरोखर मी कसा आहे आणि केवढा आहे हे मी देखील यथार्थपणे जाणत नाही, पण त्यातील मुख्य मुख्य आणि प्रसिद्ध तुला ऐकवतो. त्या एकदा तू माहीत करून घेतल्यास की, झाडाचे बी हातात आले की झाडच मिळाल्यासारखे वाटते. त्याप्रमाणे मग तुला इतर विभूती कळतील अथवा एखादी बाग मिळाल्यावर त्या बागेतील फळे, फुले सहजच मिळतात. त्याप्रमाणे या विभूती तुला समजल्या की सर्व विश्वच हाती लागल्यासारखे होईल. अर्जुना, खरे तर माझा विस्तार अनंत आहे, हे अगदी आकाशही माझ्यात सामावलेले आहे.

।। जय जय रामकृष्ण हरी ।।

हें बोलोनि तो कृपावंतु । म्हणे विष्णु मी आदित्यांआंतु ।
रवी मी रश्मिवंतु । सुप्रभांमाजी ।।२२१ ।।
मरूद्गणांच्या वर्गी । मरीचि म्हणे मी शाङ्‌र्गी ।
चंद्रु मी गगनरंगीं । तारांमाजीं ।।२२२ ।।
वेदांआंतु सामवेदु । तो मी म्हणे गोविंदु ।
देवांमाजीं मरुद्बंधु । महेंद्र तो मी ।।२२३ ।।
इंद्रियांआंतु अकरावें । मन तें मी हें जाणावें ।
भूतांमाजीं स्वभावें । चेतना ते मी ।।२२४ ।।
अशेषांही रुद्रांमाझारी । शंकर जो मदनारी ।
तो मी येथ न धरीं । भ्रांति कांहीं ।।२२५ ।।
यक्षरक्षोगणांआंतु । शंभूचा सखा जो धनवंतु ।
तो कुबेरु मी हें अनंतु । म्हणता जाहला ।।२२६ ।।

अर्जुना, मेघांच्या खाली, वर, आत, बाहेर सर्वत्र आकाशच असते, आणि ते आकाशात उत्पन्न होऊन लय पावतात त्या वेळी आकाश होऊनच राहतात. त्याप्रमाणे सर्वत्र मीच आहे. आता तुला सांगावयाच्या राहिलेल्या माझ्या मुख्य विभूती ऐक.

ह्वअसा आरंभ करून भगवान् श्रीकृष्णांनी अर्जुनाला आपल्या विभूती सांगण्यास प्रारंभ केला. अर्जुनाला ते कृपावंतच वाटले. बारा आदित्यात माझी विभूती विष्णु तर अत्यंत प्रखर तेजस्वी अशा ग्रहगोलात मी सूर्य आहे, एकूण मरुद्गणात मरीचि मी आणि आकाशात रात्री जी नक्षत्रे दिसतात त्या नक्षत्रात मी चंद्रमा आहे, वेदांमध्ये सामवेद, देवात इंद्र, अकरावे इंद्रिय जे ते मन आणि एकूण प्राणिमात्रातले चैतन्य मी आहे, सर्व रुद्रांमध्ये मदनारी जो शंकर आहे तो मी या बद्दल मनात शंका धरू नकोस, यक्ष-राक्षसात शंकराचा मित्र जो धनवान् कुबेर तो मी आहे.

।। जय जय रामकृष्ण हरी ।।

मग आठांही वसूंमाझारीं। पावकु तो मी अवधारीं।
शिखराथिलियां सर्वोपरी। मेरु तो मी ।।२२७ ।।
जो स्वर्गसिंहासना सावावो। सर्वज्ञते आदीचा ठावो।
तो पुरोहितांमाजीं रावो। बृहस्पती मी ।।२२८ ।।
सकळिकां सरोवरांसी। माझारि समुद्र तो मी जळराशी।
महर्षीआंतु तपोराशी। भृगु तो मी ।।२३० ।।
अशेषांही वाचा। आंतु नडनाच सत्याचा।
तें अक्षर एक मी वैकुंठींचा। वेल्हाळु म्हणे ।।२३१ ।।
समस्तांही यज्ञांच्यां पैकीं। जपयज्ञु तो मी ये लोकीं।
जो कर्मत्यागें प्रणवादिकीं। निफजविजे ।।२३२ ।।
स्थावरां गिरीवरां आंतु। पुण्यपुंज जो हिमवंतु।
तो मी म्हणे कांतु। लक्ष्मीयेचा ।।२३४ ।।

अष्टवसूंमध्ये अर्जुना मी अग्नि आहे आणि सर्व पर्वतशिखरात ज्याचे शिखर उंच आहे, तो मेरु पर्वत ती माझी विभूती आहे. देवांचा राजा जो इंद्र त्याचा सचिव, सर्व ज्ञानाचा आदिपुरुष आणि पुरोहितांमध्ये श्रेष्ठ जो तो बृहस्पती तो मी. जलाशयांमध्ये समुद्र तो मी आणि तपोनिधी महर्षींमध्ये भृगुऋषी ही देखिल माझी विभूती. त्यानंतर भगवान् श्रीकृष्ण म्हणाले, 'अर्जुना सर्व बोलण्यामध्ये ज्या अक्षरांत सत्याचा उत्कर्ष असतो ते एक अक्षर (ॐ) मी आहे. मृत्युलोकामध्ये कर्माच्या त्यागात ओंकारादिकांच्या योगाने ज्यास उत्पन्न करतात, ज्याला फार सोवळे लागत नाही तो जपरूपीयज्ञ माझी विभूती आहे. स्थावर पर्वतांमध्ये पुण्यपुंज किंवा पुण्याची राशीच केवळ असा जो हिमालय पर्वत, तो मीच आहे.

।। जय जय रामकृष्ण हरी ।।

कल्पद्रुम हन पारिजातु। गुणें चंदनुही वाड विख्यातु।
तरि ययां वृक्षजातां आंतु। अश्वत्थु तो मी ।।२३५ ।।
देवऋषीं आंतु पांडवा। नारदु तो मी जाणावा।
चित्ररथु मी गंधर्वा। सकळिकांमाजीं ।।२३६ ।।
ययां अशेषांही सिद्धां-। माजी कपिलाचार्यु मी प्रबुद्धा।
तुरंगजातां प्रसिद्धां-। आंत उच्चै:श्रवा मी ।।२३७ ।।
राजभूषण गजांआंतु। अर्जुना मी गा ऐरावतु।
पयोराशी सुरमथितु। अमृतांशु तो मी ।।२३८ ।।
ययां नरांमाजी राजा। तो विभूतिविशेष माझा।
जयातें सकळ लोक प्रजा। होऊनि सेविता ।।२३९ ।।
पैं आघवेयां हातियेरां-। आंत व्रज तें मी धनुर्धरा।
जें शतमखोत्तीर्णकरा । आरूढोनि असे ।।२४० ।।

अर्जुना, कल्पवृक्ष, पारिजात आणि चंदन हे एकूण वृक्षात बहुगुणी आणि विख्यात आहेत, पण सर्व वृक्षात पिंपळ म्हणून जो वृक्ष आहे तो मी आहे. देवर्षींमध्ये नारद मी, गंधर्वापैकी श्रेष्ठ तो चित्ररथ नावाचा गंधर्व मी, सर्व सिद्धांमध्ये कपिलाचार्य ही माझी विभूती आहे. अश्वांमध्ये म्हणजे घोड्यांमध्ये उच्चै:श्रवा नावाचा अश्व मी, समुद्रमंथनातून अमृताबरोबर जो निघाला तो ऐरावत हत्ती ही माझी विभूती आहे. आपण सारे प्रजानन ज्याला सर्व मनुष्य प्राण्याचे पालन-पोषण, रक्षण करण्याचे सर्वाधिकार देता तो राजा माझी महत्त्वाची विभूती आहे. शस्त्रांमध्ये वज्र मी आहे, जे शंभर यज्ञ पूर्ण केलेल्या इंद्राच्या हातात असते.

।। जय जय रामकृष्ण हरी ।।

धेनूंमध्यें कामधेनु। तें मी म्हणे विष्वक्सेनु।
जन्मवितयांआंत मदनु। तो मी जाणें।।२४१।।
सर्पकुळाआंतु अधिष्ठाता। वासुकी गा मी कुंतीसुता।
नागांमाजीं समस्तां। अनंतु तो मी।।२४२।।
अगा यादसांआंतु। जो पश्चिमप्रमदेचा कांतु।
तो वरुण मी हें अनंतु। सांगत असे।।२४३।।
आणि पितृगणां समस्तां-। माजी अर्यमा जो पितृदेवता।
तो मी हें तत्त्वता। बोलत आहें।।२४४।।
तयां नियमितयांमाजीं यमु। जो कर्मसाक्षी धर्मु।
तो मी म्हणे रामु। रमापती।।२४६।।
अगा दैत्यांचिया कुळीं। प्रल्हादु तो मी न्याहाळीं।
म्हणोनि दैत्यभावादिमेळीं। लिंपेचिना।।२४७।।

अर्जुना, गाईंमध्ये इच्छित फळ देणारी जी कामधेनु नावाची स्वर्गातील गोमाता ती मी आहे, जन्म देण्यास जो कारण ठरतो तो मदन मी आहे, सर्पकुलाचा अधिष्ठाता वासुकी तो मी आणि नागांमध्ये शिरोमणी असलेला अनंत नावाचा नाग माझी विभूती आहे. सर्व जलचरांमध्ये पश्चिम दिशारूप तरुण स्त्रीचा पती जो वरुण तो माझी विभूती आहे. पितृगणात पितृदेवता अर्यमा तो मी, जे जगाच्या पापपुण्याची नोंद करतात, शुभाशुभ कर्माची झाडाझडती घेतात व त्यानुसार त्यांना कर्मफल देतात, हे सर्व नियमन करणारा कर्मसाक्षी यमधर्म तो मी. राक्षसकुळात जन्मून माझी निरलस भक्ती करणारा प्रल्हाद नामक दैत्य मी आणि म्हणूनच त्याच्या तनीमनी दैत्यभाव नव्हता.

।। जय जय रामकृष्ण हरी ।।

पैं कळितयांमाजीं महाकाळु। तो मी म्हणे गोपाळु।
श्वापदांआंतु शार्दूळु। तो मी जाण ।।२४८।।
पक्षिजातीमाझारीं। गरुड तो मी अवधारीं।
यालागीं जो पाठीवरी। वाहों शके मातें ।।२४९।।
पृथ्वीचिया पैसारा-। माजीं घडी न लगतां धनुर्धरा।
एकंचि उड्डाणें सातांही सागरां। प्रदक्षिणा करी जो ।।२५०।।
तयां वहिलियां गतिमंतां-। आंत पवनु तो मी पांडुसुता।
शस्त्रधरां समस्तां-। माजीं श्रीराम तो मी ।।२५१।।
तो हतियेरुपरजितयांआंतु। रामचंद्र मी जानकीकांतु।
मकर मी पुच्छवंतु। जळचरांमाजीं ।।२५५।।
ते त्रिभुवनैकसरिंता। जान्हवी मी पांडुसुता।
जळप्रवाहां समस्तां-। माझारीं जाणें ।।२५७।।

ग्रासणाऱ्यांमध्ये महाकाळ ती माझी विभूती आहे असे श्रीकृष्ण म्हणाले आणि हिंस्त्र पशूंमध्ये जो सिंह, ती माझी विभूती आहे. असे समज. अर्जुना, ऐक सर्व पक्ष्यांमध्ये गरुड ही माझी विभूती आहे. आणि म्हणूनच तो आपल्या पाठीवर मला धारण करू शकतो. पृथ्वीच्या विस्तारामध्ये एक क्षण देखील न लावता अर्जुना, एका उडीसरशी पृथ्वीच्या विस्तारातील सातही समुद्राला जो प्रदक्षिणा करतो तो अत्यंत वेग असलेल्यांमध्ये जो वारा आहे, अर्जुना तो माझी विभूती आहे. जो जानकीनाथ रामचंद्र, तो शस्त्र धारण करणाऱ्यांमध्ये माझी विभूती आहे. जळचरांमध्ये शेपूट असलेला मकर ही माझी विभूती आहे. तिन्ही लोकात एकच असलेली जान्हवी नावाची जी नदी, ती सर्व जलप्रवाहामध्ये अर्जुना माझी विभूती आहे असे समज.

।। जय जय रामकृष्ण हरी ।।

ऐसेनि वेगळालां सृष्टीपैकीं। विभूति नाम सुतां एकेकी।
सगळेन जन्मसहस्रें अवलोकीं। अर्ध्या नव्हती ।।२५८।।
जैसें शाखांसी फूल फळ। एकिहेळां वेटाळूं म्हणिजे सकळ।
तरी उपडुनियां मूळ। जेवीं हातीं घेपे ।।२६१।।
तेवीं माझें विभूतिविशेष। जरी जाणों पाहिजेती अशेष।
तरी स्वरूप एक निर्दोष। जाणिजे माझें ।।२६२।।
एऱ्हवीं वेगळालिया विभूती। कायिएक परिससी किती।
म्हणोनि एकिहेळां महामती। सर्व मी जाण ।।२६३।।
कां जें तुवां पुसिलिया विभूती। म्हणोनि तिया आईक सुभद्रापती।
तरी आतां विद्यांमाजीं प्रस्तुतीं। अध्यात्मविद्या ते मी ।।२६६।।
अगा बोलतयांचिया ठायीं। वादु तो मी पाहीं।
जो सकलशास्त्रसंमतें कहीं। सरेचिना ।।२६७।।

जगातील वेगवेगळ्या विभूतींची एक एक नावे घेऊ लागले असता पूर्ण आयुष्य असलेल्या हजारो जन्मामध्ये त्या अर्ध्यादेखील सांगून व्हावयाच्या नाहीत. हे पक्के समज. फांद्यांसकट फुले व फळे ही सर्व एका वेळेतच हस्तगत व्हावी असे जर मनात असेल, तर जसे त्या झाडाचे एक मूळ उपटून हातात घेतले पाहिजे. त्याप्रमाणे माझ्या मुख्य विभूती जर सर्वच जाणण्याची इच्छा असेल, तर एक माझेच दोषरहित स्वरूप जाणावे. एरवी वेगवेगळ्या विभूती तू किती ऐकणार? म्हणून बुद्धिमान अर्जुना, एकदाच समज की, हे सर्व मी आहे. ज्याअर्थी तू विभूती विचारण्यास त्या अर्थी अर्जुना मी सांगत आहे. त्या तू ऐक. तर आता प्रस्तुत, सर्व विद्यांमध्ये जी अध्यात्म विद्या आहे. ती माझी विभूती आहे. अरे बाबा, सर्व शास्त्रांचे एकमन होऊन कधीच न संपणारा असा जो वक्त्यांमधील वादविवाद, तो मी आहे. असे समज.

।। जय जय रामकृष्ण हरी ।।

ऐसा प्रतिपादनामाजीं वादु। तो मी म्हणे गोविंदु।
अक्षरांआंतु विशदु। अकारु तो मी ।।२६९ ।।
पैं गा समासांमाझारीं। द्वंद्व तो मी अवधारीं।
मशकालागोनि ब्रह्मावेरीं। ग्रासिता तो मी ।।२७० ।।
आणि सृजिलिया भूतांतें मीचि धरी। सकळां जीवनही मीचि अवधारीं।
शेखीं सर्वांतें या संहारीं। तेव्हां मृत्यूही मीचि ।।२७४ ।।
तरी नीच नवी जे कीर्ति। अर्जुना ते माझी मूर्ती।
आणि औदार्येसीं जे संपत्ती। तेहीं मीचि जाणें ।।२७६ ।।
आणि ते गा मी वाचा। जे सुखासनीं न्यायाचां।
आरुढोनि विवेकाचां । मार्गीं चाले ।।२७७ ।।
देखिलेनि पदार्थें। जे आठवूनि दे मातें।
ते स्मृतिही पैं एथें। त्रिशुद्धी मी ।।२७८ ।।

प्रतिपादनामध्ये जो वाद चालतो, ती माझी विभूती आहे. असे श्रीकृष्ण म्हणाले. सर्व अक्षरांमध्ये स्पष्ट असे 'अ' हे अक्षर. ती माझी विभूती आहे. अर्जुना, सर्व समासांमध्ये द्वंद्व नावाचा समास, ती माझी विभूती आहे. चिलटापासून ब्रह्मदेवापर्यंत सर्वांचा ग्रास करणारा जो काल तो मी आहे. उत्पन्न झालेल्या भूतांना धारण करणारा मीच आहे. ऐक, या सर्वांना जीवन मीच आहे. शेवटी ज्या वेळेला मी या सर्वांचा नाश करतो त्या वेळेला मृत्यूदेखील मीच आहे. नेहमी भरभराटीत असलेली जी कीर्ति, अर्जुना ती माझी विभूती आहे आणि औदार्याची जोड असलेली जी संपत्ती, ती देखील माझी विभूती आहे असे समज आणि मी वाचा न्यायाच्या सुखासनावर बसून विवेकाच्या वाटेने चालते. ती वाचा मी आहे. पदार्थ पाहिल्याबरोबर माझी आठवण करून देणारी अशी जी स्मृति ती निश्चयेकरून येथे मी आहे.

।। जय जय रामकृष्ण हरी ।।

पैं स्वहिता अनुजायिनी। मेधा ते गा मी इये जनीं।
धृती मी त्रिभुवनीं। क्षमा ते मी ।।२७९।।
वेदराशीचिया सामा-। आंत बृहत्साम जें प्रियोत्तमा।
तें मी म्हणे रमा-। प्राणेश्वरु ।।२८१।।
गायत्रीछंद जें म्हणिजे। तें सकळां छंदांमाजीं माझें।
स्वरूप हें जाणिजे। निभ्रांत तुवां ।।२८२।।
मांसांआंत मार्गशीरु। तो मी म्हणे शार्ङ्गधरु।
ऋतूंमाजीं कुसुमाकरु। वसंतु तो मी ।।२८३।।
छळितयां विंदाणा-। माजीं जूं तें मी विचक्षणा।
म्हणोनि चोहटां चोरी परी कवणा। निवारूं न ये ।।२८४।।
अगा अशेषांही तेजसां-। आंत तेज तें मी भरंवसा।
विजयो मी कार्योद्देशां। सकळांमाजी ।।२८५।।

स्वहिताला अनुकूल अशी जी बुद्धी ती या लोकांमध्ये मी आहे व त्रैलोक्यात धैर्य व क्षमा मी आहे. श्री रमापती म्हणतात-हे आवडत्या अर्जुना, वेदांमध्ये असलेल्या सामवेदांत रथंतरादी सामांमध्यें जे बृहत्साम आहे ते मीच आहे. सप्तछंदापैकी गायत्री हा छंद तो माझेच स्वरूप आहे असे तू नि:संशय समज. सर्व महिन्यांमध्ये मार्गशीर्ष नावाचा महिना तो मी आहे, ऋतूंमध्ये अनेक पुष्पे फुलवणारा वसंत ऋतू तो मीच आहे. दुसऱ्याला फसविण्याचे जे प्रकार आहेत त्यातील जुगार मीच आहे. म्हणूनच चावडीवर दरोडा पडला तर चोर सापडत नाहीत. अर्जुना, एकूणएक तेजस्वी पदार्थांमध्ये असणारे जे तेज; ते मी आहे अशी खात्री असू दे. मी सर्व व्यवहारातील उद्दिष्टांमध्ये विजय आहे.

।। जय जय रामकृष्ण हरी ।।

जेणें चोखाळत दिसे न्याय । तो व्यवसायांत व्यवसाय ।
माझेंचि स्वरूप हें राय । सुरांचा म्हणे ।।२८६ ।।
सत्त्वाथिलियांआंतु । सत्त्व मी म्हणे अनंतु ।
यादवांमाजीं श्रीमंतु । तोचि तो, मी ।।२८७ ।।
आणि सोमवंशीं तुम्हां पांडवां- । माजीं अर्जुन तो मी जाणावा ।
म्हणोनि एकमेकांचिया प्रेमभावा । विघडु न पडे ।।२९३ ।।
मुनीआंत व्यासदेवो । तो मी म्हणें यादवरावो ।
कवीश्वरांमाजीं धैर्या ठावो । उशनाचार्य मी ।।२९५ ।।
अगा दमितयांमाझारीं । अनिवार दंडु तो मी अवधारीं ।
जो मुंगियेलागोनी ब्रह्मावेरी । नियमित पावे ।।२९६ ।।
पैं सारासार निर्धारितयां । धर्मज्ञानाचा पक्षु धरितयां ।
सकळशास्त्रांमाजीं ययां । नीतिशास्त्र तें मी ।।२९७ ।।

सर्वश्रेष्ठ देव श्रीकृष्ण म्हणाले, ''नीतिमार्गाने चालणारे उद्योग व्यवसाय हे माझेच स्वरूप आहे. सत्त्वगुणसंपन्नामध्ये सत्त्व मी, यादवांमध्ये सर्वात श्रीमंत तो मीच आहे. सोमवंशातील तुम्हा पांडवामध्ये अर्जुन म्हणजे मीच आहे असे समज. म्हणूनच तुझ्या व माझ्यातील प्रेमभाव बिघडत नाही. सर्व मुनीमध्ये जे व्यासदेव ती माझी विभूती आहे.'' असे यादव श्रेष्ठ श्रीकृष्ण म्हणाले. मोठमोठाल्या पारदर्शी लोकांमध्ये धैर्यवान शुक्राचार्य माझी विभूती आहे. अर्जुना नियमन करणाऱ्यांमध्ये जे मुंगीपासून ब्रह्मदेवापर्यंत सर्वांचे सारखे नियमन करते ते अनिवार्य आसन ही माझी विभूती आहे असे समज. सारासार विचार करणाऱ्या व धर्माच्या ज्ञानाचा पक्ष धरणाऱ्या सगळ्या शास्त्रामध्ये नीतिशास्त्र ते मी आहे.

।। जय जय रामकृष्ण हरी ।।

आघवियाचि गूढां- । आंतु मौन तें मी सुहाडा ।
म्हणोनि न बोलतयां पुढां । स्रष्टाही नेण होय ।।२९८।।
अगा ज्ञानियांचां ठायीं । ज्ञान तें मी पाहीं ।
आतां असो हें ययां कांहीं । पार न देखों ।।२९९।।
येरां विभूतिविस्तारांसि कांहीं । एथ सर्वथा लेख नाहीं ।
म्हणौनि परिससीं तू काई । आम्हीं सांगो किती ।।३०३।।
यालागीं एकिहेळां तुज । दाऊं आतां वर्म निज ।
तरी सर्व भूतांकुरें बीज । विरूढत असे तें मी ।।३०४।।
जेथ जेथ संपत्ति आणि दया । दोन्ही वसती आलिया ठाया ।
ते ते जाण धनंजया । विभूति माझी ।।३०७।।
आतां पैं माझेनि एके अंशें । हें जग व्यापिलें असे ।
यालागीं भेदू सांडूनि सरिसें । साम्यें भज ।।३१७।।

हे राजा, अर्जुना, सर्व गुह्यांमध्ये मौन, ते मी आहे. म्हणून न बोलणारांपुढे ब्रह्मदेवही अज्ञानी आहे. अर्जुना, ज्ञानवान पुरुषाच्या ठिकाणी असणारे जे ज्ञान, जी माझी विभूती आहे असे समज. आता हे राहू दे या विभूतीचा काही अंतच दिसत नाही. बाकीच्या आमच्या विभूत विस्ताराला येथे मुळीच काही मर्यादा नाही. म्हणून आम्ही सांगणार किती व तू ऐकणार काय? याकरिता आम्ही आपले वर्म आता तुला एकदम सांगतो. जे बीज ते मी आहे. अर्जुना, ज्या ज्या ठिकाणी ऐश्वर्य आणि दया ही दोन्ही राहावयास आलेली असतील तो तो पुरुष माझी विभूती आहे. असे समज. माझ्याच एकाच अंशाने हे सर्व जग व्यापलेले आहे. याकरिता आता भेदभावना टाकून ऐक्यदृष्टीने मला सर्व ठिकाणी सारखे भज.

।। जय जय रामकृष्ण हरी ।।

।। अध्याय अकरावा ।।

आतां यावरी एकादशीं। कथा आहे दोही रसीं।
येथ पार्था विश्वरूपेसीं। होईल भेटी ।।१ ।।
जेथ शांताचिया घरा। अद्भुत आला आहे पाहुणेरा।
आणि येरांही रसां पांतिकरां। जाहला मानु ।।२ ।।
अहो वधुवरांचिये मिळणीं। जैशीं वरांडियांही लुगडीं लेणीं।
तैसे देशियेचा सोकासनीं। मिरवलें रस ।।३ ।।
मीनले गंगेयमुनेचे ओघ। तैसें रसां जाहलें प्रयाग।
म्हणोनि सुस्नात होत जग। आघवें एथ ।।६ ।।
माजीं गीता सरस्वती गुप्त। आणि दोनी रस ते ओघ मूर्त।
यालागीं त्रिवेणी हे उचित। फावली बापा ।।७ ।।
म्हणौनि भलतेणें एथ सद्भावें नाहावें। प्रयागमाधव विश्वरूप पहावें।
येतुलेनि संसारासि द्यावें। तिलोदक।। १० ।।

यानंतर येणाऱ्या अकराव्या अध्यायात दोन रसांचे मीलन आहे. या अध्यायात भगवंताचे विश्वरूप अर्जुनाला भेटणार आहे. इथे शांतरसाच्या घरी अद्भुत रस पाहुणा म्हणून आला असून त्याच्याबरोबर अन्य रसांनाही पंक्तिलाभ होतो आहे. लग्न वधूवरांचे पण वऱ्हाडी मंडळींनाही वस्त्राचा आणि दागिन्यांचा लाभ होऊन मिरवायला मिळते, त्याचप्रमाणे इतर रसांचीही मराठी भाषारूप पालखींत मिरवणूक होऊन, त्यास शोभा आली आहे. ज्याप्रमाणे गंगायमुनाचे प्रवाह प्रयागास एकत्र आले आहेत, त्याप्रमाणे शांत व अद्भुत या दोन रसप्रवाहांमुळे अकरावा अध्याय हा प्रयागच बनला आहे. म्हणून या अध्यायाच्या श्रवणाने सर्व जग इथे सुस्नात होते. या दोन रससंगमात गीतारूप सरस्वती नदी गुप्त आहे, शांत आणि अद्भुत रस हे दोन्ही रस इथे गंगा यमुनांप्रमाणे एकत्रित आले आहेत. म्हणून बाबा रे हा अकरावा अध्याय म्हणजे त्रिवेणीसंगमाचा सुयोग आला आहे असे समज. म्हणून कुणीही या संगमात सद्भावाने स्नान करावे आणि प्रयागक्षेत्री माधवाचे दर्शन होते त्याप्रमाणे भगवंताच्या विश्वरूपाचे दर्शन घेऊन संसाराला तिलांजली द्यावी.

।। जय जय रामकृष्ण हरी ।।

जेथ शांताद्भुत रोकडे। आणि येरां रसां पडप जोडे।
हें अल्पचि परी उघडें। कैवल्य जेथ ।।१२ ।।
तो हा अकरावा अध्यायो। जो देवाचा आपणपें विसंवता ठावो।
परी अर्जुन सदैवांचा रावो । जे एथही पातला ।।१३ ।।
एथ अर्जुनचि काय म्हणो पातला। आजि आवडतयाही सुकाळु जाहला।
जे गीतार्थु हा आला। मऱ्हाठिये ।।१४ ।।
तेंवीं मी जें जें बोलें। तें प्रभु तुमचेंचि शिकविलें।
म्हणोनि अवधारिजो आपुलें। आपण देवा ।।१८ ।।
हें सारस्वताचें गोड। तुम्हीचि लाविले जी झाड।
तरी आतां अवधानामृतें वाड। सिंपोनि कीजे ।।१९ ।।
मग हें रसभाव फुलीं फुलेल। नानार्थफळभारें फळा येईल।
तुमचेनि धर्में होईल। सुकाळ जगा ।।२० ।।

इथे शांत आणि अद्‌भुत रस इतर रसांसमवेत दिसत आहेत, पण हे अल्प सांगणे झाले, खरं तर या स्थळी सरळ मोक्षसुखच प्राप्त होते. तो हा अकरावा अध्याय देवांचा विश्राम आहे, पण एक सांगायला हवे की इथे अर्जुनाचा परमभाग्योदय झाला आहे, तो इथपर्यंत पोहोचला आहे. केवळ अर्जुनाचाच भाग्योदय झाला असे का म्हणावे, तर गीतार्थ मराठी भाषेत आल्यामुळे सामान्य माणसांनाही सुखाचा सुकाळ झाला आहे. ज्ञानेश्वर महाराज पुढे आपले गुरु निवृत्तिदेवांना उद्देशून म्हणतात, ‘गुरुदेवा, तुम्हीच जे जे शिकवले ते आपण सांगितलेले माझ्या मुखातून आपणच ऐकावे. महाराज, हे तुम्हीच लावलेले सारस्वताचे, ज्ञानाचे गोड असे झाड आहे, श्रोते हो, आता हे लक्षपूर्वक श्रवण करून त्या श्रवणाच्या पाण्याने शिंपून वाढवावे. मग ते चारही अंगांनी नवरसाच्या फुलांनी ते बहरेल. मग निरनिराळ्या अर्थांच्या फलभाराने वाकेल आणि तुमच्या या कृतीने एकंदर जगालाच सुखप्राप्ती होईल. तुम्हा संतांपुढे एवढ्या सलगीने बोलणे उचित नाही, पण तुम्ही मला आपल्या मुलाप्रमाणे मानावे.

।। जय जय रामकृष्ण हरी ।।

या बोला संत रिझले । म्हणती तोषलों गा भलें केलें ।
आतां सांगें जें बोलिलें । अर्जुनें तेथ ।।२१।।
तंव निवृत्तिदास म्हणे । जी कृष्णार्जुनांचें बोलणें ।
मी प्राकृत काय सांगों जाणें । परि सांगवा तुम्ही ।।२२।।
अहो रानींचिया पालेखाइरा । नेवाणें करविले लंकेश्वरा ।
एकला अर्जुन परी अक्षौहिणी अकरा । न जिणेचि काई ।।२३।।
म्हणोनि समर्थ जें जें करी । तें न हो न ये चराचरीं ।
तुम्हीं संत तयापरी । बोलवा मातें ।।२४।।
आतां बोलिजतसें आइका । हा गीताभाव निका ।
जो वैकुंठनायका । मुखौनि निघाला ।।२५।।
तेथिंचें गौरव कैसें वानावें । जें शंभूचिये मती नागवे ।
तें आतां नमस्कारिजे जीवें भावें । हेंचि भलें ।।२७।।

उपस्थित संतजन म्हटले, ज्ञानोबा, 'तुझ्या बोलण्याने आम्ही संतुष्ट झालो आहोत. आतां अर्जुनाने काय प्रश्न उपस्थित केला ते सांग.' तेव्हा निवृत्तिदास ज्ञानेश्वर उत्तरले, 'खरं तर मराठीत कृष्णार्जुन संवाद मला कसा सांगता येईल, पण तुम्ही शक्ती दिलीत तर तेही मी करू शकेन. अहो रानावनात झाडपाला खाणाऱ्या वानरांकडून देवाने लंकाधीश रावणाचाही पराभव केला, एकट्या अर्जुनाकडून कौरवांच्या अकरा अक्षौहिणी सैन्याचा पराभव केला. समर्थ मनात आणतील त्या गोष्टी अशा शक्य होतात त्याप्रमाणे आपण संतजनांच्या कृपेने गीतार्थ सांगण्याची शक्ती मला मिळेल. आता वैकुंठनायक भगवान् श्रीकृष्णाच्या मुखातून जो गीताभाव निघाला तो मी तुम्हाला सांगतो, तो ऐका. या गीतेचे मोठेपण काय सांगू, साक्षात् शंकरालाही ते समजले नाही ह्न तेव्हा, आता तिला जिवेभावे अंत:करणपूर्वक नमस्कार करावा हे बरे.

।। जय जय रामकृष्ण हरी ।।

मग आइका तो किरीटी। घालूनि विश्वरूपीं दिठी।
पहिली कैसी गोठी। करिता जाहला ।।२८ ।।
हे जिवाआंतुली चाड। परि देवासि सांगतां सांकड।
कां जें विश्वरूप गूढ। कैसेनि पुसावें ।।३० ।।
मी जरी सलगीचा चांगु। तरी काय आइसीहूनि अंतरंगु।
परी तेही हा प्रसंगु। बिहाली पुसों ।।३२ ।।
माझी आवडे तैसी सेवा जाहली। तरी काय होईल गरुडाचिया येतुली।
परि तोही हें बोली। करीचिना ।।३३ ।।
मी काय सनकादिकांहूनि जवळां। परि तयांही नागवेचि हा चाळा।
मी आवडेन काय प्रेमळां। गोकुळींचिया ऐसा ।।३४ ।।
आणि न पुसेंचि जरी म्हणें। तरी विश्वरूप देखिलियाविणें।
सुख नोहेचि परि जिणें। तेंहीं विपायें ।।३७ ।।

मग विश्वरूप पहाण्याचा उद्देश मनात धरून श्रीकृष्णाशी कसा संवाद साधला ते पहा. विश्वरूप दिसावे, अशी मनात उत्कटाहून उत्कट इच्छा पण श्रीकृष्णाला ते कसे विचारावे? देवाच्या कोणत्याही प्रिय भक्ताने जे कधीही विचारले नाही ते मी कसे विचारू, विश्वरूप दाखवा असे कसे म्हणू? मी जरी कितीही देवाच्या सलगीतला असलो तरी लक्ष्मी मातेइतका आहे का? आणि ती जवळची असूनही तिने सुद्धा ते धाडस केलेले नाही. मग मी कसे करू? मी जरी श्रीकृष्णाची पुष्कळ सेवा केली असली तरी मी गरुडाची बरोबरी कशी करू शकेन ? पण त्या गरुडानेही विश्वरूपाचा विषय काढला नाही. मी काय सनकादिकांपेक्षा भगवंतांना निकटचा आहे? पण त्यांनाही हे सुचले नाही आणि मी गोकुळीच्या गोपीगौळणींपेक्षा देवाला अधिक प्रिय थोडाच आहे? त्यांनीसुद्धा हे विचारण्याचे धाडस केले नाही आणि विचारले नाही तर विश्वरूप पाहिल्याशिवाय माझ्या जिवाला स्वस्थता लाभणार नाही, एवढेच नव्हे तर मी जिवंत राहीन की नाही याबद्दलच मी साशंक आहे.

।। जय जय रामकृष्ण हरी ।।

ऐसें अगाध जें तुझें। विश्वरूप कानीं ऐकिजे।
तें देखावया चित्त माझें। उतावीळ देवा ।।८६ ।।
देवें फेडूनियां सांकड। लोभें पुसिली जरी चाड।
तरि हेचि एकी वाड। आर्ती जी मज ।।८७ ।।
तुझें विश्वरूप पण आघवें। माझिये दिठीसि गोचर होआवें।
ऐसी थोर आस जीवें। बांधोनि आहे ।।८८ ।।
परि आणिक एक एथ शार्ङ्गी। तुज विश्वरूपातें देखावयालागीं।
योग्यता माझां आंगीं। असे कीं नाहीं ।।८९ ।।
हें आपलें आपण मी नेणें। तें कां नेणसी जरी देव म्हणे।
तरी सरोगु काय जाणे। निदान रोगाचें ।।९० ।।
तयापरी जनार्दना। विचारिजो माझी संभावना।
मग विश्वरूपदर्शना। उपक्रम कीजे ।।९३ ।।

देवा, तुमचे अगम्य, अगाध असे विश्वरूप, ज्याचा आम्ही सतत लौकिक ऐकत आलो आहोत. ते पहाण्यासाठी मी अति उतावीळ झालो आहे. तुम्ही मला नि:संकोचपणे माझी इच्छा विचारलीत म्हणून मी तुम्हाला सांगतो की, हीच माझी एकमेव इच्छा आहे. अवघे विश्व व्यापणार तू, तुझे अवघे विश्वरूप माझ्या डोळ्यांसमोर मला दिसावे, असा माझ्या मनाने ध्यास घेतला आहे, पण देवा, माझ्या मनात अशी एक शंका येते की, विश्वरूपदर्शन घेण्याची, विश्वरूप पाहण्याची माझी योग्यता आहे किंवा नाहीह्न हे माझे मलाच काही कळत नाही. तसे म्हणाल तर, रोगी मनुष्य त्याच्या रोगाचे निदान करू शकतो का? त्याप्रमाणे हे श्री जनार्दना माझ्या अधिकारांचा तुम्हीच विचार करा आणि मग विश्वरूपदर्शन घडवा आणि हे पहा, माझा तो अधिकार नसेल तर तसेही मोकळेपणाने सांगा.

।। जय जय रामकृष्ण हरी ।।

मग तिये प्रसन्नतेचेनि आटोपें । गाजोनि म्हणितलें सकृपें ।
पार्था देख देख उमपें । स्वरूपे माझीं ।।११५।।

एक विश्वरूप देखावें । ऐसा मनोरथु केला पांडवें ।
कीं विश्वरूपमय आघवें । करूनि घातलें ।।११६।।

अहो शेषाचेहि डोळे चोरिले । वेद जयालागीं झकविले ।
लक्ष्मीयेही परि राहिलें । जिव्हार जें ।।११८।।

तें आता प्रगटुनि अनेकधा । करीत विश्वरूपदर्शनाचा धांदा ।
बाप भाग्या अगाधा । पार्थाचिया ।।११९।।

तेथिंची सहसा मुद्रा सोडिली । आणि स्थूळ दृष्टीची जवनिका फाडिली ।
किंबहुना उघडिली । योगऋद्धी ।।१२१।।

परि हा हें देखेल कीं नाहीं । ऐसी सेचि न करी कांहीं ।
एकसरां म्हणतसे पाहीं । स्नेहातुर ।।१२२।।

मग प्रसन्न झालेले भगवान् श्रीकृष्ण अर्जुनाला मोठ्या आवाजात म्हणाले, 'पहा, पहा पार्था माझी ही अगणित रूपे पहा.' अर्जुनाला वाटत होते देवाचे एकच विश्वरूप पहावे परंतु श्रीकृष्णांनी सर्वच विश्वरूप आहे, असे दर्शविले. हे गुह्य, गूढ गुप्त विश्वरूप दोन हजार डोळे असणाऱ्या शेषालाही ते दिसले नाही, वेदांनाही ते कळू दिले नाही. इतकेच नव्हे तर पत्नी लक्ष्मीपासूनही ते लपवून ठेवले. ते विश्वरुप आता भाग्यशाली अर्जुनाला दाखविण्याचा उद्योग श्रीकृष्णांनी आरंभला आहे. भगवान् श्रीकृष्णांनी आपल्या कृष्णरुपाचा त्याग केला, अज्ञानाच्या पडद्यामुळे ते लोकांना मानवदेहात आहेत असे वाटत होते, तो अज्ञानाचा पडदा त्यांनी काढून टाकला आणि आपले योगबल व्यक्त केले. आपले विश्वरूप अर्जुनास दाखवण्यास भगवंतच एवढे उतावळे झाले होते की, अर्जुनाला हे रूप पाहता येईल की नाही, पाहवेल की नाही हेही भगवतांच्या लक्षात आले नाही आणि ते सारखे अर्जुनाला स्नेहभराने 'हे माझे रूप पहा' असे वारंवार म्हणू लागले.

।। जय जय रामकृष्ण हरी ।।

अर्जुना तुवां एक दावां म्हणितलें। आणि तेंचि दावूं तरी काय दाविलें।
आतां देखें आघवें भरिलें। माझांचि रूपीं ।।१२३।।
एकें कृशें एकें स्थूळें। एकें ऱ्हस्वें एकें विशाळें।
पृथुतरें सरळें। अप्रांतें एकें।। १२४।।
एकें अनावरें प्रांजळे। सव्यापारें एकें निश्चळें।
उदासीनें स्नेहाळें। तीव्रें एके।। १२५।।
एकें घूर्णितें सावधें। असलगें एकें अगाधें।
एकें उदारें अतिबद्धें। क्रुद्धें एकें।। १२६।।
एकें संते सदामदे। स्तब्धें एकें सानंदें।
गर्जितें नि:शब्दें । सौम्यें एकें।। १२७।।
एकें साभिलाषें विरक्तें। उन्निद्रितें एकें निद्रितें।
परितुष्टें एकें आर्तें । प्रसन्नें एकें।। १२८।।

अर्जुना, तू माझे एक विश्वरूप दाखवा असे मला म्हणालास आणि ते एकच तुला दाखविले तर त्यात मी विशेष असे काय केले. आता माझ्यातच सर्व जग भरलेले पहा. माझी रूपे कशी आहेत विचारशील, तर ही पहा. काही कृश, काही लठ्ठ, काही बुटकी, काही उंच, काही जाड, काही सडपातळ, काही अमर्याद, काहीना आवरताच येत नाही अशी, तर काही निष्कपटी, तर काही उद्योगी, काही निवांत बसणारी, काही उदासीन, तर काही तीव्र बुद्धिमत्तेची, काही सावध, तर काही बेसावध, काही उदार, काही कंजूष, तर काही रागीट-तापट, काही शांत, तर काही चांगल्या मनाची, काही मदोन्मत्त अशी, काही स्तब्ध, काही आनंदी, काही गर्जना करणारी तर काही मौनी, काही निराश तर काही आशाखोर, न बोलणारी, काही हावरट, तर काही विरक्त, काही जागी, तर काही झोपलेली, काही संतुष्ट तर काही रुष्ट तर काही प्रसन्न!

।। जय जय रामकृष्ण हरी ।।

एकें अशस्त्रें सशस्त्रें । एकें रौद्रें अतिमित्रें ।
भयानकें एकें विचित्रें । लयस्थें एकें ।। १२९ ।।
एकें जनलीलाविलासें । एकें पालनशीलें लालसें ।
एकें संहारकें सावेशें । साक्षिभूतें एकें ।। १३० ।।
एवं नानाविधें परि बहुवसें । आणि दिव्यतेजप्रकाशें ।
तेवींचि एकएकाऐसें । वर्णेंही नव्हे ।।१३१ ।।
एकें तातलें साडेपंधरें । तैसीं कपिलवर्णें अपारें ।
एकें सरागें जैसें सेंदुरें । डवरलें नभ ।।१३२ ।।
एकें सावियाचि चुळुकीं । जैसें ब्रह्मकटाह खचिलें माणिकीं ।
एकें अरुणोदयासारिखीं । कुंकुमवर्णें ।।१३३ ।।
एकें शुद्धस्फटिकसोज्वळें । एकें इंद्रनीळसुनीळें ।
एकें अंजनाचल सकाळें । रक्तवर्णें एकें ।। १३४ ।।

काही शस्त्रहीन तर काही सशस्त्र, काही रौद्र तर काही अति स्नेहाळ, काही भयानक तर काही पवित्र आणि काही समाधिस्थ, काही उत्पत्तीच्या कार्यात मग्न, काही प्रेमपूर्वक पालन करणारी तर काही संतप्त होऊन संहार करणारी, काही साक्षीभूत अशी वेगवेगळ्या प्रकारची दिव्य तेजाने झळाळणारी तर निरनिराळ्या वर्णांची आहेत, काही तप्त सुवर्णाप्रमाणे, तर काही अपार पिंगटवर्णीय. अस्ताचलाला सूर्य गेला तेव्हा जसे आकाश दिसते तशी दिसणारी काही शेंदरी, लाल, काही लहान तर सर्व ब्रह्म लाल माणकांनी भरलेले आहे असे वाटायला लावणारी, काही अरुणोदयासारखी कुंकवाच्या रंगाची, काही शुद्ध स्फटिकांप्रमाणे पांढरी शुभ्र, तर काही इंद्रनीळ मण्यांप्रमाणे नीलवर्ण तर काही काजळासारखी काळीकुट्ट तर काही रक्तासारखी लालभडक !

।। जय जय रामकृष्ण हरी ।।

एकें लसत्कांचनसम पिंवळीं । एकें नवजलदश्यामळीं ।
एकें चांपेगौरीं केवळीं । हरितें एकें।। १३५ ।।
एकें तप्ततांम्रतांबडीं । एकें श्वेतचंद्र चोखडीं ।
ऐसीं नानावर्णें रूपडीं । देख माझीं ।।१३६ ।।
हें जैसे कां आनान वर्ण । तैसें आकृतींही अनारिसेपण ।
लाजा कंदर्प रिघाला शरण । तैसीं सुंदरें एकें ।। १३७ ।।
एकें अतिलावण्यसाकारें । एकें स्निग्धवपु मनोहरें ।
शृंगारश्रियेचीं भांडारें । उघडिलीं जैसीं ।।१३८ ।।
एकें पीनावयव मांसाळें । एकें शुष्कें अतिविक्राळें ।
एकें दीर्घकंठें विताळें । विकटें एकें।। १३९ ।।
एवं नानाविधाकृती । इयां पाहतां पारु नाहीं सुभद्रापती ।
ययांच्या एकेकीं अंगप्रांतीं । देख पां जग ।।१४० ।।

काही तापलेल्या सोन्यासारखी पिवळी-धमक तर काही नव्याने आलेल्या सजल मेघांसारखी सावळी श्यामल, काही चाफ्यासारखी गोरी तर काही हिरवीगार, काही तापलेल्या तांब्याप्रमाणे तांबडी तर काही चंद्राप्रमाणे शुभ्रतम, अशी माझी विविध वेगवेगळी स्वरूपे आहेत, त्या वेगवेगळ्या रंगीत आकृतींची रूपे पाहून मदनालाही लाजल्यासारखे होईल. काही तेजस्वी, काही मनमोहक, जणू काही शृंगारलक्ष्मीने आपले भांडारच उघडले आहे अशी, काही गोलमटोल, तर काही शुष्क आणि अक्राळविक्राळ, काही लांब मानेची तर काही भयंकर अशा मोठ्या डोक्याची, हे सुभद्रापती अर्जुना, माझ्या अशा अनंत, अपरिमित, अपार आकृती आहेत - या एक एक रूपाच्या एकेक अवयवावर जग भरलेले आहे ते पहा.

।। जय जय रामकृष्ण हरी ।।

जेथ उन्मीलन होत आहे दिठी। तेथ पसरती आदित्यांचिया सृष्टी।
पुढती निमीलनीं मिठीं। देत आहाती ।।१४१ ।।
वदनींचिया वाफेसवें। होत ज्वाळामय आघवें।
जेथ पावकादिक पावे। समूह वसूंचे ।।१४२ ।।
आणि भ्रूलतांचे शेवट। कोपें मिळों पाहतीं एकवाट।
तेथ रुद्रगणांचे संघाट। अवतरत देखें ।।१४३ ।।
पैं सौम्यतेचा वोलावा। मिती नेणिजे अश्विनौदेवां।
श्रोत्रीं होती पांडवा। अनेक वायु ।।१४४ ।।
यापरी एकेकाचिये लीळे। जन्मती सुरसिद्धांची कुळें।
ऐसी अपारें आणि विशाळें। रूपें इयें पाहीं ।।१४५ ।।
जयांते सांगावया वेद बोबडे। पहावया काळाचेंही आयुष्य थोडें।
धातयाही परि न सांपडे। ठाव जयांचा ।।१४६ ।।

मी जेव्हा डोळे उघडतो तेव्हा आदित्यादि देवांची सृष्टी निर्माण होते, पण पुढे मी डोळे मिटल्यावर ही सर्व सृष्टी नाहीशी होते. माझ्या तोंडाच्या वाफेतून ज्वाला निर्माण होतात आणि त्यातून वसूंचा समूह निर्माण होतो. माझ्या भुवयांची टोके परस्परांना भिडली की त्या रागातून अकरा रुद्र निर्माण होतात, माझ्या सौम्य मुद्रेतून असंख्य अश्विनीकुमार उत्पन्न होतात आणि अर्जुना, विश्वरूपाच्या कानांच्या ठिकाणी अनेक वायू उत्पन्न होतात. माझ्या एकेक अवयवाच्या लीलेतून देव व सिद्ध यांची निर्माण होतात, अशी असंख्य, अपार आणि विशाल अशी माझी रूपे पहा. ज्या रूपांचे वर्णन करताना देव मुके झाले आणि जी पहायला काळाचेही आयुष्य पुरले नाही आणि अशा रूपांचा ठाव ब्रह्मदेवालाही लागला नाही आणि ज्यांचे नाव वेदांनीही ऐकले नाही ती माझी रूपे तू तुझ्या डोळ्यांनी प्रत्यक्ष पहा व पाहून चकित होऊन या महासिद्धीचा उपभोग घे.

।। जय जय रामकृष्ण हरी ।।

इया मूर्तीचिया किरीटी। रोगमूळीं देखें पां सृष्टी।
सुरतरूतळवटीं। तृणांकुर जैसे ।।१४८।।
आजिवाताचेनि प्रकाशें। उडतां परमाणु दिसती जैसे।
भ्रमत ब्रह्मकटाह तैसे। अवयवसंधीं ।।१४९।।
एथ एकैकाचिया प्रदेशीं। विश्व देख विस्तारेंशीं।
आणि विश्वाही परौतें मानसीं। जरी देखावें वर्ते ।।१५०।।
तरी तियेही विषयींचें कांहीं। एथ सर्वथा सांकडें नाहीं।
सुखें आवडे तें माझा देहीं। देखसी तूं ।।१५१।।
ऐसें विश्वमूर्ती तेणें। बोलिलें कारुण्यपूर्णें।
तंव देखत आहे कीं नाहीं न म्हणे। निवांतुचि येरु ।।१५२।।
एथ कां पां हा उगला। म्हणोनि कृष्णें जंव पाहिला।
तंव आर्तीचें लेणें लेइला। तैसाचि आहे ।।१५३।।

हे किरीटी, या रूपाच्या प्रत्येक रोमाच्या मुळाशी जी सृष्टी आहे ती पहा. जसे काही कल्पवृक्षाच्या तळवटी कोवळे कोवळे गवतच उगवले आहे. झरोक्यातून किंवा खिडकीतून सूर्यकिरण आत आले की त्या किरणात लाखो कण उडताना दिसतात. त्याप्रमाणे या रूपाच्या प्रत्येक सांधेजोडातून ब्रह्मांडाचे समूहच भ्रमण करताना दिसत आहेत ते पहा. एकाएका स्वरूपांच्या अवयवांठिकाणी अखिल ब्रह्मांड भरलेले आहे ते पहा. मग तुला आणखीही विश्वाच्या पलिकडे काही पहावेसे वाटेल पण त्याबद्दलही तू संकटात पडण्याचे काही कारण नाही. या माझ्या शरीरात तुला जे जे काही पहावयाचे असेल ते ते तू सुखाने पहा. याप्रमाणे सांगून झाल्यावर विश्वरूप श्रीकृष्ण आपला शिष्योत्तम मित्रोत्तम अर्जुन पाहतो आहे की नाही हे पाहू लागले तर तो स्वस्थ बसलेला त्यांना दिसला. विश्वरूप पाहण्याआधी जसा उत्कंठित होता तसाच दिसला.

।। जय जय रामकृष्ण हरी ।।

मग म्हणे उत्कंठे वोहट न पडे। अझुनी सुखाची सोय न सांपडे।
परि दाविलें तें फुडें। नाकळेचि यया ।।१५४।।
हें बोलोनि देवा हांसिले। हांसोनि देखणियाते म्हणितलें।
आम्हीं विश्वरूप तरी दाविलें। परि न देखसीच तूं।।१५५।।
यया बोला येरें विचक्षणें। म्हणितलें हां जी कवणासि तें उणें।
तुम्ही बकाकरवीं चांदिणें। चरऊं पहा मा ।।१५६ ।।
जें अतींद्रिय म्हणोनि व्यवस्थिलें। केवळ ज्ञानदृष्टीचियाविभागा फिटलें।
तें तुम्ही चर्मचक्षूंपुढें सूदलें। मी कैसेनि देखों।।१५९ ।।
परि हें तुमचें उणें न बोलावें। मीचि साहें तेंचि बरवें।
एथ आथि म्हणितलें देवें। मानूं बापा ।।१६० ।।
साच स्वरूप जरी आम्ही दावावें। तरी आधीं देखावया सामर्थ्य कीं द्यावें।
परि बोलत बोलत प्रेमभावें। धसाळ गेलों ।।१६१ ।।

एवढे विशाल विश्वरूप दाखवल्यावर अर्जुनाची प्रतिक्रिया पहाण्यासाठी भगवंतांनी अर्जुनाकडे पाहिले; पण तो स्वस्थच बसलेला पाहून भगवान् श्रीकृष्ण मनाशी म्हणाले, याची उत्सुकता अजून ओसरलेली नाही, विश्वरूप दर्शन याला उमगलेलेच दिसत नाही, मी जे विश्वरूप याला दाखवले ते याला कळलेच नाही. ते लक्षात येताच देव हसून म्हणाले, ''अर्जुना, आम्ही तुला विश्वरूप दाखवले पण ते तू पहातच नाहीस.' ते ऐकून बुद्धिवान असा अर्जुन उत्तरला, ''देवा, हा दोष कुणाचा आहे, तुम्ही बगळ्याला चांदणे पाजण्याचा प्रयत्न करीत आहात.' जे विश्वरूप इंद्रियांना दिसत नाही असे शास्त्रे वर्णन करतात, जे केवळ ज्ञानदृष्टीनेच पाहता येते ते माझ्या चर्मचक्षूंना कसे दिसणार? पण मी ठरवले की तुमच्या या चुकीबदल काही न बोलता स्वस्थ रहावे हे बरे.'' अर्जुनाच्या उद्‌गारांवर उत्तर देताना भगवान् श्रीकृष्ण म्हणाले, 'होय रे बाबा! तुझे म्हणणे आम्हाला मान्य आहे. तुला विश्वरूप दाखविण्यासाठी आवश्यक ते सामर्थ्य आधी द्यायला हवे होते पण प्रेमभरात गोष्टी बोलता बोलता ते राहून गेले.'

।। जय जय रामकृष्ण हरी ।।

काय जाहलें न वाहतां भुई पेरिजे। तरी तो वेळु विलया जाईजे।
तरी आतां माझें निजरूप देखिजे। ते दृष्टी देवों तुज ।।१६२।।
मग तिया दृष्टी पांडवा। आमुचा ऐश्वर्ययोगु आघवा।
देखोनियां अनुभवा। माजिवडा करीं ।।१६३।।
ऐसें तेणें वेदांतवेद्यें। सकळलोकआद्यें।
बोलिलें आराध्ये। जगाचेनि ।।१६४।।
म्हणोनि तो देवांचा रावो। म्हणे पार्थातें तुज दृष्टि देवों।
जया विश्वरूपाचा ठावो। देखसी तूं ।।१७६।।
ऐसी श्रीमुखौनि अक्षरें। निघती ना जंव एकसरें।
तंव अविद्येचे आंधारे। जावोंचि लागे ।।१७७।।
मग दिव्यचक्षु प्रगटला। तया ज्ञानदृष्टी पांटा फुठला।
ययापरी दाविता जाहला। ऐश्वर्य आपुलें ।।१७९।।

जमीन न नांगरता जमिनीत जर एखादा वेल पेरला तर तो जसा वाया जातो त्याप्रमाणे तुला योग्य ती दृष्टी न देता विश्वरूप दाखविण्याचा माझा प्रयास व्यर्थ गेला, तर तुला अशी दृष्टी देतो की जिच्यामुळे तुला माझे विश्वरूपदर्शन होईल. मग हे पांडवा, त्या दृष्टीने तू माझ्या ऐश्वर्ययोगाचा अनुभव घे, जो केवळ वेदांनाच समजला आहे, सर्व जनांचा आदि पुरुष आणि अखिल जगाला परमपूजनीय असे भगवान् श्रीकृष्ण याप्रमाणे अर्जुनाला उद्देशून पुढे म्हणाले, 'आता तुला मी दिव्यदृष्टी देतो त्या दृष्टीने तुला माझे विश्वरूप पाहता येईल.' भगवान् श्रीकृष्ण एवढे म्हणत आहेत तोच अर्जुनाचे अज्ञान नाहीसे होऊ लागले. अर्जुनाची ज्ञानदृष्टी फाकली आणि भगवान् श्रीकृष्णांनी त्या दिव्यदृष्टीद्वारे त्याला आपले ऐश्वर्य दाखवले.

।। जय जय रामकृष्ण हरी ।।

एकसरें ऐश्वर्यतेजें पाहलें । तया चमत्काराचें एकार्णव जाहलें ।
चित्त समाजीं बुडोनि ठेलें । विस्मयाचा ।।१८६ ।।
म्हणे केवढें गगन एथ होतें । तें कवणें नेलें पां केउतें ।
तीं चराचरें महाभूतें । काय जाहलीं ।।१८८ ।।
दिशांचे ठावही हारपले । अधोर्ध्व काय नेणों जाहले ।
चेइलिया स्वप्न तैसें गेले । लोकाकर ।।१८९ ।।
नाना सूर्यतेजप्रतापें । सचंद्र तारागण जैसें लोपे ।
तैसीं गिळिलीं विश्वरूपें । प्रपंचरचना ।।१९० ।।
तेव्हां मनासी मनपण न स्फुरे । बुद्धि आपणपें न सांवरे ।
इंद्रियांचे रश्मी माघारे । हृदयवरी भरले ।।१९१ ।।
तेथ ताटस्थ्या ताटस्थ्य पडिलें । टकासी टक लागलें ।
जैसें मोहनास्त्र घातलें । विचारजातां ।।१९२ ।।

एकदम ऐश्वर्याचे तेज प्रगट झाले. त्यामुळे कल्पांताचे वेळी जलमय होते, त्याप्रमाणे
अर्जुनाला त्या वेळी सर्व चमत्कारमय झाले आणि आश्चर्याच्या गर्दीत त्याचे चित्त बुडून
गेले. तो म्हणाला, एवढे विशाल आकाश इथे पसरले होते ते कुठे गेले, आणि स्थावर
जंगम महाभूते गेली तरी कुठे? आणि दिशांचा ठावठिकाणा राहिलेला नाही, आकाश
पाताळ कुठे गेले हे समजेना आणि जो जागा होतो त्याला नंतर काही नजरेस येत नाही,
त्याप्रमाणे इतका वेळ दिसणारी सृष्टी दिसेनाशी झाली. सूर्याच्या तेजाने चंद्र व तारे जसे
नाहीसे होतात, त्याप्रमाणे विश्वरूपाने अवघी सृष्टी दृष्टीआड केली. त्याप्रमाणे अर्जुनाला
विलक्षण विस्मरण झाले. बुद्धीवर याचा ताबा राहिली नाही. इंद्रियाच्या सर्व वृत्ति हृदयस्थ
झाल्या, स्तब्धतेला स्तब्धता आणि एकाग्रतेला एकाग्रता आली आणि आपल्या
विचारशक्तीवर जणू मोहनास्त्रच टाकले आहे, असे अर्जुनाला वाटू लागले.

।। जय जय रामकृष्ण हरी ।।

तैसा विस्मितु पाहे कोडें। तंव पुढां होतें चतुर्भुज रूपडें।
तेचि नानारूप चहूंकडे। मांडोनि ठेलें।।१९३।।
प्रथम स्वरूपसमाधान। पावोनि ठेला अर्जुन।
सवेंचि उघडी लोचन। तंव विश्वरूप देखें।।१९५।।
इहींचि दोहीं डोळां। पाहावें विश्वरूपा सकळा।
तो श्रीकृष्णें सोहळा। पुरविला ऐसा।।१९६।।
मग तेथ सैंघ देखे वदनें। जैसीं रमानायकाचीं राजभुवनें।
नाना प्रगटलीं निधानें। लावण्यश्रियेचीं।।१९७।।
कीं आनंदाची वनें सासिन्नलीं। जैसी सौंदर्या राणीव जोडली।
तैसीं मनोहरें देखिलीं। हरीचीं वक्त्रें तेणें।।१९८।।
तयांही माजीं एकैकें। सावियाचीं भयानकें।
काळरात्रीचीं कटकें। उठावलीं जैसीं।।१९९।।

अर्जुन चोहिकडे आश्चर्ययुक्त दृष्टीने पाहू लागला तेव्हा आधी त्याच्यापुढे जे भगवान् श्रीकृष्णाचे लहानसे चतुर्भुज रुपडे होते ते पुष्कळ रूपांनी सर्वत्र पसरले आहे असे दिसले. प्रथम भगवान् श्रीकृष्णांचे हे रूप पाहून अर्जुनाला समाधान वाटले आणि मग पुन्हा डोळे उघडून पाहताच त्याला विश्वरूप दिसले. श्रीकृष्णाने हा नयनोत्सव त्याच्यासाठी घडवून आणला. मग त्याला अनेकानेक मुखे दिसली ती जणू श्रीविष्णूचे अनेक प्रासादच त्याला वाटले. किंवा सौंदर्यलक्ष्मीची प्रकट झालेली भांडारेच होती. अनेक आनंदवनेच बहरली आहेत आणि साक्षात् सौंदर्य नृपतीपदी बसावे अशी मनमोहक कृष्णरूपे अर्जुनाने पाहिली. त्या तोंडातही काही, काळरात्रीची सैन्येच उठावीत अशी भयानक तोंडेही अर्जुनाला दिसली.

।। जय जय रामकृष्ण हरी ।।

कींयें मृत्यूसीचि मुखें जाहलीं। हो कां जे भयाचीं दुर्गें पन्नासिलीं।
कीं महाकुंडें उघडलीं। प्रळयानळाचीं ।।२००।।
तैसीं अद्‌भुतें भयासुरें। तेथ वदनें देखिलीं वीरें।
आणिकें असाधारणें साळंकारें। सौम्यें बहुतें ।।२०१।।
पैं ज्ञानदृष्टीचेनि अवलोकें। परि वदनांचा शेवटु न टके।
मग लोचन ते कवतिकें। लागला पाहों ।।२०२।।
तंव नानावर्णें कमळवनें। कीं विकासिलीं तैसे अर्जुनें।
डोळें देखिले पालिंगनें। आदित्यांची ।।२०३।।
तेथेंचि कृष्णमेघांचिया दाटी-। माजीं कल्पांत विजूंचिया स्फुटी।
तैसिया वन्हि पिंगळा दिठी। भ्रूभंगातळीं ।।२०४।।
हें एकैक आश्चर्य पाहतां। तिये एकेचि रूपीं पांडुसुता।
दर्शनाची अनेकता। प्रतिफळली ।।२०५।।

मृत्यूलाच शतमुखे फुटावी, भयाचे दुर्ग उभारावेत किंवा प्रळयाग्नीची महाकुंडे पेटावी तसे ते दृश्य होते आणि लगेच काही सौम्य सालंकृत मुखेही अर्जुनाच्या दृष्टीस पडली. पण त्याच्या ज्ञानदृष्टीलाही त्या मुखांचा शेवट समजेना म्हणून कौतुकाने तो त्या मुखांचे डोळे शोधू लागला. तेव्हा विविधरंगी अशी कमल वने विकसित झाली आहेत. अशा सूर्यतेजाने चमकणाऱ्या डोळ्यांच्या रांगाचा रांगा त्याला दिसल्या. त्यातच काळ्याभोर मेघांच्या दाटीत महातेजस्वी विजा चमकतात त्याप्रमाणे त्या भुवयांखाली अग्निशलाकेप्रमाणे पिंगट डोळे चमकत होते. ही सगळी एक एक आश्चर्ये पाहता या प्रचंड अशा विश्वरूपात असंख्य गोष्टी भरलेल्या आहेत हे अर्जुनाच्या लक्षात आले.

।। जय जय रामकृष्ण हरी ।।

मग म्हणे चरण ते कवणेकडे। केउते मुकुट कें दोर्दंडें।
ऐसी वाढविताहे कोडें। चाड देखावयाची ।।२०६ ।।
जयाची सोय वेदा नाकळे। तयाचे सकळावयव एकेचि वेळे।
अर्जुनाचे दोन्ही डोळे। भोगिते जाहले ।।२०९ ।।
चरणौनि मुकुटवरी। देखत विश्वरूपाची थोरी।
जे नाना रत्न अलंकारीं। मिरवत असे ।।२१० ।।
परब्रह्म आपुलेनि आंगें। ल्यावया आपणचि जाहला अनेगें।
तियें लेणीं मी सांगें। काइसयासारिखीं ।।२११ ।।
आपण आंग आपण अलंकार। आपण हात आपण हातियेर।
आपण जीव आपण शरीर। देखे चराचर कोंदलें देवें ।।२१४ ।।
मग तेथेंचि ज्ञानाचाया डोळां। पहात करपल्लवां जंव सरळा।
तंव तोडित कल्पांतीचिया ज्वाळा। तैसीं शस्त्रें झळकत देखे ।।२१५ ।।

मग या विश्वरूपाचे पाय कुठे आहेत, मुगुट कुठे आहे आणि दोन्ही हात कुठे आहेत हे पहाण्याची अर्जुनाची इच्छा वाढत चालली. ज्याच्या रूपाचा थांग वेदांनाही लागला नाही, त्या विश्वरूपाचे सर्व अवयव एकाच वेळी अर्जुनाने पाहिले. अनेकानेक, नाना प्रकारच्या अलंकारांनी जे विश्वरूप नटले होते ते पायापासून मुगुटापर्यंतचे थोर विश्वरूप अर्जुनाने पाहिले. परब्रह्माने स्वरूप धारण केले अणि परब्रह्माने परब्रह्मरूपीच अलंकार घातल्यावर ते अलंकार, सूर्यचंद्राच्या महातेजासारखे भासले. आपणच शरीर, त्यावर घातलेले अलंकार आपणच, आपणच हात, हातात घेतलेली शस्त्रेही आपण आणि आपणच जीव असे देवांनी आपल्याच ठायी सर्व स्थावर जंगम एकत्र करून टाकले. मग तो ज्ञानदृष्टीने विश्वरूपाचे बाहू पाहू लागला. तो ते सरळ असून त्या हातात कल्पांतीच्या ज्वाळा तोडणारी शस्त्रे चमकत आहेत, असे त्याच्या दृष्टीस पडले.

।। जय जय रामकृष्ण हरी ।।

जयाचिया किरणांचे निखरेपणें । नक्षत्रांचे होत फुटाणे ।
तेजें खिरडला वन्हि म्हणे । समुद्रीं रिघों ।।२१६।।
मग काळकूटकल्लोळीं कवळिलें । नाना महाविजूंचें दांग उमटले ।
तैसे अपार कर देखिले । उदितायुधीं ।।२१७।।
की भेणें तेथूनि काढिली दिठी । मग कंठमुगुट पहातसे किरीटी ।
तंव सुरतरूची सृष्टी । जयापासोनि कां जाहली ।।२१८।।
जिये महासिद्धींचीं मूळपीठें । शिणली कमळा जेथ वावटे ।
तैसीं कुसुमें अति चोखटें । तुरंबिली देखिलीं ।।२१९।।
मुगुटावरी स्तबक । ठायीं ठायीं पूजाबंध अनेक ।
कंठी रुळताति अलौकिक । माळादंड ।।२२०।।
स्वर्गें सूर्यतेज वेढिलें । जैसें पंधरेनें मेरूतें मढिलें ।
तैसे नितंबावरी गाढिलें । पीतांबरु झळकें ।। २२१ ।।

ज्याच्या किरणांच्या प्रखर तेजाने नक्षत्रांचे फुटाणे झाले आणि त्या तेजाने दिपून अग्नि समुद्रात शिरला, काळकूट विषाच्या लाटा उसळल्या आहेत किंवा महाविजांचे अरण्यच उद्भवले आहे, अशी आयुधे रागाने उगारली जात आहे असे अनंत हातात घेऊन अर्जुनाने पाहिले. त्या शस्त्रांच्या भीतीने अर्जुनाने तेथून आपली दृष्टी विश्वरूपाचा कंठ व मुगुट यावर स्थिर केली तेव्हा कल्पतरूची सृष्टी ज्यापासून झाली असे कंठ व मुगुट त्याला दिसले. जी फुले महासिद्धीची मूळस्थाने आहेत व श्रम पावलेली लक्ष्मी जेथे विश्रांती घेते अशी अतिशुद्ध फुले मस्तकावर धारण केलेली त्याने पाहिली. मुगुटावर एकावर एक असे फुलांचे गुच्छ लावलेले असून गळ्यात अवर्णनीय अशा पुष्पमाला घातल्या आहेत. स्वर्ग सूर्यतेजाने वेढावा किंवा मेरुपर्वत सोन्याने मढवावा तसा त्याच्या कमरेभोवती असलेला पितांबर महातेजाने झळाळत होता.

।। जय जय रामकृष्ण हरी ।।

ऐसी एकैक शृंगारशोभा। पाहतां अर्जुन जातसे क्षोभा।
तेवींचि देवो बैसला कीं उभा। कीं सेयांतु हें नेणवें ।।२२६ ।।
बाहेर दिठी उघडोनि पाहे। तरि आघवें मूर्तिमय देखतु जाये।
मग आतां न पाहे म्हणोनि उगा राहे। तरी आंतुही तैसेंचि ।।२२७ ।।
अनावरें मुखें समोर देखे। तयाभेणें पाठीमोरा जंव ठाके।
तंव तयाहीकडे श्रीमुखें। करचरण तैसेचि ।।२२८ ।।
अहो पाहतां कीर प्रतिभासे। एथ नवलावो काय असे।
परि न पाहतांही दिसे। चोज आइका ।।२२९ ।।
कैसें अनुग्रहाचें करणें। पार्थाचें पाहणें आणि न पाहणें।
तयाहीसकट नारायणें। व्यापूनि घेतलें ।।२३० ।।
म्हणोनि आश्चर्याच्या पुरीं एकीं। पडिला ठायेंठाव थडी ठाकी।
तंव चमत्काराचिया आणिकीं। महार्णवीं पडे ।।२३१ ।।

याप्रमाणे विश्वरूपाच्या शृंगाराची शोभा पहाता पहाता अर्जुन गोंधळून गेला. देव उभे आहेत, बसलेले आहेत की निजलेले आहेत हे त्याला समजेना. मग डोळे उघडून त्याने सर्वत्र दृष्टी फिरविली तर त्याला सर्वत्र विश्वरूप भरले आहे, असे दिसले म्हणून त्याने डोळे बंद केले तर त्याला बंद डोळ्यापुढेही विश्वरूप दिसू लागले. पुढे असंख्य अगणित तोंडे दिसतात म्हणून भयाने तो पाठ फिरवून उभा राहिला. तर मागेसुद्धा त्याला विश्वरूपाची तोंडे, हात-पाय दिसू लागले. डोळे उघडून पाहिल्यावर दिसते यात काही नवल नाही पण डोळे मिटल्यावरही विश्वरूप दिसावे हे मोठी नवलाचीच गोष्ट. देवाची कृपा काय ते पहा, पार्थाच्या पाहण्यात आणि न पाहण्यात श्रीकृष्ण व्याप्त होऊन राहिले म्हणून एका आश्चर्यरूपी पुरातून सुटून अर्जुन काठावर जाऊन उभा राहतो न् राहतो तो दुसऱ्या चमत्काररूपी महासमुद्रात पडला. याप्रमाणे आपल्या विश्वरूप दर्शनाने भगवान श्रीकृष्णांनी अर्जुनाला आपली अनंत रूपे दाखवून व्यापून टाकले.

।। जय जय रामकृष्ण हरी ।।

आणि दीपें कां सूर्यें प्रगटे । अथवा निमुटलिया देखावेंचि खुंटे ।
तैसी दिठि नव्हे जे वैकुंठें । दिधली आहे ।।२३४।।
म्हणोनि किरीटीसि दोहीं परी । तें देखणें देखें अंधारीं ।
हें संजयो हस्तिनापुरीं । सांगतसे राया ।।२३५।।
म्हणे किंबहुना अवधारिलें । पार्थें विश्वरूप देखिलें ।
नाना आभरणीं भरलें । विश्वतोमुख ।।२३६।।
तिये अंगप्रभेचा देवा । नवलावो काइसया सारिखा सांगावा ।
कल्पांतीं एकुचि मेळावा । द्वादशादित्यांचा होय ।।२३७।।
तैसे ते दिव्यसूर्य सहस्रवरी । जरी उदयजती कां एकेचि अवसरीं ।
तऱ्ही तया तेजाची थोरी । उपमूं न ये ।।२३८।।
ऐसें माहात्म्यया हरीची सहज । फांकतसे सर्वांगीचें तेज ।
तें मुनिकृपा जी मज । दृष्ट जाहलें ।।२४१।।

अर्जुनाला श्रीकृष्णांनी विश्वरूप दर्शनासाठी जी दिव्य दृष्टी प्रदान केली होती ती दिव्याचा किंवा सूर्याचा प्रकाश असला तरच दिसावे किंवा तो नसेल तर काहीच दिसू नये अशी नव्हती. त्यामुळे अर्जुनाला डोळे उघडे ठेवून किंवा मिटून देखील त्या दिव्य दृष्टीने दिसतच होते, असे हस्तिनापुरात संजयाने धृतराष्ट्र राजाला सांगितले नि पुढे तो म्हणाला, 'राजा, ऐकलेस का, कित्येक अलंकारांनी विभूषित झालेले आणि सर्व बाजूंनी मुखे असलेले दिव्यरूप अर्जुनाला पहायला मिळाले. राजा, त्या विश्वरूपाचे तेज म्हणजे प्रलयकाली बारा सूर्य एकत्र आले किंवा सहस्रावधी सूर्य एकत्र आले तरी त्या विश्वरूपाचे तेज त्याहून श्रेष्ठ ठरेल, असे त्या श्रीहरीचे माहात्म्य आहे. त्या विश्वरूपाचे सर्वत्र पसरलेले तेज व्यासकृपेने मला अनुभवायला मिळाले.''

।। जय जय रामकृष्ण हरी ।।

तेथ एक विश्व एक आपण। ऐसें अळुमाळ होतें जें दुजेंपण।
तेंही आटोनि गेलें अंत:करण। विरालें सहसा ।।२४५ ।।
आंतु महानंदा चेइरें जाहलें। बाहेरि गात्रांचे बळ हारपोनि गेलें।
आपाद पां गुंतलें। पुलकांचलें ।।२४६ ।।
वार्षिये प्रथमदशे । वोहळल्या शैलांचें सर्वांग जैसें।
विरूढे कोमलांकुरीं तैसें। रोमांच आले ।।२४७ ।।
शिवतला चंद्रकरीं। सोमकांतु द्रावो धरी।
तैसिया स्वेदकणिका शरीरीं। दाटलिया ।।२४८ ।।
माजीं सापडलेनि अलिउळें। जळावरी कमळकळिका जेवीं आंदोळे।
तेवीं आंतुलिया सुखोर्मीचेनि बळें। बाहेरि कांपे ।।२४९ ।।
उदयलेनि सुधाकरें। जैसा भरलाचि समुद्र भरे।
तैसा वेळोवेळां ऊर्मीभरें। उचंबळत असे ।।२५२ ।।

तिथे विश्व वेगळे आणि आपण निराळे असे जे द्वैत होते ते नाहीसे होऊन अर्जुनाचे अंत:करण विरघळून गेले. अंतर्यामी आनंद जागृत होऊन गात्रातील शक्ती गेली आणि आपादमस्तक, नखशिखांत रोमांचानी अंग फुलून गेले जसे पावसाळ्या आरंभीचे पाणी पर्वतावरून वाहून गेल्यावर सर्व पर्वतभर दुर्वांकूरे उत्पन्न होतात तसे ते रोमांच होते. चंद्रकिरणाच्या स्पर्शाने चंद्रकांत मण्याला जसा पाझर फुटतो त्याप्रमाणे अर्जुनाच्या शरीरावर घ्रमबिंदूंनी दाटी केली. कमळाच्या कळीत भुंगा अडकला म्हणजे ती जशी पाण्यावर हेलकावे घेते त्याप्रमाणे अंतर्यामीच्या सुखलहरींनी अर्जुनाचे शरीर कापू लागले. याप्रमाणे अष्टसात्त्विक भावांची परस्परात स्पर्धा लागून अर्जुनाला ब्रह्मानंदाची प्राप्ती झाली.

।। जय जय रामकृष्ण हरी ।।

म्हणे जयजयाजि स्वामी। नवल कृपा केली तुम्हीं।
जें हें विश्वरूप कीं आम्हीं। प्राकृत देखों ।।२५५।।
परि साचचि भलें केलें गोसाविया। मज परितोषु जाहला साविया।
जी देखलासि जो इया। सृष्टीसी तूं आश्रयो ।।२५६।।
देवा मंदराचेनि अंगलगें। ठायीं ठायीं श्वापदांची दांगें।
तैसीं इयें तुझ्या देहीं अनेगें। देखतसें भुवनें ।।२५७।।
अहो आकाशाचिये खोळे। दिसती ग्रहगणांची कुळें।
कां महावृक्षीं अविसाळें। पक्षिजातीचीं ।।२५८।।
तयापरी श्रीहरी। तुझा विश्वात्मकीं इये शरीरीं।
स्वर्गु देखतसें अवधारीं। सुरगणेंसीं ।।२५९।।
प्रभु महाभूतांचे पंचक। येथ देखत आहे अनेक।
आणि भूतग्राम एकेक। भूतसृष्टीचें ।।२६०।।

अर्जुन म्हणाला, स्वामी आपला जयजयकार असो. आम्हा सामान्य जनांवर आपण इतकी मोठी कृपा केली की, आम्हाला विश्वरूपदर्शन घडले. देवा, आपण माझे भले केले, त्यामुळे आम्हाला अतिशय आनंद झाला कारण अवघ्या सृष्टीला तुमचा आश्रय आहे, हे माझ्या दृष्टीस आले. देवा, पर्वतराजीमध्ये जागोजाग जशी श्वापदांची अरण्ये असतात, त्याप्रमाणे तुमच्या शरीरावर इंद्रलोक, चंद्रलोक असे अनंत लोक मला दिसले. अनेक भुवने दिसली. आकाशात ज्याप्रमाणे ग्रहसमूह दिसतात किंवा मोठ्या वृक्षांवर जशी पक्ष्यांची घरटी असतात, त्याप्रमाणे हे श्रीहरी तुमच्या विश्वात्मक शरीरावर देवदेवतांसह स्वर्ग दृष्टिपथात येतो आहे.

।। जय जय रामकृष्ण हरी ।।

त्या दिव्यचक्षूंचेनि पैसें। चहुंकडे जंव पाहत असें।
तंव दोंर्दंडीं जैसें। आकाश कोंभैलें।।२६६।।
तैसें एकचि निरंतर। देवा देखतुं सें तुझें कर।
करीत आघवेचि व्यापार। एकीं काळीं।।२६७।।
जी सहस्रशीर्षयाचें देखिलें। कोडीवरी होताति एकिवेळें।
कीं परब्रह्मचि वदनफळें। मोडोनि आलें।।२६९।।
तैसीं वक्त्रेजीं जेउतीं तेउतीं। तुझीं देखतसें विश्वमूर्ती।
आणि तयाचिपरि नेत्रपंक्ति। अनेका सैंघ।।२७०।।
हें असो स्वर्ग पाताळ। कीं भूमी दिशा अंतराळ।
हे विवक्षा ठेली सकळ। मूर्तिमय देखतसें।।२७१।।
तुजवीण एका दियाकडे। परमाणूहि एतुला कोडें।
अवकाशु पाहतसें परि न सांपडे। ऐसें व्यापिलें तुवां।।२७२।।

भगवान्, आपण दिलेल्या दिव्य दृष्टीमुळे मी सर्वत्र पाहू लागलो असता, तुमच्या दंडाचे ठिकाणी आकाशाचे कोंब आले आहेत की काय असे वाटले. त्याचप्रमाणे देवा, तुमच्याच या हातांनी सर्व जगाचा व्यापार एकाच वेळी होत आहे, असे दिसते. तुमच्या हजारो मस्तकाची कोट्यावधी मुखे जणू काही परब्रह्म हा कुणी एक वृक्ष, त्या वृक्षाची जणू फळेच असावीत अशी ही मस्तके दिसत आहेत. तुमच्या विश्वमूर्तीवर देवा जशी सर्वत्र तोंडे दिसत आहेत त्याप्रमाणे डोळ्यांच्याही कित्येक रांगा दिसत आहेत. एवढेच नव्हे तर स्वर्ग, पाताळ, भूमी, दिशा, आकाश हे सर्व लुप्त होऊन अवघे विश्व तुमच्या मूर्तीत सामावल्यासारखे दिसत आहे. तुम्ही इतके सर्वत्र व्यापून राहिलेले आहात की कोणत्याही बाजूला परमाणुइतकीही जागा, कौतुकाने शोधू गेले असता सापडत नाही.

।। जय जय रामकृष्ण हरी ।।

इही नाना भूतीं सहितें। जेतुलीं सांठविलीं होतीं महाभूतें।
तेतुलाहि पवाडु तुवां अनंतें। कोंदला देखतसें ।।२७३।।
तुझें रूप वय कैसें। तुजपलीकडे काय असे।
तूं काइसयावरी आहासि ऐसें। पाहिलें मियां ।।२७५।।
तंव देखिलें जी आघवेंचि। तरि आतां तुज देवा ठावो तूंचि।
तूं कवणाचा नव्हेसि ऐसाची। अनादि आयता ।।२७६।।
तू उभा ना बैठा। दिघडु ना खुजटा।
तुज तळीं वरी वैकुंठा। तूंचि आहासी ।।२७७।।
तूं रूपें आपणयांचि ऐसा। देवा तुझी तूंचि वयसा।
पाठी पोट परेशा। तुझें तूं गा ।।२७८।।
एवं आदिमध्यांतरहिता। तूं विश्वेश्वरा अपरिमिता।
तूं देखिलासि जी तत्त्वता। विश्वरूपा ।।२८२।।

विविध प्रकारच्या अपरिमित अशा महाभूतांनी व्यापलेले जग अनंता तुम्ही व्यापलेले दिसते आहे. तुमचे रूप कसे आहे, तुमचे वय किती आहे, तुमच्या पलिकडे काय आहे आणि तुमचे अधिष्ठान काय आहे, पण सर्वत्र पाहूनही तुमचे अधिष्ठान समजले नाही, तुम्ही कसे उत्पन्न झालात. ह्याचा विचार मी करू लागलो तेव्हा जाणले की, तू अनादि व स्वत: सिद्ध असाच आहेस. देवा! तुमचे रूप, तुमचे वय दोन्ही तुमच्यासारखेच आहे. देवाधिदेवा तुमची पाठ तुम्हीच आणि तुमचे पोटही तुम्ही. आदि मध्य आणि अंत नसलेल्या हे अपरिमित अशा विश्वेश्वरा तुझे असे मी विश्वरूप पाहिले.

।। जय जय रामकृष्ण हरी ।।

तरी मज पाहतां मुकुंदा । तूं ऐसाचि व्यापकु सर्वदा ।
भक्तानुग्रहें तया मुग्धा । रूपातें धरिसी ।।२८९ ।।
कैसें चहूं भुजांचे सांवळें । पाहतां वोल्हावती मन डोळे ।
खेंव देऊं जाईजे तरी आकळे । दोहींचि बाहीं ।।२९० ।।
ऐसी मूर्ति कोडिसवाणी कृपा । करूनि होसी विश्वरूपा ।
कीं आमुचियाचि दिठी सलेपा । जें सामान्यत्वें देखिती ।।२९१ ।।
तरी आतां दिठीचा विटाळु गेला । तुवां सहजें दिव्यचक्षू केला ।
म्हणोनि यथारूपें देखवला । महिमा तुझा ।।२९२ ।।
आणि तेणेंचि वेगें सहसा । माझिया मनोरथासरिसा ।
जाहलासि विश्वरूपा विश्वेशा । म्हणोनि जाणें ।।२९७ ।।
ऐसा अद्‌भुत तेजोराशी । जन्मा नवल म्यां देखिलासी ।
नाहीं व्याप्ती आणि कांतीसी । पारु जी तुझिये ।।३०६ ।।

तर हे मुकुंदा, श्रीहरी तुम्ही सदैव असेच सर्वव्यापक आहात परंतु भक्तांसाठी तुम्ही भक्तांवर अनुग्रह करण्यासाठी सगुण रूप धारण करता. तुमची ती सावळी चतुर्भुज सुंदर मूर्ती पाहिल्यावर डोळे आणि मन कसे शांत होतातह्न तिला मिठीत सुद्धा घेता येते. विश्वरूप दर्शन करविणाऱ्या देवा, असे गोड, गोजिरवाणे रूप भक्तावर कृपा करण्यासाठी तुम्ही घेता. मात्र आमच्या दोषी दृष्टीला ते सामान्य रूप वाटते. पण तुम्ही मला दिव्य दृष्टी दिल्यामुळे माझा दृष्टिदोष लयास गेला आणि तुमचा खरा महिमा, तुमचे यथार्थ मोठेपण दृष्टोत्पत्तीस आले. माझी विश्वरूप पाहण्याची इच्छा पूर्ण व्हावी म्हणूनच तुम्ही विश्वरूप धारण केले होते. ज्या तुमच्या रूपाच्या व्याप्तीला व तेजाला अंत नाही असे तुमचे रूप या जन्मात मी आजच पाहिले.

।। जय जय रामकृष्ण हरी ।।

तूं धर्माचा वोलावा । अनादिसिद्ध तूं नीच नवा ।
जाणे मी सदतिसावा । पुरुष विशेष तूं ।।३०९ ।।
तूं आदिमध्यांतरहितु । स्वसामर्थ्यें तूं अनंतु ।
विश्वबाहु अपरिमितु । विश्वचरण तूं ।।३१० ।।
पैं चंद्रचंडाशुडोळां । दावितासि कोपप्रसाद लीळा ।
एकां रुससी तमाचां डोळां । एकां पाळितोसी कृपादृष्टी ।।३११ ।।
जी एवंविधा तूंतें । मी देखतसें हें निरुतें ।
पेटलें प्रळयाग्नीचें उजितें । तैसें वक्त्र हें तुझें ।।३१२ ।।
वणिवेनि पेटले पर्वत । कवळूनि ज्वाळांचे उभड उठत ।
तैसी चाटीत दाढा दांत । जीभ लोळे ।।३१३ ।।
इये वदनींचिया उबा । आणि जी सर्वांगकांतीचिया प्रभा ।
विश्व तातलें अति क्षोभा । जात आहे ।।३१४ ।।

देवा, तुम्ही धर्माचे जीवन आहात. अनादिसिद्ध असूनही नित्य नवे आहात, छत्तीस तत्त्वांपलिकडचे तुम्ही सदतिसावे पुरुष असून या जगाचे विश्वेश्वर आहात. देवा तुम्हाला आरंभ नाही, मध्य नाही आणि अंतही नाही, देवा तुम्ही अपार आहात, तुम्हाला चहूंबाजूंनी असंख्य हात-पाय आहेत. चंद्र आणि सूर्य हे तुमचे डोळे असून ते राग आणि अनुराग दोन्ही व्यक्त करतात. तुम्ही तमोरूप डोळ्याने एकाला शिक्षा करता आणि कृपादृष्टीने दुसऱ्याचे पालन करता. देवा, तुम्ही मला वेगवेगळ्या प्रकारांनी दिसत आहात. जेव्हा प्रळयाग्नी भडकतो तेव्हा जसा प्रचंड प्रकाश सर्वत्र पसरतो. त्याप्रमाणे तुमचे मुख महाप्रखर दिसत आहे. वणवा लागला की, पर्वत पेटल्यावर ज्या प्रमाणे ज्वाळा भडकतात. त्याप्रमाणे तुमची जीभ, दाढा व दात चाटीत लोळत आहे असे दिसते. तुमच्या तोंडाच्या या उष्णतेने आणि तुमच्या रूपाच्या तेजाने विश्व अतिशय खवळले आहे.

।। जय जय रामकृष्ण हरी ।।

कां जे भूर्लोक आणि पाताळ। पृथिवी हन अंतराळ।
अथवा दशदिशा समाकुळ। दिशाचक्र।। ३१५।।
तें आघवेंचि तुवां एकें। भरलें देखत आहे कौतुकें।
परि गगनाहीसकट भयानकें। आप्लविजें जेवीं।।३१६।।
ना तरी अद्भुत रसाचिया कल्लोळीं। जाहली चवदाही भवनांसी कडियाळीं।
तैसें आश्चर्यचि मग मी आकळीं। काय एक।।३१७।।
नावरे व्याप्ती हे असाधारण। न साहवे रूपाचें उग्रपण।
सुख दुरी गेलें परी प्राण। विपायें धरिजे।।३१८।।
देवा देखोनि तूंते। नेणों कैसें आलें भयाचें भरितें।
आता दु:खकल्लोळीं झळंबतें। तिन्हीं भुवनें।।३१९।।
एऱ्हवीं तुज महात्मयाचे देखणें। तरि भयदु:खासि कां मेळवणें।
परि हें सुख नव्हेचि जेणें गुणें। तें जाणवत आहे मज।।३२०।।

स्वर्ग, पाताळ, पृथ्वी, दशदिशा हे सर्व तुम्ही व्यापून टाकले आहे, हे सर्व मी कौतुकाने पहातो आहे. पण आभाळासकट सर्व विश्व तुमच्या भयंकर रूपात बुडत आहे. तुमच्या अद्भुत रूपाच्या लाटात चौदा भुवने सापडली आहेत असे तुमचे भयचकित करणारे रूप मी कसे आणि काय-काय समजून घेऊ ? तुमच्या भव्य रूपाच्या व्याप्तीची कल्पना करवत नाही. तुमचे तेज, व त्याची झळाळी सहन करणे अशक्य आहे. तुमच्या रूपाच्या दर्शनाने जगाचे सुख दूर गेले आणि त्याने कसे बसे आपले प्राण रोधून धरले आहेत. देवा, तुमचे हे भयंकर रूप पाहून मला भीतीचे भरते कसे आले आहे हे समजत नाही, भयापासून निर्माण होणाऱ्या दु:खाच्या लाटात तिन्ही लोक बुडत आहेत. खरे पाहिले तर तुमच्यासारख्या थोर महात्म्यांच्या दर्शनाने दु:ख आणि भीती का वाटावी? पण ते समाधान न मिळण्याचे कारण मला समजले आहे.

।। जय जय रामकृष्ण हरी।।

जंव तुझें रूप नोहे दिठें। तंव जगासि संसारिक गोमटें।
आतां देखिलासि तरी विषयविटें। उपनला त्रासु ।।३२१ ।।
तेवींचि तूंते देखिलियासाठीं। काइ सहसा तुज देवों येईल मिठी।
आणि नेदीं तरी संकटीं। राहों केवीं ।।३२२ ।।
म्हणोनि मागां सरों तंव संसारु। आडवीत येतसे अनिवारु।
आणि पुढां तूं तंव अनावरु। न येसि घेवों ।।३२३ ।।
ऐसा माझारिली सांकडां। बापुड्या त्रैलोक्याचा होतसे हुरडा।
हा ध्वनि जी फुडा। चोजवला मज ।।३२४ ।।
जैसा आरंबळला आगीं। समुद्रा ये निवावयालागीं।
तंव कल्लोळपाणियाचिया तरंगीं। आगळा बिहे ।।३२५ ।।
तैसें या जगासि जाहलें। तूतें देखोनि तळमळित ठेलें।
यामाजीं पैल भले। ज्ञानसुरांचे मेळावें ।।३२६ ।।

देवा, जोपर्यंत तुम्हाला पाहिले नव्हते, तोपर्यंत संसारसुखातच मन रमले होते, परंतु तुमचे रूप पाहिल्यानंतर विषयाचा वीट येऊन कंटाळा उत्पन्न झाला आहे. तुमचे हे रूप पाहिल्यावर तुम्हाला आलिंगन देणे शक्य आहे का? आणि न द्यावे तर संकटच ना. अशा रीतीने दोन संकटांच्या कैचीत सापडून बिचाऱ्या त्रैलोक्याचा होरपळा होत आहे. एखादा माणूस आगीने भाजल्यामुळे दाह नाहीसा होण्यासाठी समुद्राकडे धाव घेतो, पण समुद्राच्या भयंकर लाटा पाहून अधिकच घाबरतो. त्याप्रमाणे या जगाची स्थिती झाली आहे. तुम्हाला पाहून ते तळमळत राहिले आहे. जे त्या पलीकडे गेले ते ज्ञानी पुरुषांचे समुदाय होत.

।। जय जय रामकृष्ण हरी ।।

हे रुद्रादित्यांचे मेळावे । वसु हन साध्य आघवे ।
अश्विनौदेव विश्वेदेव विभवें । वायुहि हे जी ।।३३२ ।।
अवधारा अग्नि हन गंधर्व । पैल यक्षरक्षोगण सर्व ।
जी महेंद्रमुख्य देव । का सिद्धादिक ।। ३३३ ।।
हे आघवेचि आपुलालिया लोकीं । सोत्कंठित अवलोकीं ।
हे महामूर्ती दैविकी । पाहात आहाती ।।३३४।।
मग पाहात पाहात प्रतिक्षणीं । विस्मित होऊनि अंत:करणी ।
करित निजमुकुटीं वोवाळणी । प्रभुजी तुज ।।३३५।।
ते जय जय घोष कलरवें । स्वर्ग गाजविताती आघवे ।
ठेवित ललाटावरी बरवे । करसंपुट ।।३३६ ।।
जी लोचनां भाग्य उदेलें । जीवा सुखाचें सुयाणें पाहलें ।
जे अगाध तुझें देखिलें । विश्वरूप इहीं ।।३३८।।

हे अकरा रुद्राचे समूह, बारा आदित्य, सर्व वसु, साध्य नामक बारा देवांचा
मेळावा, अश्विनीकुमार, मरुद्गण, पितर, गंधर्व, यक्ष, असुरगण, इंद्रादी सुरगण हे सर्व
जिथे जिथे आहेत, तिथून तिथून उत्कंठापूर्वक तुमचे विश्वरूप पहात आहेत आणि पहाता
पहाता प्रत्येक क्षणी मनातल्या मनात आश्चर्यचकित होत आहेत आणि तुमच्यापुढे मस्तक
लववीत आहेत. स्वर्गात सर्वजण तुमचा मधुर आवाजात सतत जयजयकार करीत आहेत
आणि हात जोडून तुम्हाला पुन: पुन्हा नमस्कार करीत आहेत, वारंवार वंदन करीत
आहेत. देवा जणू काही त्यांच्या नेत्रांचे भाग्यच उदयाला आले आणि तुमचे हे अगाध
विश्वरूप त्यांना पहायला मिळाले. त्यांचा जणू सुखाचा सुदिनच उगवला.

।। जय जय रामकृष्ण हरी ।।

देवा विश्वरूप पहावयाचे डोहळे। केले तियें पावलों प्रतिफळें।
बा देखिलासि आतां डोळे। निवावे तैसे निवाले।।३६६।।
अहो देहो पार्थिव कीर जाये। ययाची काकुळती कवणा आहे।
परि आतां चैतन्य माझें विपायें। वांचे कीं न वांचे।।३६७।।
एऱ्हवीं भयास्तव आंग कांपे। नावेक आगळें तरी मन तापे।
अथवा बुद्धिही वासिपे। अभिमानु विसरिजे।।३६८।।
परी येतुलियाही वेगळा। जो केवळ आनंदैककळा।
तया अंतरात्मयाही निश्चळा। शियारी आली।।३६९।।
बाप साक्षात्काराचा वेधु। कैसा देशधडी केला बोधु।
हा गुरुशिष्यसंबंधु। विपायें नांदे।।३७०।।
ऐसें विश्वरूपाचिया महामारी। जीवित्व गेलें आहे चराचरीं।
जी न बोले तरि काय करीं। कैसेनि राहें।।३७४।।

देवा, विश्वरूप पहाण्याचे मला डोहाळे लागले होते. ते आता चांगलेच फळले. त्या रूपाच्या दर्शनाने डोळे निवले आहेत. देवा, हे शरीर पार्थिव आहे, मातीचे आहे ते गेले तर त्याची पर्वा करण्याचे कारण नाही, पण माझे चैतन्य, माझा आत्मा तरी राहील की नाही याबद्दल मी साशंक आहे. भयाने अंग थरथरत आहे. मनालाही ताप उत्पन्न होतो आहे, बुद्धी भयभीत झाली असून अभिमान विसरलो आहे. एवढेच नव्हे तर सर्व इंद्रियांपेक्षा वेगळा जो आत्मा- जो आनंदरूपी आहे, त्यालाही शहारे आले. देवा या विश्वरूपाच्या साक्षात्काराने माझे ज्ञानच संपुष्टात आले, देशोधडीला गेले. असा आपला दोघांचा गुरुशिष्यसंबंध या जगात क्वचितच असेल. याप्रमाणे तुमच्या या विश्वरूपी महामारीमुळे सृष्टी निर्जीव झाली आहे. आता जिवंत रहाण्यासाठी तुम्हाला शरण येण्यावाचून तरणोपाय नाही.

।। जय जय रामकृष्ण हरी ।।

अहा भाग्या विपरीता । विघ्न उठिलें शांत करितां ।
कटा विश्व गेलें आतां । तूं लागलासि ग्रासूं ।।३९०।।
हें नव्हे मा रोकडें । सैंघ पसरूनियां तोंडें ।
कवळितासि चहूंकडे । सैन्यें इयें ।।३९१।।
नोहेति हे कौरवकुळींचे वीर । आंधळिया धृतराष्ट्राचे कुमर ।
हे गेले गेले सपरिवार । तुझां वदनीं ।।३९२।।
आणि जे जे यांचेनि सावांयें । आले देशोदेशींचे राये ।
तयांचें सांगावया जावों न लाहे । ऐसें सरकटितु आहासी ।।३९३।।
हां गा भीष्माऐसा कवणु । सत्यशौर्यनिपुणु ।
तोही आणि ब्राह्मण द्रोणु । ग्रासिलासी कटकटा ।।३९८।।
अहा सहस्रकराचा कुमरु । एथ गेला गेला कर्णवीरु ।
आणि आमुचिया आघवयांचा केरु । फेडिला देखें ।।३९९।।

दैवा तुझी गति विपरीतच म्हणायला हवी. विश्वरूपदर्शनाने मन:शांती मिळेल, अशा अपेक्षेने मी देवांना विश्वरूपदर्शनाचे साकडे घातले तर त्याने सुख न होता उलट संकटात पडलो. देवा, आपण अनेक मुखांनी या सर्व सैन्याचे भक्षण करीत आहात हे मला स्पष्ट दिसते आहे. अहो, हे कौरवकुळातील वीर, जन्मांध धृतराष्ट्राचे मुलगे ते हेच नव्हेत का? हे गेले, ते गेले सहपरिवार तुमच्या मुखात गेले आणि जे राजे महाराजे त्यांच्या सहाय्यासाठी आले होते त्यांचा निरोप त्यांच्या आप्तस्वकीयांना देण्यासाठीही कुणी उरला नाही, असे तुम्ही सर्वांना गिळून टाकत आहात. अहो देवा, भीष्मासारखा सत्यप्रिय आणि शौर्यनिपुण असा अन्य कोण आहे ? आणि हा द्रोण ब्राह्मण असून त्यालाही आपण ग्रासलेत. अरे अरे हा सूर्यपुत्र, महावीर कर्ण तोसुद्धा गेला. आता आमचेकडील योद्धेही तू केरासारखे नाहीसे केले.

।। जय जय रामकृष्ण हरी ।।

ऐसा अर्जुन दु:खें शिणतु । शोचित असे जिवाआंतु ।
परि न देखें तो प्रस्तुतु । अभिप्रावो देवाचा ।।४०६ ।।
जे मी मारिता हे कौरव मरते । ऐसेंनि वेंटाळिला होता मोहें बहुतें ।
तो फेडावयालागीं अनंतें । दाखविलें निज ।४०७ ।।
अरे कोण्ही कोणातें न मारी । एथ मीचि हें सर्व संहारीं ।
हें विश्वरूपव्याजें हरी । प्रकटित असे ।।४०८ ।।
परि वायांचि व्याकुलता । तो न चोजवेचि पंडुसुता ।
मग अहा कंपु नव्हता । वाढवित असे ।।४०९ ।।
किती वाढविसी या उग्ररुपा । अंगींचें भगवंतपण आठवीं बापा ।
नाहीं तरि कृपा । मजपुरती पाही ।।४४३ ।।
परि एक वेळ वेदवेद्या । त्रिभुवनाचया आद्या ।
विनवणी विश्ववंद्या । आइकें माझी ।।४४४ ।।

यावेळी अर्जुन अतिशय दु:खी झाला आणि मनातल्या मनात शोक करू लागला; परंतु देवाच्या मनात काय आहे हे त्याला कळले नाही. मी मारणारा आणि कौरव मरणारे असा जो भ्रम त्याच्या मनात निर्माण झाला होता तो मोह वा भ्रम नाहीसा करण्यासाठीच देवाने त्याला विश्वरूप दर्शन घडवले आणि हे स्पष्ट केले की, कोणी कोणास मारीत नाही, मीच सर्वांचा संहार करतो हे त्यांनी विश्वरूपाद्वारे प्रकट केले. पण अर्जुनाला ते नीट समजले नाही. त्यामुळे तो व्याकुळ होऊन मनात व्यर्थ भय धरू लागला आणि म्हणाला, ''देवा, तुम्ही विश्वरूपांची भयानकता, उग्रपणा किती वाढवणार? तुम्ही जगाचे पालनकर्ते आहात याचे विस्मरण होऊ देऊ नका. निदान माझ्यापुरता तरी विचार करा. अहो वेदांनीही वंदन करावे, आद्यपुरुषा, विश्ववंद्य महाराजा माझी एक विनंती ऐका !

॥ जय जय रामकृष्ण हरी ॥

द्रोणाचा पाडु न करीं । भीष्माचें भय न धरीं ।
कैसेनि कर्णावरी । परजूं हें न म्हण ।।४७२।।
कोण उपायो जयद्रथा कीजे । हें न चिंतू चित्त तुझें ।
आणिकही आथि जे जे । नावाणिगे वीर ।।४७३।।
तेही एक एक आघवें । चित्रींचे सिंहाडे मानावे ।
जैस वोलेनि हातें घ्यावें । पुसोनियां ।।४७४।।
यावरी पांडवा । काइसा युद्धाचा मेळावा ।
हा आभासु गा आघवा । येर ग्रासिलें मियां ।।४७५।।
जेव्हां तुवां देखिलें । हे माझां वदनीं पडिले ।
तेव्हांचि यांचें आयुष्य सरलें । आतां रितीं सोपें ।।४७६।।
म्हणोनि वहिलां उठीं । मियां मारिले तूं निवटी ।
न रिगे शोकसंकटीं । नाथिलिया ।।४७७।।

अर्जुना, तू द्रोणाची पर्वा करू नको किंवा भीष्माची भीती बाळगू नको आणि कर्णावर शस्त्र कसे धरू याचा विचार करू नको. किंवा जयद्रथाचा कसा वध करावा याचा विचार करू नको आणि इतरही जे कोणी नामांकित सुप्रसिद्ध वीर आहेत त्या सर्वांना, भिंतीवर काढलेली सिंहाची निर्जीव चित्रे समज, त्यांना पोतेऱ्याने पुसून टाकायचे. थोडक्यात हा सारा युद्ध समुदाय केवळ देखावा आहे. त्यांचे सारे बल मी निस्तेज केले आहे. जेव्हा तू हे सर्व वीरगण माझ्या तोंडात गेलेले पाहिलेस तेव्हाच त्यांच्या आयुष्याची इतिश्री झाली. आता ते रिकाम्या सोपटाप्रमाणे आहेत. म्हणून अर्जुना, आता उठ, युद्धाला सिद्ध हो, मी ज्यांना आतून मारले आहे त्यांचा तू संहार कर, नसत्या शोकात पडू नको, व्यर्थ शोकग्रस्त होऊ नको.

।। जय जय रामकृष्ण हरी ।।

जी काय एक तूं नव्हसी। तूं कवणें ठायीं गा नससी।
हें असो जैसा आहासी। तैसिया नमो ।।५१९ ।।
वायु तूं अनंता। यम तूं नियमिता।
प्राणिगणीं वसता। अग्नि जी तूं ।।५२० ।।
वरुण तूं सोम। स्रष्टा तूं ब्रह्म।
पितामहाचाही परम। आदिजनक तूं ।।५२१ ।।
आणीकही जें जें कांहीं। रूप आथि अथवा नाहीं।
तया नमो तुज तैसयाही। जगन्नाथा ।।५२२ ।।
ऐसें सानुरागें चित्तें। स्तवन केलें पंडुसुतें।
मग पुढती म्हणे नमस्ते। नमस्ते प्रभो ।।५२३ ।।
पाहतां पाहतां प्रांतें । समाधान पावे चित्तें।
आणि पुढती म्हणे नमस्ते। नमस्ते प्रभो ।।५२५ ।।

ज्या वस्तूत तुम्ही नाही अशी या जगात एक तरी वस्तू आहे का? तेव्हा तुम्ही जिथे असाल तिथे तुम्हाला माझा नमस्कार. अनंतदेवा, तुम्ही वायु आहात. यम आहात आणि प्रत्येक प्राणिमात्राच्या शरीरात असणारा जठराग्नीही तुम्हीच आहात. तुम्ही वरुण, चंद्र, सृष्टिनिर्माते ब्रह्मदेवही तुम्ही आहात, पितामहाचेही पितामह, आदिजनक तुम्ही आहात. हे श्री जगन्नाथा, साकार वा आकारहीन अशा आपल्या ज्या ज्या विभूती आहेत त्यांना माझा नमस्कार आहे. अशा प्रकारे अत्यंत प्रेमभराने अर्जुनाने भगवान श्रीकृष्णांना वारंवार नमस्कार केला. याप्रमाणे अद्भुत अशी भगवंताची एकेका अवयवाचे भाग, रूपे पाहून तो त्यांना पुन:पुन्हा वंदन करू लागला.

।। जय जय रामकृष्ण हरी ।।

परि ऐसिया तूतें स्वामी। कहींच नेणों जी आम्ही।
म्हणोनि सोयरे संबंधधर्मी। राहाटलों तुजसीं ।।५३७।।
अहा थोर वाउर जाहलें। अमृतें संमार्जन म्यां केलें।
वारिकें घेऊनि दिधले। कामधेनूतें ।।५३८।।
परिसाचा खडवाचि जोडला। कीं फोडोनि गाडोरा आम्ही घातला।
कल्पतरू तोडोनि केला। कुंपु शेता ।।५३९।।
चिंतामणीची खाणी लागली। तेणें वरी वोढाळें वोल्हांटिली।
तैसी तुझी जवळिक धाडिली। सांगातीपणें ।।५४०।।
हें आजिचेंचि पाहें पां रोकडें। कवण जुंझ हें केवढें।
परि परब्रह्म तूं उघडें। सारथी केलासी ।।५४१।।
ययां कौरवांचिया घरा। शिष्टाई धाडिलासी दातारा।
ऐसा वणिजेसाठी जागेश्वरा। विकलासि आम्हीं ।।५४२।।

देवाचे हे रूप आठवून अर्जुन खंत व्यक्त करू लागला 'आम्ही तुमची योग्यता जाणली नाही' केवळ नातेसंबंध लक्षात घेऊनच तुझ्याशी वागणूक ठेवली. देवा माझ्या हातून फार वाईट गोष्ट घडली. मी अमृताचा उपयोग सडा घालण्यासाठी केला, मला मिळालेली कामधेनु देऊन मी एक शिंगरू घेतले. परिसाचा डोंगरच्या डोंगर हाती आला असताना तो फोडून त्याचा उपयोग घराच्या पायात भर घालण्यासाठी केला. चिंतामणीची खाण मिळाली पण ते दगड समजून मोकाट गुरांना हाकलायला ते दगड वापरले. तुमच्याशी असलेल्या जवळिकीचा फायदा न घेता तुम्हाला दूर ठेवले. हे युद्ध तसे काय किमतीचे पण आम्ही तुम्हालाह्न साक्षात् परब्रह्माला- सारथी केले. दुष्ट कौरवांकडे शिष्ठाईसाठी तुम्हाला धाडले. वास्तविक पहाता तू जागृत दैवत आहेस पण आम्ही तुला न जाणून तोडजोडीसारख्या सामान्य व्यवहारात वापरेल.

।। जय जय रामकृष्ण हरी ।।

म्हणोनि काय काय आतां। निवेदिजेल अनंता।
मी राशि आहें समस्तां। अपराधांची ।।५५५ ।।
यालागीं पुढां अथवा पाठीं। जियें राहटलों बहुवें वोखटीं।
तियें मायेचिया परी पोटीं। सामावीं प्रभो ।।५५६ ।।
तरी आतां अप्रमेया। मज शरणागता आपुलिया।
क्षमा कीजो जी यया। अपराधांसी ।।५६० ।।
जी जाणितलें मियां साचें। महिमान आतां देवाचें।
देवो होय चराचराचें। जन्मस्थान ।।५६१ ।।
हरिहरादि समस्तां। देवा तूं परम देवता।
वेदांतेंही पढविता। आदिगुरु तूं ।।५६२ ।।
म्हणोनि त्रिभुवनीं तूं एकु। तुजसरिसा ना अधिकु।
तुझा महिमा अलौकिकु । नेणिजे वानूं ।।५६६ ।।

अनंता अशा किती गोष्टी मी तुम्हाला सांगू? मी तर अपराधांची रासच आहे. यासाठी देवा, आजपर्यंत माझ्या हातून ज्या ज्या चुका होत आल्या आहेत आणि पुढे होतील त्या तुम्ही आईच्या मायेने पोटात घाला. एवंच हे अतर्क्य कृष्णा, मी तुम्हाला शरण आलो आहे, माझ्या सर्व अपराधांची क्षमा करा. देवा तुमचे मोठेपण, तुमची महनीयता, तुमचा महिमा मी आता पूर्णपणे जाणून घेतला आहे, तुम्ही एकंदर चराचरांचे उत्पत्तीस्थान आहात. तुम्ही हरिहरांचे, विष्णु, शंकर इत्यादी महादेवांचे परम दैवत आहात आणि वेदांनाही पढविणारे मूळ गुरु, आदि गुरु तुम्हीच आहात. म्हणून या सर्व त्रिभुवनात तुम्ही एकमेव आहात. तुमच्या बरोबरीचा किंवा तुमच्याहून श्रेष्ठ कोणी नाही, तुमचे मोठेपण अगाध असून त्यांचे वर्णन करण्यास आम्ही असमर्थ आहोत.

।। जय जय रामकृष्ण हरी ।।

तरि देवेंसीं सलगी केली। जे विश्वरूपाची आळी घेतली।
ते मायबापें पुरविली। स्नेहाळाचेनि।।५७९।।
सुरतरूची झाडें। आंगणीं लावावीं कोडें।
देयावें कामधेनूचे पाडें। खेळावया।।५८०।।
मियां नक्षत्रीं डाव पाडावा। चंद्र चेंडुवालागीं देयावा।
हा छंदु सिद्धी नेला आघवा। माउलिये तुवां।।५८१।।
जीया अमृतलेशालागीं सायास। तयाचा पाऊस केला चारी मास।
पृथ्वी वाहून चासेचास। चिंतामणी पेरिले।।५८२।।
ऐसा कृतकृत्य केला स्वामी। बहुवे लळा पाळिला तुम्ही।
दाविलें जें हरब्रह्मी। नायकिजे कानीं।।५८३।।
तें हें विश्वरूप आपुलें। तुम्हीं मज डोळां दाविलें।
तरी माझें मन झालें। हृष्ट देवा।।५८९।।

देवा, मी तुमच्याशी सलगी केली आणि विश्वरूप दाखवा म्हणून तुमच्यापाशी जो हट्ट धरला, तो मायबापा तुम्ही अगदी प्रेमळपणे पुरवलात. मोठ्या कौतुकाने तुम्ही कल्पतरूची झाडे माझ्या अंगणात लावून दिली अथवा कामधेनूचे वासरूच मला खेळायला दिलेत. मला खेळायला फासे न देता नक्षत्रे द्यावी, चेंडूऐवजी चंद्र द्यावा. या माझ्या हौशी आईच्या अंत:करणाने तुम्ही पूर्ण केल्या. जे अमृत घोटभर मिळवण्यासाठी महत्प्रयास करावे लागतात, त्याचा तुम्ही चार महिने पाऊस पाडलात आणि उत्तम भूमी तयार करून त्यात चिंतामणीं रत्नाची पेर केली. याप्रमाणे देवा, तुम्ही माझे सर्व लाडकोड पुरवल्याने मी कृतकृत्य झालो. आणि ज्या विश्वरूपाबद्दल शंकर किंवा ब्रह्मदेव यांनी साधे कानांनी ऐकलेही नव्हते, देवा, मला तुम्ही तुमचे विश्वरूप दाखविल्याने माझे मन आनंदाने बहरून गेले.

।। जय जय रामकृष्ण हरी ।।

यालागीं जी देवा। एथिंचें भय उपजतसे जीवा।
म्हणोनि येतुला लळा पाळावा। जे पुरे हें आतां।।५९३।।
पैं चराचर विनोदें पाहिजे। मग तेणें सुखें घरीं राहिजे।
तैसें चतुर्भुज रूप तुझें। तो विसांवा आम्हां।।५९४।।
आम्हीं यजनें किजती सकळें। परि तियें फळावीं येणेंचि फळें।
तीर्थें होतु सकळें। याचिलागीं।।५९६।।
ऐसी तेथिंची जीवा आवडी। म्हणोनि तेंचि देखावया लवडसवडी।
वर्तत असे ते सांकडी। फेडी वेगां।।५९८।।
अगा जीवींचें जाणतेया। सकळ विश्ववसवितेया।
प्रसन्न होईं पूजितया। देवांचिया देवा।।५९९।।
हे विश्वरूपाचे सोहळे। भोगूनि निवाले जी डोळे।
आतां होताति आधले। कृष्णमूर्तीलागीं।।६०६।।

देवा, माझे मनी विश्वरूपाचे भय उत्पन्न झाले आहे. तेव्हा हे विश्वरूप आपण आवरते घेऊन, माझी एवढी इच्छा पूर्ण करावी. हे पहा चराचराचे कौतुक पाहून किंवा जगाची सफर केल्यावरही घराची ओढ असते. त्याप्रमाणे तुमचे चतुर्भुज रूपच आमच्या डोळ्यांना विश्राम देणारे आहे. आम्ही सर्व यज्ञ केले तरी त्याचे फळ हेच तुझे मूळ रूप होय. याच रूपासाठी सर्व तीर्थे आम्ही करतो. त्यासाठी माझी घाई चालली आहे. लगबग चालली आहे; तर माझी ही अडचण देवा दूर सारा. चतुर्भुज रूप दाखवा. हे अन्तर्यामी जगन्नाथा, अवघे विश्व वसविणाऱ्या जगन्निवासा, देवांच्या देवा मला आता प्रसन्न व्हा. तुमचे विश्वरूप पाहण्याचे सोहळे भोगून माझे डोळे निवले आहेत, आणि आता माझ्या डोळ्यांना चतुर्भुज कृष्णमूर्तीची भूक लागली आहे.

।। जय जय रामकृष्ण हरी ।।

या अर्जुनाचिया बोला। विश्वरूपा विस्मयो जाहला।
म्हणे ऐसा नाहीं देखिला। धसाळ कोणी ।।६०९ ।।
कोण हे वस्तु पावला आहासी। तया लाभाचा तोषु न घेसी।
मा भेणें काय नेणों बोलसी। हेकाडु ऐसा ।।६१० ।।
आम्हीं सावियाची जैं प्रसन्न होणें। तैं आंगचिवरी म्हणें देणें।
वांचोनि जीव असे वेंचणें। कवणासि गा ।।६११ ।।
तें हें तुझिये चाडे। आजि जिवाचेंचि दळवाडें।
कामऊनियां येवढें । रचिलें ध्यान ।।६१२ ।।
ऐसी काय नेणों तुझिये आवडी। जाहली प्रसन्नता आमुची वेडी।
म्हणोनि गौप्याचीही गुढी। उभविली जगीं ।।६१३ ।।
हें तुजवांचोनि अर्जुना। पूर्वीं श्रुत दृष्ट नाहीं आना।
जे जोगें नव्हे साधनां। म्हणोनियां ।।६१६ ।।

अर्जुनाचे हे बोलणे ऐकून भगवान् श्रीकृष्णांना आश्चर्य वाटले आणि ते अर्जुनाला म्हणाले, "अर्जुना, तुझ्यासारखा अडाणी आणि अविचारी माणूस आम्ही कधी पाहिला नाही. बाबा रे, तुला कसला लाभ झाला आहे हे न पाहता तू वेड्यासारखे काय बडबडतोस ? आम्ही कुणाला प्रसन्न झालो तर बाह्यात्कारीच प्रसन्न होतो, मनापासून कोणालाही प्रसन्न होत नाही. तुझ्यासाठी आम्ही जिवांचे समूह तयार करून एवढे मोठे ध्यान, विश्वरूप निर्माण केले. माझे मन तुझ्या भक्तीने कसे वेडावले हे कळत नाही म्हणून आमचे अत्यंत गूढ, गुप्त, गुह्य असे विश्वरूप त्याची या जगात गुढी उभारली. अर्जुना, तुझ्यावाचून हे माझे विश्वरूप कोणी पाहिलेले नाही, कुणाला मी दाखवलेलेही नाही, कुणी ऐकलेलेही नाही. हे दर्शन तपाने किंवा साधनेने होणारे नव्हे.

।। जय जय रामकृष्ण हरी ।।

म्हणोनि विश्वरूपलाभें श्लाघ। एथिंचें भय नेघ नेघ।
हें वांचूनि अन्य चांग। न मनीं कांहीं।।६२३।
हां गा समुद्र अमृताचा भरला। आणि अवसांत वरपडा जाहला।
मग कोणीही आथि वोसंडिला। बुडिजेल म्हणोनि? ।।६२४।।
तैसें ऐश्वर्य हें महातेज। आजि हातां आलें आहे सहज।
कीं एथ तुज गजबज। होआवी कां।।६२८।।
हें नव्हे जो मी साचें। एथ मन करूनियां काचें।
प्रेम धरिसी अवगणियेचें। चतुर्भुज जें।।६३०।।
तरि अझुनिवरी पार्था। सांडीं सांडीं हे व्यवस्था।
इयेंविषयीं आस्था। करिसी झणें।।६३१।।
आतां करूं जयासारखें। म्हणितलें विश्वतोमुखें।
तरि मागील रूप सुखें। न्याहाळीं पां तूं।।६३९।।

म्हणून अर्जुना तुला सांगतो, माझ्या या विश्वरूपाच्या दर्शनाने तू आज धन्य झाला आहेस – याची भीती धरू नकोस आणि यापेक्षा दुसरे काही चांगले आणि सरस आहे असे मनातही आणू नको. अरे, एखाद्याला अमृताचा समुद्र प्राप्त झाला तर त्यात बुडून आपण मरून जाऊ अशा भीतीने कोणी त्यातून बाहेर येण्याचा यत्न करील का ? तसे हे विश्वरूपाचे ऐश्वर्य तुला सहज मिळाले असताना तू असा घाबराघुबरा का होतोस ? तू अधीर आणि उतावळा होऊन माझे चतुर्भुज रूप पाहू इच्छितोस, त्यावर प्रीती करतोस, पण अर्जुना, ते माझे खरे रूप नव्हे म्हणून म्हणतोस. आता तरी अर्जुना चतुर्भुज रूपाची इच्छा सोड आणि विश्वरूपाबद्दल अनास्था, अनिच्छा दाखवू नको. तू कुठेही असलास तरी तुझे प्रेम या विश्वरूपावर ठेव. आता मी तुझ्या इच्छेप्रमाणे माझे पूर्वीचे चतुर्भुज रूप धारण करतो ते तू सुखेनैव पहा.

।। जय जय रामकृष्ण हरी ।।

ऐसें वाक्य बोलतखेंवो। मागुता मनुष्य जाहला देवो।
हें ना परि नवलावो। आवडीचा तिये।।६४०।।
मोडोनि भांगाराचा रवा। लेणें घडिलें आपलिया सवा।
मग नावडे जरी जीवा। तरी आटिजे पुढती।।६४४।।
मग विश्व व्यापूनि भोंवतें। जें दिव्य योग तेज प्रगटलें होतें।
तेंचि सामावलें मागुतें। कृष्णरूपीं तिये।।६४७।।
तेथ जो स्वप्नीं स्वर्गा गेला। तो अवसांत जैसा चेइला।
तैसा विस्मयो जाहला। किरीटीसी।।६५५।।
तयां पांडवा ऐसें चित्तीं। आड विश्वरूपाची जवनिका होती।
ते फिटोनी गेली परौती। हें भलें जाहलें।।६५७।।
ऐसा संतोष बहु चित्तें। घेइजत असे पांडुसुतें।
विश्वरूपापाठीं कृष्णातें। देखोनियां।।६५९।।

एवढे बोलून भगवान् श्रीकृष्णांनी पुनरपि पूर्ववत् मानव देह धारण केलाह्व पण त्यात काही नवल नाही. देवाला भक्ताच्या आवडीप्रमाणे रूप घेता येते. सोन्याची लगड मोडून आपल्या मनाप्रमाणे दागिना केला पण तोही पसंतीस उतरला नाही तर दागिना आटवून परत लगड करावी त्याप्रमाणे भगवंतांनी जे विश्वरूप प्रकट केले पण ते त्याला भावले नाही म्हणून देवाने पुनश्च कृष्णरूप धारण केले. श्रीकृष्णाने विश्वरूपाचा पसारा घालून भोवती जे अलौकिक तेज प्रकट केले होते ते परत एकवटून त्या सगुण रूपात साठवले. त्यामुळे एखादा माणूस स्वप्नात स्वर्गात गेला आणि जागा होऊन पहातो तो आश्चर्यचकित होतो त्याप्रमाणे अर्जुन आश्चर्य पावला. अर्जुनाच्या मनात आले आपण आणि भगवंत यात जो विश्वरूपाचा पडदा होता तो नाहीसा झाला ही फार उत्तम गोष्ट झाली. याप्रमाणे भगवान् श्रीकृष्णांना विश्वरूपानंतर चतुर्भुज स्वरूपात पाहिल्यावर अर्जुनाला परम संतोष झाला.

।। जय जय रामकृष्ण हरी ।।

एवं मागील जैसें तैसें। तेणें देखिलें वीर्यविलासें।
मग म्हणे जियालों ऐसें। जाहलें आतां।।६६३।।
हें रूप दाखवणें देवराया। कीं मग अपत्या चुकलिया।
बुझवोनि तुवां माया। स्तनपान दिधलें।।६६८।।
जी विश्वरूपाचां सागरीं। होतों तरंग मवित वांवेवरी।
तो इये निजमूर्तीचां तीरीं। निगालों आता।।६६९।।
आइकें द्वारकापुरसुहाडा। मज सुकतीया जी झाडा।
हे भेटी नव्हे बहुडा। मेघाचा केला।।६७०।।
यया पार्थाचिया बोलासवें। हें काय म्हणितलें देवें।
तुवां प्रेम ठेवुनि यावें। विश्वरूपीं कीं।।६७३।।
मग मी तो हें आघवें। एक मीचि आथी स्वभावें।
किंबहुना सामावे। समरसें तो।।६९५।।

ते स्वरूप पाहिल्यावर अर्जुन म्हणाला, ''महाराज आता मी जिवंत राहिलो'' असे मला वाटते. देवा, आपण आपल्या रूपाचे दर्शन दिले, हे मला, चुकलेल्या मुलाला तू, म्हणजे माझ्या आईने समजावून स्तनपान द्यावे तसे वाटलेह्व देवा मी आपल्या विश्वरूपाच्या समुद्रात हातांनी पाणी तोडत अखेर तुमच्या चतुर्भुज मूर्तिरूपी किनाऱ्याला येऊन पोहोचलो. द्वारकेच्या राजाधिराजा, आपण मला हे दर्शन देऊन सुकत आलेल्या वृक्षावर जणू मेघवर्षावच केला. अर्जुनाचे हे बोलणे ऐकून भगवान् श्रीकृष्ण अर्जुनाला म्हणाले, ''अर्जुना, तू सगुण रूपाकडे आलास तरी या विश्वरूपावर प्रेम ठेव. परिणामी द्वैतभावही संपतो. मग मीच सर्वत्र, चराचरात भरलेला आहे, हे हृदयात ठसते तेव्हा तो ईश्वराशी एकरूप होतो.

।। जय जय रामकृष्ण हरी ।।

।। अध्याय बारावा ।।

जय जय वो शुद्धे। उदारे प्रसिद्धे।
अनवरत आनंदें। वर्षतिये ।।१ ।।
म्हणोनि साधकां तूं माउली। पिके सारस्वत तुझां पाउलीं।
या कारणें मी साउली। न संडीं तुझी ।।८ ।।
नवरसीं भरवीं सागरु। करवीं उचित रत्नांचें आगरु।
भावार्थाचे गिरिवरु। निफजवीं माये ।।११ ।।
साहित्यसोनियाचिया खाणी। उघडवीं देशियेचिया आक्षोणी।
विवेकवल्लीची लावणी। हों देईं सैंघ ।।१२ ।।
इये मऱ्हाठियेचा नगरीं। ब्रह्मविद्येचा सुकाळु करीं।
घेणेंदेणें सुखचिवरी। हों देईं या जगा ।।१६ ।।
तेथ जी जी महाप्रसादु। म्हणोनि साविया जाहला आनंदु।
आतां निरोपीन प्रबंधु। अवधान दीजे ।।१९ ।।

अध्यायाच्या आरंभी ज्ञानेश्वर महाराज गुरुवंदना करीत आहेत. ते म्हणतात, 'हे गुरुकृपे माउली, तुझा विजय असो. तू उदार, प्रसिद्ध आणि सतत आनंदाचा वर्षाव करणारी आहेस. जे जे साधक आहेत त्यांची तू माता आहेस, सकल विद्या तुझ्या चरणी पिकत असतात. तुझ्या चरणस्पर्शाने ज्ञानप्राप्ती होत असल्याने तुझी पाऊले मी सोडणार नाही. आई, या ग्रंथात नवरसांचे समुद्र, अलंकारांच्या खाणी आणि भावार्थाचे पर्वत निर्माण कर. या देशी भाषारूपी भूमीत अलंकाररूपी सोन्याच्या खाणी उघड आणि विवेकरूपी वेलींची लावणी कर. या मराठी भाषेच्या नगरीत ब्रह्मविद्येचा सुकाळ कर आणि लोकांचे देणेघेणे सुखकर होईल असे कर. हे कृपादृष्टि माते तू मला तुझ्या कृपारूप पदराचे पांघरूण घालशील, तर ग्रंथाचे निरूपण मी सहज करीन. यावर गुरुमहाराजांनी कृपा दृष्टीने ज्ञानेश्वर महाराजांकडे पाहून संमती दिली तशी ज्ञानेश्वर महाराज म्हणतात, हा मला महाप्रसादच प्राप्त झाला आहे. आता मी आनंदाने गीतार्थ निवेदन करीन, तेव्हा श्रोत्यांनी लक्ष द्यावे.

।। जय जय रामकृष्ण हरी ।।

कृष्णातें म्हणे अवधारिलें। आपण विश्वरूप मज दाविलें।
तें नवल म्हणोनि बिहालें। चित्त माझें ।।२१ ।।
आणि इये कृष्णमूर्तीची सवे। यालागीं सोय धरिली जीवें।
तंव नको म्हणोनि देवें। वारिलें मातें ।।२२ ।।
तरि व्यक्त आणि अव्यक्त। हें तूंचि एक निभ्रांत।
भक्तीं पाविजे व्यक्त । अव्यक्त योगें ।।२३ ।।
या दोनी जी वाटा। तूंते पावावया वैकुंठा।
व्यक्ताव्यक्त दारवंठां। रिगिजे येथ ।।२४ ।।
अमृताचां सागरीं। जे लाभे सामर्थ्याची थोरी।
तेचि दे अमृतलहरी। चुळीं घेतलिया ।।२६ ।।
हे कीर माझां चित्तीं। प्रतीति आथि जी निरुती।
परि पुसणें योगपती। तें याचिलागीं ।।२७ ।।

कृष्णा मी सांगतो ते ऐकह्व अर्जुनाने आरंभ केला, ''तुम्ही मला जे विश्वरूप दाखवले ते नवलाचे अद्भुत आणि चमत्कारिक असल्याने मी अगदी घाबरून गेलो. मला तुमच्या सगुण साकार मूर्तीच्या दर्शनाची सवय असल्यामुळे तीच पहाण्याची मी इच्छा दर्शवली पण देवा तुम्ही त्याबद्दल माझी कानउघाडणी केलीतह्व तर साकार आणि निराकार ही दोन्ही रूपे तुमचीच आहेत. भक्तीने सगुणरूप व योगाने निर्गुण रूपाची प्राप्ती होते. हे वैकुंठनायका श्रीकृष्णा, व्यक्त आणि अव्यक्त असा जो तू आहेस त्या तुझ्या पर्यंत आणून सोडणारे दोन मार्ग आहेत एक भक्ती आणि दुसरा योग. अमृताच्या समुद्रात जे सामर्थ्य आहे, जी शक्ती आहे ती चुळकाभर अमृतातही आहे. म्हणून व्यापक किंवा एकदेशीय रूपाची योग्यता समान आहे. माझ्या हे अनुभवास आले आहे म्हणून देवा, मला तुम्हाला काही विचारावयाचे आहे.

।। जय जय रामकृष्ण हरी ।।

जें देवा तुम्हीं नावेक । अंगिकारिलें व्यापक ।
तें साचचि कीं कवतिक । हें जाणावया ।।२८।।

तरी तुजलागीं कर्म । तूंचि जयांचें परम ।
भक्तीसी मनोधर्म । विकोनी घातला ।।२९।।

इत्यादि सर्वीं परीं । जें भक्त तूतें श्रीहरी ।
बांधोनियां जिव्हारीं । उपासिती ।।३०।।

आणि जें प्रणवापैलीकडे । वैखरीयेसी जें कानडें ।
कायिसयाहि सांगडें । नव्हेचि जें वस्तु ।।३१।।

तें अक्षर जी अव्यक्त । निर्देश दशरहित ।
सोऽहंभावें उपासित । ज्ञानिये जे ।।३२।।

तया आणि जी भक्तां । येरयेरांमाजीं अनंता ।
कवणें योगु तत्त्वता । जाणितला सांगा ।।३३।।

देवा, मघा काही काळ तुम्ही जे विश्वरूप धारण केले होते तेच तुमचे खरे रूप आहे की ती केवळ लीला म्हणून ते रूप धारण केले होते? हे समजावून घेण्याची माझी इच्छा आहे. जो आपली सर्व कर्मे तुमच्यासाठी करतो, ज्याला तुमच्याशिवाय श्रेष्ठ असे दुसरे काहीही नाही आणि ज्याने आपले सर्व मनोधर्म तुमच्या भक्तीसाठी विकून टाकले आहेत, याप्रमाणे श्रीहरी जे भक्त सर्वस्वाने तुमची मूर्ती हृदयस्थ करून तुमची उपासना करतात, भक्ती करतात आणि तुमचे जे स्वरूप ओंकारापलिकडचे ज्याचे वर्णन करता येत नाही आणि कशाबरोबरही त्या रूपाची तुलना होत नाही. जे अक्षर, अव्यक्त, निराकार, स्थलरहित, नामरहित आणि ज्ञानीजन ज्याची सोहंभावाने भक्ती करतात त्या ज्ञानी लोकात आणि भक्तात, देवा खरा योग कुणाला समजला, कुणाच्या लक्षात आला हे अनंता मला तुम्ही सांगा. भक्त नाना प्रकारचे असतात तसे ज्ञानीही निरनिराळे असतात. प्रत्येकाची भक्ती करण्याची पद्धत वेगळी असू शकते. या ज्ञानी आणि भक्तांविषयी मी तुम्हाला विचारतो देवा खरा योग कुणाला समजला?

।। जय जय रामकृष्ण हरी ।।

इया किरीटीचिया बोला । तो जगद्बंधु संतोषला ।
म्हणे हो प्रश्नु भला । जाणसी करूं ।। ३४ ।।
वर्षाकाळीं सरिता । जैसी चढों लागे पांडुसुता ।
तैसी नीच नवी भजतां । श्रद्धा दिसे ।।३६ ।।
तैसें सर्वेंद्रियांसहित । मजमाजीं सूनि चित्त ।
जे राति दिवो न म्हणत । उपासिती ।।३८ ।।
यापरी जे भक्त । आपणपें मज देत ।
तेचि मी योगयुक्त । परम मानीं ।।३९ ।।
आणि येर तेही पांडवा । जे आरूढोनि सोऽहंभावा ।
झोंबती निरवयवा । अक्षरासी ।।४० ।।
मनाची नखी न लगे । जेथ बुद्धीची दृष्टी न रिगे ।
इंद्रियां कीर जोगें । काइ होईल? ।।४१ ।।

अर्जुनाच्या या बोलण्यावर संतोषित होऊन भगवान् श्रीकृष्ण म्हणाले 'तुझी प्रश्न विचारण्याची पद्धत फारच उत्तम आहे. हे बघ पांडवा, पावसाळ्यात नदीचे पाणी वाढते त्याप्रमाणे माझी भक्ती करताना भक्तांचे मजविषयीचे प्रेम नित्य नवे दिसते. दिवस रात्रीचा विचार न करता तनमनाने जे माझी भक्ती करतात आणि जे मला पूर्णपणे वाहून घेतात त्यांनाच मी परम योगयुक्त समजतो. आणि जे ज्ञानी भक्त स्वतःला ब्रह्म समजून निराकार ब्रह्माची प्राप्ती व्हावी म्हणून प्रयत्नशील असतात, जे मनाला उमजत नाही, ज्याचे चिंतन करता येत नाही, जे बुद्धीला समजत नाही ते इंद्रियांना कसे समजावे ?

।। जय जय रामकृष्ण हरी ।।

जिहीं सकळभूतांचां हितीं। निरालंबीं अव्यक्तीं।
पसरलिया आसक्ती। भक्तीविण ।।६० ।।
तया महेंद्रादि पदें। करिताति वाटवधें।
आणि ऋद्धिसिद्धींचीं द्वंद्वें। पडोनि ठाती ।।६१ ।।
कामक्रोधांचें विलग। उठावती अनेग।
आणि शून्येंसी आंग। झुंझवावें कीं ।।६२ ।।
ताहानें ताहानचि पियावी। भुकेलिया भूकचि खावी।
अहोरात्र वावीं। मवावा वारा ।।६३ ।।
शीत वेढावें। उष्ण पांघुरावें।
वृष्टीचिया असावें। घराआंतु ।।६५ ।।
किंबहुना पांडवा। हा अग्निप्रवेशु नीच नवा।
भातारेंवीण करावा। तो हा योगु ।।६६ ।।

अव्यक्त, अनाश्रित, प्राणिमात्रांना प्रिय ते ब्रह्म भक्तीशिवाय प्राप्त व्हावे असे ज्यांना वाटते त्यांना वाटमारीच जणू अशी इंद्रादिक पदे वरतात, आणि प्राप्त होणारी ऋद्धिसिद्धी ब्रह्मप्राप्ती होऊ देत नाही. कामक्रोधांचा उपद्रव होतो, निराकार ब्रह्माची प्राप्ती व्हावी म्हणून त्यांना शून्याशी संघर्ष करावा लागतो. तहान लागली तर तहानच पिऊन ती भागवावी, भूक लागली तर भुकेचाच चट्टामट्टा करावा आणि हातांनी वारा मोजावा असे करावे लागते. दुसऱ्या शब्दात सांगायचे तर प्रतिदिनी पतिशिवाय सती जाण्याचा हा योग असतो. योगसाधना दुःखाशिवाय होत नाही. मात्र अर्जुना जे भक्तिमार्गाचा स्वीकार करतात, भक्तिमार्गाने माझी प्राप्ती करू इच्छितात त्यांना अशा कष्टांना सामोरे जावे लागत नाही.

।। जय जय रामकृष्ण हरी ।।

विधीतें पाळित । निषेधातें गाळित ।
मज देऊनि जाळित । कर्मफळें ।।७७ ।।
ययापरी पाहीं । अर्जुना माझां ठाईं ।
संन्यासूनि नाहीं । करिती कर्में ।।७८ ।।
आणीकही जे जे सर्व । कायिक वाचिक मानसिक भाव ।
तयां मीवांचूनि धांव । आनौती नाहीं ।।७९ ।।
ऐसे जे मत्पर । उपासिती निरंतर ।
ध्यानमिषें घर । माझें झालें ।।८० ।।
जयांचिये आवडी । केली मजशीं कुळवाडी ।
भोग मोक्ष बापुडीं । त्यजिलीं कुळें ।।८१ ।।
ऐसें अनन्ययोगें । विकलें जीवें मनें आंगें ।
तयांचे कायि एक सांगें । जें सर्व मी करीं ।।८२ ।।

आपल्या धर्मानुसार जी कर्मे करावयाची ती इंद्रियाद्वारे केल्यानंतर ती कर्मे मला अर्पण करतात. निषिद्ध कर्मांचा त्याग करून कर्मफले जाळून टाकतात याप्रमाणे ते भक्त कर्मनाश करतात. शिवाय वाचिक, कायिक, मानसिक तीही मलाच समर्पण करतात असे जे जे माझ्याविषयी तत्पर असतात, माझे ध्यान करतात तेव्हा तिथे मी वास्तव्याला जातो. त्यांची जी आवड असते ती माझ्याशी व्यवहार करते आणि मुक्ती व भुक्ती या गरीब कुळांचा त्याग करते. याप्रमाणे ज्यांनी, अनन्यभावाने आपला प्राण, मन व शरीर मला अर्पण केले आहे, त्यांची एखादी दुसरी नाही, तर त्यांच्या सर्वच इच्छा मला पूर्ण कराव्या लागतात. साहजिक अशा परस्पर प्रीतीच्या सोहळ्यामुळे आणि असे भक्त माझ्याशी एकरूप झाल्यामुळे त्यांना कधी काही कमी पडत नाही.

।। जय जय रामकृष्ण हरी ।।

किंबहुना धनुर्धरा। जो मातेचिया ये उदरा।
तो मातेचा सोयरा। केतुला पां।।८३।।
तेवीं मी तयां। जैसे असती तैसियां।
कळिकाळ नोकोनियां। घेतला पटा।।८४।।
एऱ्हवीं तरी माझिया भक्तां। आणि संसाराची चिंता ।
काय समर्थाची कांता। कोरान्न मागे।।८५।।
तैसे ते माझें। कलत्र हें जाणिजे।
कायिसेनिही न लाजें । तयांचेनि मी।।८६।।
परी भक्तांचेनि नांवें। चतुष्पदादि आघवे।
वैकुंठींचिये राणिवे। योग्य केले।।९३।।
म्हणौनि गा भक्तां। नाहीं एकही चिंता।
तयांते समुद्धर्ता। आथि मी सदा।।९४।।

धनुर्धरा, जो आपल्या आईच्या उदरातून जन्म घेतो तो तिला किती प्रिय असतो हे सांगायला नकोच. त्याप्रमाणे माझे भक्त कोणीही कसलेही कुठेही असोत त्यांचा मी आवडता आहे आणि तेही मला प्रिय आहेत. त्यांचा जे छळ करतील किंवा त्यांना जे त्रास देतील त्यांचा नाश करण्याचा मी पत्कर घेतला आहे. माझ्या भक्तांना संसाराची चिंता असण्याचे काहीच कारण नाही. श्रीमंत पतीची पत्नी कधी कोरान्न मागेल का, भीक मागेल का? माझे भक्त हे माझे कुटुंबियच आहेत. माझ्या कुटुंबावर कोणतेही संकट आले तर त्याची मला लाज आहे, मी तत्काळ धावून जातो. जे जे माझे भक्त, मग ते चतुष्पाद का असेनात त्यांना मी वैकुंठीचे राज्य देऊन टाकतो. माझ्या भक्तांना कसलीही चिंता नसते, त्यांच्यासाठी मी सदैव उभा आहे. मी सदैव भक्तांचा असतो कारण भक्त सदैव माझे असतात. भक्तांचे कल्याण कसे होईल. हेच माझ्या मनात सतत असते.

।। जय जय रामकृष्ण हरी ।।

आणि जेव्हांचि कां भक्तीं । दिधली चित्तवृत्ती ।
तेव्हांचि मज सूति । तयांचिये नाटीं ।।९५।।
याकारणें गा भक्तराया । हा मंत्र तुवां धनंजया ।
कीजे जे यया । मार्गा भजिजे ।।९६।।
अगा मानस हें एक । माझां स्वरूपीं वृत्तिक ।
करूनि घालीं निष्टंक । बुद्धिनिश्चयेंसीं ।।९७।।
इयें दोनीं सरिसीं । मजमाजीं प्रेमेसीं ।
रिगालीं तरी पावसी । मातें तूं गा ।।९८।।
म्हणोनि माझां स्वरूपीं । मनबुद्धि इयें निक्षेपीं ।
येतुलेनि सर्वव्यापी । मीचि होसी ।।१०२।।
यया बोला कांहीं । अनारिसें नाहीं ।
आपली आण पाहीं । वाहतु असें गा ।।१०३।।

आणि जेव्हा भक्त आपली चित्तवृत्ती मलाच अर्पण करतात तेव्हा त्यांच्या नादात मला ते गोवतात. यासाठी धनंजया, 'भक्तिमार्गाला लागा' हा मंत्र मी तुला देतो. याप्रमाणे तुझे मन आणि तुझी बुद्धी एकत्र येऊन अव्याहत माझ्या ठायी प्रविष्ट झाली की, तू मलाच येऊन मिळशील कारण मन व बुद्धी एकत्रित आल्यावर तू आणि मी वेगळे कसे राहू शकणार? तूच सांग. म्हणून माझ्या ठायी तू मन आणि बुद्धी कायम ठेव म्हणजे सर्वव्यापी जो मी तो तूच होशील. अर्जुना, गळ्याशपथ मी तुला सांगतो की, मी आता तुला जे सांगितले ते पूर्ण सत्य आहे. माझ्या बोलण्यात अक्षरही खोटे नाही. तू माझ्याशी एकरूप होशील यासाठी तू तुझी बुद्धी व मन माझ्या ठिकाणी ठेव हे पुन्हा सांगतो.

।। जय जय रामकृष्ण हरी ।।

अथवा हें चित्त। मनबुद्धीसहित।
माझां हातीं अचुंबित। न शकसी देवों।।१०४।।
तरि गा ऐसें करीं। यया आठां पाहारांमाझारीं।
मोटकें निमिषभरी। देतु जाय।।१०५।।
मग जें जें का निमिख। देखेल माझें सुख।
तेंतुलें अरोचक। विषयीं घेईल।।१०६।।
जैसा शरत्कालु रिगे। आणि सरिता वोहटूं लागे।
तैसें चित्त काढेल वेगें। प्रपंचौनी।।१०७।।
अगा अभ्यासयोगु म्हणिजे। तो हा एकु जाणिजे।
येणें कांहीं न निपजें। ऐसें नाहीं।।११०।।
म्हणोनि अभ्यासासी कांहीं। सर्वथा दुष्कर नाहीं।
यालागीं माझ्या ठायीं। अभ्यासें मिळ।।११३।।

अर्जुना, मन व बुद्धी यासह तू पूर्णपणे आपले चित्त माझ्या ठायी लावण्यास असमर्थ असशील तर असे कर. एकूण आठ प्रहरामध्ये क्षणभर तरी मन व बुद्धी माझ्याकडे लाव मग या सुखाचा जेवढा वेळ तुला अनुभव येईल तेवढा वेळ तुझ्या मनात विषयाविषयी तिटकारा निर्माण होईल. मग शरद ऋतूमध्ये नद्यांचे पाणी जसे कमी कमी होऊ लागते त्याप्रमाणे जसे जसे आणि जितके जितके तुझे मन माझ्या ठिकाणी गुंतेल तसतसे ते प्रपंचातून बाहेर निघू लागेल. तुझे मन विषयातून निघून माझ्याशी एकरूप होईल अभ्यासयोग म्हणतात तो हाच, या योगाने हवी असलेली वस्तु प्राप्त होणार नाही असे कधीही होत नाही. अभ्यास करणाऱ्यास काहीही अवघड नाही म्हणून अभ्यास मार्गाने तू मला येऊन माझ्याशी एकरूप हो. माझ्या प्राप्तीचे अनेक मार्ग आहेत. त्यापैकी अभ्यासमार्ग हा एक आहे. म्हणून त्या मार्गाविषयी मी तुला सविस्तर सांगितले.

।। जय जय रामकृष्ण हरी ।।

कां अभ्यासाही लागीं। कसु नाहीं तुझां आंगीं।
तरी आहासी जया भंगी। तैसाचि असे।।११४।।

इंद्रियें न कोंडीं। भोगातें न तोडीं।
अभिमानु न संडी। स्वजातीचा।।११५।।

कुळधर्मु चाळीं। विधिनिषेध पाळीं।
मग सुखें तुज सरळी। दिधली आहे।।११६।।

परि मनें वाचा देहें। जैसा जो व्यापारु होये।
तो मी करितु आहें। ऐसें न म्हणें।।११७।।

आणि जें जें कर्म निपजे। तें थोडें बहु न म्हणिजे।
निवांतचि अर्पिजे। माझ्या ठायीं।।१२३।।

ऐसिया मद्भावना। तनुत्यागीं अर्जुना।
तूं सायुज्य सदना। माझिया येसी।।१२४।।

अर्जुना तुला अभ्यास करणे शक्य नसेल तेवढी शक्ती तुझ्या अंगात नसेल तर तुझा दैनंदिन क्रम जसा असेल तसा चालव, पण माझ्यासाठी इंद्रियांचा कोंडमारा करू नको, उपभोगांना कात्री लावू नको आणि आपल्या जातीचा अभिमान सोडू नको. तुझे जे काही कुळधर्म, कुळाचार असतील ते यथाविधी करीत रहा. जी कर्मे योग्य आहेत ती करीत रहा. जी अयोग्य आहेत ती करू नकोस. याप्रमाणे सुखाने जीवन जगण्याचे स्वातंत्र्य तुला आहे. पण तुझे शरीर आणि मन जे काही करील ते 'मी करतो' असे म्हणू नको. जो परमपिता परमेश्वर या विश्वाचा चालक आहे. अमुक कर्म जास्त झाले वा अमुक कर्म कमी झाले असे मनातही आणू नकोस. तर फक्त मला अर्पण कर. अशा प्रकारे तुझ्या कर्माविषयी तू अशी भावना धरलीस तर मृत्यूनंतर माझ्याशी एकरूप होशील.

।। जय जय रामकृष्ण हरी ।।

बुद्धीचां पाठीं पोटीं। कर्माआदि कां शेवटीं।
मातें बांधणें किरीटी। दुवाड जरी ।।१२६।।
तरि हेंही असो। सांडीं माझा अतिसो।
परि संयतीसि वसो। बुद्धि तुझी ।।१२७।।
आणि जेणें जेणें वेळें। घडतीं कर्में सकळें।
तयांचीं तियें फळें। त्यजितु जाय ।।१२८।।
वृक्ष कां वेली। लोटती फळें आलीं।
तैसीं सांडीं निपजलीं। कर्में सिद्धें ।।१२९।।
खडकीं जैसें वर्षलें। कां आगीमाजीं पेरिलें।
कर्म मानीं देखिलें। स्वप्न जैसें ।।१३१।।
अगा आत्मजेचा विषीं। जिवु जैसा निरभिलाषी।
तैसा कर्मीं अशेषीं। निकामु होये ।।१३२।।

अर्जुना, कर्म करताना माझे काम समजून कर व झाल्यावर ते कर्म मला अर्पण कर तसेच कर्मास प्रवृत्त करणारी बुद्धी त्या बुद्धीच्या निश्चयाने ते कर. परंतु आपल्या बुद्धीचा उपयोग तू इंद्रियनिग्रह करण्यात कर आणि ज्या ज्या वेळी जी जी कर्मे करशील त्यांच्या फळाची आशा धरू नको. वृक्ष किंवा वेली आपल्याला फळे आली असता त्याची आशा न धरता ती टाकून देतात. खडकावर पडलेला पाऊस किंवा आगीत टाकलेले बी जसे निष्फळ होते, त्याप्रमाणे जी जी कर्मे तुझ्या हातून पूर्ण होतील त्याच्या फळाची आशा बाळगू नको. ती स्वप्नवत् मान. अरे ज्याप्रमाणे पिता आपल्या मुलीविषयी अभिलाषा बाळगत नाही त्याप्रमाणे तू जी जी कर्मे करशील त्या त्या कर्माच्या फळांची आशा धरू नकोस.

।। जय जय रामकृष्ण हरी ।।

जो सर्व भूतांचां ठायीं। द्वेषातें नेणेचि कहीं।
आपपरु नाहीं। चैतन्या जैसा ।।१४४।।
उत्तमातें धरिजे। अधम तरि अव्हेरिजे।
हें कांहींच नेणिजे। वसुधा जेवीं ।।१४५।।
गाईची तृषा हरूं। कां व्याघ्रा विष होऊनि मारूं।
ऐसें नेणेंचि गा करूं। तोय जैसें ।।१४७।।
तैसी आघवांचि भूतमात्रीं। एकपणें जया मैत्री।
कृपेसी धात्री। आपणपां जो ।।१४८।।
आणि मी तूं हे भाष नेणे। माझें कांहींचि न म्हणे।
सुखदुःख जाणणें। नाही जया ।।१४९।।
तेवींचि क्षमेलागीं। पृथ्वीसि पवाडु आंगीं।
संतोषा उत्संगीं। दिधलें घर ।।१५०।।

चैतन्याला जसा आपपरभाव नसतो तसा त्या माझ्या भक्ताच्या मनात कुणाविषयी, भूतमात्रांबद्दल द्वेषभावना नसते. पृथ्वी ज्याप्रमाणे केवळ चांगल्या, उत्तम माणसांचाच भार सहन करीन, दुष्टांचे किंवा अधमाचे ओझे वहाणार नाही असा भेदभाव करीत नाही किंवा पाणी जसे मी गाईची तहान भागवीन पण वाघाला विष होऊन मारीन असे म्हणत नाही, मनात आणत नाही, सर्व प्राणिमात्रांच्या ठिकाणी त्याची समान मैत्री असते. मी आणि माझे असे ज्याच्या मनातही येत नाही, सुख आणि दुःख याची जाणीव ज्याच्या मनातही येत नाही, क्षमेसाठी त्याची पृथ्वी हीच तुलना करावी लागेल. पृथ्वीइतकाच तो क्षमाशील असतो, संतोष तर त्यांच्या मांडीवर बसलेला असतो. अर्जुना तोच योगी, तोच भक्त, तोच मुक्त आणि माझा प्रियजन समज.

।। जय जय रामकृष्ण हरी ।।

तरी सिंधूचेनि माजें । जळचरां भय नुपजे ।
आणि जळचरीं नुबगिजे । समुद्र जैसा ।।१६५।।
तेविं उन्मत्तें जगें । जयासी खंती न लगे ।
आणि जयाचेनि आंगें । न शिणे लोकु ।।१६६।।
किंबहुना पांडवा । शरीर जैसें अवयवां ।
तैसा नुबगे जीवां । जीवपणें जो ।।१६७।।
जगचि देह जाहलें । म्हणोनि प्रियाप्रिय गेलें ।
हर्षामर्ष ठेले । दुजेनविण ।।१६८।।
ऐसा द्वंद्वनिर्मुक्तु । भयोद्वेगरहितु ।
याही वरि भक्तु । माझ्या ठायीं ।।१६९।।
तरी तयाचा गा मज मोहो । काय सांगों तो पढियावो ।
हें असो जीवें जीवो । माझेनि तो ।।१७०।।

समुद्र संतापला किंवा क्षोभला तरी जलचरांना त्याचे भय वाटत नाही किंवा जलचर कितीही वाढले तरी समुद्राला त्यांचा कंटाळा येत नाही. त्याप्रमाणे या उन्मत्त, उर्मट जगाचा ज्याला खेद वाटत नाही, खंत वाटत नाही व ज्याच्यामुळे लोकांना कसलाही त्रास होत नाही किंवा पांडवा, शरीर जसे अवयवांना कंटाळत नाही त्याप्रमाणे आपणच सर्वांचा प्राण आहोत असे मानून तो कोणत्याच जिवाला कंटाळत नाही. अवघे जग हेच शरीर झाल्यामुळे प्रिय आणि अप्रिय असा भेद त्याच्याजवळ रहात नाही. अशा रीतीने एकदा द्वैतभाव संपला की राग-लोभ हे विकारही नाहीसे होतात. मग सुखदुःखाची त्याला बाधा होत नाही, भय आणि उद्वेग यापासून तो मुक्त असतो आणि तो माझी भक्ती करीत असला तर मला अतिशय आवडतो, त्याचे मी काय वर्णन करणार ? तो माझ्या प्राणांचा प्राण असतो.

।। जय जय रामकृष्ण हरी ।।

शुचि शुचि गांग होये। आणि पापतापही जाये।
परि तेथें आहे। बुडणें एक।। १७५ ।।
खोलिये पारु नेणिजे। तरी भक्तीं न बुडिजे।
रोकडाचि लाहिजे। न मरतां मोक्षु।।१७६ ।।
संताचेनि अंगलगें। पापातें जिणणें गंगे।
तेणें संतसंगें। शुचित्व कैसें।।१७७ ।।
म्हणोनि असो जो ऐसा। शुचित्वें तीर्थां कुवासा।
जेणें उलंघविले दिशां। मनोमळ।।१७८ ।।
आंतु बाहेरि चोखाळु। सूर्य तैसा उजाळु।
आणि तत्त्वार्थींचा पायाळु। देखणा जो।।१७९ ।।
अर्जुना हा ठावोवरी। जो सोऽहंभावो सरोभरी।
तो द्वैताचां पैलतीरीं। निगों सरला।।१८५ ।।

गंगा ही पतितपावन करणारी म्हणून ती पवित्र आहे. गंगास्नानाने तनमनाचे ताप जातात, पाप धुवून जाते हे सगळे खरे पण गंगेत बुडून जाण्याचे भय असते ह्न भक्तिनदीची खोली तशी अपार आहे, पण तिच्यात भक्त बुडत नाहीत. प्राण न जाता त्यांना ही नदी सहज मोक्ष देते. पण संतसंगतीने गंगेचेही पाप धुतले जाते. त्या संतसंगतीने पावित्र्य प्राप्त होईल हे सांगायला नकोच. म्हणून जो खरा साधु आहे तो आपल्या पावित्र्याने तीर्थासही पवित्र करून मनाचा मळ, मनाचे विकार दशदिशांना उधळून लावतो. तो सूर्याप्रमाणे अन्तर्बाह्य निर्मळ असून, पायाळू माणसाला जसे पुरलेले द्रव्य दिसते त्याप्रमाणे त्याला ब्रह्मतत्त्व दिसते. अर्जुना अशा प्रकारे आत्मस्वरूपाने काठोकाठ भरलेला पुरुष द्वैताच्या पलिकडील तीरावर प्रयाण करतो.

।। जय जय रामकृष्ण हरी ।।

पार्था जयाचां ठायीं। वैषम्याची वार्ता नाहीं।
रिपुमित्रां दोहीं। सरिसा पाडु।।१९७।।
कां घरींचियां उजियेडु करावा। पारखियां आंधारु पाडावा।
हें नेणेंचि गा पांडवा। दीपु जैसा।।१९८।।
जो खांडावया घावो घाली। कां लावणी जयानें केली।
दोघां एकचि साउली। वृक्षु दे जैसा।।१९९।।
नातरी इक्षुदंडु। पाळितया गोडु।
गाळितया कडु। नोहेचि जेवीं।।२००।।
अरिमित्रीं तैसा। अर्जुना जया भावो ऐसा।
मानापमानीं सरिसा। होतु जाय।।२०१।।
मग याहीवरी पार्था। माझां भजनीं आस्था।
तरी तयातें मी माथां। मुकुट करी।।२१४।।

अर्जुना ज्याच्या मनात द्वेष, मत्सर, किंवा वक्रता नसते, शत्रुमित्रांना दोघांनाही जो समान मानतो, दिवा जसा घरातील लोकांना प्रकाश देतो आणि परक्यांना अंधारात ठेवतो हे असे होत नाही, तोडणाऱ्यावर आणि लावणाऱ्यावर दोघांवरही वृक्ष सारखीच सावली धरतो, ऊस लावणाऱ्याला गोड आणि पिळणाऱ्याला कडू असे कधीच असत नसते. अर्जुना, शत्रुमित्रांविषयी ज्याचा असा समान भाव आहे, मान आणि अपमान याविषयी जो सदैव समबुद्धी ठेवतो आणि असा पूर्णत्वास पोहोचलेला असतो. त्यातही ज्याला माझ्या भक्तीत, माझ्या भजनात रस आहे त्या भक्ताला मी मस्तकावर मुगुटाप्रमाणे धारण करतो.

।। जय जय रामकृष्ण हरी ।।

परि मातें परम करूनि । इये अर्थीं प्रेम धरूनि ।
हेंचि सर्वस्व मानूनि । घेती जे पैं ।।२३३।।
पार्था गा जगीं । तेचि भक्त तेचि योगी ।
उत्कंठा तयांलागीं । अखंड मज ।।२३४।।
ते तीर्थ ते क्षेत्र । जगीं तेचि पवित्र ।
भक्तिकथेसी मैत्र । जयां पुरुषां ।।२३५।।
आम्ही तयांचें करू ध्यान । ते आमुचें देवतार्चन ।
ते वांचूनि आन । गोमटें नाहीं ।।२३६।।
तयांचें आम्हां व्यसन । ते आमुचें निधिनिधान ।
किंबहुना समाधान । ते मिळती तैं ।।२३७।।
तो कृष्णजी वैकुंठींचा । चक्रवर्ती निजांचा ।
सांगतुसे येरु दैवाचा । आइकतु असे ।।२४४।।

पण अर्जुना, मला परमश्रेष्ठ मानून माझ्यावर प्रेम करून माझी सर्वव्यापकता जे ओळखतात तेच या जगात माझे भक्त आणि योगी आहेत म्हणूनच पार्था त्यांच्या विषयी माझ्या मनात अतिशय प्रेमभाव असतो. मलाच त्यांची ओढ लागलेली असते. ज्यांना भक्तांच्या कथा प्रिय आहेत तेच या जगात आमचे तीर्थ आहेत, आणि आमचे क्षेत्र आहेत आणि या जगात तोच पवित्र पुरुष समज. त्यांचेच आम्ही ध्यान करतो तेच आमचे देवतार्चन, तीच आमची देवपूजा. त्यांच्याशिवाय आवडणारे असे आम्हाला दुसरे काही नाही. तेच आमचे व्यसन, तोच आमचा नाद, तोच आमचा छंद, तोच आमचा ठेवा, आणखी काय सांगू ? त्यांना पाहिल्याशिवाय आमच्या चित्ताला समाधान मिळत नाही. असे भक्तांचा राजा, वैकुंठनायक भगवान् श्रीकृष्णाने अर्जुनाला सांगितले आणि त्याने ते प्रेमभराने ऐकले.

।। जय जय रामकृष्ण हरी ।।

।। अध्याय तेरावा ।।

आत्मरूप गणेशु केलिया स्मरण । सकळ विद्यांचे अधिकरण ।
तेचि वंदूं श्री चरण । श्रीगुरुंचे ।।१।।

जयांचेनि आठवें । शब्दसृष्टी आंगवें ।
सारस्वत आघवें । जिव्हेसि ये ।।२।।

वक्तृत्व गोडपणें । अमृतातें पारु म्हणे ।
रस होती वोळगणे । अक्षरांसीं ।।३।।

भावाचें अवतरण । अवतरविती खूण ।
हाता चढे संपूर्ण । तत्त्वभेदे ।।४।।

श्रीगुरूचे पाय । जैं हृदय गिंवसूनि ठाय ।
तैं येवढें भाग्य होय । उन्मेषासी ।।५।।

ते नमस्कारूनि आतां । जो पितामहाचा पिता ।
लक्ष्मीयेचा भर्ता । ऐसें म्हणे ।।६।।

आत्मरूप श्री गणेशाचे स्मरण करून श्री ज्ञानेश्वर महाराज म्हणतात, सर्व विश्वाचे आश्रयस्थान असे जे श्री गुरुचरण त्यांना माझा नमस्कार असो. त्यांच्या स्मरणाने शब्दसृष्टी स्वाधीन होते आणि अवघे वाङ्मय जिव्हेवर येते. अमृतालाही फिके करून टाकील असे माधुर्य भाषणात येते आणि मुखातून येणारे प्रत्येक अक्षर रसानुकूल असते. गूढ, गर्भित अर्थ भरपूर सुचतात आणि आत्मज्ञान समजते. जर आपण मनोमनी श्रीगुरुचे चरण नित्य स्मरणात ठेवले तर ज्ञानाचा भाग्योदय होतो. त्या गुरुचरणांना वंदन करून श्रीज्ञानेश्वर महाराज पुढे ब्रह्मदेवाचा पिता आणि श्री लक्ष्मीचा नाथ असे जे भगवान् श्रीकृष्ण ते काय म्हणाले हे सांगू लागले.

।। जय जय रामकृष्ण हरी ।।

पार्था परिसिजे। देह हें क्षेत्र म्हणिजे।
हें चि जाणे तो बोलिजे। क्षेत्रज्ञु एथें।।७।।
तरि क्षेत्रज्ञु जो एथें। तो मी जाण निरुतें।
जो सर्व क्षेत्रातें। संगोपोनि असे।।८।।
क्षेत्र आणि क्षेत्रज्ञातें। जाणणें जें निरुतें।
ज्ञान ऐसें तयातें। मानूं आम्ही।।९।।
तरि क्षेत्र येणें नावें । हें शरीर जेणें भावें।
म्हणितलें तें आघवें। सांगों आतां।।१०।।
हें क्षेत्र कां म्हणिजे। कैसें कें हें उपजे।
कवणकवणीं वाढविजे। विकारीं एथ।।११।।
हें औट हात मोटकें। की केवढें पां केतुकें।
बरड कीं पिके। कोणाचें हें।।१२।।

पार्था, मी काय सांगतो ते ऐक. या शरीराला, देहाला क्षेत्र असे म्हणतात. हे जो जाणतो त्याला क्षेत्रज्ञ म्हणतात. जो सर्व क्षेत्रांचे म्हणजे सर्व शरीरांचे, देहाचे जो पोषण करतो तो मीच हे पक्के समजून रहा. ज्या ज्ञानाने क्षेत्र आणि क्षेत्रज्ञ दोन्ही समजून घेता येतात तेच ज्ञान असते असे आम्ही समजतो. आता शरीराला क्षेत्र अशी संज्ञा का पडली, ते कसे व कोठे निर्माण होते आणि कोणत्या विकारांनी त्याची वाढ होते, हे लहानसे केवळ साडेतीन हातांचे क्षेत्र ऊर्फ शरीर आहे. हे क्षेत्र म्हणजेच शेत जमीन कोणाच्या मालकीची आहे ते कितपत पिकाऊ, सुपीक किंवा नापीक आहे याचे यथोचित, यथासांग, सविस्तर वर्णन करून सांगतो.

।। जय जय रामकृष्ण हरी ।।

अहो जीवु एथ उखिता । वस्तीकरु वाटे जातां ।
आणि प्राणु हा बलौता । म्हणोनि जागे ।।३४।।

वाहिव्याचिये रहाटी । जे कां मुदल तिघे इये सृष्टी ।
ते इयेचांचि पोटीं । जहाले गुण ।।३७।।

रजोगुण पेरी । तेतुलें सत्त्व सोंकरी ।
एकलें तम करी । संवगणी ।।३८।।

तरी आकाशीं कवणें । केली मेघाचीं भरणें ।
अंतरिक्षी तारांगणें । धरी कवण ।।५४।।

गगनाचा तडवा । कोणें वोढिला केधवां ।
वारा हिंडतु असावा । हें कवणाचें मत ।।५५।।

तैसें क्षेत्र हें स्वभावें । हे वृत्ती कवणाची नव्हे ।
हें वाहे तया फावे । येरां तुटे ।।५७।।

जीव हा उपरा वाटसरू असून वाट चालता चालता काही काळ क्षेत्रात वस्ती करतो आणि प्राण हा बलुतेदार. तो सावधपणे जागा राहून क्षेत्राचे संरक्षण करतो. या शेताची मुख्य लागवड त्रिगुण आहेत. ते या शेतीच्या (शरीरात) पोटी उत्पन्न झाले आहेत. रजोगुण हा पेरणी करतो, सत्त्वगुण हा रक्षण करतो आणि एकटा तमोगुण अवघ्या पिकाची काढणी करतो. आकाशातील ढगांमध्ये पाणी कोण भरतो? आभाळातल्या तारका, चांदण्या खाली पडत नाहीत, त्यांना कोण धरून ठेवतो? आकाशाचे छत कुणी, कधी कसे धरले आहे? वाऱ्याने सतत वहात रहावे असे कुणी सांगितले आहे? या गोष्टीप्रमाणे क्षेत्र हे स्वभावसिद्ध, नैसर्गिक असून याचा कोणी वतनदार नाही. जो या क्षेत्रात कष्ट करील त्याला फायदा मिळेल. जो करणार नाही त्याला काहीही मिळणार नाही.

।। जय जय रामकृष्ण हरी ।।

तरि महाभूतपंचकु । आणि अहंकारु एकु ।
बुद्धि अव्यक्त दशकु । इंद्रियांचा ।।७२ ।।
आणीकही एकु । विषयांचा दशकु ।
सुख दुःख द्वेषु । संघात इच्छा ।।७३ ।।
आणि चेतना धृती । एवं क्षेत्रव्यक्ती ।
सांगितली तुजप्रती । आघवीचि ।।७४ ।।
आतां महाभूतें कवणें । कवण विषयो कैसीं करणें ।
हें वेगळालेपणें । एकैक सांगों ।।७५ ।।
तरी पृथ्वी आप तेज । वायु व्योम इयें तुज ।
सांगितलीं बुझ । महाभूतें पांचें ।।७६ ।।
तैसी पांचांही गांठीं पडे । जैं देहाकारु उघडे ।
तैं नाचवी चहूंकडे । तो अहंकारु गा ।।८१ ।।

तर पंचमहाभूते, अहंकार, बुद्धी, प्रकृती, पंचकर्मेंद्रियांसह दहा इंद्रिये, एक मन, ज्ञानेंद्रियांचे पाच व कर्मेंद्रियाचे पाच असे दहा विषय, सुख दुःख, इच्छा, चेतना आणि धृति अशी या क्षेत्राची छत्तीस तत्त्वे आहेत. आता महाभूते कोणती, विषय कोणते, इंद्रिये कोणती या सर्वांचे स्वतंत्र वर्णन करून तुला सांगतो. पृथ्वी, आप, तेज, वायु आणि आकाश ही पंचमहाभूते आहेत हे समजून घे आणि जागृतावस्थेत स्वप्न जसे अदृश्य असते, अमावस्येच्या दिवशी चंद्र जसा दिसत नाही, त्याप्रमाणे पंच महाभूतांची एकदा गाठ पडली की देहाकार बनतो, देह निर्माण होतो. या देहाला जो सर्वत्र नाचवितो तो अहंकार.

।। जय जय रामकृष्ण हरी ।।

आतां बुद्धि जे म्हणिजे । ते ऐसां चिन्हीं जाणिजे ।
बोलिलें यदुराजें । तें आइकें सांगों ।।८३।।
तरी कंदर्पाचेनि बळें । इंद्रिये वृत्तीचेनि मेळे ।
विभांडूनि येती पाळे । विषयांचे ।।८४।।
तो सुखदु:खांचा नागोवा । जेथ उमाणों लागे जीवा ।
तेथ दोहींसी बरवा । पाडु जे धरी ।।८५।।
हें सुख हें दु:ख । हें पुण्य हे दोष ।
कां हें मैळ हें चोख । ऐसें निवडी ।।८६।।
जिये अधमोत्तम सुझे । जिये सानें थोर बुझे ।
जया दिठी पारखिजे । विषो जीवें ।।८७।।
जे तेजतत्त्वाची आदी । जे सत्त्वगुणाची वृद्धी ।
जे आत्मया जीवाची संधीं । वसतीत असे ।।८८।।

भगवान् श्रीकृष्ण त्यानंतर अर्जुनाला म्हणाले, आता बुद्धी कशाला म्हणतात हे मी
तुला सांगतो, ऐक. तिची चिन्हे सांगतो, खुणा ऐकवतो, कामेच्छा झाल्यावर ही बुद्धी
इंद्रियांचे सहाय्य घेऊन विषयांना जिंकून आणते. सुख आणि दु:ख यांचा जिवाला जेव्हा
अनुभव येऊ लागतो, तेव्हा सुखाची आणि दु:खाची योग्यता जिच्यामुळे समजते ती बुद्धी.
हे सुख हे दु:ख, हे पाप हे पुण्य, वाईट आणि चांगले जिच्यामुळे निवडता येते, जिच्यामुळे
लहान कोण, थोर कोण हे समजते, जिच्यामुळे विषय ओळखता येतात आणि जी
ज्ञानतत्त्वाचे मूळ, सत्त्वगुणाची वाढती कमान आणि जी आत्मा आणि जीव या दोहीच्या
सांदीत असते, तिलाच बुद्धी असे म्हणतात हे अर्जुना तू लक्षात घे.

।। जय जय रामकृष्ण हरी ।।

तें बुद्धीसी बाहेरी । अहंकाराचिया उरावरी ।
ऐसा ठायीं माझारीं । बळियावलें ।।१०९ ।।
वायां मन हें नांव । एऱ्हवीं कल्पनाचि सावेव ।
जयाचेनि संगें जीव- । दशा वस्तु ।।११० ।।
जें प्रवृत्तीसि मूळ । कामा जयाचें बळ ।
जें अखंड सूये छळ । अहंकारासी ।।१११ ।।
जें इच्छेतें वाढवी । आशेतें चढवी ।
जें पाठी पुरवी । भयासि गा ।।११२ ।।
संकल्पें सृष्टी घडी । सवेंचि विकल्पूनि मोडी ।
मनोरथाचिया उतरंडी । उतरी रची ।।११४ ।।
जे भुलीचें कुहर । वायुतत्त्वाचें अंतर ।
बुद्धीचें द्वार । झाकविलें जेणें ।।११५ ।।

अर्जुना, जे बुद्धीच्या पलिकडे आणि अहंकाराच्या उरावर अशा मध्यभागी राहून बलशाली होते, त्याला मन हे निरर्थक नाव आहे. एरवी त्याला केवळ कल्पनारुपच म्हणणे योग्य. त्याच्या मुळेच ब्रह्माला जीवदशा घेणे भाग पडले. कोणतीही गोष्ट जेव्हा घडते तेव्हा त्याचे मूळ कारण मन हे असते. हे प्रवृत्तीला मूळ आहे व कामाला ज्याचे बळ आहे व ते नेहमी अहंकाराशी स्पर्धा करीत असते. या मनामुळे निरनिराळ्या इच्छा मनात निर्माण होतात, आशा प्रबळ होते आणि भयही वाटते. या मनामुळे द्वैतभाव निर्माण होतो, अज्ञान वाढते आणि हेच इंद्रियांना विषयाकडे नेते. हे मन एका क्षणात सृष्टी निर्माण करते व ती निर्माण केलेली सृष्टी मोडूनही टाकते, अनेक मनोराज्ये रचते आणि मोडून टाकते. हे मन म्हणजे भ्रमाचे कोठार आहे, वायूचा गाभा आहे. ते बुद्धीचें, निश्चयाचें द्वार बंद करून तिला कोंडतें. अर्जुना, निःसंशयपणे यालाच मन म्हणतात हे तू समजून घे.

।। जय जय रामकृष्ण हरी ।।

आणि जीवेंसी पांडवा। या छत्तिसांचा मेळावा।
तो हा एथ जाणावा। संघातु पैं गा ।।१४९।।
एवं छत्तीसही भेद। सांगितलें तुज विशद।
यया येतुलेयातें प्रसिद्ध। क्षेत्र म्हणिजे ।।१५०।।
रथांगांचा मेळावा। जेवीं रथु म्हणिजे पांडवा।
कां अधोर्ध्व अवेवां। नांव देहो ।।१५१।।
कां स्नेहसूत्रवन्ही। मेळु एकि स्थानीं।
धरिजे तो जनीं। दीपु होय ।।१५४।।
तैसीं छत्तीसही इये तत्त्वें। मिळतीं जेणें एकत्वें।
तेणें समूहपरत्वे। क्षेत्र म्हणिपे ।।१५५।।
आणि वाहतेनि भौतिकें। पाप पुण्य येथें पिके।
म्हणोनि आम्ही कौतुकें। क्षेत्र म्हणों ।।१५६।।

हे शरीर एकूण छत्तीस तत्त्वांचे झालेले आहे. पृथ्वी, आप, तेज, वायु, आकाश, ही पंचमहाभूते, अहंकार, बुद्धी, अव्यक्त, नाक, कान, डोळे, त्वचा, जिव्हा ही पंच ज्ञानेंद्रिये, हात, पाय, वाणी, उपस्थ व गुद ही पांच कर्मेंद्रिये, मन, इच्छा, द्वेष, सुख, चेतना आणि धैर्य या पस्तीस तत्त्वे व संघात हे छत्तीसावे तत्त्व आहे. म्हणजे एकूण हा छत्तिसांचा मेळावा झाला. या सर्वांना मिळून क्षेत्र ही संज्ञा प्राप्त झाली आहे. अर्जुना, रथाचे निरनिराळे भाग एकत्र केले म्हणजे ज्याप्रमाणे रथ सिद्ध होतो किंवा डोक्यापासून पायापर्यंत सर्व अवयव मिळून शरीर होते किंवा तेल, वात आणि ज्योत एकत्रित आले की, आपण त्यास दिवा म्हणतो. त्याप्रमाणे ही छत्तीस तत्त्वे जिथे एकत्र येतात त्या समुदायाला, त्या सर्वांना मिळून क्षेत्र असे म्हणतात. जगातील सर्व प्राणी या देहात राहून पापाची किंवा पुण्याची कमाई करतात म्हणून यास आम्ही कौतुकाने क्षेत्र किंवा शेत असे म्हटले.

।। जय जय रामकृष्ण हरी ।।

देईल गुरुसेवा। इया बुद्धी पांडवा।।
जन्माचा सांडोवा। टाकित जे।।१६७।।
जया ज्ञानाची रिगवणी। अविद्ये उणें आणी।
जीवा आत्मया बुझावणी। मांडूनि दे।।१६८।।
जें इंद्रियांचीं द्वारें आडी। प्रवृत्तीचे पाय मोडी।
जें दैन्यचि फेडी। मानसाचें ।।१६९।।
द्वैताचा दुकाळु पाहे। साम्याचें सुयाणें होये।
जया ज्ञानाची सोये। ऐसें करी।।१७०।।
मदाचा ठावोचि पुसी। जें महामोहातें ग्रासी।
नेदी आपपरु ऐसी। भाषा उरों।।१७१।।
जें संसारातें उन्मूळी। संकल्पपंकु पाखाळी।
अनावरातें वेंटाळी। ज्ञेयातें जें।।१७२।।

अर्जुना, गुरुसेवेने ते ज्ञान मिळेल, या बुद्धीने त्या सेवेवरून आपला जन्म ओवाळून टाकतात. म्हणजेच जन्मभर गुरुसेवा करतात.

अर्जुना, ज्या ज्ञानाची प्राप्ती झाल्यावर अज्ञानाचा अस्त होतो आणि जिवाचे आत्म्याशी ऐक्य होते, ज्या ज्ञानामुळे विषयेच्छा नाहीशी होते, कर्मप्रवृत्ती मोडली जाते आणि मनाच्या चिंता दूर करते, जे ज्ञान प्राप्त झाले असता द्वैतभावना दूर होते, ज्या ज्ञानामुळे गर्विष्ठपणाचा मागमूसही रहात नाही, त्याच्याजवळ मायेला थारा तर नसतोच पण आपपरभावही नष्ट झालेला असतो. ते ज्ञान संसाराला समूळ उपटते, संकल्परूपी चिखल धुते, आणि सर्वव्यापी अशा परब्रह्माची गाठभेट घडवून आणते. जे ज्ञान मिळाले असताना विषयोपभोगाची इच्छा उरत नाही.

।। जय जय रामकृष्ण हरी ।।

जयाचेनि उजाळें । उघडती बुद्धीचे डोळे ।
जीवु दोंदावरी लोळे । आनंदाचिया ।।१७३ ।।
ऐसें जें ज्ञान । पवित्रैकनिधान ।
जेथ विटाळलें मन । चोख कीजे ।।१७४ ।।
आत्मया जीवबुद्धी । जे लागली होती क्षयव्याधी ।
ते जयाचिये सन्निधी । निरुजा कीजे ।।१७५ ।।
तें अनिरूप्य कीं निरूपिजे । ऐकतां बुद्धी आणिजे ।
वांचूनि डोळां देखिजे । ऐसें नाहीं ।।१७६ ।।
मग तेचि इये शरीरीं । जैं आपुला प्रभावो करी ।
तैं इंद्रियांचां व्यापारीं । डोळांहि दिसे ।।१७७ ।।
तैसें हृदयींचेनि ज्ञानें । जिये देहीं उमटती चिन्हें ।
तिये सांगों आतां अवधानें । चांगें आइक।। १८३ ।।

ज्या ज्ञानाच्या प्रकाशाने बुद्धीचे डोळे उघडतात, तिला प्रौढत्व प्राप्त होते, जीव आनंद सागरात पोहू लागतो. असे ज्ञान म्हणजे पावित्र्याचे निधानच असते. हे ज्ञान प्राप्त झाले असता विषयांनी दूषित झालेले मन निर्दोष, निर्मळ होते. 'मी जीव आहे' अशा ज्या क्षयरोगाने आत्म्याला ग्रासलेले असते तो क्षय या ज्ञानप्राप्तीने पूर्णपणे बरा होतो. हे ज्ञान म्हणजे डोळ्यासमोर दिसणारी वस्तू नाही. या ज्ञानाचे निरूपण करणे अशक्य आणि अवघड आहे तरीही मी तुला जे समजावून सांगतो ते तू नीट समजून घे. मग तेच ज्ञान शरीरात भिनते आणि आपला प्रभाव दाखवते त्या वेळी तो प्रभाव त्या व्यक्तीच्या वागण्यावरून लक्षात येतो. त्याचा थोरपणा दिसतो, त्याप्रमाणे हृदय ज्ञानाचे भांडार झाल्याची, शरीरावर जी लक्षणे दिसतात ती सांगतो, ती तू नीट लक्ष देऊन ऐक.

।। जय जय रामकृष्ण हरी ।।

आथिलेचि गुण वानितां । मान्यपणें मानिता ।
योग्यतेचें येतां । रूप आंगा ।।१८५ ।।
तैं गजबजों लागे कैसा । व्याधें रुंधला मृगु जैसा ।
कां बाहीं तरतां वळसा । दाटला जेवीं ।।१८६ ।।
पार्था तेणें पाडें । सन्मानें जो सांकडें ।
गरिमेतें आंगाकडे । येवोंचि नेदी ।।१८७ ।।
पूज्यता डोळां न देखावी । स्वकीर्ती कानीं नायकावी ।
हा अमुका ऐसी नोहावी । सेचि लोकां ।।१८८ ।।
तेथ सत्काराची गोठी । कें आदरा देईल भेटी ।
मरणेंसीं साटी । नमस्कारितां ।।१८९ ।।
वाचस्पतीचेनि पाडें । सर्वज्ञता तरी जोडे ।
परि वेडिवेमाजीं दडे । महिमेभेणें ।।१९० ।।

त्याच्या अंगी जे गुण आहेत त्या गुणांचे जर कुणी वर्णन केले, किंवा त्याचा मान-सन्मान केला अथवा त्याच्या योग्यतेनुरूप त्याचे कौतुक केले, तर पारध्याच्या जाळ्यात सापडलेल्या हरिणाप्रमाणे किंवा नदी पोहून जात असताना भोवऱ्यात सापडलेल्या माणसासारखा तो घाबराघुबरा होतो. लोकांनी त्याचा गौरव केला तर तो त्याला कष्टप्रद वाटतो. आपल्याकडे तो मोठेपण येऊ देत नाही, आपल्यास कोणी पूज्य मानू नये, आपले कोणी गुणगान करू नये, आपली कीर्ती आपण ऐकू नये आणि आपण अमुक आहोत अशी लोकांना आठवणही होऊ नये अशी त्याची इच्छा असते. अशा व्यक्तीच्या सत्काराची गोष्टच नको. त्याला कुणाकडून आदरभावनेचीही अपेक्षा नाही. कुणी त्याला नमस्कार केला तरी त्याला तो मरणप्राय वाटतो. बृहस्पतीसारखा स्वत: विद्वान असून लोकात आपले माहात्म्य वाढू नये म्हणून तो वेड पांघरतो. निर्जनजागी तो रमतो.

।। जय जय रामकृष्ण हरी ।।

किंबहुना ऐसीं । चिन्हें जया देखसी ।
जाण तया ज्ञानेंसीं । शेज जाहली ।।२००।।
पैं अमानित्व पुरुषीं । तें जाणावें इहीं मिषीं ।
आतां अदंभाचिया वोळखीसी । सौरसु देवो ।।२०१।।
तरी अदंभित्व ऐसें । लोभियाचें मन जैसें ।
जीवु जावो परि नुमसे । ठेविला ठावो ।।२०२।।
तयापरी किरीटी । पडिलाही प्राणसंकटीं ।
परि सुकृत न प्रकटी । आंगेंबोले ।।२०३।।
वरिवरी देह न पूजी । लोकांतें न रंजी ।
स्वधर्मु वाग्ध्वजीं । बांधों नेणें ।।२०७।।
परोपकारु न बोले । न मिरवी अभ्यासिलें ।
न शके विकूं जोडलें । स्फीतीसाठीं ।।२०८।।

किंबहुना अशी लक्षणे अंगी असणारा भेटला तर तो ज्ञानी आहे असे समज. जो माणूस अभिमानरहित आहे, ज्याने अभिमानाला तिलांजली दिली आहे तो वरील लक्षणांवरून ओळखावा. आता अदांभिक, ज्याला काडीमात्र दंभ नाही, गर्व नाही, अशा माणसाची लक्षणे सांगतो. अदांभिक कुणाला म्हणावे तर कंजूष माणूस ज्याप्रमाणे प्राणावर बेतले तरी पुरून ठेवलेल्या धनाचा सुगावा लागू देत नाही, त्याप्रमाणे तो आपल्या पुण्याचा पाढा वाचत नाही. लोकांना फसविणारा बाह्यवेष धारण करून देहाला सजवीत नाही व लोकांच्या मनाजोगते बोलून त्यांचे मनोरंजन करीत नाही व आपण केलेला धर्माचे प्रदर्शन करत नाही. प्रौढी मिरवत नाही. आपल्या ज्ञानाचे अवडंबर माजवत नाही किंवा ते विकत नाही.

।। जय जय रामकृष्ण हरी ।।

कां कमळावरी भ्रमर। पाय ठेविती हळुवार।
कुचुंबैल केसर। इया शंका ।।२४७।।
तैसे परमाणु पां गुंतले। जाणूनि जीव सानुले।
कारुण्यामाजीं पाउलें। लपवूनि चाले ।।२४८।।
ते वाट कृपेची करितु। ते दिशाचि स्नेहाभरितु।
जीवातळीं आंथरितु। आपुला जीवु ।।२४९।।
तैसेनि मार्दवें पाय। भूमीवरी न्यसीतु जाय।
लागली तेथ होय। जनां सुख ।।२५४।।
ऐसिय लघिमा चालतां। कृमि कीटक पांडुसुता।
देखे तरी माघौता। हळूचि निघे ।।२५५।।
मुंगिये मेरु नोलांडवे। मशका सिंधु न तरवे।
तैसा भेटलिया न करवे। अतिक्रमु ।।२५९।।

आता अहिंसेबद्दल ज्ञानेश्वर महाराज आपले विचार ऐकवत आहेत. खरा अहिंसक कसा असतो तर चालतानासुद्धा इतका तो हळू चालतो की जणू केसर दुखावेल या भयाने भुंगा कमळावर जसा हलकेच विसावतो तसा, अणुपरमाणूत देखील जीव भरलेले आहेत त्यांना इजा होऊ नये हे लक्षात घेऊन तो करुणाकर भूमीवरून चालताना तसाच हळू हळू चालतो. तो ज्या वाटेने जातो त्या वाटेकडे कृपादृष्टीने पहात, ज्या दिशेस जाईल तिकडे स्नेहभावाने बघत, कुणालाही आपला त्रास होऊ नये म्हणून तो स्वत:पेक्षा इतरांच्या जिवास जपतो. तरीसुद्धा ज्या जिवांना त्याचा पादस्पर्श होतो त्यांना त्याचा त्रास न होता सुखच वाटते. अर्जुना, या प्रमाणे तो एक-एक पाऊल ठेवीत ठेवीत चालला असताना जमिनीवर किडा, मुंगी किंवा एखादा कीटक दिसला तर तो मागे फिरतो. मुंगीला मेरू पर्वत ओलांडता येत नाही किंवा एखाद्या चिलटाला समुद्र पार करता येत नाही त्याप्रमाणे चालताना एखाद्या प्राण्याची गाठ पडली तर त्यांना ओलांडून तो जात नाही.

।। जय जय रामकृष्ण हरी ।।

आतां मन तयाचें। सांगों म्हणों जरी साचें।
तरी सांगितलें कोणाचे। विलास हे ।।२९२।।
म्हणोनि हे जे सर्व। सांगितलें बाह्यभाव।
ते मनचि गा सावयव। ऐसें जाणें ।।२९५।।
जें बीज भुईं खोंविलें। तेंचि वरी रुख जाहलें।
तैसें इंद्रियद्वारीं फांकले। अंतरचि ।।२९८।।
पैं मानसींचि जरी। अहिंसेची अवसरी।
तरी कैंची बाहेरी। वोसंडेल ।।२९७।।
आवडे ते वृत्ती किरीटी। आधीं मनौनी उठी।
मग ते वाचे दिठी। करांसि ये ।।२९८।।
तो जाण वेल्हाळ। ज्ञानाचें वेळाउळ।
हें असो निखिळ। ज्ञानचि तो ।।३११।।

आता त्यांचे मन कसे आहे म्हणून सांगायचे तर ज्या गोष्टी सांगितल्या ती कृती कोणाची आहे? आता इंद्रियांचे जे बाह्य व्यापार सांगितले ते मनाचेच आहेत हे जाणून घे. जे बी जमिनीत पेरलेले असते त्याचेच रोप किंवा पुढे झाड होते, त्याप्रमाणे इंद्रियाकडून जे जे घडते त्याचे मूळ मनाशी असते. पण मुळात मनोमनी जर अहिंसा उदित झाली नसेल तर इंद्रियाद्वारे ती कशी बाहेर पडेल? अर्जुना कोणतीही गोष्ट प्रथम मनात उत्पन्न होते मगच ती शब्दांनी किंवा कृतीने घडते. अशा प्रकारे ज्याने कायावाचामने हिंसेचा त्याग केलेला आहे तो पुरुष म्हणजे ज्ञानाचे वसतीस्थान एवढेच नव्हे तर तो म्हणजे मूर्तिमंत ज्ञानच आहे असे समज.

।। जय जय रामकृष्ण हरी ।।

तरी ज्ञान गा तें एथें । वोळख तूं निरुतें ।
आक्रोशेंवीण जेथें । क्षमा असे ।।३३९।।

त्रिविध मुख्य आघवे । उपद्रवांचे मेळावे ।
वरि पडिलिया नव्हे । वांकुडा जो ।।३४३।।

अपेक्षित पावे । तें जेणें तोषें मानवे ।
अनपेक्षिताही करवे । तोचि मानु ।।३४४।।

जो मानापमानातें साहे । सुखदुःख जेथ सामाये ।
निंदास्तुती नोहे । दुखंडु जो ।।३४५।।

हे अनाक्रोश क्षमा । जयापाशीं प्रियोत्तमा ।
जाण तेणें महिमा । ज्ञानासी गा ।।३५२।।

तो पुरुष पांडवा । ज्ञानाचा वोलावा ।
आतां परिस आर्जवा । रूप करूं ।।३५३।।

भगवान् श्रीकृष्ण पुढे अर्जुनाला म्हणाले, तुला आता ज्ञानाचा परिचय करून देतो. अर्जुना, जिथे ज्ञान असते तिथे गर्वरहित क्षमा असते. कुणालाही केलेली क्षमा ज्ञानी बोलून दाखवीत नाहीत. अनेक मानसिक आणि शारीरिक ताप माणसाला होत असतात अशा तापापासून होणाऱ्या उपद्रवांना तो सहज सहन करतो, त्याचे दुःख मानीत नाही. अपेक्षित वस्तू मिळाल्यावर त्याला जसा संतोष होतो, त्याचप्रमाणे काही अनपेक्षित अनिष्ट घडले तरी त्याला संतोषच होतो. तो अपमानही सहन करतो, सुखदुःखांना सारखे समजतो आणि निंदेने किंवा स्तुतीने मनाचा तोल जाऊ देत नाही. अभिमानरहित अशी क्षमा ज्या पुरुषाजवळ असते, त्या पुरुषामुळे ज्ञानालाही मोठेपणा प्राप्त होतो. अर्जुना, असा जो पुरुष तो ज्ञानाचा खरोखरच जिव्हाळा होय, आणि त्याच्या मनात आपपरभाव नसतो. आता आर्जवाचे स्वरुप तुला सांगतो.

।। जय जय रामकृष्ण हरी ।।

आतां ययावरी। गुरुभक्तीची परी।
सांगो गा अवधारीं। चतुरनाथा।।३६८।।
आघवियांचि दैवा। जन्मभूमि हे सेवा।
जे ब्रह्म करी जीवा। शोच्यातेंही।।३६९।।
साचा प्रेमाचिया भुली। तया दिशेसीचि आवडे बोली।
जीवु थानापती करूनि घाली। गुरुगृहीं जो।।३७६।।
पैं गुरुकुळीं ऐसी। आवडी जया देखसी।
जाण ज्ञान तयापासीं। पाइकी करी।।३८३।।
आणि अभ्यंतरिलियेकडे। प्रेमाचेनि पवाडें।
श्रीगुरूंचें रूपडें। उपासी ध्यानीं।।३८४।।
हें जाण पां साचोकारें। तेथ ज्ञान उघडेनि द्वारें।
नांदत असे जगा पुरे। इया रीती।।४५४।।

आणि हे चतुर अर्जुना, आतां गुरुभक्तीचा प्रकार तुला सांगतो तो ऐक. बाबा रे, गुरुसेवा म्हणजे सर्व भाग्यांची जन्मभूमीच समज. कारण दु:खी जिवाला ही भूमी ब्रह्मस्वरूपास नेते. जो खरा गुरुभक्त आहे तो, गुरु ज्या दिशेला रहातात त्या दिशेशीच बोलतो आणि आपला जीव गुरुच्या घरी वतनदारच करून ठेवतो. सद्गुरुविषयीच्या खऱ्या प्रेमाने वेडा झाल्यामुळे ज्याला त्या दिशेशीच बोलणे आवडते व जो आपल्या जीवाला गुरुच्या घरात मिरासदार करून ठेवतो. गुरुकुलाविषयी अपार प्रीती ज्याच्या मनात आहे ज्ञानच त्याची सेवा करीत राहिले आहे असे समज. अंत:करणापासून अत्यंत प्रेमाने जो श्रीगुरुमूर्तीची ध्यानोपासना करतो, गुरुकृपेच्या जलाशयातील आपण एक मासोळीच झालो आहोत असे जो समजतो, गुरुचा सेवक, गुरुचे सर्वस्व होण्याची इच्छा मनात धरतो अशा गुरुभक्ताच्या घरी जगाला पुरून उरेल एवढे ज्ञान उघड्या दाराने नांदते. हे खरोखर समज.

।। जय जय रामकृष्ण हरी ।।

पाणियें हिरा न भिजे। आधणीं हरळु न शिजे।
तैसी विकल्पजातें न लिंपिजे। मनोवृत्ती ।।४८२ ।।
तया नांव शुचित्वपण। पार्था गा संपूर्ण।
हें देखसी तेथ जाण। ज्ञान आहे ।।४८३ ।।
ऋतुकाळीं तरी फळती। परी फळलों हें नेणती।
तया वृक्षांचिये ऐसी वृत्ती। कर्मीं सदा ।।५२९ ।।
एवं मनीं कर्मीं बोलीं। जेथ अहंकारा उखी जाहली।
एकावळीची काढिली। दोरी जैसी ।।५३० ।।
संबंधेंवीण जैसीं। अभ्रें असती आकाशीं।
देहीं कर्मे तैसीं। जयासि गा ।।५३१ ।।
म्हणोनि वृद्धाप्याचेनि आठवें। वृद्धाप्या जो नागवें ।
तयाचां ठायीं जाणावें। ज्ञान आहे ।।५८६ ।।

ज्याप्रमाणे पाण्याने हिरा भिजत नाही, आधणात वाळू शिजत नाही, त्याप्रमाणे त्याच्या मनाला कल्पविकल्पांची बाधा होत नाही. पार्था हेच खरे पावित्र्य, हीच खरी शुचिता. ज्याचे जवळ हे दिसते तो ज्ञानी आहे असे समज. ऋतू काळात निरनिराळ्या वृक्षांना फळे येतात पण त्याची वृक्षांना गंधवार्ताही नसते. त्या वृक्षांप्रमाणे कर्मफलाविषयी तो उदास असतो. याप्रमाणे जशी एकपदरी माळेची दोरी काढली असता तिचे मणि जसे गळून पडतात; त्याप्रमाणे जेथे मनातून कर्मातून आणि वाचेतून अहंकाराची हकालपट्टी होते. ज्याप्रमाणे आकाशांतील ढग आकाशात चिकटण्याशिवाय असतात. त्याप्रमाणे देहांत झालेली जी त्याची कर्मे त्या कर्माच्या ठिकाणी त्याचा अहंकार असल्याशिवाय ती कर्मे असतात. असे वृद्धावस्थेत होणाऱ्या दुर्दशेचे त्याला तारुण्यावस्थेत स्मरण असल्यामुळे, जो वृद्धावस्थेने ग्रासला जात नाही. त्याच्या ठिकाणी ज्ञान आहे, असे समजावे.

।। जय जय रामकृष्ण हरी ।।

आतां आणीकही एक। लक्षण अलौकिक।
सांगेन आइक। धनंजया।।५९२।।
तरि जो या देहावरी। उदासु ऐसिया परी।
उखिता जैसा बिढारीं। बसविला आहे।।५९३।।
कां झाडाची साउली। वाटे जातां मीनली।
घरावरी तेतुली। आस्था नाहीं।।५९४।।
साउली सरिसीच असे। परी असे हें नेणिजे जैसें।
स्त्रियेचें तैसें। लोलुप्य नाहीं।।५९५।।
आणि प्रजा जे जाली। तियें वस्ती कीर आलीं।
कां गोरुवें बैसलीं। रुखातळीं।।५९६।।
गुन्हवीं दारागृहपुत्रीं। नाहीं जया मैत्री।
तो जाण पां धात्री। ज्ञानासि गा।।५९९।।

आता अर्जुना, ज्ञानवंतांचे आणखी अलौकिक लक्षण तुला ऐकवतो. तो आपल्या शरीराविषयी अत्यंत उदास असतो. जसा एखादा वाटसरू विश्रांती स्थळाबद्दल उदासिन असतो त्याप्रमाणे तो आपल्या शरीराविषयी उदास असतो. किंवा वाटेत भेटणाऱ्या सावलीबद्दल जशी आस्था नसते तशी ज्ञानी पुरुषाचीही आपल्या घराबद्दल ओढ नसते. माणसाची सावली नित्य त्याच्याबरोबर असते पण ती आहे हे तो विसरून गेलेला असतो त्याप्रमाणे बायकोविषयी त्याला लोलुपता वाटत नाही. आणि मुलाबाळांविषयी म्हणावे तर मुलेबाळे म्हणजे धर्मशाळेत प्रवासी मानतो. किंवा गुरेढोरे दुपारी सावलीत बसतात यांबद्दल झाड जसे उदास असते तसाच तो निर्विकार रहातो. एकंदरीत घर, स्त्री, पुत्र यांच्याविषयी ज्याला काहीच वाटत नाही तोच ज्ञानाचे अधिष्ठान आहे असे समज.

।। जय जय रामकृष्ण हरी।।

आणि मी वांचूनि कांहीं । आणीक गोमटें नाहीं ।
ऐसा निश्चयोचि तिहीं । जयाचां केला ।।६०३।।

शरीर वाचा मानस । पियालीं कृतनिश्चयाचा कोश ।
एक मीवांचूनि वास । न पाहती आन ।।६०४।।

किंबहुना निकट निज । जयाचें जाहलें मज ।
तेणें आपणयां आम्हां सेज । एकी केली ।।६०५।।

जो अनन्य यापरी । मी जाहलाहि मातें वरी ।
तोचि तो मूर्तधारी । ज्ञान पैं गा ।।६१०।।

शैलकक्षांची कुहरें । जळाशयपरिसरें ।
अधिष्ठी जो आदरें । नगरा न ये ।।६१२।।

बहु एकांतावरी प्रीति । जया जनपदाची खंती ।
जाण मनुष्याकारें मूर्ति । ज्ञानाची तो ।।६१३।।

माझ्याशिवाय म्हणजे ईश्वरावाचून जगात अन्य श्रेष्ठ काहीही नाही असा ज्याच्या मनाने निश्चय केला आहे, ज्याने कायावाचा मने करून माझ्याशिवाय जगात आणखी कोणी नाही अशा दृढनिश्चयाची शपथ घेतली आहे, ज्याने माझ्या स्वरूपी आपले मन लीन केले आहे व जो माझ्याशी एकरूप झाला आहे, माझ्याशी ऐक्य झाल्यावर ही माझीच एकनिष्ठेने सेवा करतो तोच साक्षात् ज्ञानमूर्ती होय. नदीतीरी, सरोवराजवळ किंवा कोणत्याही जलाशयाचे सान्निध्य त्याला प्रिय असते— शहरात राहणे त्याला मान्य नसते. तो एकांतप्रिय असतो, लोकांपासून दूर राहणे तो अधिक पसंत करतो. अशा माणसाला ज्ञानाची मूर्तीच समजावे.

।। जय जय रामकृष्ण हरी ।।

तरी परमात्मा ऐसें। जें एक वस्तु असे।
तें जया दिसे। ज्ञानास्तव।।६१५।।
तें एकवांचूनि आनें। जियें भवस्वर्गादि ज्ञानें।
तें अज्ञान ऐसे मनें। निश्चयो करी।।६१६।।
स्वर्गा जाणें हें सांडी। भवविषयीं कान झाडी।
दे आत्मज्ञानीं बुडी। सद्भावाची।।६१७।।
भंगलिये वाटे। शोधूनियां अव्हांटे।
निघिजे जेवीं नीटें। राजपंथे।।६१८।।
तैसें ज्ञानजाता करी। आघवेंचि एकीकडे सारी।
मग मन बुद्धि मोहरी। आत्मज्ञानीं।।६१९।।
तयाचां ठायीं ज्ञान। या बोला म्हणती व्यवधान।
जे ज्ञानीं बैसलें मन। तेव्हांचि तें तो।।६२२।।

ज्या ज्ञानामुळे परमात्म्याचा साक्षात्कार होतो ते ज्ञान ज्याने मनोमन स्वीकारले आहे आणि संसार व स्वर्ग यांना तो अज्ञान समजतो. त्याला स्वर्गारोहणाची इच्छा नसते, संसारातही तो रमत नाही आणि अध्यात्मज्ञानावर आपले लक्ष केंद्रित करतो. ज्याप्रमाणे एखादा प्रवासी जिथे अनेक वाटा फुटतात, निरनिराळे मार्ग दिसतात तिथे काळजीपूर्वक शोध घेऊन आडमार्ग टाकून राजमार्गाने जाणे पसंत करतो त्याप्रमाणे हा इतर ज्ञानांच्या वाटेला न जाता आपले मन व बुद्धी अध्यात्मज्ञानाकडेच वळवतो, 'तो ज्ञानी माणूस आहे' हे माझे (कृष्णाचे) म्हणणे अर्जुना तुला खटकत असेल तर स्पष्ट शब्दात सांगतो त्या पुरुषाचे मन ज्ञानाच्या ठिकाणी स्थिर झाले तेव्हाच तो ज्ञानी झाला.

।। जय जय रामकृष्ण हरी ।।

तरी संभावने जिये । जो मानाची वाट पाहे ।
सत्कारें होये । तोषु जया ।।६५६ ।।
गर्वें पर्वताचीं शिखरें । तैसा महत्त्वावरूनि नुतरे ।
तयाचा ठायीं पुरें । अज्ञान आहे ।।६५७ ।।
घाली विद्येचा पसारा । सुये सुकृताचा डांगोरा ।
करी तेतुलें मोहरा । स्फीतीचिया ।।५५९ ।।
आणि वन्ही वनी विचरे । तेथ जळती जैसीं जंगमें स्थावरें ।
तैसें जयाचेनि आचारें । जगा दु:ख ।।६६१ ।।
कौतुकें जें जें जल्पे । ते सबळाहूनि तीख रुपे ।
विषाहूनि संकल्पें । मारकु जो ।।६६२ ।।
तयातें बहु अज्ञान । तोचि अज्ञानाचें निधान ।
हिंसेसि आयतन । जयाचें जिणें ।।६६३ ।।

भगवान् श्रीकृष्ण अज्ञानाची लक्षणे अर्जुनाला सांगत आहेत. लोक आपला मानसन्मान कधी करतील याची वाट पहात असतो. आणि लोकांनी सत्कार केल्यावर त्याला संतोष होतो. त्याला गर्व एवढा असतो की, पर्वत शिखरे जशी खाली लवत नाही तसा तो गर्वाचा ताठा मिरवत असतो. हा पुरुष म्हणजे अज्ञानाचे माहेरघरच आहे असे समज. त्याला जी विद्या येत असते तिचा तो डांगोरा पिटतो आणि आपल्या हातून घडलेल्या सत्कृत्यांची अधिकाधिक प्रसिद्धी कशी होईल हे पहातो. एकदा जंगलात वणवा पेटला की तो स्थावर जंगम न पाहता सर्व भक्षण करतो, त्याप्रमाणे अज्ञानी माणसाच्या आचरणापासून जगाला दु:ख होते आणि तो जे बोलतो ते भाल्याच्या टोकासारखे क्लेशदायक ठरते. त्याचे संकल्प इतरांना विषाहून घातक वाटतात. त्याचे जगणे हिंसेचेच घर असते. तो साक्षात् अज्ञानी आणि हिंसेचे आश्रयस्थान समजावा.

।। जय जय रामकृष्ण हरी ।।

पडली वारयाचां वळसा। धुळी चढे आकाशा।
हरिखा वळघे तैसा। स्तुतीवेळे ।।६६५।।
निंदा मोटकी आइके। आणि कपाळ धरूनि ठाके।
थेंबें विरे वारेनि शोखे। चिखलु जैसा ।।६६६।।
तैसा मानापमानीं होये। जो कोण्हीचि ऊर्मी न साहे।
तयाच्या ठायीं आहे। अज्ञान पुरें ।।६६७।।
आणि जयाचां मनीं गांठी। वरिवरी मोकळी वाचा दिठी।
आंगें मिळे जीवें पाठीं। भलतया दे ।।६६८।।
आणि गुरुकुळीं लाजे। जो गुरुभक्ती उभजे।
विद्या घेऊनि माजे। गुरूसींचि ।।६७२।।
एया ग्रामकुलाचां ठायीं। जैसा मिळणी ठावो अठावो नाहीं।
तैसा स्त्रीविषयीं कांहीं। विचारीना ।।६८०।।

वादळात सापडलेली धूळ जशी आकाशात उंच जाते त्याप्रमाणे लोकांनी स्तुती केली असता तो गर्वाने फुगतो. जराशी निंदा केली तर कपाळ धरून बसतो. चिखल पाण्याच्या थेंबानेही विरघळतो व जराश्या वाऱ्याने वाळतो तशी असते स्थिती त्याच्या मानापमानाची. ज्याला मान आणि अपमान दोन्ही सहन होत नाहीत तो पूर्णपणे अज्ञानी आहे असे समज. जो मनात एक, मुखात एक आणि कृतीत तिसरेच करतो, एकाला शब्द देऊन दुसऱ्याला सहाय्य करतो, गुरुकुलाचे नाव घेण्यास त्याला लाज वाटते, गुरुसेवा त्याला नकोशी वाटते, इतकेच नव्हे तर ज्या गुरुपासून विद्या मिळाली आहे त्या गुरुलाही तो मानत नाही. हा गधडा स्त्रीसंग कुठे करावा याचेही भान ठेवीत नाही.

।। जय जय रामकृष्ण हरी ।।

तंव सर्वज्ञांचा रावो। म्हणे जाणोनि तयाचा भावो।
परिसे ज्ञेयाचा अभिप्रावो। सांगों आतां।।८६३।।
तरि ज्ञेय ऐसें म्हणणें। वस्तूतें येणेंचि कारणें।
जे ज्ञानेंवांचूनि कवणें। उपायें नये।।८६४।।
आणि जाणितलेयावरौतें। कांहीं करणें नाहीं जेथें।
जाणणेंचि तन्मयातें। आणी जयाचें।।८६५।।
जें जाणितलेयाचिसाठीं। संसार काढूनियां कांटी।
जिरोनि जाइजे पोटीं। नित्यानंदाचां।।८६६।।
तें ज्ञेय गा ऐसें। आदि जया नसे।
परब्रह्म आपैसे। नांव जया।।८६७।।
जें नाहीं म्हणों जाईजे। तंव विश्वाकारें देखिजे।
आणि विश्वचि ऐसें म्हणिजे। तरि हे माया।।८६८।।

ज्ञानी आणि अज्ञानी याविषयी सविस्तर सांगून झाल्यावर सर्वज्ञांचे राजे असलेले भगवान् श्रीकृष्ण अर्जुनाच्या मनातील भाव जाणून म्हणाले, आता ज्ञेय कशाला म्हणावे हे तुला सांगतो. हे पहा वस्तूला म्हणजे एका अर्थी ब्रह्माला ज्ञेय म्हणण्याचे कारण की हे ज्ञेय ज्ञानप्राप्तीशिवाय अन्य कोणत्याही मार्गाने प्राप्त होत नाही, आणि ते समजल्यावर मुमुक्षुची कर्तव्ये संपतात. ते जाणल्यावर तो तद्रूप होतो. संसाराचा त्याग करून आत्मानंदात रमून जावे त्या ज्ञेयाला आदी नाही, अंत नाही. म्हणूनच त्याला परब्रह्म अशी संज्ञा प्राप्त झाली आहे. ते अस्तित्वात नाही तर विश्वरूपात ते दृष्टीस पडते आणि विश्व परब्रह्म म्हणावे तर ही माया आहे.

।। जय जय रामकृष्ण हरी ।।

तरी तें गा किरीटी ऐसें । अवकाशीं आकाश जैसें ।
पटीं पटु होऊनि असे । तंतु जेवीं ।।८९९ ।।
अगा क्षीराचिये दशे । घृत क्षीराकारें असे ।
परि क्षीराचि नोहे जैसें । कपिध्वजा ।।९०१ ।।
तैसें जें इये विकारीं । विकार नोहे अवधारीं ।
पैं आकारा नाम भोंवरीं । येर सोनें तें सोनें ।।९०२ ।।
इया उघड मऱ्हाटिया । तें वेगळेपण धनंजया ।
जाण गुणइंद्रियां- । पासोनियां ।।९०३ ।।
जें चराचर भूतां- । माजीं असे पांडुसुता ।
नाना वन्हीं उष्णता । अभेदे जैसीं ।।९१२ ।।
तैसेनि अविनाशभावें । जें सूक्ष्मदशे आघवें ।
व्यापूनि असे तें जाणावें । ज्ञेय एथ ।।९१३ ।।

अर्जुना, तंतु जसे वस्त्रात वस्त्ररूप होऊन असतात त्याप्रमाणे किंवा आकाश जसे पोकळीत भरलेले आहे, ब्रह्म विश्वमय असते. दुधाच्या अवस्थेत तूप दुधात अप्रकट अवस्थेत असते पण दूध म्हणजे तूप नव्हे. त्याप्रमाणे ब्रह्म विश्वात भरलेले असूनही ब्रह्म म्हणजे विश्व नव्हे. सोन्याचे निरनिराळे अलंकार करून आपण त्यांना निरनिराळी नावे देतो पण मूळ केवळ सोनेच असते. याप्रमाणे मी उघडपणे मराठी भाषेत सांगतो, ब्रह्म हे गुण व इंद्रिये यापासून निराळे आहे. एकंदर ब्रह्म हे निराकार आहे.

।। जय जय रामकृष्ण हरी ।।

एक क्षेत्र एक ज्ञान। एक ज्ञेय एक अज्ञान।
हे भाग केले अवधान। जाणोनि तुझें ।।९५१।।
आतां चौठायीं न करूं। एकही म्हणोनि न सरूं।
आत्मानात्मया धरूं। सरिसा पाडु।।९५३।।
तरी पुरुष अनादि आथी। आणि तैंचि लागोनि प्रकृती।
संवसरिसी दिवोराती। दोनी जैसीं।।९५९।।
पैं क्षेत्र येणें नांवें। जें सांगितलें आघवें।
तेंचि एथ जाणावें। प्रकृति हे गा।।९६२।।
आणि क्षेत्रज्ञु ऐसें। जयातें म्हणितलें असे।
तो पुरुष हें अनारिसें। न बोलों घेईं।।९६३।।
तरी केवळ जे सत्ता। तो पुरुष गा पांडुसुता।
प्रकृतितें समस्तां। क्रिया नांव।।९६५।।

तुझी ग्रहणशीलतेची ताकद जाणून आम्ही एकाच ब्रह्म तत्त्वाचे आम्ही चार भाग करून तुला सांगितले. आता त्या चार भागांचे आत्मा आणि अनात्मा असे दोनच भाग करून तुला सांगतो. ब्रह्माचे प्रकृती आणि पुरुष असे दोन भाग आहेत. दिवसरात्रीच्या जोडीप्रमाणे प्रकृती पुरुषाची जोडी ही अनादि आहे. क्षेत्र म्हणून तुला जे सांगितले त्याला दुसरे नाव प्रकृती आहे असे समज. आणि क्षेत्रज्ञ म्हणजे पुरुष. अर्जुना, ज्या सत्तेचा कधीही विनाश होत नाही तिला पुरुष म्हणावे किंवा समजावे आणि सत्तेच्या योगाने ज्या क्रिया घडतात त्यांना प्रकृती असे समजावे.

।। जय जय रामकृष्ण हरी ।।

जें सत्त्वगुणें अधिष्ठिजे । तें सत्कर्म म्हणिजे ।
रजोगुणें निपजे । मध्यम तें ।।९७३ ।।
जें कां केवळ तमें । होतीं जियें कर्मं ।
निषिद्धें अधमें । जाण तियें ।।९७४ ।।
ऐसेनि संतासंतें । कर्मं प्रकृतीस्तव होतें ।
तयापासोनि निर्वाळ तें । सुखदु:ख गा ।।९७५ ।।
असंतीं दु:ख उपजे । सत्कर्मीं सुख निपजें ।
तया दोहींचा बोलिजे । भोगु पुरुषा ।।९७६ ।।
सुखदु:खें जंववरी । निफजती साचोकारीं ।
तंव प्रकृति उद्यमु करी । पुरुषु भोगी ।।९७७ ।।
प्रकृतिपुरुषांची कुळवाडी । सांगतां असंगडी ।
जे आंबुली जोडी । आंबुला खाय ।।९७८ ।।

जे कर्म सत्त्वगुणापासून निर्माण होते ते सत्कर्म, रजोगुणापासून उत्पन्न होते ते मध्यम किंवा काम्य कर्म आणि तमोगुणापासून निर्माण होणारी कर्मे म्हणजे निषिद्ध, त्याज्य, धर्माविरुद्ध कर्मे. याप्रमाणे प्रकृतीमुळे चांगली व वाईट कर्मे घडतात व त्या कर्मांपासून सुख किंवा दु:ख प्राप्त होते. कुकर्मापासून दु:ख व सत्कर्मापासून सुखाची प्राप्ती होते. या दोन्हीचा उपभोग पुरुषाला घ्यावा लागतो. जोपर्यंत सुख व दु:ख निर्माण होते तोपर्यंत प्रकृती उद्योग करीत असते व ती भोगणे पुरुषाला क्रमप्राप्त असते. प्रकृती व पुरुष यांचा असा हा चमत्कारिक व्यापार आहे. यात स्त्रीने मिळवावे व पुरुषाने बसून खावे अशी स्थिती आहे.

।। जय जय रामकृष्ण हरी ।।

तरी क्षेत्रज्ञ येणें बोलें। तुज आपणपें जें दाविलें।
आणि क्षेत्रही सांगितलें। आघवें जें ।।१०५०।।
तया येरयेरांचां मेळीं। होईजे भूतीं सकळीं।
अनिलसंगें सळिलीं। कल्लोळ जैसे ।।१०५१।।
नाना धाराधरधारीं। झळंबलिया वसुंधरी।
उठिजे जेवीं अंकुरीं। नानाविधीं ।।१०५३।।
तैसें चराचर आघवें। जें कांहीं जीवु नांवें।
तें तों उभययोगें संभवे। ऐसें जाण ।।१०५४।।
इयालागीं अर्जुना। क्षेत्रज्ञा प्रधाना-।
पासूनि न होती भिन्ना। भूतव्यक्ति ।।१०५५।।
पैं पटत्व तंतु नव्हे। तरी तंतूसीचि तें आहे।
ऐसां खोलीं डोळां पाहें। ऐक्य हें गा ।।१०५६।।

मी तुला क्षेत्रज्ञाचे रूप सांगितले म्हणजे माझेच स्वरूप आणि क्षेत्राबद्दलही सर्व सांगितले.

वारा पाणी यांच्या संबंधाने पाण्यावर तरंग निर्माण होतात तसे क्षेत्र-क्षेत्रज्ञ यांचा संबंध आल्यावर सर्व प्राणी उत्पन्न होतात. जमिनीवर पाऊस पडल्यावर कोट्यवधी अंकुर जमिनीपासून निर्माण होतात. त्याप्रमाणे चराचर, ज्याला जीव असे नाव आहे ते या दोघांच्या संयोगातून निर्माण होते असे समज, यासाठी अर्जुना पुरुष व प्रकृती यापासून भूतव्यक्ती, चराचर भिन्न नाही. हे पहा वस्त्र हे तंतू नव्हे पण अनेक तंतू एकत्र येऊनच वस्त्र होते त्याप्रमाणे तू ईश्वर व प्रकृती यांच्यातील ऐक्य समजून घे.

।। जय जय रामकृष्ण हरी ।।

दीपांचां कोडीं जैसें । एकचि तेज सरिसें ।
तैसा जो असे । सर्वत्र ईशु ।।१०७६।।
ऐसेनि समत्वें पंडुसुता । जिये जो देखतसाता ।
तो मरण आणि जीविता । नागवे फुडा ।।१०७७।।
आणि मनोबुद्धिप्रमुखें । कर्मेंद्रियें अशेखें ।
करी प्रकृतीचि हें देखे । साचें जो गा ।।१०७९।।
घरींचीं राहटती घरीं । घर कांहीं न करी ।
अभ्र धांवे अंबरीं । अंबरतें उगें ।।१०८०।।
तैसी प्रकृति आत्मप्रभा । खेळे गुणीं विविधारंभा ।
येथ आत्मा तो वोथंबा । नेणे कोण ।।१०८१।।
ऐसेनि येणें निवाडें । जयाच्या जीवीं उजिवडें ।
अकर्तयातें फुडें । देखिलें तेणें ।।१०८२।।

एका ठिकाणी अनेक दिवे असले तरी त्यांचे तेज किंवा प्रभा अथवा प्रकाश एकच असतो त्याप्रमाणे तो आत्मा सर्वत्र भरलेला आहे. अर्जुना, याप्रमाणे ज्याच्या मनात जीव आणि आत्मा यांच्या बाबतीत समत्व आहे, तो जन्ममरणाच्या फेऱ्यात सापडत नाही. मन बुद्धी इत्यादी पाच ज्ञानेंद्रिये व पाच कर्मेंद्रिये हे करीत असलेली कर्मे प्रकृतीची आहेत हे तो पूर्णपणे जाणतो. घरात राहणारी सर्व माणसे काही ना काही तरी करीत असतात परंतु घर काहीच करीत नाही. आकाशात ढगांची पळापळ दिसली तरी आकाश स्थिरच असते. त्याप्रमाणे प्रकृती आत्म्याच्या प्रकाशात पुष्कळ खेळ खेळते पण आत्मा हा खांबाप्रमाणे स्थिर असून प्रकृतीने केलेली कर्मे तो जाणत नाही. याप्रमाणे अनुभवाने जो सर्व काही समजला आहे त्याने पूर्णपणे आत्मा जाणला आहे.

।। जय जय रामकृष्ण हरी ।।

म्हणे परमात्मा म्हणिपे। तो ऐसा जाण स्वरूपें।
जळीं जळें न लिंपे। सूर्यु जैसा।।१०९३।।
तसा आत्मा देहीं। आथि म्हणिपे हें कांहीं।
साचें तरी नाहीं। तो जेथिंचा तेथें।।१०९५।।
उजिवडा आणि अंधारेया। जो पाडु मृता उभेयां।
तोचि गा आत्मया। देहा जाण।।११००।।
देह तंव पांचांचें जालें। हें कर्माचां गुणीं गुंथलें।
भंवतसें चाकीं सूदलें। जन्ममृत्यूचां।।११०२।।
या देहाची हे दशा। आणि आत्मा तो एथ ऐसा।
पैं नित्य सिद्ध आपैसा। अनादिपणें।।११०६।।
अहोरात्रें जैशीं। येती जाती आकाशीं।
आत्मसत्तें तैसीं। देहें जाण।।१११६।।

श्रीकृष्ण म्हणाले, सूर्य जरी पाण्यात प्रतिबिंबित झाला तरी तो ओला मात्र होत नाही. तसेच परमात्मा प्रकृतीत असूनही तिच्या गुणांनी लिप्त होत नाही. तो शुद्धच आहे. पण तो देहात आहे हे म्हणणे खरे नाही. तो त्याच्याच जागी आहे. अंधार आणि प्रकाश, जिवंत माणूस आणि मेलेला माणूस यांचा जसा एकमेकांशी संबंध नसतो त्याप्रमाणे देह आणि आत्मा यांचा परस्परांशी संबंध नाही, नसतो. शरीर हे पंचतत्त्वांचे, पंचमहाभूतांपासून बनलेले आहे व ते कर्माच्या दोऱ्यात ओवलेले आहे आणि ते जन्ममृत्यूच्या भवचक्रात फिरते आहे. मृत्यूनंतर अग्नी दिल्यास देहाची राख होते, अशी देहाची दशा होते पण आत्मा नित्य, सहज आणि अनादी आहे. आकाशात जसे दिवस-रात्र येतात जातात तसे आत्म्यावर शरीर येते-जाते.

।। जय जय रामकृष्ण हरी।।

संसर्गें चेंष्टिजे लोहें। परी लोह भ्रामक नोहे।
क्षेत्रक्षेत्रज्ञां आहे। तेतुला पाडु।।११२२।।
दीपकाची अर्ची। राहाटी वाहे घरींची।
परी वेगळीक कोडीची। दीपा आणि घरा।।११२३।।
काष्ठाचां पोटीं। वन्हि असे किरीटी।
परी काष्ठ नोहे या दिठी। पाहिजे गा।।११२४।।
अपाडु नभा आभाळा। रवि आणि मृगजळा।
तैसाचि हाही डोळां। देखसी जरी ।।११२५।।
हें आघवेंचि असो एकु। गगनौनि जैसा अर्कु।
प्रगटवी लोकु। नांवें नांवें ।।११२६।।
एथ क्षेत्रज्ञु तो ऐसा। प्रकाशकु क्षेत्राभासा।
यावरुतें हें न पुसा। शंका नेघा।।११२७।।

लोहचुंबकामुळे लोखंडावर परिणाम होतो. ते हलते पण लोखंड हे लोहचुंबक नव्हे. तसेच क्षेत्र आणि क्षेत्रज्ञ किंवा देह आणि आत्मा यात अंतर आहे. दिव्याच्या उजेडाने घरातील सर्व व्यवहार चालतात पण दिवा आणि घर यात पुष्कळ अंतर आहे. अर्जुना, लाकडात अग्नी आहे पण तो लाकूड नव्हे अशा दृष्टीने देह व आत्मा यातील नात्याचा विचार करावा. आकाश आणि मेघ व सूर्य आणि मृगजल यांच्यात ज्या प्रमाणात भेद आहे तसाच देह व आत्मा यांच्यात भेद आहे असे समज. हे सगळे जरा वेळ बाजूला ठेव पण एक सांगतो, सूर्य जसा एकटा असून सर्व जगावर प्रकाश पाडतो त्याप्रमाणे आत्मा हा देहाला प्रकाशित करणारा, देहात प्रकाश पाडणारा आहे. आता पुन्हा देह आणि आत्मा यांच्या संबंधाबद्दल मला शंका विचारू नको.

।। जय जय रामकृष्ण हरी ।।

।। अध्याय चौदावा ।।

जय जय आचार्या । समस्तसुरवर्या ।
प्रज्ञाप्रभातसूर्या । सुखोदया ।।१।।

जय जय सर्व विसांवया । सोऽहंभावसुहावया ।
नाना लोक हेलावया । समुद्रा तूं ।।२।।

आईकें गा आर्तबंधू । निरंतरकारुण्यसिंधू ।
विशदविद्यावधू । वल्लभा जी ।।३।।

तूं जयांप्रती लपसी । तया जग हें दाविसी ।
प्रगटु तैं करिसी । आघवेंचि तूं ।।४।।

कीं पुढिलाची दृष्टि चोरिजे । दृष्टिबंधु निफजे ।
परी नवल लाघव तुझें । जें आपणपें चोरें ।।५।।

जे तूंचि तूं सर्वां यया । मा कोणा बोधु कोणा माया ।
ऐसिया आपेंआप लाघविया । नमो तुज ।।६।।

अहो, सर्व देवांमध्ये श्रेष्ठ, बुद्धिरूपी प्रात:काळ करणारे सूर्य, सुखाचा उदय करणारे श्रीगुरू, आचार्या, आपला जयजयकार असो! तुम्ही सर्व जगास विश्रांतिस्थान आहात. 'मी ब्रह्म आहे.' अशा भावनेस सेवन करविणारे तुम्ही अनेक लोकरूपी लाटांचे समुद्र आहात; तुमचा जयजयकार असो. पीडितांना संकटांतून सोडविणारे, अखंड भरलेले दयेचे समुद्र, अध्यात्मविद्यारूप स्त्रीचे प्रियकर असे महाराज, तुम्ही ऐका. तू ज्यांना लपतोस, त्यांना हे जग दाखवितोस व तू त्यांना प्रकट होतोस त्यावेळी त्यांना सर्व तूच करतोस. दुसऱ्याची दृष्टी बंद करणे, असा नजरबंदीचा खेळ उत्पन्न करता येतो. परंतु आपण आपल्याला चोरून राहणे ही तुझी अद्भुत जादू आहे. कारण की, या सर्व जगताला तूच तू आहेस; असे असूनसुद्धा कोणाच्या ठिकाणी ज्ञान आहे, तर कोणाच्या ठिकाणी अज्ञान आहे! असा जो तू स्वभावत: जादूगार, त्या तुला नमस्कार असो.

।। जय जय रामकृष्ण हरी ।।

जी गीतार्थनिधान । काढू माझें मन
सुयीं स्नेहांजन । आपलें तूं ।।१९ ।।
हे वाक्सृष्टि एके वेळे । देखतु माझे बुद्धीचे डोळे ।
तैसा उदैजो जी निर्मळें । कारुण्यबिंबें ।।२० ।।
माझी प्रज्ञावेली वेल्हाळ । काव्यें होय सफळ ।
तो वसंतु होय स्नेहाळ । शिरोमणी ।।२१ ।।
प्रमेयमहापूरें । हे मतिगंगा ये थोरे ।
तैसा वरिष उदारें । दिठीवेनि ।।२२ ।।
अगा विश्वैकधामा । तुझा प्रसादुचंद्रमा ।
करूं मज पूर्णिमा । स्फूर्तीची जी ।।२३ ।।
जी अवलोकिलिया मातें ।। उन्मेषसागरीं भरितें ।
वोसंडेल स्फूर्तीतें । रसवृत्तीचें ।।२४ ।।

महाराज, माझे मन गीतार्थरूपी ठेवा काढण्यास समर्थ व्हावे, याकरिता तुम्ही आपले कृपारूपी अंजन घाला. जेणे करून ही शब्दसृष्टी माझ्या बुद्धीच्या ज्ञानाला एकदम आकलन करता येईल, त्या तऱ्हेने हे श्रीगुरु सूर्या, आपण आपल्या करुणारूप शुद्ध बिंबाने उदयास यावे. हे कृपाळू श्रेष्ठा श्रीगुरु, माझ्या बुद्धिरूपी सुंदर वेलाला काव्यरूपी चांगले फळ ज्या योगाने येईल, तो वसंतऋतू आपण व्हा. ज्या योगाने ही बुद्धिरूप गंगा ब्रह्मसिद्धान्तरूपी बोधाचा महापूर येऊन चांगली फोफावेल, असा उदार दृष्टीचा वर्षाव होऊ दे. हे सर्व जगताला एकच आश्रय असणाऱ्या श्रीगुरुराया, तुझा प्रसन्नतारूप चंद्र माझ्या अंतःकरणात स्फूर्तिरूप पौर्णिमा करो. महाराज, आपण माझ्याकडे कृपादृष्टीने पाहिले असता, माझ्या बुद्धिरूपी समुद्रात स्फूर्तीला शांतादि नवरसांची मोठी भरती येईल.

।। जय जय रामकृष्ण हरी ।।

तरी मागां त्रयोदशीं । अध्यायीं गोठी ऐसी ।

श्रीकृष्णु अर्जुनेंसी । चावळले ।।३२।।

जे क्षेत्रक्षेत्रज्ञयोगें । होईजे येणें जगें ।

आत्मा गुणसंगें । संसारिया ।।३३।।

आणि हाचि प्रकृतिगतु । सुखदुःख भोगीं हेतु ।।

अथवा गुणातीतु । केवळू हा ।।३४।।

तरी कैसा पां असंगा संगु । कोण तो क्षेत्रक्षत्रज्ञयोगु ।

सुखदुःखादि भोगु । केवीं तया ।।३५।।

गुण ते कैसे किती । बांधती कवणे रीती ।

नातरी गुणातीतीं । चिन्हें काई ।।३६।।

एवं इया आघवेया । अर्था रूप करावया ।

विषो एथ चौदाविया । अध्यायासी ।।३७।।

मागील तेराव्या अध्यायात भगवान श्रीकृष्णांनी अर्जुनाला जी कथा सांगितली होती त्या कथेत, की हे जग क्षेत्र व क्षेत्रज्ञ यांच्या संबंधात उत्पन्न होते व आत्मा हा गुणसंबंधाने संसारी झाला आहे, मायेमुळे त्याला सुखदुःखांना सामोरे जावे लागते. पण तोच आत्मा गुणसंगरहित झाला म्हणजे मुक्त होतो. आणि हाच प्रकृतीच्या तावडीत स्वाधीन झाल्याकारणाने सुखदुःख भोगण्यास कारण होतो. एऱ्हवी खरोखर पाहिले तर, हा केवळ गुणातीतच आहे. तर असंगाला संग कसा व क्षेत्र–क्षेत्रज्ञ यामधील संबंध तो कोणता ? व त्याला सुखदुःखादि भोग कसे, गुणांची बाधा कशी होते, ते गुण कसे, किती व कोणते आहेत आणि तो गुणातीत झाला हे कसे ओळखावे त्याची लक्षणे कोणती अशा प्रकारचे सर्व काही चौदाव्या अध्यायात आहे.

।। जय जय रामकृष्ण हरी ।।

एऱ्हवीं ज्ञान हें आपुलें । परी पर ऐसेनि जालें ।
जे आवडोनि घेतलें । भवस्वर्गादिक ।। ४२ ।।
अगा याचि कारणें । हे उत्तम सर्वांपरी मी म्हणें ।
जें वन्हि हें तृणें । येरें ज्ञानें ।।४३ ।।
जियें भवस्वर्गातें जाणती । यागचि चांग म्हणती ।
पारखी फुडी आथी । भेदीं जया ।।४४ ।।
तियें आघवींचि ज्ञानें । केलीं येणें स्वप्नें ।
जैशा वातोर्मी गगनें । गिळिजती अंतीं ।।४५ ।।
तैसें येणें पाहलेया । ज्ञानजात जाय लया ।
म्हणौनिया धनंजया । उत्तम हें ।।४७ ।।
अनादि जे मुक्तता । आपुली असे पंडुसुता ।
तो मोक्षु हाता येता । होय जेणें ।।४८ ।।

एऱ्हवी ज्ञान हे आपले रूपच आहे. परंतु संसार व स्वर्गलोक वगैरे आवडून घेतल्यामुळे ते परके असे झाले आहे. हे ज्ञान अग्नीसारखे व इतर ज्ञाने ही गवताप्रमाणे आहेत, म्हणून अर्जुना, हे ज्ञान सर्वांपेक्षा उत्तम आहे. असे मी म्हणतो. जी संसार स्वर्गाला विषय करतात व यज्ञच चांगले असे म्हणतात व द्वैतभावाची ज्यांना चांगली ओळख असते. ती सर्व इतर ज्ञाने, या ज्ञानाने, स्वप्नासारखी मिथ्या केली आहेत. ज्याप्रमाणे वात्याच्या लाटा अखेरीस आकाशाकडून गिळल्या जातात. अर्जुना, त्याप्रमाणे हे ज्ञान उदय पावले असता सर्व ज्ञाने लय पावतात म्हणून अर्जुना हे ज्ञान उत्तम आहे. अर्जुना आपली जी अनादि मुक्तता आहे ती मुक्तता या ज्ञानाने हस्तगत होते.

।। जय जय रामकृष्ण हरी ।।

जयाचिया प्रतीती । विचारवीरीं समस्तीं ।
नेदिजेचि संसृती । माथां उधऊं ।।४९ ।।

मनें मन घालूनि मागें ।। विश्रांति जालिया आंगें ।
ते देहीं देहाजोगे । होतीचि ना ।।५० ।।

मग तें देहाचें बळें । वोलांडूनि एकेचि वेळे ।
संवतुकी कांटाळें । माझें जालें ।।५१ ।।

जे माझिया नित्यता । तेणें नित्य ते पंडुसुता ।
परिपूर्ण पूर्णता । माझियाचि ।।५२ ।।

मी जैसा अनंतानंदु । जैसाचि सत्यसिंधु ।
तैसेचि ते भेदु । उरेचि ना ।।५३ ।।

म्हणोनि जन्मक्षयां । अतीत ते धनंजया ।
मी जाले ज्ञाना यया । अनुसरोनि ।।५९ ।।

ज्या गोष्टींचा अनुभव घेतल्यानंतर विचारी माणसे संसाराला डोके वर काढून देत नाहीत, माझ्याच योग्यतेला पावतात. तो विचारशूर पुरुष, आपली विषयांकडे असलेली मनाची प्रवृत्ति मनानेच मागे हटवून, अंगाने विश्रांती झाल्यावर जरी देहांत असतात तरी पण ते देहाजोगे होत नाहीत. मग देहाचे दुबळके एकाच वेळेला ओलांडून ते पुरुष वजनात माझ्या बरोबरचे झाले. अर्जुना जी माझी नित्यता आहे त्या नित्यतेने ते नित्य आहेत व माझ्याच परिपूर्णतेने ते परिपूर्ण आहेत. मी जसा अमर्याद आनंद आहे व जसा मी सत्याचा समुद्र आहे. तसेच ते आहेत. भेद शिल्लक रहात नाही. अर्जुना म्हणून ते पुरुष या ज्ञानाचा मार्ग स्वीकारून जन्म भयातीत असे मद्रूप झाले.

।। जय जय रामकृष्ण हरी ।।

तरी सत्त्वरजतम । तिघांसिही हें नाम ।
आणि प्रकृति जन्म । भूमिका ययां ।।१३८ ।।
येथ सत्त्व तें उत्तम । रज तें मध्यम ।
तिहींमाजीं तम । सावियाधारें ।।१३९ ।।
हें एकेचि वृत्तीच्या ठायीं । त्रिगुणत्व आवडे पाहीं ।
वयसात्रय देहीं । येकीं जैवीं ।।१४० ।।
पैं सावधपण जैसें । वाहविलें आळसें ।
सुषुप्ति बैसे । घणावोनि ।।१४२ ।।
तैसी अज्ञानांगीकारें । निघाली वृत्ति विखुरे ।
ते सत्त्वरजद्वारें । तमही होय ।।१४३ ।।
आजन्ममरणान्तीं । देहधर्मीं समस्तीं ।
ममत्वाची सूती । घे ना जंव ।।१४६ ।।

सत्त्व, रज आणि तम हे त्रिगुण आहेत आणि प्रकृतीपासून त्यांचा जन्म झाला आहे. सत्त्व हे सर्वोत्तम, रज मध्यम आणि तमोगुण कनिष्ठ असे समज. एकाच देहात ज्या प्रमाणे बाल्य, तारुण्य आणि वार्धक्य अशा तीन अवस्था येतात त्या प्रमाणे हे तिन्ही गुण एकाच प्रवृत्तीच्या ठायी निर्माण होतात. जेव्हा आळस येतो तेव्हा सावधपणा ओसरतो आणि गाढ झोप दृढ होऊन बनते. त्याप्रमाणे अज्ञानाचा स्वीकार केल्यावर जी वृत्ती बाहेर पडे तिला स्वप्न रज तम असे म्हणतात. नंतर ज्ञानाने चरफडावयास लागतो व जाणीवरूपी लाथा झाडतो आणि अरे आपल्यापाशी असलेले आपले आत्मसुख आपणच व्यर्थ घालवतो.

।। जय जय रामकृष्ण हरी ।।

तेवीं सत्त्वें लुब्धकें । सुखज्ञानाचीं पाशिकें ।
वोढिजती मग खुडके । मृगु जैसा ।।१४८ ।।
मग ज्ञानें चडफडी । जाणिवेचे खुरखोडी ।
स्वयंसुख हें धाडी । हातीचें गा ।।१४९ ।।
तेव्हां विद्यमानें तोखे । लाभमात्रें हरिखे ।
मी संतुष्ट हेंही देखे । श्लाघों लागे ।।१५० ।।
आपणचि ज्ञानस्वरूप आहे । तें गेलें हें दुःख न वाहे ।
कीं विषयज्ञानें होयें । गगनायेवढा ।।१५३ ।।
तैसें गा देहातीता । जलेया देहवंता ।
हों लागे पंडुसुता । बाह्यज्ञानें ।।१५५ ।।
आणि म्हणे आजि आन । मीवांचूनि नाहीं सज्ञान ।
चातुर्यचंद्रा गगन । चित्त माझें ।।१५७ ।।

सत्वगुणरूपी पारध्याकडून सुखरूपी व ज्ञानरूपी पाश ओढले जातात. मग हरीण जसा पारध्याच्या पाशात अडकतो. तसा तो सुख आणि ज्ञान या पाशात अडकतो. ज्ञानाने चरफडावयास लागतो व जाणीवरूपी लाथा झाडतो आणि असे आपल्यापाशी असलेले आपले आत्मसुख आपणच व्यर्थ घालवतो तेव्हा विद्येने व मानाने संतुष्ट होतो. कोणताही लाभ झाला तर आनंद पावतो. आपण संतुष्ट आहोत हेही पाहतो व आपणास धन्य मानतो. आपण स्वत: ज्ञानरूप आहोत. गेले त्याचे दु:ख मानत नाही तर उलट विषयज्ञानाने आकाशाएवढा होतो. जसा एखादा राजा स्वप्नात आपण भिकारी आहोत असे समजून नगरात प्रवेश करतो व त्यास भिक्षा मागून दोन दाणे मिळाले असता मी इंद्र नाही काय असे मानतो. अर्जुना देहातीत जो आत्मा, त्याने देहाशी तादात्म्य केल्यावर त्याला बाह्य ज्ञानाने तसे होऊ लागले.

।। जय जय रामकृष्ण हरी ।।

आतां हाचि शरीरीं । रजें जियापरी ।
बांधिजें तें अवधारीं । सांगिजैल ।।१५९ ।।
हें रज याचि कारणें । जीवातें रंजऊं जाणे ।
हे अभिलाखाचें तरुणें । सदाचि गा ।।१६० ।।
तैसी खवळे चाड । होय दु:खासकट गोड ।
इंद्रश्रीहि सांकड । गमों लागे ।।१६३ ।।
तैसी तृष्णा वाढिनलिया । मेरुही हाता आलिया ।
तऱ्ही म्हणे एखादिया । दारुणा वळघो ।।१६४ ।।
आजि असतें वेंचिजेल । परी पाहे काय कीजेल ।
ऐसा पांगीं वडील । व्यवसाय मांडी ।।१६६ ।।
काय चंचळु मासा । कामिनीकटाक्षु जैसा ।
लवलाहो तैसा । विजू नाहीं ।।१७० ।।

आता रजोगुणही जिवाला कसे बांधून टाकतो ते बघ. या गुणामुळे नेहमी मनोरंजन होते आणि विषयात रंजविण्याची कला जाणतो त्यामुळे त्याला रजोगुण असे संबोधन आहे. हा रजोगुण अभिलाषाचे नेहमीचे तारुण्य आहे. ह्याप्रमाणे इच्छा खवळते व दु:खासकट सर्व गोष्टी गोड वाटतात व इंद्राचे वैभव सुद्धा थोडे वाटू लागते. अशा प्रकारे एकदा का त्याच्या इच्छा आणि वासना वाढत गेल्या की साक्षात मेरू पर्वतही त्याने हस्तगत केला तरी तो असे म्हणतो की, यापेक्षाही आणखी भयंकर श्रमाने मिळणारे असे एखादे स्थान असेल तर तेही मिळविण्याच्या खटपटीस लागू. कवडीवरून आपले जीवित ओवाळून टाकतो आणि गवताच्या काडीच्या प्राप्तीने कृतकृत्यता समजतो. मासा किंवा कामिनीचे नेत्रकटाक्ष हे चंचल असतात, वीज त्याहूनही चंचल असते पण रजोगुणी माणसाची चंचलता या सर्वांच्या पेक्षा जास्त असते.

।। जय जय रामकृष्ण हरी ।।

अविवेकमहामंत्र । जें मौढ्यमद्याचें पात्र ।
हें असो मोहनास्त्र । जीवांसि जें ।।१७६ ।।
पार्था तें गा तम । रचूनि ऐसें वर्म ।
चौखुरी देहात्म । मानियातें ।।१७७ ।।
हें एकचि कीर शरीरीं । माजो लागे चराचरीं ।
आणि तेथे दुसरी । गोठी नाहीं ।।१७८ ।।
सर्वेंद्रियां जाड्य । मनामाजीं मौढ्य ।
माल्हाती जे दार्ढ्य । आलस्याचें ।।१७९ ।।
केधवां कैसें राहाटावें । कोणेसीं काय बोलावें ।
हें ठाकतें की नागवे । हेंही नेणें ।।१९० ।।
एवं निद्रालस्यप्रमादीं । तम इही त्रिबंधीं ।
बांधे निरुपाधि । चोखटातें ।।१९३ ।।

अविचार हाच तमोगुणाचा महामंत्र आहे व तो तमोगुण मूर्खपणाची दारूचे भांडे आहे; हे राहू दे. जो तमोगुण जीवाला मोहनास्त्र आहे. अर्जुना, तो तमोगुण अशा प्रकारे युक्ति तयार करून देह हाच आत्मा असे समजणाऱ्याला जखडून बांधतो आणि चराचरात कोणत्याही शरीरामध्ये हा खरोखर एकच बाजू लागला की, मग तेथे तमोगुणाशिवाय दुसरी गोष्टच नसते. सर्व इंद्रियांच्या ठिकाणी जाड्य येते. मनामध्ये मूर्खपणा उत्पन्न होतो व ती दोघे आळसाच्या दृढपणाचा आश्रय करतात. केव्हा कसे वागावे, कोणाशी काय बोलावे, अमुक एक गोष्ट साध्य आहे की असाध्य आहे हेही त्यास कळत नाही. तमोगुण वा निद्रा, आळस व प्रमाद या तीन प्रकारांनी निरुपाधिक व शुद्ध अशा आत्म्याला बांधतो.

।। जय जय रामकृष्ण हरी ।।

पैं रजतमविजयें । सत्त्व गा देहीं इयें ।
वाढतां चिन्हें तियें । ऐसीं होती ।।२०४।।
जे प्रज्ञा आंतुलीकडे । न समाती बाहेरी वोसंडें ।
वसंतीं पद्मखंडें । दृति जैसी ।।२०५।।
राजहंसापुढें । चांचूचें आगरडें ।
तोडी जेवीं झगडे । क्षीरनीराचे ।।२०७।।
नाइकणें तें कानचि वाळी । न पहाणें तें दिठीचि गाळी ।
अवाच्य तें टाळी । जीभचि गा ।।२०९।।
वाती पुढां जैसे । पळों लागे काळवसें ।
निषिद्ध इंद्रियां तैसें । समोर नोहे ।।२१०।।
धाराधरकाळें । महानदी उचंबळे ।
तैसी बुद्धि पघळे । शास्त्रजातीं ।।२११।।

हे पहा अर्जुना, ज्या वेळी रज व तम या गुणांवर मात करून सत्त्वगुण जेव्हा देहात वाढतो त्यावेळी दिसतात ती लक्षणे म्हणजे जणू वसंत ऋतूत कमळांच्या पाकळ्यांमध्ये न मावता बाहेर पडतो. तशी बुद्धि आतमध्ये न मावता बाहेर पडते. राजहंसापुढे दूध आणि पाणी एकत्र करून ठेवल्यावर तो ज्याप्रमाणे चोचीच्या टोकाने दूध निवडतो त्याप्रमाणे सत्त्वगुणयुक्त माणसाचे कान न ऐकण्यासारख्या गोष्टी ऐकण्याच्या फंदात पडत नाही. तो न पहाण्यासारखा गोष्टींपासून दूर रहातो आणि बोलू नये असे तो कधी काही बोलतच नाही. दिव्यापुढे जसा काळोख पळावयास लागतो त्याप्रमाणे इंद्रियांसमोर निषिद्ध विषय येत नाही. पावसाळा आला की नदी जशी उचंबळू लागते त्याप्रमाणे त्याच्या बुद्धीचे ठायी सर्व शास्त्रांचा महापूर आलेला असतो.

।। जय जय रामकृष्ण हरी ।।

अगा पुनवेच्या दिवशीं । चंद्रप्रभा धांवें आकाशीं ।
ज्ञानीं वृत्ति तैसी । फांके सैंघ ।।२१२ ।।
वासना एकवटे । प्रवृत्ति वोहटे ।
मानस विटे । विषयांवरी ।।२१३ ।।
एवं सत्त्व वाढे । तैं हें चिन्ह फुडें ।
आणि निधनही पडे । तेव्हांचि जरी ।।२१४ ।।
तरी जैसीचि घरींची संपत्ती । आणि तैसीचि उदार्यधैर्य वृत्ती ।
मा परत्रा आणि कीर्ती । कां नोहावें? ।।२१६ ।।
मग गोमटेया तया । जावळी असे धनंजया ।
तेवीं सत्त्वीं जाणे देहा । कें आथि गा ।।२१७ ।।
अवचटें ऐसा जो जाये । तो सत्त्वाचाचि नवा होये ।
किंबहुना जन्म लाहे । ज्ञानियांमाजीं ।।२१९ ।।

अर्जुना, पौर्णिमेच्या दिवशी अवघ्या आकाशात ज्याप्रमाणे चंद्राचा प्रकाश पसरतो त्याप्रमाणे सत्त्वगुणी माणसाच्या वृत्तीतच ज्ञानाचा प्रकाश असतो. त्याच्या सर्व वासनांचा, इच्छा आकांक्षाचा शेवट झालेला असतो, प्रवृत्तिमार्गाकडे त्याचे मन जात नाही. विषयवासनांचा त्याला वीट आलेला असतो. याप्रमाणे सत्त्वगुण वाढीला लागलेला असताना त्याच्यावर काळाने झडप घातली, त्याची इहलोकाची यात्रा अचानक संपली तर तो उत्तम गती पावतो. हे पहा, घरात पुष्कळ संपत्ती असून आणि ती दानधर्मात व्यतीत केली तर इहलोकी तर कीर्ती प्राप्त होईल, पण मरणोत्तर स्वर्ग लोकाचीही निश्चिती होईल. अर्जुना, मग त्या चांगल्या गोष्टीला दुसरी जोड आहे काय? त्याप्रमाणे सत्वगुणांच्या बुद्धीत मरण आले असता तो दुसरीकडे कोठे जाईल? असा जो आकस्मित जातो तो पुन्हा सत्वांनाच नवा होतो. त्याला पुन्हा सत्वगुणाने युक्त असा जन्म मिळतो. फार काय सांगावे! त्याला ज्ञानी पुरुषांमध्ये जन्म मिळतो.

।। जय जय रामकृष्ण हरी ।।

इयाचि परी देख । तमसत्त्व अधोमुख ।
बैसोनि जैं आगळीक । धरी रज ।।२२६ ।।
पांजरली वाहटुळी । लरी वेगळ वेंटाळी ।
तैसी विषयीं सरळी । इंद्रियां होय ।।२२८ ।।
हा ठायवरी लोभु । करी स्वैरत्वाचा राबु ।
वेंटाळितां अलाभु । तें तें उरे ।।२३० ।।
स्पृहा मना पुढांपुढां । आशेचा घे दवडा ।
विश्व घापे चाडा । पायांतळीं ।।२३६ ।।
इत्यादि वाढतां रजीं । इयें चिन्हें होतीं साजीं ।
आणि ऐशा समाजीं । वेंचे जरी देह ।।२३७ ।।
तरी आघवाचि इदीं । परिवारला आनी देहीं ।
रिगे परी योनिही । मानुषीचि ।।२३८ ।।

ज्यावेळी तमोगुण व सत्वगुण खाली तोंड धरून बसतात व रजोगुण ज्या वेळेला बुद्धी पावतो. पसरलेली वाहुटळ निरनिराळ्या पदार्थांचे एकीकरण करते त्याप्रमाणे इंद्रियांना विषयांमध्ये मोकळीक असते. रजोगुणी पुरुषांचा लोभ स्वेच्छाचारीपणाचा धुमाकूळ घालतो व दुसऱ्याच्या वस्तू लुबाडताना जेवढ्या वस्तू प्राप्त करून घेणे अशक्य असते. तेवढ्याच वस्तू शिल्लक राहतात. विषयतृष्णा ही मनाच्या पुढे पुढे आशेची धाव घेते व ती सर्व विश्व इच्छेच्या पायाखाली घालतो. याप्रमाणे रजोगुणाचा उत्कर्ष झाला म्हणजे ही लक्षणे टवटवीत होतात व अशा लक्षणांच्या समुदायात जर देह पडला तर या सर्व लक्षणांनी युक्त असा तो रजोगुणी पुरुष दुसऱ्या देहात प्रवेश करतो; परंतु मनुष्याचीच योनी असते.

।। जय जय रामकृष्ण हरी ।।

मग तैसाचि पुढती । रजसत्त्ववृत्ती ।
गिळूनि ये उन्नती । तमोगुण ।।२४३ ।।
तरी होय ऐसें मन । जैसें रविचंद्रहीन ।
रात्रीचें का गगन । अंवसेचिये ।।२४५ ।।
तैसें अंतर असोस । होय स्फूर्तिहीन उद्वस ।
विचाराची भाष । हारपें तैं ।।२४६ ।।
तैसें निषिद्धाचेनि नांवें । भलतेंही भरे हांवे ।
तियेविषयीं धांवे । घेती करणें ।।२५१ ।।
मदिरा न घेतां डुले । सन्निपातेंवीण बरळे ।
निष्प्रेमेंचि भुले । पिसें जैसें ।।२५२ ।।
आणि हेंचि होय प्रसंगें । मरणाचे जरी पडे खागें ।
तरी तेतुलेनि रिगे । तमेसीं तो ।।२५५ ।।

मग सत्त्वगुण व रजोगुण नाहीसे होऊन तमोगुण वाढीस लागतो. तेव्हा मन हे चंद्रसूर्य नसलेल्या अमावस्येच्या रात्रीचे आकाश असावे तसे अज्ञानाने भरून जाते. ज्याप्रमाणे अंत:करण अज्ञानाने भरून जाते आणि तेथे विवेकाची गोष्टही तेथे असत नाही त्याचप्रमाणे निषिद्ध कर्म म्हटले की वाटेल त्या निषिद्ध कर्म करण्याच्या उत्कट इच्छेत तो सापडतो व ती निषिद्ध कर्माविषयीची इच्छा पूर्ण करण्याकरिता त्या इंद्रिये धाव घेतात. हा तमोगुणी पुरुष दारू न पिता झोकांड्या खातो. सन्निपात वायूशिवाय बरळतो आणि वेड्या मनुष्याप्रमाणे प्रेमावाचून हा भुलतो आणि ह्याच तमोगुणाच्या उन्नतीचा प्रसंग असताना जर मरणाचे ठिकाण प्राप्त झाले, तर तो तमोगुणी पुरुष तितक्या तमोगुणासह पुढला जन्म घेतो.

।। जय जय रामकृष्ण हरी ।।

येणेंचि पैं कारणें । जें निपजे सत्त्वगुणें ।
तें सुकृत ऐसें म्हणे । श्रौतसमो ।।२६० ।।
मग राजसा जिया क्रिया । तया इंद्रावणी पिकलिया ।
जें सुखें चितारूनियां । फळतीं दुःखें ।।२६२ ।।
तामस कर्म जितुकें । अज्ञानफळेंचि पिके ।
विषांकुर विखें । जियापरी ।।२६४।।
म्हणौनि बा रे अर्जुना । येथ सत्त्वचि हेतु ज्ञाना ।
जैसा कां दिनमाना । सूर्य हा पैं ।।२६५ ।।
आणि तैसेंचि हें जाण । लोभासि रज कारण ।
आपुलें विस्मरण । अद्वैता जेवीं ।।२६६ ।।
मोह अज्ञान प्रमादां । ययां मैळेया दोषवृंदा ।
पुढती पुढती प्रबुद्धा । तमचि मूळ ।।२६७ ।।

श्रुती याच कारणाकरिता असे सांगतात की, सत्त्वगुणापासून जे उत्पन्न होते ते पुण्यच होय. मग राजस क्रिया ज्या आहेत त्या पिकलेल्या इंद्रावणींच्या फळाप्रमाणे आहेत; कारण की, त्या क्रिया बाहेरून दिसण्यात जरी सुखाने रंगविलेल्या असतात तरी त्या बियांचे फळ दुःख हे असते. ज्याप्रमाणे विषाच्या अंकुराला विषय फळ येते. त्याप्रमाणे जितके तामस कर्म आहे. तितके अज्ञानरूप पिकते. म्हणून या अर्जुना, जसा सूर्य हा दिनमानाला हेतू आहे तसा तेथे सत्वगुणच ज्ञानाला हेतू आहे. ज्याप्रमाणे अद्वैत परमात्म्याला आपले स्वरुपविस्मरण हे कारण आहे, त्याप्रमाणेच लोभाला रज कारण आहे. हे शहाण्या अर्जुना, मोह अज्ञान व प्रमाद या मलिन दीपसमूहाला वारंवार तमोगुण कारण आहे.

।। जय जय रामकृष्ण हरी ।।

पैं ऋतुत्रय आकाशें । धरूनियांहि जैसें ।
नेदिजेचि येवों वसें । वेगळेपणा ।।२९१।।

तैसें गुणीं गुणापरौतें । जें आपणपें असे आयितें ।
तिये अहं बैसे अहंते । मूळकेचिये ।।२९२।।

पैं तेथूनि मग पाहतां । म्हणे साक्षी मी अकर्ता ।
हे गुणचि क्रियाजातां । नियोजिना ।।२९३।।

सत्त्वरजतमांचा । भेदीं पसरु कर्माचा ।
होत असे तो गुणांचा । विकारु हा ।।२९४।।

ययामाजीं मी ऐसा । वनीं कां वसंतु जैसा ।
वनलक्ष्मीविलासा । हेतुभूत ।।२९५।।

ऐसेनि विवेकें जया । उदो होय धनंजया ।
ये गुणातीतत्वा तया । अर्थपंथें ।।२९९।।

आकाश हे तिन्ही ऋतूत आपल्या पोटामध्ये धारण करून; आपल्या वेगळेपणाला जसा कमीपणा येऊ देत नाही त्याप्रमाणे गुणात असून जे गुणांच्या पलीकडे असे आपल्या ठिकाणी स्वत: सिद्ध आहे. त्या मूळच्या स्वरुपअहंपणावर जेव्हा अहंकार असतो. तेव्हा तेथून पाहात असता, तो असे म्हणतो की, मी साक्षी व अकर्ता असा आहे व सर्व कर्मांना हे गुणच कारण आहेत. सत्वरजतमांच्या भेदाप्रमाणे कर्माचा विस्तार होत आहे. तो हा गुणांचा विकार आहे. वनामध्ये असा वसंत ऋतू वनशोभेच्या विलासाला कारणीभूत असतो. तसा मी या गुणांच्या विकारांमध्ये आहे. अर्जुना, अशा या विचाराचा ज्याच्या ठिकाणी उदय होतो त्यास गुणातीतपणा स्थानाच्या मार्गाने प्राप्त होतो.

।। जय जय रामकृष्ण हरी ।।

तरी रजाचेनि माजें । देहीं कर्माचें आणीजें ।
प्रवृति जै घेईजे । वेंढाळूनि ।।३२७।।
तैं मीचि कां कर्मठ । ऐसा न ये श्रीमाठ ।
कां दरिद्रलिये बुद्धि वीट । तोही नाहीं ।।३२८।।
अथवा सत्त्वेंचि अधिकें । जै सर्वेंद्रियीं ज्ञान फांके ।
तैं सुविद्यता तोखें । उभजेही ना ।।३२९।।
कां वाढिनलेनि तमें । न गिलेजेचि मोहभ्रमें ।
तै अज्ञानत्वें न श्रमें । घेणेंही नाहीं ।।३३०।।
पैं मोहाच्या अवसरीं । ज्ञानाची चाड न धरी ।
ज्ञानें कर्में नादरी । होतां न दुःखी ।।३३१।।
तया वेगळाचि काय प्रकाशें । ज्ञानित्व यावें असें ।
कायि जळार्णव पाउसें ।। साजा होय ।।३३३।।

रजोगुणाचा जोर झाल्यामुळे कर्म करण्याची प्रवृत्ती उत्पन्न होऊन जरी कर्म घडले तरी मीच कर्मठ आहे असा त्याला अभिमान उत्पन्न होत नाही किंवा कर्मे थांबल्यावर खेदखंतही होत नाही किंवा सत्त्वगुण वाढल्यावर सर्व इंद्रियात ज्ञानाची प्रभा पसरल्यावर आपणच मोठे विद्वान आहोत अशा गर्वात चढून जात नाही किंवा जर तमोगुण वाढला तर मोहाने लिप्त होत नाही व आपण अज्ञानी आहोत म्हणून नाही, अगर मोह उत्पन्न झाला तर ज्ञानाची इच्छा करीत नाही किंवा ज्ञानी झाला तर कर्मे स्वीकार करीत आली तर त्याचा खेदही करीत नाही. त्याला काही वेगळ्याच प्रकाशाने ज्ञानपणा यावयाचा आहे काय? समुद्र हा पावसाच्या योगाने पूर्ण भरलेला होता काय?

।। जय जय रामकृष्ण हरी ।।

तरी वस्त्रासि पाठीं पोटीं । नाहीं सुतावांचूनि किरीटी ।
ऐसें सुये दिठी । चराचर मद्रूपें ।।३४९ ।।
म्हणौनि सुखदुःखासरिसें । कांटाळें आचरे ऐसें ।
रिपुभक्तां जैसें । हरीचें देणें ।।३५० ।।
रात्रि तैसें पाहलें । हें धारणा जेवीं एक जालें ।
आत्माराम देहीं आतलें । द्वंद्व तैसें ।।३५५ ।।
निवटलें न उपवढे । जळिनलें न विरूढे ।
साम्यबुद्धि न मोडे । तयापरी ।।३५९ ।।
हा ब्रह्म ऐसेनि स्तविजो । कां नीच म्हणौनि निंदिजो ।
परी नेणें जळों विझों । राखोंडी जैसी ।।३६० ।।
आतां किती हा विस्तारु । जाणें ऐसा आचारु ।
जयातें तोचि साचारु । गुणातीतु ।।३६९ ।।

अर्जुन, वस्त्राच्या आत आणि बाहेर ज्याप्रमाणे सुतावाचून दुसरे काही नसते त्याप्रमाणे जो माझ्याशी एकरूप झाला आहे त्याला चराचरात काही दिसत नाही. ज्याप्रमाणे ईश्वर शत्रूंना आणि भक्तांना समान मुक्ती देतो त्याप्रमाणे त्याचे वागणे असते तसे तो सुखदुःखाला सारख्या ताजव्यात घालून वागतो, त्याप्रमाणे त्याचे वागणे असते. जशी रात्र तसेच उजाडणे, हे खांबाला जसे असते, त्याप्रमाणे आत्म्याच्या ठिकाणी रममाण झालेल्या गुणातीतास देहाला व्यापून टाकणारी द्वंद्वे आहेत. हा 'ब्रह्मदेव' आहे असे सांगून त्याची स्तुती केली अथवा 'नीच' म्हणून त्याची निंदा केली; पण राख जशी जाळणे अथवा विझणे जाणत नाही, त्याप्रमाणे निंदा अथवा स्तुती ही कोणत्याच रूपाने व्यक्त होत नाही. आता ह्या बोलण्याचा किती विस्तार करावा? ज्या पुरुषाचे असे आचरण असेल तोच खरोखर गुणातीत आहे असे समज. असे श्रीकृष्ण म्हणाले.

।। जय जय रामकृष्ण हरी ।।

तरी व्यभिचाररहित चित्ते । भक्तियोगे मातें ।
सेवी तो गुणातें । जाकळूं शके ।। ३७१ ।।
घृताचें थिजलेंपण । न मोडितां घृतचि जाण ।
कां नाटितां कांकण । सोनेंचि तें ।।३७८ ।।
ऐसेनि मातें जाणिजे । ते अव्यभिचारी भक्ति म्हणिजे ।
येथ भेद कांहीं देखिजे । तरी व्यभिचारु तो ।।३८१ ।।
याकारणें भेदातें । सांडूनि अभेदें चित्तें ।
आपण या सकट मातें । जाणावें गा ।।३८२ ।।
आता गुणातें तो किरीटी । जिणे या नव्हती गोष्टी ।
जे एकपणाही मिठी । पडों सरली ।।३९६ ।।
किंबहुना ऐसी दशा । तें ब्रह्मत्व गा सुदंशा ।
हें तो पावें जो ऐसा । मातें भजे ।।३९७ ।।

तर दुसरीकडे कोठेही मन गुंतू न देता भक्तिरूप मार्गाच्या द्वारा जो माझी उपासना करतो. तो गुणांना ताब्यात ठेवू शकतो. तुपाचा घट्टपणा न मोडता ते जसे तूपच आहे अथवा कडे हे आटविले नसताना ते सोनेच आहे. मला जागणे ही अव्यभिचारी भक्ति असे म्हणतात. येथे काही भेद पाहिला तर तो व्यभिचार होतो. या कारणावरून आपल्यासकट मला जाणावे. फार काय सांगावे! अर्जुना आता तो गुणाला जिंकतो ही भाषाच राहात नाही. कारण की आता एकपणाही सरला. अशा प्रकारची जी अवस्था, ते हे मर्मज्ञ अर्जुना, ब्रह्मत्व होय. वर सांगितल्याप्रमाणे जो अव्यभिचारित्वाने मला भजतो. त्यास ते प्राप्त होते.

।। जय जय रामकृष्ण हरी ।।

।। अध्याय पंधरावा ।।

आतां हृदय हें आपुलें । चौफाळूनियां भलें ।
वरी बैसऊं पाउलें । श्रीगुरूची ।।१ ।।
ऐक्यभावाची अंजुळी । सर्वेंद्रियकुड्मुळी ।
भरूनिया पुष्पांजली । अर्घ्यु देवों ।।२ ।।
अनन्योदकें धुवट । वासना जे तन्निष्ठ ।
तें लावलेंसे अबोट । चंदनाचें ।।३ ।।
प्रेमाचेनि भांगारें । निर्वाळूनि नूपुरें ।
लेवऊं सुकुमारें । पदें तियें ।।४ ।।
घणावली आवडी । अव्यभिचारें चोखडी ।
तिये घालूं जोडी । आंगोळिया ।।५ ।।
इया गुरुचरणसेवा । हों पात्र तया दैवा ।
जें सकळार्थमेळावा । पाटु बांधे ।।९ ।।

प्रथम श्रीज्ञानेश्वर महाराज या अध्यायाच्या आरंभी गुरुगौरव करतात. ते म्हणतात, आता प्रथम आपला हृदयरूपी चौरंग करून त्यावर श्रीगुरुंच्या पादुकांची स्थापना करू. श्रीगुरू व आपण एक आहोत त्यानंतर एकनिष्ठतेच्या समजूतरूपी ओंजळीत सर्वेंद्रियरूपी फुलांच्या कळ्या घेऊन श्रीगुरुंच्या चरणावर अर्घ्य अर्पण करू. अनन्यभाव रूपी पाण्याने श्रीगुरुंना स्नान घालून त्यांच्याविषयीच्या एकनिष्ठ वासनारूपी चंदन श्रीगुरुंना अनामिकेने लावू. प्रेमरूपी सुवर्णाच्या घागऱ्या करून त्या आपण श्रीगुरुंच्या कोमल पायात घालू. गुरुंच्या ठायी असलेल्या आपल्या एकनिष्ठ व दृढ भक्तीची रण जोडवी करून श्रीगुरुंच्या अंगठ्यात घालू, ज्याच्या योगाने धर्म, अर्थ, काम व मोक्ष या सर्व पुरुषार्थांच्या सिंहासनावर राज्याभिषेक होतो त्या दैवास, या श्रीगुरूंच्या चरणांच्या उपासनेने आम्ही योग्य होऊ.

।। जय जय रामकृष्ण हरी ।।

तैसें मोक्ष देईल ज्ञान । येथें कीर नाहीं आन ।
परी तेंचि थोरे ऐसें मन । शुद्ध होआवें ।।३५ ।।
तरी विरक्तीवांचूनि केहीं । ज्ञानासि तगणें नाहीं ।
हें विचारूनि ठाईं । ठेविलें देवें ।।३६ ।।
जें विषें रांधिली रससोये । जैं जेवणारा ठाउवी होये ।
तैं तो ताटचि सांडूनि जाये । जयापरी ।।३८ ।।
तैसी संसारा या समस्ता । जाणिजे जैं अनित्यता ।
तैं वैराग्य दवडितां । पाठीं लागे ।।३९ ।।
आतां अनित्यत्व या कैसें । तेंचि वृक्षाकारमिषें ।
सांगिजत असे विश्वेशें । पंचदशीं ।।४० ।।
उपडिलें कवतिकें । झाड येरिमोहरा ठाके ।
तैं वेगें जैसें सुकें । तैसें हें नव्हे जाण ।।४१ ।।

ज्ञानापासून मोक्षाची प्राप्ती होते यात संशय नाही पण ज्ञान प्राप्त होण्यासाठी मनाची शुद्धी करावी लागते. परंतु भगवान् श्रीकृष्णांनी विचारपूर्वक असा सिद्धान्त सांगितला आहे की, वैराग्याशिवाय ज्ञान तग धरू शकणार नाही, ज्ञानाचा टिकाव लागणार नाही. सहज उन्मळून पडलेले झाड, शेंडा खाली व बूड वर असे पडले असता, ते जसे लवकर सुकते, त्याप्रमाणे हा संसार वृक्ष नाही. हे लक्षात ठेव. एखादा मनुष्य भोजनाला बसल्यानंतर अन्नात विष कालवले आहे हे समजताच तो तत्क्षणी ताट टाकून उठून जातो, त्याप्रमाणे हा संसार अनित्यता आहे असे ज्या वेळेला समजते त्या वेळी वैराग्याला दूर ढकलून दिले तरी त्याची पाठ सोडता येत नाही. आता या संसाराला क्षणभंगुरपणा कसा आहे याबद्दल पंधराव्या अध्यायात वृक्षाची उपमा देऊन सविस्तर सांगितले आहे.

।। जय जय रामकृष्ण हरी ।।

अगा पैं पंडुकुमरा। येतां स्वरूपाचिया घरा।
करीतसे आडवारा। विश्वाभासु जो।।४६।।
तो हा जगडंबरु। नोहे येथ संसारु।
हा जाणें महातरू। थांबला असे।।४७।।
परि येरां रुखांसारिखा। तळीं मूळें वरी शाखा।
तैसा नोहे म्हणोनि लेखा। नये कवणा।।४८।।
आगी कां कुऱ्हाडी। होय रिगावा जरी बुडीं।
तरी हो कां भलतेवढी। वरिचील वाढी।।४९।।
जे तुटलिया मूळापाशीं। उलंडेल कां शाखांसीं।
परी तैशी गोठी कायशी। हा सोपा नव्हे।।५०।।
अर्जुना हें कवतिक। सांगता असे अलौकिक।
जे वाढी अधोमुख। रुखा यया।।५१।।

ह्व 'हे बघ अर्जुना, भगवान् श्रीकृष्ण पुढे सांगू लागले,' आत्मस्वरूपाच्या घराकडे जो विश्वाचा आभास आडवा येतो ते हे जग नव्हे आणि संसारही नव्हे. तर हा मोठा वृक्ष वाढलेला आहे असे समज. पण इतर झाडांची मुळे खाली असतात आणि फांद्या वर असतात. पण हा वृक्ष मात्र तसा नाही, हा निराळा आहे, वेगळा आहे म्हणून याचा कोणाला अंत लागला नाही. ह्याचें खरे स्वरूप कोणास कळत नाही, याच्या बुडाशी कुऱ्हाडीचा घाव घातला किंवा याला आग लावायला गेले तर याचा नाश होत नाही उलट तो अधिकच वाढतो. तरी वृक्ष असा मुळाशी तुटला असता फांद्यांसह उन्मळून पडतो. तसा हा पडला असता. पण या संसार वृक्षाची तशी गोष्ट कोठली? म्हणून हा सोपा नाही. अर्जुना, या संसारवृक्षाचे आश्चर्य सांगावयास लागले तर लोकोत्तर आहे. कारण की, या संसारवृक्षाची वाढ झाली आहे.

।। जय जय रामकृष्ण हरी।।

जैसा भानू उंची नेणों कें। रश्मिजाळ तळीं फांके।
संसार हे कावरुखें। झाड तैसें।।५२।।
आणि आथी नाथी तितुकें। रुंधलें असे येणेंचि एकें।
कल्पांतीचेनि उदकें। व्योम जैसें।।५३।।
कां रवीचां अस्तमानीं। आंधारेनी कोंदे रजनी।
तैसा हाचि गगनीं। मांडला असे।।५४।।
यया फळ ना चुंबितां। फूल ना तुरंबितां।
जें कांहीं पंडुसुता। तें रुखुचि हा।।५५।।
हा ऊर्ध्वमूळ आहे। परि उन्मूळिला नोहे।
येणेंचि हा होये। शाड्वळु गा।।५६।।
आणि ऊर्ध्वमूळ ऐसें। निगदिलें कीर असे।
परी आधींही असोसें। मूळें यया।।५७।।

ज्याप्रमाणे, सूर्य किती उंच आहे हे कळत नाही, परंतु त्याचा किरण समुदाय खाली पसरतो तसा हा संसारवृक्ष आश्चर्यकारक आहे. ज्याप्रमाणे प्रलय काळाच्या उदकाने आकाश व्यापिले जाते त्याप्रमाणे जितके म्हणून आहे व नाही. तेवढे या एकट्या संसारवृक्षाने अडविले आहे. अथवा सूर्याचा अस्त झाला म्हणजे जशी रात्र अंधाराने व्यापून जाते. त्याप्रमाणे ह्याच एका वृक्षाने आकाश व्यापिले आहे. अर्जुना, या संसारवृक्षाचे फळ खाण्याकरिता पाहू गेले तर याला फळ नाही व वास घेण्याकरिता फूल पाहू गेले तर याला फूल नाही व जे काही आहे ते हा वृक्षच आहे. हा वर मूळ असलेला आहे परंतु हा उपटून पडलेला नाही. याच कारणाने अर्जुना हा हिरवागार आहे आणि हा संसारवृक्ष वर मूळ असलेला आहे. असे सांगितले खरे, परंतु याला खालीही मुळे आहेत.

।। जय जय रामकृष्ण हरी ।।

पैं बल्वचेचि महामारी। पिंपळा कां वडाचिया परी।
जे पारंबियांमाझारीं। डहाळिया असती।।५८।।
तेवींचि गा धनंजया। संसारतरु यया।
अधींचि आथी खांदिया। हेंही नाहीं।।५९।।
जालें गगनचि पां वेलीये। कां वारा मांडला रुखाचेनि आयें।
नाना अवस्थात्रयें। उदयला असे।।६१।।
ऐसा हा एकु। विश्वाकार विटंकु।
उदयला जाण रुखु। उर्ध्वमूळु।।६२।।
आतां ऊर्ध्व या कवण। येथें मूळ ते किं लक्षण।
कां अधोमुखपण। शाखा कैसिया।।६३।।
अथवा द्रुमा यया। अधीं जिया मूळिया।
तिया कोण कैसिया। ऊर्ध्व शाखा।।६४।।

हा संसाररूपी वृक्ष पिंपळ अथवा वड यांचेप्रमाणे हा चारही बाजूंनी फोफावला आहे, त्याच्या पारंब्या जमिनीत जाऊन त्यांना पुन्हा डहाळ्या फुटतात. तर अर्जुना या संसाररूपी वृक्षाला केवळ खालीच फांद्या आहेत असे नाही तर वरही त्याला असंख्य फांद्या फुटल्या असून त्याचा प्रचंड विस्तार झाला आहे. या झाडाचा विस्तार आकाश जणू काय वेलाच्या रूपाने नटले आहे. वृक्षाच्या आकाराने वारा विस्तारला आहे किंवा या वृक्षाच्या रूपाने अवस्थात्रयाने उदय केला आहे. तर असा विश्वाकार धारण करणारा वर मुळे असलेला निबिड, गर्द असा वृक्ष निर्माण झाला आहे. याचे काय लक्षण आहे? आता या झाडाच्या वरती कोण, मूळ काय, विस्तार कसा झाला, या वृक्षाच्या फांद्या कोणत्या, वृक्षाला ज्या खाली मुळ्या आहेत त्यापासून वर व इतरत्र फांद्या कशा निर्माण होतात या सर्व गोष्टी तुला आता यथाक्रम सांगतो. आणि अश्वत्थ अशी प्रसिद्धी आहे? आणि आत्मज्ञानी लोकांनी या अश्वत्थाबद्दल जो काही निर्णय केला आहे.

।। जय जय रामकृष्ण हरी।।

आणि अश्वत्थु ऐसें ययातें । म्हणती जे जाणते ।
तेंही परिस हो येथें । सांगिजेल ।।११० ।।
तरि श्व: म्हणिजे उखा । तोंवरि एकसारिखा ।
नाहीं निर्वाहो यया रुखा । प्रपंचरूपा ।।१११ ।।
ना कांपतया पद्मदळा । वरीलिया बैसका नाहीं जळा ।
कां चित्त जैसे व्याकुळा । माणुसाचें ।।११३ ।।
तैसीचि ययाची स्थिती । नासत जाय क्षणाक्षणाप्रती ।
म्हणौनि ययातें म्हणती । अश्वत्थु हा ।।११४ ।।
म्हणौनि हा प्रस्तुतु । अलौकिकु परियेसा ग्रंथु ।
तरी क्षणिकत्वेंचि अश्वत्थु । बोलिजे हा ।।११७ ।।
ऐसें या रुखाचें होणें जाणें । न तर्के होतेनि वहिलेपणें ।
म्हणौनि लोकु यातें म्हणे । अव्ययु हा ।।१२१ ।।

आणि ज्ञाते पुरुषाला या वृक्षाला अश्वत्थ असे का म्हणतात हेही सांगतो. श्‍व: म्हणजे उद्या. सदैव एकसारखा टिकणे नाही. उद्यापर्यंतही या प्रपंचरूपी अश्वत्थ झाडाचा एकच प्रकार राहत नाही. तो सारखा बदलत असतो. हलणाऱ्या कमल पाकळीवर जसे पाणी ठरत नाही किंवा व्याकुळ झालेल्या माणसाचे चित्त जसे थाऱ्यावर नसते त्याप्रमाणे या प्रपंचरुपी अश्वत्थ वृक्षाची स्थिती असून प्रत्येक क्षणी तिचा नाश होतो. म्हणून या वृक्षाला अश्‍वत्थ म्हणतात. सध्या मी सांगतो आहे त्या अलौकिक ग्रंथाचे श्रवण करा. म्हणून आता हे अलौकिक व्याख्यान ऐका. तर या वृक्षास क्षणभंगुरतेच्याच दृष्टीने शास्त्रात अश्‍वत्थ असे म्हटले जाते. त्याप्रमाणे या संसारवृक्षाचे होणे जाणे वेगाने होत असल्यामुळे त्या होण्याजाण्याचा तर्क करता येत नाही. म्हणून लोक याला अविनाश असे म्हणतात.

।। जय जय रामकृष्ण हरी ।।

वर्ततें वर्ष जाये । तें पुढिला मुळहारी होये ।
जैसा दिवसु जात कीं येत आहें । हें चोजवेना ।।१३०।।

जैशा वारियाचा झुळकां । सांदा ठाउवा नव्हे देखा ।
तैसिया उठती पडती शाखा । नेणों किती ।।१३१।।

एकी देहाची डिरी तुटे । तंव देहांकुरीं बहुवी फुटे ।
ऐसेनि भवतरु हा वाटे । अव्ययो ऐसा ।।१३२।।

जैसें वाहतें पाणी जाय वेगें । तैसेंचि आणिक मिळे मागें ।
तेवीं असंतचि असिजे जगें । मानिजे संत ।।१३३।।

हा संसारवृक्षु तैसा । मोडतु मांडतु सहसा ।
न देखोनि लोकु पिसा । अव्ययो मानी ।।१३८।।

असो बहु हें बोलणें । वानिजेल तो कवणें ।
जो भवरुखु जाणें । उखि ऐसा ।।१४३।।

विद्यमान वर्ष संपते ते पुढील वर्षाला मूळ होते. ज्याप्रमाणे दिवस उगवतो कधी आणि मावळतो कधी हे त्याच्या नित्य येण्याजाण्यामुळे कळत नाही, किंवा ज्याप्रमाणे वाऱ्याच्या झुळुका एकापाठोपाठ एक येऊ लागल्या की कोणती झुळुक संपली आणि कोणती आली हे समजत नाही. या संसारवृक्षाचा शरीररूपी एक शेंडा गळून पडतो. तो अनेक देहरूपी अंकुर त्याला फुटतात. अशा तऱ्हेने हा संसारवृक्ष अव्यय आहे असा वाटतो. वाहणारे पाणी सतत वेगाने वाहत असले म्हणजे त्या मागून येणारे वरचेवर त्यात मिळून मिसळून जाते, त्याप्रमाणे हे जग नाशिवंत असून ते स्थिर आहे असे समजले जाते. हा संसारवृक्ष अस्थिर असतानाच लोक याला स्थिर असे मानतात त्याप्रमाणे हा संसारवृक्ष मोठ्या झपाट्याने नाश पावत आहे व रचिला जात आहे हे जगास न कळण्यामुळे वेडे लोक त्याला अविनाशी समजतात. हे फार बोलणे राहू दे. जो पुरुष हा संसारवृक्ष केवळ मिथ्याभास आहे असे जाणतो. त्याचे वर्णन कोणाला करता येईल.

।। जय जय रामकृष्ण हरी ।।

मग ययाचि प्रपंचरूपा । अधोशाखिया पादपा ।
डाहाळिया जाती उमपा । ऊर्ध्वाही उजू ।।१४४ ।।
आणि अधीं फांकली डाळें । तिये होती मूळें ।
तयाही तळीं पघळे । वेल पालवु ।।१४५ ।।
तरी बद्धमूळें अज्ञानें । महदादिकीं शासनें ।
वेदांचीं थोरवनें । घेऊनियां ।।१४७ ।।
परी आधीं तंव स्वेदज । जारज उद्भिज मणिज ।
हे बुडौनि महाभुज । उठती चारी ।।१४८ ।।
यया एकैकाचेनि आणगटें । चौऱ्यांशीं लक्षधा फुटे ।
ते वेळीं जीवशाखीं फांटे । सैंघ होती ।।१४९ ।।
प्रसवती शाखा सरळिया । नानासृष्टि डाहाळिया ।
आड फांटती माळिया । जातिचिया ।।१५० ।।

मग या प्रपंच वृक्षाला खाली आणि वर दोन्हीकडे फांद्या फुटतात. जमिनीत गेल्यावर आणि वरतीही. ज्या डहाळ्या खाली येतात त्यांनाही पुन्हा मुळे फुटून त्या मुळांना पुन्हा पाने येतात. वेल येतात. तर याचे मूळ अज्ञात असून त्याच्यापासून अज्ञानरूपी बळकट बनलेल्या मुळाने महत्‌तत्त्वादिकांच्या भराने व देवरूपी मोठी पाने फुटून वाढतो. खालीही वेल व पाला फुटतो त्यातून ज्ञानाची मोठी वने उत्पन्न होतात. पण त्यापूर्वी या झाडाच्या बुडापासून स्वेदज, जारज, उद्भिज व अंडज हे चार मोठे फोक उत्पन्न होतात. त्यापासून चौऱ्यांऐशी लक्ष योनिरूप फांद्या होतात, त्यावेळेस जीवरूपी फांदीस पुष्कळ फाटे फुटतात. या सरळ फांद्यांपासून मग ज्या आडव्या डहाळ्या फुटतात त्या निरनिराळ्या जाती असतात.

।। जय जय रामकृष्ण हरी ।।

तैसें जेथूनि हा आघवा । संसारतरूचा उठावा ।
तियें मूळीं टेंकती पांडवा । वाढतेनि ज्ञानें ।।२०२ ।।
म्हणौनि ब्रह्मेशानापरौतें । वाढणें नाहीं जीवातें ।
तेथूनि मग वरौतें । ब्रह्मचि कीं ।।२०३ ।।
ऐसी मनुष्यालागौनि जाणावी । ऊर्ध्वीं ब्रह्मादिशेष पालवी ।
शाखांची वाढी बरवी । उंचावे पैं ।।२०६ ।।
पार्था उर्ध्वींचिया ब्रह्मादी । मनुष्यत्वचि होय आदी ।
म्हणौनि इयें अधीं । म्हणितली मूळें ।।२०७ ।।
एवं तुज अलौकिकु । हा अधोर्ध्वशाखु ।
सांगितला भवरुखु । ऊर्ध्वमूळु ।।२०८ ।।
आणि अधींचीं हीं मूळें । उपपत्ती परिसविली सविवळें ।
आतां परिस उन्मूळें । कैसेनि हा ।।२०९ ।।

अर्जुना, हा संसाररूपी वृक्ष जिथे उत्पन्न होतो त्याच ठिकाणी मुळाशी वाढणाऱ्या ज्ञानाच्या योगाने पुन्हा लावून टेकत असतो. म्हणून ब्रह्मलोक, शिवलोक या पलीकडे जीवांची वाढ नसते, ह्या लोकांच्या पलीकडे शुद्ध ब्रह्मच असते. अशा रीतीने मनुष्यरूप फांदीपासून वरच्या बाजूस ब्रह्मादिरूप फांद्या आहेत आणि त्या खूप उंच आहेत. पार्था ब्रह्मादिरूप लोक आहेत त्या मनुष्यरूप फांद्यापासूनच निर्माण झाल्या आहेत. म्हणून खालच्या मनुष्यत्व ही खालची मुळे होत. याप्रमाणे अर्जुना, हा संसाररूपी वृक्ष उर्ध्वमूल म्हणजे ज्याला खाली आणि वर फांद्या फुटल्या आहेत आणि ज्याला अलौकिकच असे म्हणायला हवं याचं वर्णन तुला सांगितलं. खाली मुळे असलेला संसारवृक्ष त्याच्याबद्दल तुला आतापर्यंत सविस्तर सांगितले. आता कोणत्या उपायांनी तो उपटून काढायचा ते सांगतो.

।। जय जय रामकृष्ण हरी ।।

ऐसा गाढा आणि अफाटु । आतां कोण करी ययां शेवटु ।
तरी झणीं हा हळुवटु । धरिसी भावो ।।२१३।।
परी हा उन्मूळावया दोषें । येथ सायसचि कायिसे ।
काय बाळा बागुल देशें । दवडावा आहे ।।२१४।।
गंधर्वदुर्ग कायी पाडावे । काय शशविषाण मोडावें ।
होआवें मग तोडावें । खपुष्प कीं ।।२१५।।
तैसा संसारु हा वीरा । रुख नाहीं साचोकारा ।
मा उन्मूळणीं दरारा । कायिसा तरी ।।२१६।।
आम्हीं सांगितली जे परी । मूळडाळांची उजरी ।
ते वांझेचीं घरभरी । लेंकुरें जैशी ।।२१७।।
म्हणौनि पैं धनंजया । आम्हीं वानिलें रूप तें माया ।
कासवीचेनि तुपें राया । वोगरिलें जैसें ।।२२१।।

अर्जुना, असा हा संसाररूपी घनदाट, बळकट व अफाट वृक्ष असून त्याचा नाश कोण करू शकेल ? अशी इतरांसारखी क्षुद्र शंका तू घेऊ नकोस, हा वृक्ष समूळ उपटून टाकायला काही फार कष्ट घ्यावे लागत नाहीत. लहान मुलाला बागुलबुवाची भीती दाखवतात पण त्याला हाकलून द्यायला दुसऱ्या गावी का जावे लागते ? आकाशातील ढगांनी बनलेले किल्ले काय पाडावे लागतात ? की सशाचे शिंग मोडावे लागते ? आकाशाला फूल आले तरच ते तोडता येईल ? त्याचप्रमाणे अर्जुना, हा जो संसाररूपीवृक्ष मी तुला सांगितला तो काही खरा नाहीच. मग तो उपटायला चिंता ती कसली ? प्रयत्न करून आम्ही या झाडाची मुळे, डहाळ्या, फांद्या वगैरे जे सांगितले ते वांझेच्या घरात पुष्कळ मुलेबाळे आहेत असे सांगण्यासारखेच आहे. म्हणून हे अर्जुना, आम्ही जे या संसारवृक्षाचे वर्णन केले, ते खोटे आहे, जशी राजाला कासवीच्या तुपाने मेजवानी करावी तसे.

।। जय जय रामकृष्ण हरी ।।

नाना रंगीं गजबजे । जैसें इंद्रधनुष्य देखिजे ।
तैसा नेणतया आपजे । आहे ऐसा ।।२४०।।

ऐसेनि स्थितीचिये वेळे । भुलवी अज्ञानाचे डोळे ।
लाघवी हरी मेखळे । लोकु जैसा ।।२४१।।

आणि नसतीचि श्यामिका । व्योमीं दिसे तैसी दिसो कां ।
तरी दिसणेंही क्षणा एका । होय जाय ।।२४२।।

जैसा ग्रीष्मशेषींचा वारा । नेणिजे समोर कीं पाठीमोरा ।
तैसी स्थिती नाहीं तरुवरा । भवरूपा यया ।।२४६।।

आपुलिया अज्ञानासाठीं । नव्हता थांबला किरीटी ।
तरी आतां आत्मज्ञानाचेनि लोटीं । खांडेनि गा ।।२४८।।

म्हणोनि स्वप्नींचिया भया । ओखद चेवोचि धनंजया ।
तेवीं अज्ञानमूळा यया । ज्ञानचि खड्ग ।।२५४।।

अर्जुना, इंद्रधनुष्य जसे विविध रंगांन नटलेले दिसते त्याप्रमाणे अज्ञानाला हा संसार वृक्ष आहे असा भासतो. बहुरूपी आपल्या वेषाने जसा लोकांना ठकवितो, तसा हा संसारवृक्ष आपल्या स्थितीच्या वेळेस अज्ञानी माणसांच्या डोळ्यास आपल्या खरेपणाची भूल पाडतो. आकाशाला कसलाही रंग नसतो पण आपल्याला आकाश निळे दिसते, ग्रीष्म ऋतूतील शेवटचा वारा समोरून येतो की मागून हे जसे कळत नाही त्याप्रमाणे या संसारवृक्षाची स्थिती काळी एकच अवस्था नाही म्हणणे प्रत्येक क्षणी त्याचे स्थित्यंतर नाही. अर्जुना, आत्मस्वरूपाचे अज्ञान असल्यामुळे हा वृक्ष फोफावला होता, आता आत्मज्ञानाने तो तू तोडून टाक. धनंजया, स्वप्नात लागलेल्या तलवारीच्या घावांवर ज्याप्रमाणे जाग आणणे हाच उपाय आहे, त्याप्रमाणे अज्ञानरूपी मूळ असलेल्या याला नाश करण्यास समर्थ एक ज्ञानखड्गच आहे.

।। जय जय रामकृष्ण हरी ।।

जैसा अग्नीचा डोंगरु । नेघे कोणी बीजअंकुरु ।
तैसा मनीं जयां विकारु । उदैजेना ।।३०१ ।।
जैसा काढिलिया मंदराचळु । राहे क्षीराब्धि निश्चळु ।।
तैसा नुठी जयां सळु । कामोर्मीचा ।।३०२ ।।
चंद्रमा कळीं धाला । न दिसे कोणें आंगी वोसावला ।
तेवीं अपेक्षेचा अवखळा । न पडे जयां ।।३०३ ।।
हे किती बोलूं असांगडें । जेवीं परमाणु नुरे वायुपुढें ।
तैसें विषयांचें नावडे । नांवचि जयां ।।३०४ ।।
एवं जे जे कोणी ऐसे । केले ज्ञानाख्यहुताशें ।
ते तेथ मिळती जैसें । हेमीं हेम ।।३०५ ।।
तेथ म्हणिजे कवणें ठाईं । ऐसेंही पुससी कांहीं ।
तरी ते पद गा नाहीं । वेंचु जया ।।३०६ ।।

जसा अग्नीचा डोंगर कोणत्याही बीजाचा अंकुर घेत नाही. त्याप्रमाणे ज्यांच्या मनामध्ये कोणताच विकार उत्पन्न होत नाही. ती मंदार पर्वताची रवी क्षीरसागरातून काढल्यानंतर तो क्षीरसागर जसा शांत राहिला, त्याप्रमाणे ज्यांच्या अंत:करणात कामरूपी लाटेची उसळी उत्पन्न होत नाही. जसा षोडश कलांनी मुक्त चंद्र कोणत्याही अंगाने अपूर्ण दिसत नाही. त्याप्रमाणे कसलीही इच्छा उत्पन्न होणे हे न्यून ज्यांच्या ठिकाणी नसते त्या पुरुषांची गोष्ट निरूपम आहे. तेव्हा त्या पुरुषांचे मी किती वर्णन करू? ज्याप्रमाणे वायूच्या जोरापुढे रज:कणांचा टिकाव लागत नाही. त्याप्रमाणे ज्यांना विषयांचे नाव देखील आवडत नाही. याप्रमाणे आत्मज्ञान म्हणून प्रसिद्ध असलेल्या अग्नीने जे कोणी असे केलेले आहे ते त्या आत्मस्वरूपात जसे सोन्यात सोने मिळते त्याप्रमाणे मिळतात. परंतु तेथे म्हणजे कोणत्या ठिकाणी, असेदेखील काही तू विचारशील, तर ज्या ठिकाणाला नाश नाही, ते ठिकाण होय.

।। जय जय रामकृष्ण हरी ।।

नाना गेलिया अंतराळा । न येतीचि वन्हिज्वाळा ।
नाहीं तप्तलोहौनि जळा । निघणें जेवीं ।।३१९ ।।
तेवीं मजसीं एकवाट । जे जाले ज्ञानें चोखट ।
तयां पुनरावृत्तीची वाट । मोडिली गा ।।३२० ।।
चैतन्य चढे ना वोहटे । चेष्टवी ना चेष्टे ।
ऐसें आत्मज्ञानें चोखटें । जाणती ते ।।३९० ।।
आणि ज्ञानही आपैतें होईल । प्रज्ञा परमाणुही उगाणा देईल ।
सकळ शास्त्रांचें येईल । सर्वस्व हातां ।।३९१ ।।
परी ते व्युत्पत्ति ऐसी । जरी विरक्ती न रिगे मानसीं ।
तरी सर्वात्मका मजसीं । नव्हेचि भेटी ।।३९२ ।।
पैं तोंड भरो कां विचारा । आणि अंत:करणी विषयांसि थारा ।
तरी नातुडें धनुर्धरा । त्रिशुद्धीं मी ।।३९३ ।।

अर्जुना, आकाशात गेलेल्या अग्निच्या ज्वाला जशा परत येत नाहीत तापलेल्या लोखंडावर टाकलेले पाणी जसे परत येत नाही ज्याप्रमाणे नाहीसे होते त्याप्रमाणे शुद्ध ज्ञान झाल्यामुळे जे माझ्या स्वरूपी मिळाले. त्यांचा पुनर्जन्माचा मार्ग तोडला. चैतन्य वाढत नाही व कमीही होत नाही व ते कोणाला कर्म करावयास लावीत नाही अथवा स्वत: कर्म होत नाही. असे ते शुद्ध आत्मज्ञानाने जाणतात आणि ज्ञानही आपल्या स्वाधीन होईल. बुद्धी ही परमाणूंचा देखील हिशेब देईल व सर्व शास्त्रांचे सार हस्तगत होईल. परंतु जर वैराग्याने मनामध्ये प्रवेश केला नाही तर सर्वांच्या अंतर्यामी असणारा जो मी, त्या माझ्याशी अशा त्या विद्वत्तेने त्यांची भेट व्हावयाची नाही. अर्जुना कितीही विचारांनी तोंड भरलेले असेना का? परंतु जर अंत:करणामध्ये विषयांना आश्रय मिळत असेल तर मी निश्चयेकरून सापडणार नाही.

।। जय जय रामकृष्ण हरी ।।

जो एक मी कां समस्तीं । व्यापकु असें भूतजातीं ।
ऐेक तिये व्याप्ती । रूप करूं ।। ३९७ ।।
तरी सूर्यासकट आघवी । हे विश्वरचना जे दावी ।
ते दीप्ति माझी जाणावी । आद्यंतीं आहे ।।३९८ ।।
जळ शोषुनि गेलिया सविता । ओलांशु पुरवीतसे जे माघौता ।
ते चंद्रीं पंडुसुता । ज्योत्स्ना माझी ।।३९९ ।।
आणि दहनपचनसिद्धी । करीतसे जे निरवधी ।
ते हुताशीं तेजोवृद्धी । माझीचि गा ।।४०० ।।
मी रिगालों असें भूतळीं । म्हणौनि समुद्र महाजळीं ।
हे पांसूचि ढेंपुळी । विरेचिना ।।४०१ ।।
आणि भूतेंहि चराचरें । हे धरितसे जियें अपारें ।
तियें मीची धरीं धरे । रिगोनियां ।।४०२ ।।

अर्जुना मी एकच आहे, पण मी अवघ्या प्राणिमात्रांना व्यापून राहिलो आहे, तेव्हां माझी व्याप्ती कशी आहे हे तुला सांगतो. ज्या सूर्यामुळे विश्वरचना जो प्रकाश दाखवतो. तो प्रकाश माझा आहे व तो प्रकाश विश्वाच्या आधीन आहे असे समज. तो विश्वरचनेच्या आधी व नंतरही आहेच. अर्जुना, सूर्य पाणी शोषून गेल्यावर, जो प्रकाश पुन्हा पृथ्वीला जो ओलावा देतो तो आणणारी चंद्रप्रभा मीच आहे आणि सतत जाळण्याची व शिजविण्याची क्रिया शेवटास नेते. ते अग्नीचे ठायी अणणारी तेजशक्ती ती मीच आहे. मी पृथ्वीच्या खाली शिरून तिचा आधार झालो आहे म्हणून हे मातीचे मोठे ढेकूळ, रज:कणांची ढेप समुद्राच्या अपार पाण्यात असूनही विरघळून जात नाही. आणि ही पृथ्वी ज्या असंख्य स्थावरजंगम भूतांना धारण करते.

।। जय जय रामकृष्ण हरी ।।

गगनीं मी पंडुसुता । चंद्राचेनि मिसें अमृता ।
भरला जालों चालता । सरोवरु ।।४०३ ।।
तेथूनि फांकती रश्मिकर । ते पाट पेलूनि अपार ।
सर्वौषधींचे आगर । भरितु असें मी ।।४०४ ।।
ऐसेनि संस्यादिकां सकळां । करीं धान्यजाती सुकाळा ।
दे अन्नद्वारा जिव्हाळा । भूतजातां ।।४०५ ।।
आणि निपजविलें अन्न । तरी तैसें कैचें दीपन ।
जेणें जिरूनि समाधाना भोगिती जीव ।।४०६ ।।
म्हणौनि प्राणिजातांच्या घटीं । करूनि कंदावरी आगिठी ।
दीप्ति जठरीं किरीटी । मीचि जालों ।।४०७ ।।
आतां ऐसियाहीवरी काई । सांगों व्याप्तीची नवाई ।
येथ दुजें नाहींची घेई । सर्वत्र मी गा ।।४११ ।।

अर्जुना, मी आकाशात चंद्राच्या रूपाने अमृताचे जणू चालते बोलते सरोवरच झालो आहे. आणि तेथून चंद्रकिरणांनी सर्व वनस्पतींचे पोषण मीच करतो. अशा प्रकारे सर्व धान्यादिकांचे पोषण करून नाना धान्यांचा सुकाळ करून समृद्धी करून, अन्नाद्वारे प्राणिमात्रांचे पोषण व संगोपन मीच करतो. आणि अन्न शिजवून तयार केले असताना, ज्याच्या योगाने अन्न पचून जीव समाधान भोगतील अशी जठराग्नीची प्रखरता कोठून आणावयाची? जे धान्य मी उत्पन्न केले ते प्राणिमात्रांना पचावे म्हणून प्राणिमात्रांच्या नाभिकंदावर जणू आगटी तयार करून, अर्जुना पोटातील अग्नी मीच झालो. आता आणखी माझ्या व्याप्तीची अपूर्वता, अपेक्षा अधिक तुला काय सांगू, थोडक्यात सांगतो जगात दुसरे काही नाही, सर्वत्र मीच भरलेला आहे.

।। जय जय रामकृष्ण हरी ।।

तरी कैसेनि पां वेखें । सदा सुखियें एकें ।
एकें तियें बहुदु:खें । क्रांतें भूतें ।।४१२ ।।
पै आवघा मीचि असें । येथ नाहीं कीर अनारिसें ।
परी प्राणियांचिया उल्लासें । बुद्धी ऐसा ।।४१५ ।।
नाना बीजधर्मानुरूप । झाडीं उपजवी आप ।
तैसें परिणमलें स्वरूप । माझें जीवां ।।४१८ ।।
हें असो स्वातीचें उदक । शुक्तीं मोतीं व्याळीं विख ।
तैसा सज्ञानांसी मी सुख । दु:ख तों अज्ञानांसी ।।४२० ।।
पैं विश्व घेऊनि गेला मागेंसीं । तया चोरातें कवण कें गिंवसी ।
जे कोणी एकी दशा ऐसी । शुद्ध ते मी ।।४४१ ।।
ऐसे जडाजडव्याप्ती । रूप करितां कैवल्यपती ।
ठी केली निरूपहितीं । आपुलां रूपीं ।।४४२ ।।

असे जर आहे तर मग या जगात काही प्राणी सुखी दिसतात तर काही दु:खी दिसतात असे स्वरूप वैचित्र्य कोणत्या निमित्ताने निर्माण झाले? सर्वच मी आहे. यांत खरोखर अन्यथा नाही. परंतु प्राण्यांची अंत:करण रूप उपाधि जशी शुद्ध अथवा अशुद्ध असेल, त्याप्रमाणे मी तसा व्यक्त होतो. एकच पाणी निरनिराळ्या रसांच्या परिणामाला पावते. त्याप्रमाणे माझे एकच स्वरूप निरनिराळ्या जीवांच्या ठिकाणी त्यांच्या त्यांच्या बुद्धीप्रमाणे निरनिराळ्या परिणामाला पावले आहे. हे दृष्टान्त राहू दे. एकाच स्वाति नक्षत्राचे पाणी ते शिंपीमध्ये मोती होते व सर्पात विष होते. त्याप्रमाणे मी ज्ञानवानाला सुख आहे व अज्ञान्याला दु:ख आहे. मागासह जो विश्व घेऊन गेला, त्या चोराला कोण कोठे शोधील? अशी जी कोणी एक शुद्धावस्था आहे, तो मी आहे, याप्रमाणे मोक्षाच्या स्वामींनी चराचरातील आपल्या व्याप्तीचे वर्णन करता करता आपल्या निरुपाधिक रूपात त्या व्याख्यानाचे पर्यवसान होते.

।। जय जय रामकृष्ण हरी ।।

जो आपणपेंचि आपणया । प्रकाशीतसे धनंजया ।
काय बहु बोलों जया । नाही दुजें ।।५५६ ।।
तो गा मी निरुपाधिकु । क्षराक्षरोत्तमु एकु ।
म्हणोनि म्हणे वेद लोकु । पुरूषोत्तमु ।।५५७ ।।
परी हें असो ऐसिया । मज पुरूषोत्तमातें धनंजया ।
जाणें जो पाहलेया । ज्ञानमित्रें ।।५५८ ।।
चेइलिया आपुलें ज्ञान । जैसें नाहींचि होय स्वप्न ।
तैसें स्फुरतें जया त्रिभुवन । वावों जालें ।।५५९ ।।
लेणें सोनेंचि जो जाणें । तो लेणेपण तें वावो म्हणे ।
तेवीं मी जाणोनि जेणें । वाळिला भेदु ।।५६१ ।।
मग म्हणे सर्वत्र सच्चिदानंदु । मीचि एकु स्वत:सिद्धु ।
जो आपणेंनसीं भेदु । नेणोनि जाणें ।।५६२ ।।

हे धनंजया, जो आपणच स्वत:ला प्रकाशित करतो, ज्याचे ठायी दुसरे नाही ते माझे निरूपाधिक रूप असून क्षर व अक्षर यापलिकडचा मी आहे, म्हणून मला वेद आणि सर्व लोक पुरूषोत्तम असे म्हणतात. ज्याच्या अंत:करणात ज्ञानरूपी सूर्याचा उजेड झाला आहे तोच पुरुषोत्तमाला जाणतो. आपले ज्ञान जागे झाले असता जसे स्वप्न नाहीसे होते त्याप्रमाणे हे भासणारे त्रिभुवन; ज्याला आपल्या आत्मस्वरूपाच्या ज्ञानाच्या योगाने मिथ्या झाले आहे. दागिना हा सोनेच आहे, असे तो जाणतो, तो दागिन्याचा आकार जसे मिथ्याभास आहे असे म्हणतो. त्याप्रमाणे ज्याने मला जाणून भेद टाकला. मग तो आपणासह भेद न जाणता मला जाणतो व त्यामुळे मीच एक स्वत: सिद्ध सच्चिदानंद सर्वत्र आहे, असे म्हणतो.

।। जय जय रामकृष्ण हरी ।।

।।अध्याय सोळावा ।।

मावळवीत विश्वाभासु । नवल उदयला चंडांशु ।
अद्वयाब्जिनीविकाशु । वंदूं आतां ।।१ ।।

जो अविद्ये राती रुसोनियां । गिळी ज्ञानाज्ञानचांदणिया ।
जो सुदिनु करी ज्ञानियां । स्वबोधाचा ।।२ ।।

जेणें विवळतिये सवळे । लाहोनी आत्मज्ञानाचे डोळे ।
सांडिती देहाहंतेचीं अविसाळें । जीवपक्षी ।।३ ।।

लिंगदेहकमळाचां । पोटीं वेंचतया चिद्भ्रमराचा ।
बंदीमोक्षु जयाचा । उदैला होय ।।४ ।।

जयाचेनि विवेककिरणसंगे । उन्मेखसूर्यकांत फुणगे ।
दीपले जाळिती दांगें । संसाराचीं ।।८ ।।

न दिसणें दिसणेंनसीं मावळवी । दोहीं झांकिलें तें सैंघ पालवी ।
काय बहु बोलों ते आघवी । उखाचि आनी ।।१५ ।।

प्रथेप्रमाणे याही अध्यायाच्या आरंभी श्री ज्ञानेश्वर महाराज गुरूस्तवन करतात –
गुरूला साक्षात् सूर्यच समजून ते म्हणतात, जगाचा भास नाहीसा करणारा, अद्वैताच्या
कमळाला फुलविणारा असा नवलपूर्ण सूर्योदय झाला आहे. या सूर्योदयामुळे अज्ञानरूपी
रात्र नष्ट होते. ज्ञान व अज्ञानरूपी चांदण्या नाहीशा करतो व ज्ञानीजनांना तो आत्मबोधाचा
सुदिन दाखवतो. ज्या सूर्योदयामुळे आत्मज्ञानाचा प्रकाश सर्वत्र पसरतो आणि जीवरूप
पक्षी देहाभिमानाची घरटी सोडतात. वासनेच्या कमळात जीवचैतन्याचा भ्रमर अडकलेला
असतो तो या सूर्योदयानंतर मुक्त होऊन, बाहेर पडतो. या सूर्याच्या विवेकरूपी किरणांनी
ज्ञानरूपी सूर्यकान्त प्रदीप्त होतो आणि संसाररूपी वने जाळून टाकतो. ज्ञान आणि अज्ञान
दोन्ही नाहीसे करून आत्मज्ञानाचा प्रकाश पसरवून हा सूर्य प्रभातकालाप्रमाणे आनंद देतो.
मात्र त्या आनंदाचे रूप काही आगळेच असते.

।। जय जय रामकृष्ण हरी ।।

जेथ एक एकातें पोखी । ऐसें बहुत पदार्थ एकीं ।
संपादिजती ते लोकीं । संपत्ति म्हणिजे ।।६६ ।।
ते दैवी सुख संभवी । तेथ दैवां गुणें येकोपजीवी ।
जाली म्हणौनि दैवी । संपत्ति हे ।।६७ ।।
आतां तयाचि दैवगुणां- । माजीं धुरेचा बैसणा ।
बैसे तया आकर्णा । अभय ऐसें ।।६८ ।।
तरी न घालूनि महापुरीं । न घेपे बुडणयाची शियारी ।
कां रोगु न गणिजे घरीं । पथ्याचिया ।।६९ ।।
तैसा कर्माकर्माचिया मोहरा । उठूं नेदूनि अहंकारा ।
संसाराचा दरारा । सांडणें येणें ।।७० ।।
अथवा ऐक्यभावाचेनि पैसें । दुजे मानूनि आत्मा ऐसें ।
भयवार्ता देशें । दवडणें जे ।।७१ ।।

ज्या ठिकाणी एक दुसऱ्याला सहाय्य करणारे, परस्पर पोषक असे पुष्कळ पदार्थ एके ठिकाणी मिळविले जातात. त्यालाच लोक संपत्ती असे म्हणतात. अशा प्रकारे दैवयोगाने एकत्रित आलेल्या सर्वांना सुखदायी होणारी जी संपत्ती तिलाच दैवी संपत्ति असे म्हणतात. आता या दैवी गुणांमध्ये ज्याला नेतेपद प्राप्त होते त्याला अभय असे म्हणतात. जो महापुरात उडी घेत नाही त्याला बुडण्याचे भय नसते किंवा जो पथ्यपाणी नीट करतो त्याला रोगाचे भय नसते. त्याप्रमाणे कोणतेही कर्म करताना जे आपल्या मनात अहंकार उत्पन्न होऊ देत नाहीत त्यांना संसाराची भीती कशी वाटणार? आणि अद्वैतभावनेच्या विस्ताराने जो सर्व जग आत्मस्वरूप मानतो त्याला भयाची वार्ता ऐकूही येत नाही. अरे ज्याला अभय म्हणतात त्याची ही लक्षणे आहेत.

।। जय जय रामकृष्ण हरी ।।

आतां सत्त्वशुद्धी जे म्हणिजे । ते ऐसां चिन्हीं जाणिजे ।
तरी जळे ना विझे । राखोंडी जैसी ।।७४ ।।
आतां आत्मलाभाविखीं । ज्ञानयोगामाजीं एकीं ।
जे आपुलिया ठाकी । हांवें भरे ।।८१ ।।
आतां देहवाचाचित्तें । यथासंपन्नें वित्तें ।
वैरी जालियाही आर्तातें । न वंचणें जें कां ।।८५ ।।
तैसें अधिकारपर्यालोचें । हें यज्ञ करणें सर्वांचें ।
परी विष फळाशेचें । न घापे माजीं ।।९७ ।।
अर्जुना एवं संज्ञु । सर्वत्र जाण यज्ञु ।
कैवल्यमार्गींचा अभिज्ञु । सांगाती हा ।।९९ ।।
तैसा स्वरूपाचिया प्रसरा- । लागीं प्राणेंद्रियशरीरां ।
आटणी करणें जें वीरा । तेंचि तप ।।१०८ ।।

आता जिला शुद्ध बुद्धी असे म्हणतात ती राखोंडी सारखी म्हणजे जी जळतही नाही आणि विझतही नाही. त्याप्रमाणे शुद्ध बुद्धीजवळ संकल्प आणि विकल्प नसतात. आता आत्मज्ञानासाठी ज्ञान किंवा योग अष्टांग या दोहोपैकी ज्यावर आपली बुद्धी स्थिर होईल त्या ठिकाणी चित्तवृत्ती स्थिर ठेवावी. कायावाचामने करून यथाशक्ती दान करावे. आपला वैरी जरी संकटात अडकलेला असेल तर त्यालाही विन्मुख पाठवू नये हेच खरे दान. अधिकारपरत्वे प्रत्येकाने विचारपूर्वक यज्ञ करावे पण त्यात फलाशेचे विष मिसळू नये. अर्जुना, यालाच शास्त्रपूर्वक केलेला यज्ञ म्हणतात. हा मोक्षमार्ग जाणणारा मित्रच असतो. त्याचप्रमाणे अर्जुना, ब्रह्मप्राप्तीसाठी प्राण, इंद्रिये आणि शरीर यांना झिजवणे याला तप असे म्हणतात.

।। जय जय रामकृष्ण हरी ।।

आणि जगाचिया सुखोद्देशें । शरीर वाचा मानसें ।
राहाटणें तें अहिंसे । रूप जाण ।।११४ ।।
तेवीं बुद्धिमंतीं देहीं । अहंता सांडूनि पाहीं ।
सांडिजे अशेषही । संसारजात ।।१३४ ।।
पैं उत्तमाचियासाठीं । नीच मानिजे किरीटी ।
हें वांचोनि दिठी । दोषुन घेपे ।।१५२ ।।
अपैशून्याचें लक्षण । अर्जुना हें फुडें जाण ।
मोक्षमार्गींचे सुखासन । मुमुक्षूं हें ।।१५३ ।।
पैं पायीं कांटा नेहटे । तंव व्यथा जीवीं उमटे ।
तैसा पोळे संकटें । पुढिलांचेनि ।।१५९ ।।
तो पुरुष वीरराया । मूर्तिमंत जाण दया ।
मी उदयजतांचि तया । ऋणिया लाभें ।।१६२ ।।

कायावाचामनें करून जगाला सुख व्हावे असेच ज्याचे वर्तन असते तेच अहिंसेचे खरे लक्षण समज. जे खरे ज्ञानी आहेत ते देहाविषयीची अहंता सोडून सर्व संसाराचा त्याग करतात त्यालाच त्याग असे म्हणतात. जो मनुष्य उत्तम माणसाच्या मानाने दुसऱ्याला कमी किंवा कनिष्ठ समजत नाही, आपल्या नजरेने कोणाचे दोष न्याहाळू नये. तेच अपैशुन्याचे खरे लक्षण आणि मोक्ष मार्गाचे सुखाचे हेच साधन होय. अपैशुन्यत्व म्हणजे दुसऱ्याचे दोष न पाहणे. आपल्या पायात काटा टोचला असताना आपला जीव जसा कळवळतो त्याप्रमाणे दुसऱ्यावर आलेले संकट पाहून जो व्याकुळ होतो, कळवळतो, दु:खी होतो असा माणूस म्हणजे केवळ दयेची मूर्ती होय. वीरोत्तमा, अर्जुना, मी अशा पुरुषाचा जन्मत:च ऋणी आहे. असे सांगून भगवान् श्रीकृष्णांनी दयामूर्तीचे अपार कौतुक केले.

।। जय जय रामकृष्ण हरी ।।

आतां सूर्यासि जीवें । अनुसरलिया राजीवें ।
परी तें तो न शिवे । सौरभ्य जैसें ।।१६३ ।।
कां वसंताचिया वाहाणी । आलिया वनश्रीच्या अक्षौहिणी ।
ते न करीतुचि घेणी । निगाला तो ।।१६४ ।।
बहुवें काय कौतुकीं । जीव नोहे विषयाभिलाखी ।
अलोलुप्त्वदशा ठाउकी । जाण ते हे ।।१६७ ।।
कीं मावळलिया दिनकरु । सरे किरणांचा पसरु ।
तैसा मनोजयें प्रचारु । बुद्धींद्रियांचा ।।१८४ ।।
एवं मनपवननियमें । होतीं दाहीं इंद्रियें अक्षमें ।
तें अचापल्य वर्मे । येणें होय ।।१८५ ।।
आतां ईश्वरप्राप्तीलागीं । प्रवर्ततां ज्ञानयोगीं ।
धिंवसेयाची आंगीं । उणीव नोहे ।।१९५ ।।

सूर्यकमळाचे जीवेभावे नाते सूर्याशी असते मात्र सूर्य त्या कमळाच्या सुगंधाचा उपभोग घेत नाही किंवा वसंत ऋतूत सर्व सृष्टी टवटवीत होते, वृक्षलता बहरतात, पण त्यापैकी एकाचाही उपभोग न घेता वसंत ऋतू निघून जातो, त्याप्रमाणे कौतुकानेसुद्धा विषयाची इच्छा होत नाही अशा दशेला अलोलुप्त्व म्हणतात. अलोलुप्त्व म्हणजे कोणत्याही विषयाला इंद्रियांना वश होऊ न देणे. सूर्य मावळल्यावर सूर्य प्रकाश संपतो त्याप्रमाणे मनावर विजय मिळवल्यावर ज्ञानेंद्रियांची बुद्धी, धारणा, चालना कुंठित होते. त्याप्रमाणे मन व प्राण यांच्यावर विजय मिळवला असता दहाही इंद्रिये पंगु होतात. याला अचापल्य असे म्हणतात. अचापल्य म्हणजे स्थिरता, स्थैर्य, एवंच, ईश्वरप्राप्तीसाठी ज्ञानमार्गाचा व योगमार्गाचा मनापासून अवलंबन केले म्हणजे त्याला कसलीच आणि कोणतीच उणीव पडत नाही.

।। जय जय रामकृष्ण हरी ।।

धर्मादिकां चौंहीआंतु । पुरुषार्थाची तैंचि मातु ।
करावी जैं संघातु । सांडील हा ।।४३३ ।।
हे तिन्ही जीवीं जंव जागती । तंववरी निकियाची प्राप्ती ।
हे माझे कान नाइकती । देवोही म्हणे ।।४३४ ।।
जया आपणपें पढिये । आत्मनाशा जो बिहे ।
तेणें न धरावी हे सोये । सावधा होइजे ।।४३५ ।।
त्रिदोषीं सांडिलें शरीर । त्रिकुटीं फिटलिया नगर ।।
त्रिदाह निमालिया अंतर । जैसें होय ।।४३९ ।।
तैसा कामादिकीं तिघीं । सांडिला सुख पावोनि जगीं ।
संगु लाहे मोक्षमार्गीं । सज्जनांचा ।।४४० ।।
मग सत्संगे प्रबळें । सच्छास्त्राचेनि बळें ।
जन्ममृत्यूची निमाळें । निस्तरें रानें ।।४४१ ।।

जेव्हा काम, क्रोध व लोभ सुटतील. तेव्हाच धर्म, अर्थ, काम, मोक्ष, यापैकी एक पुरुषार्थ आपलासा करावा. काम, क्रोध, लोभ हे तिन्ही जोपर्यंत अन्तर्यामी आहेत तो पर्यंत एखाद्याचे कल्याण होईल असे म्हणणे माझे कान ऐकत नाहीत असे भगवान् श्रीकृष्ण म्हणतात. ज्याला आपले कल्याण व्हावे, नाश होऊ नये असे वाटते त्याने सावध व्हावे व तिघांची संगत टाळावी. कफ, वात, पित्त हे त्रिदोष जोपर्यंत शरीरात उत्पन्न झाले नाहीत किंवा चोरी, चहाडी व शिंदळकी यापासून जोपर्यंत एखादे शहर अलिप्त आहे आणि जोपर्यंत अध्यात्मिक, आधिदैविक आणि अधिभौतिक या त्रिविध तापांपासून अंत:करण मुक्त आहे तोपर्यंत जसे सुख प्राप्त होते, त्याप्रमाणे काम, क्रोध, लोभ सोडणाराच जगात सुखी होतो आणि सज्जनांच्या संगतीने त्यांना मोक्ष मिळतो. मग तो या सत्संगाने जन्ममरणाच्या चक्रातून सुटतो.

।। जय जय रामकृष्ण हरी ।।

।। अध्याय सतरावा ।।

विश्वविकसित मुद्रा । जया सोडी तुझी योगनिद्रा ।
तया नमोजी जीवगणेंद्रा । सद्गुरु तुज ।।१ ।।
त्रिगुणत्रिपुरीं वेढिला । जीवत्वदुर्गीं आडिला ।
तो आत्मा शंभूनें सोडविला । तुझिया स्मृती ।।२ ।।
म्हणौनि शिवेंसीं कांटाळा । गुरुत्वें तूंचि आगळा ।
तऱ्ही हळु मायाजळा- । माजीं तारूनि ।।३ ।।
जे तुझ्याविखीं मूढ । तयालागीं तूं वक्रतुंड ।
ज्ञानियांसि तरी अखंड । उजूचि आहासि ।।४ ।।
दैविकी दिठी पाहतां सानी । तऱ्ही मीलनोन्मीलनीं ।
उत्पत्तिप्रळयो दोन्ही । लीलाचि करिसी ।।५ ।।
तैसा तुझिया प्रणिती । मी पूर्ण जाहलों श्रीनिवृत्ति ।
आतां आणीन व्यक्ती । गीतार्थु तो ।।२० ।।

अहो श्री गुरूराज, तुमची योगमाया जगद्रूपी प्रफुल्लित अशा मुद्रेला विकसित करते त्या तुम्हा गणपतीस माझा नमस्कार असो. सत्त्व, रज, तम या त्रिगुणरूपी तीन शहरांनी वेढलेला व जीवरूपी दुर्गात अडकलेला जो आत्मा तो भगवान् शंकरांनी तुमच्या स्मरणाने मुक्त केला. म्हणून श्रीशंकराबरोबर तुमची तुलना केली असताही तुमची योग्यता अधिक आहे. तुमचे पारडे जड आहे पण भवसमुद्रातून भाविकांना तारून नेणाऱ्या नावेप्रमाणे हलके आहात. जे तुमच्या विषयी अजाण आहेत त्यांना तुम्ही वक्रतुंड, वाकड्या सोंडेचे दिसता पण जे तुमचे स्वरूप जाणणारे तुमचे भक्त आहेत त्यांना तुम्ही नित्य व सरळ सोंडेचेच आहात. देवाचे डोळे लहान दिसतात पण त्याच्या उघडझापीने ते जगाची उत्पत्ती वा नाश सहज करू शकतात. या प्रमाणे गुरुराया निवृत्तीराया तुम्हाला नमस्कार करून मी कृतकृत्य झालो.

।। जय जय रामकृष्ण हरी ।।

जें शास्त्रेंवांचूनि आणिकें । प्राणिया स्वमोक्षु न देखे ।
ऐसे कां कैंपखें । बोलिलासी ।।३५।।

तरी न मिळेचि तो देशु । नव्हेचि काळा अवकाशु ।
जो करवी शास्त्राभ्यासु । तोही दुरी ।।३६।।

आणि अभ्यासीं विराजिया । होती जिया सामुग्रिया ।
त्याही नाहीं आपैतिया । तिये वेळीं ।।३७।।

उजू नोहेचि प्राचीन । नेदिचि प्रज्ञा संवाहन ।
ऐसें ठेलें आपादन । शास्त्राचें जया ।।३८।।

किंबहुना शास्त्रविखीं । एकही न लाहातीचि नखी ।
म्हणौनि उखिविखी । सांडिली जिहीं ।।३९।।

परी निर्धारूनि शास्त्रें । अर्थानुष्ठानें पवित्रें ।
नांदतात परत्रें । साचारें जें ।।४०।।

'हे तमालश्यामा–' अर्जुनाने भगवान् श्रीकृष्णांना विचारले, प्राणिमात्रांना शास्त्रज्ञानांवाचून मोक्षप्राप्ती होत नाही असे आपण एका बाजूने बोललात, त्याचा हेतू काय ? शास्त्राभ्यासाची देशात सुविधा आहे पण तीही ज्याला प्राप्त होत नाही, तसेच अभ्यासाला लागणाऱ्या आयुष्याचीही अनुकूलता नाही व ज्या गुरूपासून शास्त्र शिकावयाचे तोही दूर आहे आणि अभ्यासाला आवश्यक असणारी साधने, सामुग्री त्याच्याजवळ नाही त्याचप्रमाणे पूर्वकर्म प्रतिकूल असल्यामुळे बुद्धीचेही सहाय्य नाही अशामुळे ज्याचा शास्त्राभ्यास कुंठित झाला आहे, शास्त्राभ्यासाची एकवाक्यता करणे शक्य नसल्याने त्यात वादचर्चा सोडून दिली आहे. पण शास्त्राभ्यास करून यथाविधी अनुष्ठान करून जे परलोकी आनंदात राहतात त्यांच्याप्रमाणे आपण व्हावे अशी मनात इच्छा धरतात–

।। जय जय रामकृष्ण हरी ।।

धड्याचिया आखरां । तळीं बाळ लिहे दातारा ।
कां पुढांसूनि पडिकरा । अक्षमु चाले ।।४२ ।।
तैसें सर्वशास्त्रनिपुण । तयाचें जें आचरण ।
तेंचि करिती प्रमाण । आपलिये श्रद्धे ।।४३ ।।
मग शिवादिकें पूजनें । भूम्यादिकें महादानें ।
अग्निहोत्रादि यजनें । करिती जे श्रद्धा ।।४४ ।।
तयां सत्त्वरजतमां– । माजीं कोण पुरुषोत्तमा ।
गति होय ते आम्हां । सांगिजो जी ।।४५ ।।
तंव वैकुंठपीठींचे लिंग । जो निगमपद्माचा पराग ।
जिये जयाचेनि हें जग । अंगच्छाया ।।४६ ।।
इयें श्लाघिजती जेणें बिकें । तें जयाचें आंगीं असिकें ।
तो श्रीकृष्ण स्वमुखें । बोलतु असे ।।४८ ।।

प्रभो, अर्जुन पुढे विचारतो, ज्याप्रमाणे फळ्यावर काढून दिलेल्या अक्षराप्रमाणे लहान मूल खाली तशीच अक्षरे काढते किंवा डोळस माणसाच्या आधाराने आंधळा वाट चालतो त्याप्रमाणे जे सर्वशास्त्र पारंगत आहेत त्यांचे आचरण प्रमाण मानून त्यावर श्रद्धा ठेवतात आणि शंकर आदी देवतांची पूजाअर्चा करून, भूमिदानासारखी महादाने देतात, अग्निहोत्रादी यज्ञकर्मे श्रद्धेने करतात, पुरुषोत्तमा, सत्त्व, रज, तम यापैकी कोणत्या गतीला ते पोहोचतात हे आम्हाला सांगा. तेव्हा वैकुंठपीठाचे आधिदैवत, वेदरूपी कमलातील पराग, ज्यांच्यामुळे हे जग चालते आणि हे सर्व गुण ज्या शक्तिसामर्थ्यामुळे वर्णनीय होतात ते भगवान् श्रीकृष्ण अर्जुनाला स्वमुखाने उत्तर सांगत आहेत.

।। जय जय रामकृष्ण हरी ।।

नुसाधियाची श्रद्धा । झोंबों पाहसी परमपदा ।
तरी तैसें हे प्रबुद्धा । सोहोपें नोहे ।।५० ।।
बीज मोडे झाड होये । झाड मोडे बीजीं सामाये ।
ऐसेनि कल्पकोडी जाये । परी जाति न नशे ।।५९ ।।
तियापरी यियें अपारें । होतां जातां जन्मांतरें ।
परी त्रिगुणत्त्व न व्यभिचरें । प्राणियांचें ।।६० ।।
जैसें जीवनचि उदक । परी विषीं होय मारक ।
कां मिरयामाजीं तीख । ऊंसीं गोड ।।६८ ।।
तैसा बहुवसें तमें । जो सदाचि होय निमे ।
तेथ श्रद्धा परिणमे । तेंचि होऊनि ।।६९ ।।
तैसीच राजसीं जीवीं । रजोमय जाणावी ।
सात्त्विकीं आघवीं । सत्त्वाचीच ।।७१ ।।

अर्जुना, तू नुसत्या श्रद्धेनेच मोक्षप्राप्ती व्हावी असे म्हणत आहेस पण प्रबुद्धा ते तितकेसे सोपे नाही. बीज नष्ट होते पण झाड वाढते, पुन्हा झाड नाहीसे होऊन बीजात शिल्लक उरते याप्रमाणे युगेच्या युगे गेली तरी मूळ झाडाची जात काही नाहीशी होत नाही. त्याप्रमाणे जिवांची कितीही जन्मांतरे झाली तरी त्यांच्यातील सत्त्व, रज, तम या गुणात बदल होत नाही. पाणी हे सर्वांचे जीवन पण ते बचनागाला दिले तर त्याचे विष होते, मिरचीला दिले तर तिखट होते आणि ऊसाला दिले तर गोड होते. त्याप्रमाणे तमोगुणांच्या सहवासात असल्याने जो जन्म घेतो व मृत्यू पावतो त्याच्या ठिकाणी श्रद्धा ही तमोगुणाच्याच अनुरोधाने परिणाम पावते. त्याचप्रमाणे राजस प्राण्यांच्या ठिकाणी येणारी श्रद्धा रजोगुणमय आणि सात्त्विकांच्या ठिकाणी येणारी श्रद्धा सत्त्वगुणी असते. याप्रमाणे सर्व जग खरोखरच श्रद्धेचेच ओतलेले आहे.

।। जय जय रामकृष्ण हरी ।।

तरी सात्त्विक श्रद्धा । जयांचा होय बांधा ।
तयां बहुतकरूनि मेधा । स्वर्गी आथी ।।७६ ।।
ते विद्याजात पढती । यज्ञक्रिये निवडती ।
किंबहुना पडती । देवलोकीं ।।७७ ।।
आणि श्रद्धा राजसा । घडले जे वीरेशा ।
ते भजती राक्षसां । खेचरां हन ।।७८ ।।
श्रद्धा जे कां तामसी । ते मी सांगेन तुजपाशीं ।
जे कां केवळ पापराशी । अतिकर्कशी निर्दयत्वें ।।७९ ।।
जे हे सात्त्विक श्रद्धा । जतन करावी प्रबुद्धा ।
येरी दोनी विरुद्धा । सांडाविया ।।८३ ।।
हे सात्त्विक मति जया । निर्वाहती होय धनंजया ।
बागूल नोहे तया । कैवल्य तें ।।८४ ।।

ज्यांचे तनमन सात्त्विक श्रद्धेचे बनलेले आहे, त्यांची बुद्धी स्वर्गप्राप्तीचाच विचार करते. ते अनेक विद्या आत्मसात करतात; यज्ञासंबंधी चर्चा करतात आणि शेवटी देवलोकी पोहोचतात. वीरा, ज्यांचे अंत:करण रजोगुणात्मक श्रद्धेचे आहे ते राक्षस व पिशाच्च यांच्या भजनी लागतात. ज्याचे अंत:करण तमोगुणात्मक आहे त्यांच्याविषयी मी तुला सांगतो की ते केवळ पापांची राशी असून कठोर व निर्दय असतात. या तिन्हीपैकी जी सात्त्विक श्रद्धा तिचा स्वीकार करावा आणि राजस वा तामस श्रद्धांचा त्याग करावा. धनंजया, या सात्त्विक बुद्धीचा जे स्वीकार करतात तिचे अनुकरण करतात त्यांना मोक्षप्राप्तीच कठीण वाटत नाही.

।। जय जय रामकृष्ण हरी ।।

तरी धरावा तैसा संगु । जेणें पोखे सात्त्विक लागु ।
सत्त्ववृद्धीचा भागु । आहारु घेपे ।।१११।।
नातरी अमृत जयापरी । घेतलिया मरण वारी ।
कां आपुलियांऐसें करी । जैसे विष ।।११५।।
तेवीं जैसा घेपे आहारु । धातु तैसाचि होय आकारु ।
आणि धातुऐसा अंतरु । भावो पोखे ।।११६।।
जैसें भांडियाचेनी तापें । आंतुले उदकही तापे ।
तैसी धातुवशें आटोपे । चित्तवृत्ती ।।११७।।
म्हणोनि सात्त्विकु रसु सेविजे । तैं सत्त्वाची वाढी पाविजे ।
राजसा तामसा होईजे । येरीं रसीं ।।११८।।
तरी सात्त्विकु कोण आहारु । राजसा तामसा कायी आकारु ।
हें सांगों करीं आदरु । आकर्णनीं ।।११९।।

बाकी अर्जुना असे बघ, एखाद्याचा स्वभाव हा त्याच्या आहारावरून ठरत असतो. प्रत्येकाने सात्त्विक श्रद्धा वाढेल अशाचीच संगत धरावी आणि ज्या अन्नाच्या सेवनाने सात्त्विक बुद्धी वाढेल असाच आहार घ्यावा. कारण जे आणि जसे अन्न खावे तसा धातु शरीरात उत्पन्न होतो आणि त्याप्रमाणे अन्तर्भाव निर्माण होतो. अमृताचे प्राशन केले असता मृत्यू टाळला जातो किंवा विषाचे सेवन केल्याने मृत्यू अटळ असतो. पाण्याचे भांडे विस्तवावर ठेवल्यावर ते तापते आणि भांडे तापल्यावर आतील पाणीही तापते, त्याप्रमाणे अन्नाच्या अनुरोधाने चित्तवृत्तींवर परिणाम होत असतो. सात्त्विक अन्न सेवन केले असताना सात्त्विक भाव मनोमनी निर्माण होतो. राजस व तामस या भावांची उत्पत्ती त्यांच्या अन्नरसापासूनच होते. आता मी तुला सात्त्विक, राजस व तामस यांचे आहार कोणते ते सांगतो.

।। जय जय रामकृष्ण हरी ।।

तरी सत्त्वगुणाकडे । जैं दैवें भोक्ता पडे ।
तैं मधुरीं रसीं वाढे । मेचु तया ।।१२५ ।।
आंगेंचि द्रव्यें सुरसें । जें आंगेंचि पदार्थ गोडसे ।
आंगेचि स्नेहें बहुवसें । सुपक्के जियें ।।१२६ ।।
आकारें नव्हती डगळें । स्पर्शें अति मवाळें ।
जिभेलागीं स्नेहाळें । स्वादें जियें ।।१२७ ।।
रसें गाढीं वरी ढिलीं । द्रव्यभावे आथिलीं ।
ठायेंठावो सांडिलीं । अग्नितापें ।।१२८ ।।
आंगें सानें परिणामें थोरु । जैसें गुरुमुखींचें अक्षरु ।
तैशी अल्पीं जिहीं अपारु । तृप्ति राहे ।।१२९ ।।
आणि मुखीं जैसीं गोडें । तैसीचिहि ते आंतुलेहीकडे ।
तिये अन्नीं प्रीति वाढे । सात्त्विकांसी ।।१३० ।।

जेव्हा सुदैवाने जीव सत्त्वगुणांचा होतो तेव्हा त्याला मधुर रसाची आवड जास्त भावते. त्याचा कल मधुर रसाकडे असतो. जे पदार्थ उत्तम रसाने भरलेले, गोड, स्निग्ध आणि पक्के शिजलेले असतात, अर्धेकच्चे नसतात, जे पदार्थ आकाराने मोठे नसून हाताला मऊ लागतात, जिभेवर ठेवताक्षणी विरघळतात आणि अतिशय रुचकर असतात, ते रसयुक्त असून पाणीदार व उष्णप्रवृत्तीपासून दूर असतात. श्रीगुरूदेवांच्या वचनातील शब्द किंवा अक्षरे कमी असली तरी त्यांचा परिणाम मोठा असतो, तसे हे अन्नपदार्थ थोडे खाल्ले तरी त्यापासून मिळणारी तृप्ती मोठी असते. जे अन्न खाताना गोड लागते व अंत:स्थ परिणामही गोड असतो. अर्जुना, या अन्नाच्या ठिकाणी सत्त्वगुणी जनांची प्रीती वाढते.

।। जय जय रामकृष्ण हरी ।।

एवंगुणलक्षण । सात्त्विक भोज्य जाण ।
आयुष्याचें त्राण । नीच नवें हें ।।१३१।।
येणें सात्त्विक रसें । जंव देहीं मेहो वरिषे ।
तव आयुष्यनदी उससे । देहाचि दिहा ।।१३२।।
सत्त्वाचिये कीर पाळती । कारण हाचि सुमती ।
दिवसाचिये उन्नती । भानु जैसा ।।१३३।।
आणि शरीरा हन मानसा । बळाचा पैं कुवासा ।
हा आहारु तरी दशा । कैंची रोगां ।।१३४।।
हा सात्त्विकु होय भोग्यु । तैं भोगावया आरोग्यु ।
शरीरासी भाग्यु । उदयलें जाणों ।।१३५।।
ऐसा सात्त्विकु आहारु । परिणमला थोरु ।
करी हा उपकारु । सबाह्यासी ।।१३७।।

सात्त्विक अन्न अशा गुणलक्षणांनी युक्त असते त्या पदार्थांचे सेवनामुळे आयुष्यचे रक्षण होते. अशा सात्त्विक रसयुक्त मेघाची जो जो शरीरावर वृष्टी होते तो तो आयुष्यरूपी नदीस दिवसानुदिवस वाढत जाते. बुद्धिमान अर्जुना, दिवस वर येण्यास ज्याप्रमाणे सूर्य कारणीभूत असतो त्याप्रमाणे सत्त्वगुण वाढण्यास किंवा सात्त्विक राहण्यास हाच आहार योग्य आहे. शरीराचे आणि मनाचे बळ वाढण्यास हाच आहार कारण ठरतो. मग असा आहार केल्यावर आत शिरायला रोगाला कोठून वाट मिळणार? म्हणून सात्त्विक अन्नाचे सेवन केले तर निरामय, आरोग्यपूर्ण जीवनाचा लाभ होतो. याप्रमाणे सात्त्विक अन्नामुळे शरीराचे सर्व व्यापार सुखाचे होतात. आनंदाशी मैत्री होते. येणेप्रमाणे सात्त्विक आहाराचा परिणाम थोर असून तो शरीराला अन्तर्बाह्य सुखकर होतो.

।। जय जय रामकृष्ण हरी ।।

आतां राजसासि प्रीती । जिहीं रसीं आथी ।
करूं तयाही व्यक्ती । प्रसंगें गा ।।१३८ ।।
तरी मारें उणें काळकूट । तेणें मानें जें कडुवट ।
कां चुनियाहूनि दासट । आम्ल हन ।।१३९ ।।
कणिकीतें जैसें पाणी । तैसेंचि मीठ बांधया आणी ।
तेतुलीच मेळवणी । रसांतराची ।।१४० ।।
ऐसें खारट अपाडें । राजसा तया आवडे ।
उन्हाचेनि मिषे तोंडें । आगीचि गिळी ।।१४१ ।।
आधींच द्रव्यें चुरमुरीं । वरी परिवडिजती मोहरी ।
जियें घेतां होती धुवारी । नाकेंतोंडें ।।१४६ ।।
तैसें एकमेकां सळें । रोग उठती एके वेळे ।
ऐसा राजसु आहारु फळे । केवळ दु:खें ।।१५१ ।।

आता राजस गुणाच्या व्यक्तीची कोणत्या आणि कसल्या अन्नावर भक्ती आणि प्रीती असते हे तुला स्पष्टपणे सांगतो. जीवघेणे नव्हे पण विषासारखे कडू आणि चुन्याहूनही दाहक व आंबट, कणीक भिजवायला जेवढे पाणी लागते तितकेच मीठ मिसळलेले पदार्थ राजसाला आवडतात. रुचीला अतिशय खारट एवढेच नव्हे तर इतके गरम पदार्थ तो खातो की जणू तोंडाने आगच गिळतो आहे. आधीच तिखटजाळ झणझणीत मूळ पदार्थ त्यात त्या पदार्थांना मोहरी लावलेली मग नाकातोंडातून नुसते पाणी येत नाही तर झिणझिण्या येतात. बाबा रे, हे अन्न कसले तर आपल्या शरीरात निजलेल्या रोगांना जागे करणेच आहे. त्यामुळे शरीरात एकदम व्याधी उत्पन्न होतात. राजस अन्नाचे केवळ दु:ख हेच फळ आहे.

।। जय जय रामकृष्ण हरी ।।

आतां तया तामसा । आवडे आहारु जैसा ।
तेंही सांगों चिळसा । झणें तुम्ही ।।१५३ ।।
तरी कुहिजलें उष्टें खातां । न मनिजे तेणें अनहिता ।
जैसें का उपहिता । म्हैसी खाय ।।१५४ ।।
निपजलें अन्न तैसें । दुपाहरीं कां येरें दिवसें ।
अतिकरें तैं तामसें । घेईजे तें ।।१५५ ।।
नातरी अर्ध उकडिलें । का निपट करपोनि गेलें ।
तैसेंही खाय चुकलें । रसा जें येवों ।।१५६ ।।
तया अपेयांचां पानीं । अखाद्यांचां भोजनीं ।
वाढविजे उतान्ही । तामसें तेणें ।।१६३ ।।
एवं तामस जेवणारा । ऐसैसी मेचु हे वीरा ।
याचें फल दुसरां । क्षणीं नाहीं ।।१६४ ।।

आता तमोगुणी माणसाला कोणता आहार आवडतो हे तुला सांगतो, पण तुला त्याची किळस येईल. म्हैस जशी आंबोण खाते त्याप्रमाणे कुजलेले व उष्टे अन्न दुपारी किंवा दुसऱ्या दिवशी खाणे तामस मनुष्याला आवडते. तो आपल्या अहिताचा विचार करत नाही. अर्धे कच्चे, जळालेले, करपलेले, वाळलेले अन्न तो खातो. पण कधी कधी एवढ्यावर त्याचे भागत नाही. अपेयपान करण्याची व अभक्ष्य भक्षण करण्याची त्याची प्रवृत्ती होते. अशा प्रकारचे खाद्यपेय घेणाऱ्या तामसाला त्याचे फळ मिळतेच, कारण पोटात तो अन्न नव्हे यातनाच रिचवीत असतो.

।। जय जय रामकृष्ण हरी ।।

तैसें जे आपुलां स्वहितीं । वेंचुनियां चित्तवृत्ती ।
नुरवितीची अहंकृती । फळालागीं ।।१७३ ।।
तिहीं फळवांच्छात्यागीं । स्वधर्मावांचूनि विरागीं ।
कीजे तो यज्ञु सर्वांगीं । अळंकृतु ।।१७६ ।।
तियें कुंडें मंडप वेदी । आणीकही संभारसमृद्धी ।
ते मेळवणी जैसी विधी । आपण केली ।।१७९ ।।
काय वानूं बहुतीं बोली । जैसीं सर्वाभरणीं भरलीं ।
ते यज्ञविद्याचि रूपा आली । यजनमिषें ।।१८१ ।।
तैसा सांगोपांगु । निपजे जो यागु ।
नुठऊनियां लागु । महत्त्वाचा ।।१८२ ।।
किंबहुना फळाशेवीण । ऐसेया निगुती यज्ञ निर्माण ।
होय तो यागु जाण । सत्त्विकु गा ।।१८४ ।।

अर्जुना, आता सात्त्विक यज्ञाविषयी सांगतो, फलाशेची इच्छा न धरता कर्तव्य म्हणून निर्धाराने जो यज्ञ केला जातो तो सात्त्विक यज्ञ होय. हे यज्ञकर्म फलाशा न धरता अहंकार सोडून कायत्वाचा मनाने यज्ञ करतात. स्वधर्माशिवाय इतर गोष्टींविषयी ते विरक्त असतात. ते यज्ञाची तयारी – कुंडे, मंडप, वेदी वगैरे अशा रीतीने करतात की जणू वेदांनीच ही सिद्धता केली आहे असे वाटावे. त्या तयारीचे कसे वर्णन करू, ती पाहिली की वाटते मूर्तिमंत यज्ञविद्याच यज्ञाच्या निमित्ताने इथे आली आहे. अशा प्रकारे फलाची आशा न धरता जो यज्ञ सांगोपांग केला जातो. तो यज्ञ सात्त्विक यज्ञ होय.

।। जय जय रामकृष्ण हरी ।।

आतां यज्ञु कीर विरेशा । करी पैं याचिऐसा ।
परी श्राद्धालागी जैसा । अवंतिला रावो ।।१८५ ।।
जरी राजा घरासि ये । तरी बहुत उपेगा जाये ।
आणि कीर्तीही होये । श्राद्ध न ठके ।। १८६ ।।
ऐसी केवळ फळालागीं । महत्त्व फोकारावया जगीं ।
पार्था निष्पत्ति जे यागीं । राजस पैं ते ।।१८८ ।।
पशुपक्षिविवाहीं । जोशी कामापरौता नाहीं ।
तैसा तामसा यज्ञा पाहीं । आग्रहोचि मूळ ।।१८९ ।।
नाहीं विधीची तेथ चाड । नये मंत्रादिका तयाकड ।
अन्नजाता न सुये तोंड । मासिये जेवीं ।।१९२ ।।
ऐसा जले यज्ञाभासु । तया नाम यागु तामसु ।
आइकें म्हणे निवासु । श्रियेचा तो ।।१९५ ।।

रजोगुणी पुरुष जेंव्हा फळाच्या अपेक्षेने सत्त्वगुणी माणसाप्रमाणे जरी यज्ञ करतो तो म्हणजे श्राद्धतिथीला राजाला मेजवानीला बोलवावे तसा. म्हणजे राजा आपल्या घरी भोजनाला आल्यामुळे आपला लौकिक होईल, आपली कामे निघाली तर तीही होतील आणि श्राद्धही साजरे होईल, याप्रमाणे जगात केवळ किर्ती व्हावी, लौकिक वाढावा म्हणून फळाची आशा धरून जे यज्ञ होतात ते अर्जुना, राजसयज्ञ होत. तर पशुपक्षांच्या विवाहाला जसा भट किंवा जोशी लागत नाही तर केवळ आग्रहामुळेच जो यज्ञ केला जातो तो तामस यज्ञ होय. या यज्ञात विधीची चाड नसते, मंत्रांची वगैरे आवश्यकता नसते, थोडक्यात शास्त्रदृष्ट्या विधिनिषेध न पाळता स्वैरपणाने करतो. अशा वरकांती डौल केलेल्या यज्ञाला तामस यज्ञ म्हणतात असे भगवान् श्रीकृष्ण म्हणाले.

।। जय जय रामकृष्ण हरी ।।

तया प्रिय देवतालया । यात्रादिकें करावया ।
अष्टौ पाहार जैसें पायां । उळिग घापे ।।२०२ ।।
सकल तीर्थांचिये धुरे । जियें का मातापितरें ।
तयां सेवेसि कीर शरीरें । लोण कीजे ।।२०७ ।।
पार्था समस्तही हें करणें । देहाचेनि प्रधानपणें ।
म्हणौनि ययातें मी म्हणें । शारीर तप ।।२१४ ।।
तैसे न दुखवितां सेजे । जावळिया सुखा निपज ।
ऐसें साधुत्व कां देखिजे । बोलणां जिये ।।२१७ ।।
ऋग्वेदादि तिन्ही । प्रतिष्ठीजती वाग्भुवनीं ।
केली जैसी वदनीं । ब्रह्मशाळा ।।२२२ ।।
नातरी एकाधें नांव । तेंचि शैव कां वैष्णव ।
वाचे वसे तें वाग्भव । तप जाणावें ।।२२३ ।।

आपल्या आवडत्या, प्रिय, देवतांच्या मंदिरात जाऊन त्यांचे दर्शन करणें, यात्रा करणे यासाठी ज्याच्या पायांना दिवसभरात विसावा नसतो. सर्व तीर्थात श्रेष्ठ असे मातापिता यांची सेवा करण्यात जो आपले शरीरही ओवाळून टाकतो, देहामुळे, शरीरामुळे ज्या गोष्टी घडतात त्यांना शारीरिक तप असे म्हणतात. अर्जुना तीन तपांपैकी शरीर तप तुला वरीलप्रमाणे सांगितले, आता वाचिक तपाविषयी ऐक. जो वाचिक तप करतो तो दुसऱ्या माणसाशी बोलताना कदापिही त्याला दु:ख होईल असे बोलत नाही. ऋग्वेदादि सर्व वेदांची आपल्या वाचारूप मंदिरात जो प्राणप्रतिष्ठा करतो जणू काही मुखामध्ये वेदशाळाच स्थापन केली आहे. किंवा सतत शिव किंवा विष्णु यांचे नामस्मरण करतो, तो वाचिक तप करतो असे समजावे. अशा वागण्याला वाचिक तप म्हणतात.

।। जय जय रामकृष्ण हरी ।।

तरी सरोवर तरंगी । सांडिलें आकाश मेघीं ।
का चंदनाचें उरगीं । उद्यान जैसें ।।२२५ ।।
नाना कळावैषम्यें चंद्रु । कां सांडिला आधीं नरेंद्रु ।
नातरी क्षीरसमुद्रु । मंदराचळें ।।२२६ ।।
बुजाली वैराग्याची वोरप । जिराली मनाची धांप कांप ।
तेथ केवळ जाली वाफ । निजबोधाची ।।२३१ ।।
म्हणौनि विचारावया शास्त्र । राहाटवावे जें वक्त्र ।
तें वाचेचेंही सूत्र । हातीं न धरी ।।२३२ ।।
तेथ कें उठिती ते भाव । जिहीं इंद्रियामार्गीं धांव ।
घेऊनि ठाकावे गांव । विषयांचे ते ।।२३४ ।।
परी तें असो हें जाण । मानस तपाचें लक्षण ।
देवो म्हणे संपूर्ण । सांगितलें ।।२३७ ।।

लाटांशिवाय सरोवर, ढगांशिवाय निरभ्र आकाश, किंवा सापांनी सोडलेली चंदनाची बाग, मंदराचलाशिवाय समुद्र, चिंतारहित राजा, कलाकरहित चंद्र असावा त्याप्रमाणे मानसिक तप करणारा असतो. त्याची वैराग्याची इच्छा उणावलेली असते, मनाची धाव आणि भय कमी झालेले आहे, मन बोधस्वरूपी झाले असते, शास्त्राचा विचार करण्यासाठी मुखाला शीण न देता जो मौनव्रत आचरतो, अशा वेळी मनात इच्छा कोठून उत्पन्न होणार आणि मन विषयाकडे कसे धाव घेणार. अशा प्रकारच्या माणसाचे मनात संकल्पविकल्प नसतात, अर्जुना, आणखी काय काय सांगू? मनाला अशी जेव्हा योग्यता प्राप्त होते त्याला मानसतप म्हणतात. अर्जुना, तुला जी ही लक्षणे सांगितली ती मानसतपाची आहेत.

।। जय जय रामकृष्ण हरी ।।

जें पुरतिया सत्त्वशुद्धी । आचरिजे आस्तिक्यबुद्धी ।
तैं तयातेंचि गा प्रबुद्धीं । सात्त्विक म्हणिपे ।।२४१ ।।
नातरी तपस्थापनेलागीं । दुजेपण मांडूनि जगीं ।
महत्त्वाद्रीचां शृंगी । बैसावया ।।२४२ ।।
विश्वाचिया स्तोत्रा । आपण होआवया पात्रा ।
विश्वें आपलिया यात्रा । कराविया यावें ।।२४४ ।।
हें असो धनमानीं आस । वाढउनि तप कीजे सायास ।
तैं तेंचि तप राजस । बोलिजे गा ।।२४७ ।।
ऐसी नानापरी हे काया । घाय सूतां पैं धनंजया ।
तप कीजे नाशावया । पुढिलातें ।।२५९ ।।
किंबहुना हे वोखटी । घेऊनि क्लेशाची हातवटी ।
तप निफजे तें किरीटी । तामस होय ।।२६२ ।।

ज्या वेळी मन पूर्णपणे शुद्ध ठेवून श्रद्धेने तपाचरण केले की त्या तपाला सात्त्विक तप असे म्हणतात, तर जगातील सर्व मानसन्मान आपल्याला मिळावेत, जगात द्वैत स्थापन करून स्वत: मोठेपणाच्या शिखरावर आरूढ व्हावे, सर्वांनी आपली स्तुति करावी, त्या स्तुतीस आपण पात्र असावे आणि लोकांनी आपल्या दर्शनाला यावे, फार काय सांगू, मान आणि धन यांच्या इच्छेने, या दोन गोष्टी मिळाव्यात म्हणून जे जप केले जाते, त्यालाच राजस तप असे म्हणतात. काही काळ श्वासोश्वास बंद करून उपास करणे, स्वत:ला उफराटे टांगून घेऊन धूम्रपान करणे, अशा नाना तऱ्हेने स्वत:च्या शरीराला दु:ख देत. तेही दुसऱ्याचा नाश करण्याच्या हेतूने केलेले, जे वाईट व क्लेशयुक्त तप याला तामस तप म्हणतात.

।। जय जय रामकृष्ण हरी ।।

येथ गुणाचेनि बोलें । दानहि त्रिविध असे जालें ।
तेंचि आइक पहिलें । सात्त्विक ऐसें ।।२६५ ।।
तरी स्वधर्माआंतौतें । जें जें मिळे आपणयातें ।
तें तें दीजे बहुतें । सन्मानयोगें ।।२६६ ।।
तैसेनि निष्कामें जीवें । भूम्यादिक अर्पावे ।
किंबहुना हांवे । नेदावें उठों ।।२७७ ।।
आणि दान जया द्यावें । तयातें ऐसेया पाहावें ।
जया घेतलें नुमचवे । कायसेंनही ।।२७८ ।।
तैसें दिधलें दातयाचें । जो कोणेही आंगे नुमचे ।
अर्पिलया साम्य तयाचें । कीजे पैं गा ।।२८२ ।।
ऐसिया जें सामग्रिया । दान निफजे वीरराया ।
तें सात्त्विक दानवरिया । सर्वांही जाण ।।२८३ ।।

हे पहा अर्जुना, गुणांचा विचार करता दानचेही तीन प्रकार झाले आहेत. त्यात पहिला प्रकार म्हणजे सात्त्विक दान. आपण स्वकष्टाने व सन्मार्गाने मिळवलेले धन आदरातिथ्य करून जो दुसऱ्याला अर्पण करतो, निष्काम बुद्धीने, कोणतीही फलाशा मनात न ठेवता भूमी किंवा अन्य काही अर्पण करावे. दान ज्याला दिले तो त्या दानाची कोणत्याही प्रकारे परतफेड करू शकणार नाही त्यास करावे. तसेच अर्जुना त्या दात्याने त्या दान घेणाऱ्याची आठवण ही मनात ठेवू नये. अर्जुना, हे सर्वोत्तम म्हणजे सात्त्विक दान होय. आपण दिलेल्या दानाबद्दल अभिमान बाळगू नये. असे निष्काम बुद्धीने फलाशा मनात न ठेवता केलेले दान म्हणजे सात्त्विक दान होय.

।। जय जय रामकृष्ण हरी ।।

नाना दिठी घालुनि आहेरा । अवंतू जाइजे सोयिरा ।
का वाण धाडिजे घरा । वौसियाचिया ।।२८६ ।।
ऐसें जया जें दान देणें । तो तेणेंचि गा जीवनें ।
पुढती भुंजावा भावें येणें । दीजे जें कां ।।२८८ ।।
काय बहु सांगो सुमति । जें दीजे या मनोवृत्ती ।
तें दान गा त्रिजगतीं । राजस पैं ।।२९३ ।।
मग म्लेंच्छांचे वसौटे । दांगाणे हन कैकटे ।
कां शिबिरें चोहटे । नगरींचे ते ।।२९४ ।।
तेंही ठाईं मिळणी । समयो सांजवेळु कां रजनी ।
तेव्हां उदार होणें धनीं । चोरियेचां ।।२९५ ।।
हें बहु असो यापरी । मोल वेंचणें जें अवधारीं ।
तया नांव चराचरीं । तामस दान ।।३०७ ।।

मनात दुधाची इच्छा धरून गाईला उत्तम चारावे, त्याप्रमाणे आहेरावर दृष्टी ठेवून सगेसोयरे, आप्तमित्र लग्नकार्याचे वेळी बोलवावे किंवा जिथून प्रतिभेट मिळेल तिथेच आहेर करावा, असे दान आणि आपण जेवढे ज्याला दान देऊ तो निदान तेवढ्याची मदत आपणास करेल या हेतूने केलेले दान हे राजस दान होय. म्लेंच्छांची वस्ती असेल ती ठिकाणे, राने, वने, अरण्ये, अपवित्र जागा, तंबू किंवा गावातील चव्हाटे अशा ठिकाणी एकत्रित येऊन चोरी करून आणलेल्या धनाचे जे उदारपणाने दान करतात, आणि हे दान संध्याकाळी किंवा रात्री करतात आणि हे दान घेणारे कोण तर भाट, तमासगीर, जुगारी, वेश्या यांना अशा प्रकारे जे दान केले जाते, मग ते द्रव्य असो अन्न असो वा वस्त्र अर्जुना ते तामस दान होय.

।। जय जय रामकृष्ण हरी ।।

स्थळीं नावा जिया दाटिजे । जळीं तियांचि जेवीं तरिजे ।।
तेवीं बंधकीं कर्मीं सुटिजे । नामें येणें ।।३६६ ।।
आतां ओंकारें आदरिलें । तत्कारें समर्पिलें ।
इया रिती जया आलें । ब्रह्मत्व कर्मा ।।३७३ ।।
दिव्यौषध जैसें रोगिया । कां सावावो ये भंगलिया ।
सच्छब्दु कर्मा व्यंगलिया । तैसा जाण ।।३९३ ।।
घेऊनि येथिंचे वर्म । जैं विचारिसी हें नाम ।
तैं केवळ हेंचि ब्रह्म । जाणसी तूं ।।४०० ।।
पाहें पां ॐतत्सत् ऐसें । हें बोलणें तेथ नेतसे ।
जेथूनि का हें प्रकाशे । दृश्यजात ।।४०१ ।।
परि आश्रयो आकाशा । आकाशचि का जैसा ।
या नामा नामीं आश्रयो तैसा । अभेदु असे ।।४०३ ।।

नदीतीरावर ठेवलेली नाव पाण्यात ढकलताना जड लागते पण तिच्यामुळेच पाण्यावरून तरून जाता येते त्याप्रमाणे संसारात करावी लागणारी जी कर्मे त्या कर्मांपासून नामाच्या योगाने मनुष्य मुक्त होतो. ॐकाराचा उच्चार करून ज्याचा आरंभ केला व तत् याचा उच्चार करून त्याचे फळ अर्पण केले असता त्या कर्माला प्राप्त ब्रह्मत्व प्राप्त होते. दिव्यौषधी जशी असाध्य रोगाला घालवते, किंवा एखाद्याचा पराभव होत असला तर जशी शक्ती दुणावते त्याप्रमाणे सत् हा शब्द व्यंगकर्माची न्यूनता नाहीशी करतो असे समज. अशा रीतीने सत् या शब्दाचा अर्थ नीट समजावून घेऊन जेव्हा तू त्या नामाचा उच्चार करशील तेव्हा हेच केवळ ब्रह्म आहे हे तुझ्या लक्षात येईल. हे पहा ॐतत्सत् ही अक्षरे भक्तांना विश्वाला प्रकाशमान करणाऱ्या ब्रह्माकडे नेते. आकाशाला जसा आकाशाचाच आश्रय आहे तसा ॐ तत्सत् या अक्षरांना ब्रह्माचा आश्रय आहे.

।। जय जय रामकृष्ण हरी ।।

।। अध्याय अठरावा ।।

जयजय देव निर्मळ। निजजनाखिलमंगळ।
जन्मजराजलदजाळ। प्रभंजन ।।१ ।।
जयजय देव प्रबळ। विदळितामंगळकुळ।
निगमागमद्रुमफळ। फलप्रद ।।२ ।।
जयजय देव सकळ। विगतविषयवत्सल।
कलितकाळकौतूहल। कलातीत ।।३ ।।
जयजय देव निष्कळ ।स्फुरदमंदानंद बहळ।
नित्यनिरस्ताखिलमळ। मूळभूत ।।४ ।।
जयजय देव स्वप्रभ। जगदंबुगर्भनभ।
भुवनोद्भवारंभस्तंभ। भवध्वंस ।।५ ।।
जयजय देव निश्चल। चलितचित्तपानतुंदिल।
जगदुन्मीलनाविरल–। केलिप्रिय ।।६।।

हे देवा तुम्ही निर्मळ आहात. आपल्या भक्तांचे सर्वथैव मंगल करणारे आहात आणि जन्म व वार्धक्य व मृत्युरूपी मेघांचा नाथ करणारे वायू आहात. तुमचा जयजयकार असो. देवा, तुम्ही सर्वात बलवान् अशुभ समुदायांचा ज्याने नायनाट केला आहे अशा वेदशास्त्ररूपी वृक्षांचे फल असून लाभदायक आहात. तुमचा जयजयकार असो. हे स्वरूपत: पूर्ण असलेल्या, ज्यांच्या विषयवासना नाहीशा झाल्या आहेत त्यांचा कैवार घेणाऱ्या, काळाच्या करामतीसही अंकित करून ठेविलेल्या, अंशादि विभागापलीकडे असलेल्या, श्रीगुरुदेवा, तुमचा जयजयकार असो. हे निरुपाधिक, ज्याच्या ठिकाणी जोराचा विपुल आनंद प्रकट आहे अशा, संपूर्ण दोष नेहमीच नाहीसे केलेल्या सर्वास कारण असलेल्या, श्रीगुरुदेवा, तुमचा जयजयकार असो. हे स्वयंप्रकाशा जगद्रूपी ढगांचा गर्भ ज्यात संभवतो, अशा आकांक्षा, स्वर्गादि लोकांच्या उत्पत्तीचे आधारभूत खांबच असलेल्या, संसाराचा फडशा पाडणाऱ्या, श्रीगुरो, तुमचा जयजयकार असो.

।। जय जय रामकृष्ण हरी ।।

जो गीतारत्नप्रासादाचा । कळसु अर्थचिंतामणीचा ।
सर्व गीतादर्शनाचा । पाढाऊ जो ।।३० ।।
लोकीं तरी आथी ऐसें । जे दुरुनि कळसु दिसे ।
आणि भेटीचि हावतसे । देवतेचि तिये ।।३१ ।।
तैसेंचि एथही आहे । जे एकेचि येणें अध्यायें ।
आघवाची दृष्ट होये । गीतागमु हा ।।३२ ।।
मी कळसु याची कारणें । अठरावा अध्यायो म्हणें ।
उवाइला बादरायणें । गीताप्रसादा ।।३३ ।।
व्यासु सहजें सूत्री बळी । तेणें निगमरत्नाचळीं ।
उपनिषदर्थाची माळी । माजीं खांडिली ।।३५ ।।
ऐसा व्यासें विंदाणियें । गीताप्रासादु सोडणिये ।
आणूनि राखिले प्राणिये । नानांपरी ।।४४ ।।

ज्ञानेश्वर महाराज म्हणतात, ‘‘जगात रुढीही अशीच आहे की, कळसाचे लांबून दर्शन घेतले असता देवाच्या भेटीचे फळ मिळते. तसाच प्रकार इथेही आहे. एकदा हा अठरावा अध्याय वाचला की सर्व गीताशास्त्र वाचल्याचे फळ मिळते. याच कारणाने मी या अठराव्या अध्यायाला कळसाची उपमा दिली आहे जो कळस गीतारूपी देवालयावर वेदव्यासांनी बसविला आहे. व्यासांनी फार कुशलतेने सूत्रे रचली. व्यास हे स्वभावतःच मोठे बुद्धिवान कारागीर होते. त्यांनी वेदरूप रत्नांच्या पर्वतावर उपनिषदर्थरूपी पठारावर खणायला प्रारंभ केला (म्हणजे उपनिषदर्थाचा विचार करण्यास आरंभ) याप्रमाणे कारागीर व्यासांनी गीतारूपी मंदिर मोक्षाकरिता तयार करून प्राण्यांचे नाना प्रकारांनी रक्षण केले.

।। जय जय रामकृष्ण हरी ।।

ना कांही आथी अर्थभेदु । तो देव करोतु विशदु ।
येथ म्हणती मुकुंदु । भिन्नचि पैं ।।८९ ।।
एऱ्हवी अर्जुना तुझां मनीं । त्याग संन्यास दोनी ।
एकार्थ गमले हें मानीं । मी हि साच ।।९० ।।
इही दोहीं कीर शब्दीं । त्यागुचि बोलिजे त्रिशुद्धी ।
परी कारण एथ भेदीं । येतुलेंचि ।।९१ ।।
जें निपटूनि कर्म साडिजे । ते सांडणें संन्यासु म्हणिजे ।
आणि फलमात्र कां त्यजिजे । तो त्यागु गा ।।९२ ।।
तरी कोणा कर्माचें फळ । सांडिजे कोण कर्म केवळ ।
हेंही सांगो विवळ । चित्त दे पां ।।९३ ।।
तैसें नित्य नैमित्तिक । कर्म होय स्वाभाविक ।
परी न कामितां कामिक । न निफजे जें ।।९७ ।।

अर्जुनाने भगवान श्रीकृष्णांना विचारले, त्याग आणि संन्यास हे दोन्ही शब्दाच्या अर्थात काही भेद असेल तर तो देवांनी स्पष्ट करावा. त्यावर भगवान् श्रीकृष्ण उत्तरले, 'अर्जुना हे दोन्ही शब्द भिन्नच आहेत, खरोखर या दोन्ही शब्दांनी केवळ त्यागाचाच निर्देश होतो; पण त्यांच्या अर्थामध्ये फरक आहे. एऱ्हवी, अर्जुना तुझ्या मनामध्ये त्याग व सन्यास हे दोन्ही एकार्थवाचक आहेत असे वाटले व हे मीही खरे मानतो. खरोखर त्याग व सन्यास या दोन शब्दांनी निश्चय करून त्यागच म्हटला जातो. परंतु याच्या अर्थात भिन्नता असण्याचे कारण इतकेच आहे अर्जुना मुळी कर्मच करावयाचे नाही अशा कर्माच्या त्यागाला सन्यास असे म्हणावे आणि कर्मे करून त्या कर्माचे जे केवळ फळ टाकणे, त्याला त्याग म्हणावे. परंतु कोणत्या कर्माचे फळ टाकावयाचे व कोणते कर्म मुळीच करावयाचे नाही. हे आम्ही स्पष्ट सांगतो. तू लक्ष दे. त्याप्रमाणे नित्य कर्म व नैमित्तिक कर्म, ही कर्मे स्वाभाविक रीतीने होत असतात. परंतु जे काम्य कर्म असते, ते मात्र फळाची इच्छा केल्याशिवाय होत नाही.

।। जय जय रामकृष्ण हरी ।।

कामनेचेनि दळवाडें । जें उभारावया घडे ।
अश्वमेधादिक फुडे । याग जेथ ।।९८ ।।
वापी कूप आराम । अग्रहारें हन महाग्राम ।
आणीकही नानासंभ्रम । व्रतांचे ते ।।९९ ।।
ऐसें इष्टापूर्त सकळ । जया कामना एक मूळ ।
जें केलें भोगवी फळ । बांधोनिया ।।१०० ।।
देहाचिया गांवा आलिया । जन्ममृत्यूचिया सोहळिया ।
ना म्हणों नये धनंजया । जियापरी ।।१०१ ।।
कां कामनाही न करितां । अवसांत घडे पंडुसुता ।
तरी वायकांडें न झुंझतां । लागे जैसें ।।१०४ ।।
काम्यकर्मी हें एक । सामर्थ्य आथी स्वाभाविक ।
म्हणोनि नको कौतुक । मुमुक्षू एथ ।।१०६ ।।

ज्या काम्य कर्माची उभारणी होण्याकरितां फलांच्या इच्छांचा समुदाय कारण असतो व ज्या काम्य कर्मात प्रसिद्ध अश्वमेधादि यज्ञ आहेत. ज्या काम्य कर्मात बारव, आड, बगीचा वगैरे परोपकारार्थ तयार करतात व जमिनी गाव वगैरे ब्राह्मणास इनाम करून देतात व मोठी गावे वसवितात. याशिवाय अनेक व्रतांचे प्रसारे अशी सर्व इष्ट व पूर्त कर्मे होत त्यांचा उगम केवळ एका फलेच्छेवर अवलंबून असतो. व त्या काम्य कर्माचे आचरण आपले फळ अगदी बांधून बळेच भोगावयास लाविते. अर्जुना, ज्याप्रमाणे देहरूप गावास आल्यावर जन्ममरणांचे सोहळे भोगण्यास नाही म्हणता येत नाही. अर्जुना फलंच्छादि न करता जर सहजच काम्य कर्म घडेल तर ज्याप्रमाणे लढाईच्या जागी गेले असता युद्ध न करता विनाकारण बाण लागतो. जाणून अथवा न जाणून केलेल्या कर्माचे फळ अवश्य भोगावयास लाविणे, हे एक काम्य कर्मामध्ये स्वाभाविक सामर्थ्य आहे. म्हणून काम्य कर्माच्या ठिकाणी मुमुक्षूने आवड ठेवू नये.

।। जय जय रामकृष्ण हरी ।।

हें काम्यकर्म सांडणें । ते कामनेतेंचि उपडणें ।
धनत्यागे दवडणें । भय जैसे ।।१०९ ।।
आणि सोमसूर्यग्रहणें । येऊनि करविती पार्वणें ।
कां मातापितरमरणें । अंकित जे दिवस ।।११० ।।
अथवा अतिथी हन पावे । ऐसैसें पडे जें करावें ।
तें तें कर्म जाणावें । नैमित्तिक गा ।।१११ ।।
तैसें नित्य जें कां कर्म । तेंचि निमित्ताचे लाहे नियम ।
एथ उंचावे तेणें नाम । नैमित्तिक होय ।।११४ ।।
आणि सायंप्रातर्मध्यान्हीं । जें करणें तेंही प्रतिदिनीं ।
परी दृष्टि जैसी लोचनीं । अधिक नोंहे ।।११५ ।।
परी भोजनीं जैसें होये । तृप्ति लाभे भूक जाये ।
तैसें नित्यनैमित्तिकीं आहे । सर्वांगीं फळ ।।१२० ।।

आपल्या जवळ असलेले द्रव्य टाकून दिले म्हणजे त्यापासून उत्पन्न होणारे भय नाहीसे होते, त्याप्रमाणे काम्य कर्माचा त्याग म्हणजे मनातील समूळ वासना नष्ट करणे. आणि चंद्र व सूर्य ग्रहणे आली असता तो पावेण नावाची श्राद्धे करण्याचे प्रसंग आणतात, अथवा आईबापांच्या मरणाने ठरलेले ते दिवस. अथवा अतिथी जेव्हा येतो अशा वेळचे जे कर्म ते नित्य कर्म समजावे. त्याचप्रमाणे जे नित्यकर्म आहे त्याला काही कारणाचे नियम लावले की त्यालाच नैमित्तिक अशी थोर संज्ञा प्राप्त होते. आणि जे कर्म सकाळी दोन प्रहरी व संध्याकाळी आणि ते देखील दररोज वाढीस लागते. परंतु डोळ्यातील दृष्टी जशी डोळ्याला केव्हाही अधिक होत नाही. परंतु तृप्ति प्राप्त होणे व भूक जाणे ही भोजनाच्या जशी अंगभूत आहेत. त्याप्रमाणे नित्यनैमित्तिक कर्म ही सर्व अंगानी फलद्रूप आहेत. पण ज्याप्रमाणे वर्णाश्रमधर्मानुसार नित्यनैमित्तिक कर्म अवश्य आचरलेच पाहिजे असे असल्यानें कांहीं लोक त्याला फल नाही असे म्हणतात. पार्था, नित्य कर्म म्हणून लोकांत प्रसिद्ध आहे ते असे असते. ह्याप्रमाणे तुला नित्य व नैमित्तिक अशी दोन्ही कर्मे सांगितली.

।। जय जय रामकृष्ण हरी ।।

तैसी नोलांडितां रेखा । चित्त दीजे नित्यनैमित्तिका ।
पाठीं फळा कीजे अशेखा । वांताचे वानी ।।१२५ ।।
यया कर्मफळत्यागातें । त्यागु म्हणती पैं जाणते ।
एवं संन्यास त्याग तूतें । परिसविले ।।१२६ ।।
हा संन्यासु जैं संभवे । तैं काम्य बाधू न पावे ।
निषिद्ध तंव स्वभावें । निषेधें गेलें ।।१२७ ।।
आणि नित्यादिक जें असे । तें येणें फळत्यागें नासे ।
शिर लोटलिया जैसें । यरे आंग ।।१२८ ।।
मग सस्य फळपाकांत । तैसें निमालिया कर्मजात ।
आत्मज्ञान गिंवसित । अपैसें ये ।।१२९ ।।
म्हणोनि त्याज जें नोहे । तेथ त्यागातें न सुवावें ।
त्याज्यालागीं नोहावें । लोभापर ।।१३३ ।।

कर्माची मर्यादा न सोडता नित्यनैमित्तिक कर्माकडे लक्ष द्यावे. नंतर त्या कर्माच्या सर्व फलास वातीप्रमाणे मानावे. अशाप्रकारे नित्यनैमित्तिक कर्माचे फलांचा त्याग करणे यालाच पुरुष लोक त्याग व संन्यास असे म्हणतात. असा हा संन्यास जेव्हा हातून घडतो तेव्हा काम्य कर्माची पीडा होऊ शकत नाही व निषिद्ध कर्म तर शास्त्राने निषिद्ध केल्यामुळे सहज टाकले गेले आहे आणि मस्तक तोडून टाकल्याने बाकीच्या शरीराचा जसा सहज नाश होतो तसा नित्य जे कर्म आहे ते या फलत्यागाने नाहीसे होते. मग धान्यास पीक आल्यावर जसे ते वाळून जाते, त्याप्रमाणे कर्म मात्र नाहीसे झाल्यावर त्या पुरुषाला आत्मज्ञान आपोआप शोधत येते. त्याग करण्यास जे योग्य नाही, तेथे त्यागाचा उपयोग करू नये व जे त्याग करण्यायोग्य आहे त्याविषयी इच्छा करू नये.

।। जय जय रामकृष्ण हरी ।।

जे दिठी जरी चोख कीजे । तरी भलतेंही चोख सुजें ।
तैसें ज्ञानें शुद्धें लाहिजे । सर्वही शुद्ध ।।५२७ ।।
म्हणोनि तें सात्त्विक ज्ञान । आतां सांगों दे अवधान ।
कैवल्यगुणनिधान । श्रीकृष्ण म्हणे ।।५२८ ।।
तरी अर्जुना गा तें फुडें । सात्त्विक ज्ञान चोखडें ।
जयाचां उदयी ज्ञेय बुडे । ज्ञातेनिसीं ।।५२९ ।।
तयापरी जया ज्ञाना । शिवादि तृणावसाना ।
इया भूतव्यक्ति भिन्ना । नाडळती ।।५३१ ।।
तैसी जया ज्ञानाचिया हाता । न लगेचि दृश्यक्था ।
तें ज्ञान जाण सर्वथा । सात्त्विक गा ।।५३५ ।।
पुढतीं तेंचि सात्त्विक ज्ञान । जें मोक्षलक्ष्मीचें भुवन ।
हें असो ऐक चिन्ह । राजसाचें ।।५३७ ।।

दृष्टी जर निर्मळ असेल तर कोणत्याही पदार्थांचे खरे स्वरूप समजते. तसे शुद्ध ज्ञान प्राप्त झाले असता सर्व पदार्थांचे शुद्ध स्वरूप कळते. म्हणून आता तुला सात्त्विक ज्ञान सांगतो असे कैवल्यगुणानिधान भगवान् श्रीकृष्ण म्हणाले, ‘अर्जुना, तेच खरोखर शुद्ध तात्त्विक ज्ञान, ज्याच्या उदयात ज्ञात्यासह ज्ञेय नाहीसे होते. सूर्य अंधारात पाहू शकत नाही त्याप्रमाणे ज्या ज्ञानाला शिवापासून गवतापर्यंत कशातही भेद आढळत नाही, त्याप्रमाणे ज्या ज्ञानाच्या हाताला ही दृश्याची गोष्ट लागतच नाही. ते ज्ञान सर्व प्रकाराने सात्विक आहे असे समज. असे जे, तेच हेच सात्त्विक ज्ञान होय. तेच मोक्षलक्ष्मीचे मंदिर होय. हे सात्विक ज्ञानाचे वर्णन पुरे. आता राक्षस ज्ञानाची लक्षणे सांगतो ती ऐक.

।। जय जय रामकृष्ण हरी ।।

तैसें पदार्थभेद बहुवस । जाणोनि लहानथोर वेष ।
आंतलें तें राजस । ज्ञान येथ ।।५४७ ।।
जें गा ज्ञान ऐसें । गुणग्रहें तामसें ।
घेतलें भोंवें पिसें । होऊनियां ।।५५१ ।।
जें सोयरिके बाधु नेणें । पदार्थीं निषेधु न म्हणे ।
निरोविलें जैसें सुणें । शून्यग्रामीं ।।५५२ ।।
मृत्यूचें आघवेंचि अन्न । आघवेंचि आगी इंधन ।
तैसें जगचि आपलें धन । तामसज्ञाना ।।५६३ ।।
ऐसेनि विश्व सकळ । जेणें विषोचि मानिलें केवळ ।
तया एक जाणैं फळ । देहभरण ।।५६४ ।।
जें देहखंडा नाम आत्मा । ईश्वर पाषाणप्रतिमा ।
ययापरौती प्रमा । ढळों नेणे ।।५६७ ।।

निरनिराळ्या पदार्थात बराच काय पुष्कळ भिन्नपणा असतो अथवा बाह्य वेषावरून लहानमोठा हा भेद असतो या समजुतीने भरलेले जे ज्ञान ते राजस ज्ञान होय. जे ज्ञान तमोगुणी ब्रह्मराक्षसाचा संचार झाल्यामुळे वेड्याप्रमाणे भटकते जे शरीरसंबंधासाठी नात्याचीही पर्वा करीत नाही, जसे ओसाड गावातले कुत्रे जे तोंडात मृत्यूला सर्व दृश्य पदार्थ भक्ष्यस्थानी होत, अग्नीला सर्व वस्तु इंधन होत त्याप्रमाणे तामस ज्ञानाला जगातील सर्व धन आपलेच वाटते. देहाला आत्मा हे नाव आहे व ईश्वर दगडाची मूर्ति आहे या पलिकडे ते ज्ञान नसते ते राजस ज्ञान होय.

।। जय जय रामकृष्ण हरी ।।

तेंचि ज्ञानत्रयवशें । त्रिविध कर्म जें असें ।
तेथ सात्त्विक तंव ऐसें । परिसे आधों ।।५८५ ।।
तें नित्य कर्म भलें । होय नैमित्तिकीं सावाइलें ।
सोनयासि जोडलें । सौरभ्य जैसें ।।५८८ ।।
आणि आंगा जिवाची संपत्ती । वेंचुनि बाळाची करी पाळती ।
परी जीवें उबगणें हे स्थिती । न पाहे माय ।।५८९ ।।
तैसें सर्वस्वें कर्म अनुष्ठी । परी फळ न सूये दिठी ।
उखिती क्रिया पैठी । ब्रह्मींचि करी ।।५९० ।।
तरी अकरणाचेनि खेदें । द्वेषातें जिवीं न बांधे ।
जालियाचेनि आनंदें । फुंजों नेणे ।।५९२ ।।
ऐसेऐसिया हातवटिया । कर्म निफजे जें धनंजया ।
जाण सात्त्विक हें तया । गुणनाम गा ।।५९३ ।।

ज्ञानाच्या अनुरोधाने जे तीन प्रकारचे कर्म होते त्यापैकी सात्त्विक कर्माची लक्षणे अर्जुना प्रथम ऐक. जे नित्य कर्म करीत असून त्यात नैमित्तिक कर्माची भर पडली असता सोन्याच्या दागिन्यांना सुगंध प्राप्त व्हावा तसे होते. जशी माता तनमने करून आपल्या बालकाचे रक्षण करताना कधी कंटाळत नाही, त्याप्रमाणे सर्वपरी कर्माचे अनुष्ठान फळाची अपेक्षा न करतो व सर्व कर्मे ब्रह्मार्पण करतो, कर्म करण्याचे राहिले म्हणून खेद वा खन्त बाळगत नाही. कर्म पूर्णत्वास गेले म्हणून आनंदाने गर्व करीत नाही किंवा अभिमान दाखवत नाही. या हातोटीने, युक्तिने जे कर्म होते ते अर्जुना सात्त्विक कर्म समज. त्याच्या गुणावरून त्याला हे नाव पडले आहे.

।। जय जय रामकृष्ण हरी ।।

तरी घरीं मातापितरां । धड बोली नाहीं संसारां ।
येर विश्वभरी आदरा । मूर्खु जैसा ।।५९५ ।।
कां तुळशीचिया झाडा । दुरुनि न घापे सिंतोडा ।
द्राक्षीचिया तरी बुडा । दूधचि लाविजे ।।५९६ ।।
तैसी नित्यनैमित्तिकें । कर्मे जियें आवश्यकें ।
तयांचेविषीं न शके । बैठला उठूं ।।५९७ ।।
येरां कम्याचेनि तरी नांवें । देह सर्वस्व आघवें ।
वेंचितांही न मनवे । बहु ऐसें ।।५९८ ।।
आणि तयाही केलियाचे । तोंडीं लावी दौंडीचें ।
कर्मी या नांवपाठाचे । वाणें सारी ।।६०३ ।।
तें काम्य कर्म सक्लेश । जाणावें येथ राजस ।
आतां चिन्ह परिस । तामसाचें ।।६१० ।।

घरी आईवडील असूनही जो संसारी त्यांच्याशी चार गोड शब्द बोलत नाही पण मूर्खाप्रमाणे जगातील सर्वांचे आदरातिथ्य करतो किंवा तुळशीचे झाडाला दुरून शिंतोडाही घालीत नाही, कारण तुळशीपासून फळे किंवा फुले मिळत नाहीत पण द्राक्षांच्या बुडाशी मात्र दूध ओततो. त्याचप्रमाणे रोजची जी नित्यनैमित्तिक कर्मे ती करण्यासाठी तो जागचा हलत नाही. एरवी काम्य कर्मासाठी सर्व देह जरी झिजवाला तरी त्याला शीण येत नाही किंवा कष्टहि होत नाहीत आणि आपण जे केले त्या कर्माची स्वत:च्याच तोंडाने वाखाणणी करतो, केल्या कर्माची सगळीकडे वाणे वाटतो. एका कणाकरता उंदीर डोंगर पोखरतो किंवा एका कणाच्या आशेने वाळवी पाताळापर्यंत खोल खणते त्याप्रमाणे अति दगदगीचे जे काम्य कर्म त्याला राजस कर्म असे म्हणावे.

।। जय जय रामकृष्ण हरी ।।

जें निपजविल्यापाठीं । कांहींच न दिसे दिठी ।
रेघ काढिलिया पोटीं । तोयाचां जेवीं ।।६१२।।

हें अवघेंचि जैसें । वांझें होऊनि नासे ।
जें केलिया पाठीं तैसें । वायांचि जाय ।।६१५।।

एऱ्हवीं नरदेहाही येवढें । धन आटणीये पडे ।
जें निफजवितां मोडे । जगाचें सुख ।।६१६।।

तैसें सर्वस्व वायां जावो । वरी देहाही होय घावो ।
परी पुढीलां अपावो । निफजविजे जेणें ।।६१९।।

मग नेणे बहुथोडें । न पाहे मागें पुढें ।
मार्गामार्ग येकवढे । करीत चाले ।।६२५।।

तैसें कृत्याकृत्य सरकटित । आपपर नुरवित ।
कर्म होय तें निश्चित । तामस जाण ।।६२६।।

पाण्यावर काढलेली रेघ जशी निष्फळ असते त्याप्रमाणे ज्या कर्मापासून काहीच फलप्राप्ती होत नाही ते तामस कर्म. तामस कर्म पुण्यसंचयासाठी निष्फळ ठरते. स्वत:चे धन तर वाया जातेच पण जगाच्या दु:खालाही कारण ठरते. त्याचे कृत्य स्वत:चा प्राण घेणारे असले तरी चालेल पण दुसऱ्याला अपायच करणारे असते. जो विचार न करता कर्म करतो, एक प्रकारे विचाराला अविवेकाच्या पायांखाली तुडवून टाकतो. लहान किंवा मोठी वस्तू याचा विचार न करता पवित्र व अपवित्र वस्तू एकत्र करतो. योग्य आणि अयोग्य एकत्रित करून आपले व दुसऱ्याचे भेद उरू देत नाही ते तामस कर्म समज.

।। जय जय रामकृष्ण हरी ।।

म्हणौनि विषयसुरवाडु तुटे । जंव जंव देहबुद्धि आटे ।
तंव तंव आनंदु दुणवटे । कर्मीं जया ।।६४४।।

नातरी आदरिलें । अव्यंग सिद्धी गेलें ।
तरी तेंही जिंतिलें । मिरवूं नेणें ।।६४७।।

इया खुणा कर्म करितां । देखिजे जो पंडुसुता ।
तयातें म्हणिपे तत्त्वतां । सात्त्विकु कर्ता ।।६४८।।

तैसें मनें वाचा कायें । भलतया दुखवितु देतु जाये ।
स्वार्थु साधितां न पाहे । पराचें हित ।।६५६।।

कर्मीं राहाटी ऐसी । जयातें होती देखसी ।
तोचि जाण त्रिशुद्धीसी । राजस कर्ता ।।६६१।।

अगा जगाही परौती । शुचा वाहे पैं चित्तीं ।
करिता विषीं हातीं । तृणही न लगे ।।६८७।।

विषयसुखाची इच्छा नाहीशी होऊन देशाविषयीचा अभिमान नाहीसा होतो तो तो त्याचा कर्म करण्याचा आनंद दुणावतो, कर्म करीत असता ते किंवा सिद्धीस गेले तर त्याबद्दल प्रतिष्ठा मिरवीत नाही, अर्जुना, ही लक्षणे जिथे दिसतील त्याला सात्त्विक कर्ता म्हणावे. राजस कर्ता म्हणजे अभिमानाचे आणि अहंकाराचे माहेरघरच होय. जो कायावाचामने करून दुसऱ्याला दुःख देतो, स्वतःचाच स्वार्थ पहातो, दुसऱ्याचा उत्कर्ष याला बघवत नाही. अशा रितीने ज्याची वागणूक आहे तो राजस कर्ता आहे असे खुशाल समज. जगातील लोक ज्याचा व्यापार करीत नाहीत त्याचा व्यापार जो करतो पण त्यापासून त्याला गवताच्या काडी इतकाही लाभ होत नाही त्याला तामस कर्ता म्हणावे.

।। जय जय रामकृष्ण हरी ।।

तैसी कृत्याकृत्य शुद्धी । बुझे जे निरवधी ।
सात्त्विक म्हणिपे बुद्धि । तेचि तूं जाण ।।७१७ ।।
ते गा बुद्धि चोखविषीं । जाण येथ राजसी ।
अक्षत टाकिली जैसी । मांदियेवसा ।।७२३ ।।
आणि राजा जिया वाटा जाये । ते चोरांसि आडव होये ।
कां राक्षसां दिवो पाहे । राती होऊनि ।।७२४ ।।
नाना निधानची निदैवा । होये कोळसयाचा उडवा ।
पैं असतें आपणपें जीवा । नाहीं जाले ।।७२५ ।।
तैसें धर्मजात तितुकें । जिये बुद्धीसी पातकें ।
साच तें लटिकें । ऐसेंचि बुझे ।।७२६ ।।
ते कोणातेही न पुसतां । तामसी जाणावी पांडुसुता ।
रात्री काय धर्मार्था । साच करावी ।।७२९ ।।

ज्या बुद्धीला चांगले व वाईट समजते ती सात्त्विक बुद्धी होय. लग्न समारंभात जमलेल्या सर्व जातीच्या मंडळींना सरसकट भेदभाव न ठेवता भोजनाच्या निमंत्रणाची अक्षत द्यावी अशी ती राजस बुद्धी आहे असे तू समज. राजा ज्या मार्गाने जातो ते चोराला चालत नाही किंवा राक्षसाला रात्री उजाडते, किंवा जवळ धनराशी असून भाग्यहीनाला ती कोळशाची रास दिसते, शास्त्रात सांगितलेल्या सर्व मार्गांचे आचरण करणे ज्याच्या बुद्धीला योग्य वाटत नाही, खऱ्या गोष्टी खोट्या भासतात, ती बुद्धी तामसी हे खात्रीने समज. त्या बुद्धीला धर्म व अर्थ याचे ज्ञानच नसते ती बुद्धी तामस तिला काय करायचे ?

।। जय जय रामकृष्ण हरी ।।

कां अगस्त्याचेनि दर्शनें । सिंधु घेऊनी ठाती मौनें ।
चंद्रोदयी कमळवनें । मिठी देती ।।७३५ ।।
तैसा जो धीरू । उठलिया अंतरु ।
मनादिकें व्यापारु । सांडिती उभीं ।।७३७ ।।
जें कर्म भांडवला सूये । तयाची चौगुणी येती पाहे ।
येवढें सायास साहे । जया धृती ।।७४७ ।।
ते गा धृती राजस । पार्था येथ परियेस ।
आतां आइक तामस । तिसरी जे ।।७४८ ।।
एवं पांचही हे निद्रादिक । तामसाचां ठाईं दोख ।
जिया धृती देख । धरिलें आहाती ।।७६१ ।।
तिये गा धृती नांवें । तामसी येथ हें जाणावें ।
म्हणितलें तेणें देवें । जगाचेनि ।।७६२ ।।

आता भगवान् श्रीकृष्ण धैर्यासंबंधी सांगत आहेत. ते म्हणतात, 'अगस्ती ऋषीच्या दर्शनाने समुद्राच्या गर्जना बंद पडतात किंवा चंद्रोदय होताच सूर्यविकासी कमले मिटतात तसे सात्त्विक धैर्य अंत:करणात निर्माण झाले की मन, इंद्रिये यांचे व्यापार उभ्याउभ्याच टाकून देतात. जे कर्मरूपी भांडवल घातले असता चौपट फायदा होतो असे धोरण बांधतो, एवढे सायास तो जीवात्मा धैर्याने सहन करतो, अर्जुना, त्या धैर्याला राजस धैर्य असे संबोधितात. आता तिसरे धैर्य जे तामस ते ऐक. ज्याप्रमाणे हे निद्रादिक पाच दोष तामशी पुरुषाच्या ठिकाणी ज्या धैर्याने धरले आहेत त्या धैर्याला तामस धैर्य असे म्हणतात असे तू समज, असे त्या जगाच्या देवाने म्हटले.

।। जय जय रामकृष्ण हरी ।।

हें असो दीपाचिये सिद्धी । अवघड धूं आधीं ।
नातरी तो औषधीं । जिभेचा ठावो ।।७८० ।।
तयापरी पांडवा । जया सुखाचा रिगावा ।
विषम तेथ मेळावा । यमदमांचा ।।७८१ ।।
देत सर्व स्नेहामिठी । आंगीं ऐसें वैराग्य उठी ।
स्वर्गसंसारा कांटी । काढितची ।।७८२ ।।
तैसें विषयांचें घर । इंद्रियां सांडितां थोर ।
युगांतु होय तें वीर । विराग साहाती ।।७८७ ।।
ऐसा जया सुखाचा आरंभु । दावी काठिण्याचा क्षोभु ।
मग क्षीराब्धांलाभु । अमृताचा जैसा ।।७८८ ।।
ऐसें स्वानुभवविश्रामें । वैराग्यमूळ जं परिणामे ।
तें सात्त्विक येणें नामें । बोलिजे सुख ।।७९३ ।।

हे राहू दे, दिव्याच्या सिद्धीला आधी धुराची पीडा असते अथवा औषध परिणामी हितकर असेल, परंतु ते सेवन करतेवेळी जिभेला त्रासदायक असते. अर्जुना त्याप्रमाणे त्या सुखाचा आरंभ यमदमांच्या समुदायामुळे कठीण असतो. सर्व स्नेहाला नाहीसे करीत अंगात असे वैराग्य उत्पन्न होते की, ते स्वर्गरूपी व संसाररूपी कुंपण काढून टाकतेच. त्याप्रमाणे विषयरूपी घराचा त्याग करताना इंद्रियांना जो मोठा युगान्त होतो तो ते वैराग्यशाली वीर पुरुष सहन करितात. ज्या सुखांचा आरंभ अशा कठीणपणाच्या त्रासाचा अनुभव देतो परंतु मग ज्याप्रमाणे क्षीरसमुद्र मंथन करण्याचा त्रास सोसल्यावर, ज्याप्रमाणे अमृताचा लाभ झाला त्याप्रमाणे या सुखाला वैराग्य हे मूळ असून, जे आत्मानुभवाच्या विश्रांतीरूपाने परिणामाला पावते त्याला सात्विक सुख असे म्हणावे.

।। जय जय रामकृष्ण हरी ।।

आणि विषयेंद्रियां । मेळु होतां धनंजया ।
जें सुख जाय थडिया । सांडूनि दोन्ही ।।७९४ ।।
पै नामें विष महुरें । परी मारूनी अंती खरें ।
तैसें आदि जें गोडिरें । अंतीं कडू ।।८०४ ।।
पार्था तें सुख साचें । वळिलें आहे रजाचें ।
म्हणौनि न शिवें तयाचें । आंग कहीं ।।८०५ ।।
आणि अपेयाचेनि पानें । अखाद्याचेनि भोजनें ।
स्वैरस्त्रीसंनिधानें । होय जें सुख ।।८०६ ।।
कां पुढीलांचेनि मारें । नातरी परस्वापहारें ।
जें सुख अवतरे । भाटांचां बोलीं ।।८०७ ।।
तें गा सुख पार्था । तामस जाण सर्वथा ।
हें बहु न सांगोंचि जे कथा । असंभाव्य हे ।।८०९ ।।

अर्जुन, विषय आणि इंद्रिये यांचा संबंध आला म्हणजे सुखाचा दुथडी भरून पूर येतो परंतु वचनाग हे विष चवीला गोड आहे म्हणतात. परंतु त्याचे सेवन करणारास मारून ते आपले मारकत्व परिणामी खरे करते त्याप्रमाणे जे सुख प्रथम गोड असते व शेवटी कडू असते. पार्था हे सुख केवळ रजोगुणांचे बनलेले आहे, या सुखाला तू कधीही स्पर्श करू नकोस. अपेयाच्या पिण्याने व मांस भक्ष करणाराने, स्त्रीशी संबंध किंवा दुसऱ्याचा घात करून अथवा दुसऱ्याचे सर्वस्व हरण करून किंवा स्तुतिपाठकाच्या स्तुतीने जे सुख होते ते सुख अर्जुना, तामस सुख होय. ते सुख अर्जुना, तामस सुख जाण. ही कथा मी फार विस्ताराने सांगत बसत नाही. कारण तामस सुखाला 'सुख' असे म्हणणेच संभवत नाही.

।। जय जय रामकृष्ण हरी ।।

जेणें जग हें समस्त । आंत बाहेरी पूर्ण भरित ।
जालें आहे दीपजात । तेजें जैसें ।।९१६ ।।
तया सर्वात्मका ईश्वरा । स्वकर्मकुसुमांची वीरा ।
पूजा केली होय अपारा । तोषालागीं ।।९१७ ।।
म्हणौनि तिये पूजे । रिझलेनि आत्मराजें ।
वैराग्यसिद्धि देईजे । पसाय तया ।।९१८ ।।
जिये वैराग्यदशे । ईश्वराचेनि वेधवशें ।
हें सर्वही नावडे जैसें । वांत होय ।।९१९ ।।
सम्यग्ज्ञान नुदैजता । वेधेंचि तन्मयता ।
उपजे ऐसी योग्यता । बोधाची लाहे ।।९२१ ।।
म्हणौनि मोक्षलाभालागीं । जो व्रतें वाहतसे आंगीं ।
तेणें स्वधर्मु आस्था चांगी । अनुष्ठावा ।।९२२ ।।

अर्जुना, दिवा जसा तेजाने अन्तर्बाह्य भरलेला असतो त्याप्रमाणे ईश्वराच्या योगाने हे जग ओतप्रोत भरलेले आहे. वीरा अर्जुना, या सर्वात्मक ईश्वराची स्वकर्मरूपी फुलांनी पूजा केली तर ती त्याला परम संतोषित करते. त्या पूजेमुळे आत्मराज प्रसन्न होऊन भक्ताला वैराग्य सिद्धीरूप प्रसाद देतो. जी वैराग्यदशा प्राप्त होताच ईश्वराचा वेध लागून इतर सर्व गोष्टींबद्दल नावड निर्माण होऊन संसार वांतीसारखा वाटतो. यथार्थ ज्ञानाचा उदय न होता ईश्वराच्या वेधानेच तन्मयता उत्पन्न होते अशी बोधाची योग्यता त्याला प्राप्त होते. मोक्षाच्या प्राप्तीकरता जो अंगाने व्रतांचे आचरण करतो. त्याने स्वधर्माचे चांगल्या आस्थेने आचरण करावे.

।। जय जय रामकृष्ण हरी ।।

अगा आपुला हा स्वधर्मु । आचरणीं जरी विषमु ।
तरी पाहावा तो परिणामु । फळेल जेणें ।।९२३ ।।
जैं सुखालागीं आपणपयां । निंबचि आथी धनंजया ।
तैं कडुवटपणा तयाचिया । उबगिजेना ।।९२४ ।।
येरी जिया पराविया । रंभेहूनि बरविया ।
तिया काय कराविया । बाळकें तेणें ।।९२८ ।।
तेवीं स्वधर्मु सांकडु । देखोनि केला जरी कडु ।
तरी मोक्षसुरवाडु । अंतरला कीं ।।९२६ ।।
अगा पाणियाहूनि बहुवें । तुपीं गुण कीर आहे ।
परी मीना काय होये । असणें तेथें ।।९२९ ।।
म्हणौनि जें विहित जया जेणें । फिटे संसाराचें धरणें ।
क्रिया कठोर तऱ्ही तेणें । तेचि करावी ।।९३१ ।।

अर्जुना, आपला धर्म आचरण्यास कठीण आहे असे वाटले तरी परिणामी त्यापासून जे सुमधुर फळ मिळते त्यावर लक्ष ठेविले पाहिजे. कडूनिंबाचे सेवन करून जर प्रकृती उत्तम राहत असेल, सुख मिळत असेल तर त्याच्या कडूपणाला कंटाळू नये. आपली आई जरी कुरूप असली तरी तिच्या प्रेमामुळे आपण जगतो. तिचे प्रेम काही कुरूप नसते एरवी अन्य स्त्रिया रंभेहूनही सुस्वरूप असल्या तरी बालकाला त्याचे काय? त्याप्रमाणे आपला धर्म आचरण्यास कठीण आहे म्हणून जर त्याचा त्याग केला तर मोक्षसुखाला अंतरलाच असे समजावे. अरे अर्जुना, पाण्यापेक्षा तुपात पुष्कळ गुण आहेत हे खरे पण म्हणून माशाला तुपात ठेवले तर तो जिवंत राहील का ? म्हणून जे विहीत कर्म सांगितले आहे, ज्याच्या आचरणाने संसाराच बंधन तुटते ते कितीही कष्टाचे वाटले तरी त्याचेच आचरण करावे.

।। जय जय रामकृष्ण हरी ।।

म्हणौनि भलतिये कर्मीं । आयासु जऱ्ही उपक्रमीं ।
तरी काइ स्वधर्मीं । दोषु सांगें ।।९३६ ।।
पैं शिळा कां सिदोरिया । दाटणें एक धनंजया ।
परी जें वाहतां विसांवया । मिळिजे तें घेपे ।।९३८ ।।
तैसें आवडतेंही करणें । न निपजे शिणल्याविणें ।
तरी विहित बा रे कोणे । बोलें भारी ।।९४५ ।।
म्हणोनि करावा स्वधर्मु । जो करिता हिरोनि घे श्रमु ।
उचित देईल परमु । पुरुषार्थराजु ।।९४९ ।।
याकारणे किरीटी । स्वधर्माचिये रहाटी ।
न विसंबिजे संकट । सिद्धमंत्र जैसा ।।९५० ।।
का नाव जैसीं उदधीं । महारोगी दिव्यौषधी ।
न विसंबिजे तया बुद्धी । स्वकर्म येथ ।।९५१ ।।

याचसाठी सांगतो अर्जुना, कोणतेही कर्म केले तरी प्रारंभी कष्ट होतातच मग स्वधर्माचे आचरण केले तर दोष लागेल का? अर्जुना, प्रवासाला जाताना शिळा किंवा शिदोरी दोन्हीचे ओझे सारखेच होते मग मुक्कामाचे ठिकाणी भूक भागविणारी शिदोरीच घेतलेली बरी. मग ती थोडी जड का असेना? त्याप्रमाणे हवे ते कर्म केले असतानाही जर दुःख सोसावे लागत असेल तर स्वधर्माचरण कष्टप्रद आहे असे कोणत्या तोंडाने म्हणता येईल? यासाठी स्वधर्माचेच आचरण करावे ते आचरण आपल्या श्रमांचा परिहार करून उचित अशा परमपुरुषार्थाची म्हणजे मोक्षाची प्राप्ती करून देईल. यासाठी कधीही स्वधर्माचे आचरण सोडू नये, ज्याप्रमाणे संकटसमयी सिद्धमंत्र विसरू नये.

।। जय जय रामकृष्ण हरी ।।

तरी देहादिक हें संसारें । सर्वही मांडलेंसे जें गुंफिरं ।
तेथ नातुडे तो वागुरें । वारा जैसा ।।९५६ ।।
धरवणी वेंचें सरे । तैसें भोगे प्राचीन पुरे ।
नवें तंव नुपकरे । कांहींचि करूं।। ९६५ ।।
ऐशी कर्मेसाम्यदशा । होय तेथ वीरेशा ।
मग श्रीगुरु आपैसा । भेटेचि गा ।।९६६ ।।
मग आलिंगिला पूर्णिमा । उणीव सांडी चंद्रमा ।
तैसें होय वीरोत्तमा । गुरुकृपा तया ।।९६९ ।।
तेव्हां अबोधुमात्र असे । तो तंव तया कृपा नासे ।
तेथ रात्रीसवें जैसें । आंधारें जाय ।।९७० ।।
तैसें अबोधनाशासवें । नासे क्रियाजात आघवें ।
ऐसा समूळ संभवे । संन्यासु हा ।।९७२ ।।

वारा जसा पारध्याच्या जाळ्यात अडकत नाही त्याप्रमाणे जो स्वधर्माचरण निष्ठेने करतो तो संसाराचे पाश असूनही त्यात अडकत नाही. जसे साचवून ठेवलेले पाणी दररोज खर्च केले म्हणजे संपते त्याप्रमाणे प्रारब्ध कर्म हे भोगाने संपते, आणि अहंकर्तृत्व भावनेचा लोप झालेला असल्यामुळे नवीन कर्म निर्माण होत नाही. अर्जुना अशा प्रकारच्या भोगाने व कर्मानि साम्यदशा प्राप्त झाली म्हणजे, अर्जुना, श्रीगुरुंची आपोआप भेट होते. मग पौर्णिमेच्या चंद्रबिंबात चंद्राचे ठिकाणी जशी मुळीच उणीव राहत नाही त्याप्रमाणे एकदा गुरुकृपा झाली की जिज्ञासूला कसलीही उणीव उरत नाही. साधकाच्या ठिकाणी असणारे अज्ञान नाहीसे होते जसे रात्री बरोबर अंधार त्याप्रमाणे अज्ञानाचा नाश झाला की, पोटात जी कर्ता कर्म कार्य ही त्रिपुटी असते ती नाश पावते. तसा अज्ञानाचा नाश झाला की, की सर्व कर्मांचा नाश होतो. अशा प्रकारे समूळ कर्मनाश होणे यालाच संन्यास म्हणतात, तोच त्याला प्राप्त होतो.

।। जय जय रामकृष्ण हरी ।।

आणि स्वधर्माचें फळ । ईश्वरीं अर्पुनि बळ ।
घेऊनि केलें अढळ । वैराग्यपद ।।९९५ ।।
ऐसी आत्मसाक्षात्कारीं । लाभे ज्ञानाची उजरी ।
ते सामुग्री कीर पुरी । मेळविली ।।९९६ ।।
आणि तेचि समयीं । सद्‌गुरु भेटले पाहीं ।
तेवींचि तिहीं कांहीं । वंचिजेना ।।९९७ ।।
परी वोखद घेतखेंवो । काय लाभे आपुला ठावो ।
का उदयजतांचि दिवो । मध्यान्ह होय ।।९९८ ।।
सुक्षेत्रीं आणि वोलटे । बीजही पेरिलें गोमटें ।
तरी आलोट फळ भेटे । परि वेळे कीं गा ।।९९९ ।।
जोडला मार्गु प्रांजळु । मिनला सुसंगाचाही मेळु ।
तरी पाविजे वांचूनि वेळु । लागेचि कीं ।।१००० ।।

ज्याने उत्तम स्वधर्माचरण करून जे फल मिळाले ते ईश्वरर्पण करून त्याच्या प्रसादाने अक्षय्य अढळ वैराग्यपद प्राप्त करून घेतले. ज्याने अशा प्रकारे आत्मसाक्षात्काररूपी ज्ञान होण्यास जी सामुग्री मिळवायला हवी ती सर्व मिळवली. तशात सद्‌गुरुंची गाठभेट झाली आणि त्यांनीही कोणतीही प्रतारणा न करता सम्यक् ज्ञानाचा उपदेश केला– परंतु औषध घेता क्षणी रोग समूळ नष्ट होऊन प्रकृतीची पूर्वस्थिती प्राप्त होते काय? उत्तम जमीन, उत्तम बी त्यावर पुरेपुर पर्जन्यवृष्टी झाली की भरपूर पीक येते. पण अर्जुना त्यालाही वेळ लागतो. उत्तम मार्ग आहे, सोबतही चांगली मिळाली आहे तरी ज्या ठिकाणी आपल्याला जावयाचे असेल त्याठिकाणी पोहोचण्यास वेळ हा लागणारच हे लक्षात घे. कोणतीही गोष्ट वेगाने होत नाही, आवश्यक तेवढा विलंब तिला लागतोच.

।। जय जय रामकृष्ण हरी ।।

भुकेलियापासीं । वोगरिलें षड्रसीं ।
तो तृप्ति प्रतिग्रासीं । लाहे जेवीं ।।१००७।।
तैसा वैराग्याचा वोलावा । विचाराचा तो दिवा ।
आंबुथितां आत्मठेवा । काढीचि तो ।।१००८।।
तरी भोगिजे आत्मऋद्धी । येवढी योग्यतेचि सिद्धी ।
जयाचां आगीं निरवधि । लेणें जाली ।।१००९।।
तो जेणें क्रमें ब्रह्म । होणें करी गा सुगम ।
तया क्रमाचें आतां वर्म । आईक सांगो ।।१०१०।।
गजबजा सांडिलिया । वसवी वनस्थळिया ।
अंगाचियाची मांदिया । एकलेया ।।१०२२।।
म्हणौनि सवैराग्यु । ज्ञानाभ्यासु तो सभाग्यु ।
करूनि जाला योग्यु । आत्मलाभा ।।१०४६।।

सद्गुरु भेटला, ज्ञान प्राप्तीची इच्छा झाली तरी ज्ञान क्रमाक्रमानेच प्राप्त होते. भुकेलेल्यापुढे षड्रस अन्नाचे ताट वाढून ठेवले तरी घासागणिक तृप्त होत नाही. याप्रमाणे तो साधक वैराग्याच्या आश्रयाने विवेकरूपी दिव्याच्या प्रकाशात आत्मस्वरूपी ठेवा प्राप्त करून घेतो. तर आत्मस्वरूप ऐश्वर्य भोगण्याची ज्या साधकाचे अंगी खरोखर योग्यता प्राप्त झाली ती योग्यता त्याला ब्रह्मापर्यंत पोहचवते त्या योग्यतेचा जो कर्म त्याचे वर्म मी तुला सांगतो. ज्या ठिकाणी लोकांचे येणेजाणे नाही, गलबला नाही असे अरण्य पाहून तो तेथे वस्ती करतो. तेथे केवळ स्वत:चे शरीर हाच एक त्याचा सोबती असतो. तेथे तो शरीर आणि वाणी तो जिंकतो, कुंडली जागृत करतो असा वैराग्ययुक्त ज्ञानाचा अभ्यास करणारा जो पुरुष तो आत्मलाभाला योग्य होतो.

।। जय जय रामकृष्ण हरी ।।

ऐसी वैराग्याची अंगी । बाणूनियां वज्रांगी ।
राजयोगतुरंगीं । आरुढला ।।१०४७ ।।
वरी आड पडिलें दिठी । सानें थोर निवटी ।
तें बळी विवेकमुष्टीं । ध्यानाचें खांडें ।।१०४८ ।।
ऐसेनि संसाररणाआंतु । आंधारी सूर्यु तैसा असे जातु ।
मोक्षाविजयश्रीये वरैतु । होआवयालागीं ।।१०४९ ।।
तेथ आडवावया आले । दोषवैरी जे धोपटिले ।
तयांमाजीं पहिले । देहाहंकारु।। १०५० ।।
मुळाचें तोडणें जैसें । होय कां शाखोद्देशें ।
कामु नाशिलेनि नाशे । तैसा क्रोधु ।।१०६० ।।
ते ब्रह्मभावयोग्यता । पुरुषु तो मग पंडुसुता ।
आत्मबोधप्रसन्नता- । पदीं बैसे ।।१०९१ ।।

वैराग्याचे वज्रकवच अंगात घालून तो राजयोगरूप घोड्यावर स्वार होतो. मग लहान, मोठे जे दृष्टीस पडेल त्याचे निवारण करण्यासाठी तो विवेकरूपी मुठीत ध्यानरूपी बळकट तलवार घेतो. आणि अशाप्रकारे सूर्य जसा अंधारात धिटाईने शिरतो त्या प्रमाणे तो मोक्षरूपी विजयश्रीला वरण्यासाठी संसाररूपी रणात धिटाईने शिरतो. त्या ठिकाणी त्याला अडवण्याकरता आलेले देहाहंकारासारखे दोषरूपी वैरी तो मारून टाकतो. झाडाचे मूळ तोडून टाकले म्हणजे फांद्याचा आपोआप नाश होतो त्याप्रमाणे कामाचा नाश केला की, क्रोधाचा आपोआप नाश होतो. मग अर्जुना, ती ब्रह्मभावाची योग्यता असलेला पुरुष आत्मबोध प्रसन्नतेच्या पदावर बसतो.

।। जय जय रामकृष्ण हरी ।।

नाना भरतिया लगबगा । शरत्काळीं सांडिजे गंगा ।
कां गीत राहतां उपांगा । वोहटु पडे ।।१०९३ ।।
तैसा आत्मबोधीं उद्यमु । करितां होय जो श्रमु ।
तोही जेथें समु । होऊनियां जाय ।।१०९४ ।।
आत्मबोधप्रशस्ती । हे तिये दशेची ख्याती ।
ते भोगितसे महामती । योग्यु तो गा ।।१०९५ ।।
तेव्हां आत्मत्वें शोचावें । कांही पावावया कामावें ।
हें सरलें समभावें । भरितें तया ।।१०९६ ।।
तेंवी उठतिया आत्मप्रथा । हे भूतभेदव्यवस्था ।
मोडीत मोडीत पार्था । वास पाहे तो ।।१०९८ ।।
पाटियेवरील अक्षरें । जैसीं पुसतां येती करें ।
तैसीं हारपती भेदांतरें । तयाचियेया दिठी ।।१०९९ ।।

एकदा शरद ऋतूचे आगमन झाले की, पावसाळ्यात रोज येणारी भरती ओहोटी ही गंगेची लगबग थांबून तिच्या पात्राला स्थैर्य येते किंवा गाण्याचा कार्यक्रम संपला की मृदंग, तंबोरा वगैरे वाद्ये थांबतात. त्या प्रमाणे आत्मज्ञानप्राप्तीसाठी जे श्रम केले होते ते कारणी लागून मन प्रसन्न होते अशा स्थितीला आत्मज्ञानाची प्रसन्नता म्हणतात. अर्जुना ती स्थिती भोगण्याची असा जो योगी साधक त्याचीच योग्यता असते. तेव्हां ईश्वराशी ऐक्यभाव दृढ झाल्यामुळे एखादी वस्तू माझी आहे म्हणून तिच्यासाठी खंतखेद करावा किंवा अथवा काही मिळण्यासाठी धडपड करावी या गोष्टी संपतात. याप्रमाणे अर्जुना एकदा आत्मानुभव प्राप्त झाला म्हणजे पाटीवरील अक्षरे जशी पुसता येतात त्याप्रमाणे त्याच्या दृष्टीने सर्व भेदभाव संपलेले असतात. त्याला सर्वत्र आत्मदर्शनच होत असते.

।। जय जय रामकृष्ण हरी ।।

नातरि लेणियांचे ठसे । आटोनि गेलिया मुसे ।
नामरूपभेदें जैसें । सांडिजे सोने ।।११०९ ।।
तैसी मी एकवांचूनि कांहीं । तया तयाहीसकट नाहीं ।
हे चौथी भक्ति पाहीं । माझी तो लाहे ।।११११ ।।
येर आर्तु जिज्ञासु अर्थार्थी । हे भजती जिये पंथीं ।
ते तिन्ही पावोनि चौथी । म्हणिपत आहे ।।१११२ ।।
जो जेथ जैसें पाहों बैसे । तया तेथ तैसेंचि असे ।
हें उजियेडें कां दिसे । अखंडे जेणें ।।१११५ ।।
ऐसा हा सहज माझा । प्रकाशु जो कपिध्वजा ।
तो भक्ति या वोजा । बोलिजे गा ।।१११७ ।।
म्हणौनि आर्ताचां ठायीं । हे आर्ति होऊनि पाहीं ।
अपेक्षणीय जें काहीं । तें मीचि केला ।।१११८ ।।

अर्जुना, अनेक प्रकारचे दागिने मुशीत घालून आटवले म्हणजे त्यांचे दागिने हे स्वरूप जाऊन केवळ मूळ सोने मात्र उरते. मनुष्य जागा झाला की स्वप्न नाहीसे होऊन जसा केवळ आपण एकटाच असतो. त्याप्रमाणे एक माझ्याशिवाय त्याला कोणी उरत नाही याला चौथी भक्ती असे म्हणतात. माझी जी सहजस्थिती तिलाच भक्ती म्हणतात. आर्त, जिज्ञासू आणि अर्थार्थी हे भक्तीचे इतर तीन प्रकार आहेत म्हणून या भक्तीला चौथी भक्ती म्हटले. जो भक्त ज्या ठिकाणी जशी कल्पना करून पाहील त्याला तेथे तशीच दिसते हे ज्या अखंड प्रकाशाने भासते, हे कपिध्वजा, असा जो माझा सहज प्रकाश आहे त्यालाच उत्तम भक्ती असे म्हणतात. म्हणून आर्त भक्तांच्या ठायी 'आर्ति' आपणच होऊन ज्या पदार्थांची अपेक्षा करतो तो पदार्थहि ती भक्तीच बनते.

।। जय जय रामकृष्ण हरी ।।

या ज्ञानभक्ति सहज । भक्तु एकवटला मज ।
तो मीचि केवळ हें तुज । श्रुतही आहे ।।११३०।।

जे उभऊनियां भुजा । ज्ञानिया आत्मा माझा ।
हें बोलिलों कपिध्वजा । सप्तमाध्यायीं ।।११३१।।

ते हे कल्पादीं भक्ति मियां । भागवतमिषे ब्रह्मया ।
उत्तम म्हणौनि धनंजया । उपदेशिली ।।११३२।।

ज्ञानी इयेतें स्वसंवित्ति । शैव म्हणती शक्ति ।
आम्ही परतभक्ति । आपुली म्हणों ।।११३३।।

घेऊनि ऐलपणातें । परत्व हारपे जेथें ।
गिळूनि चाऱ्हीं भूतें । आकाश जैसें ।।११३६।।

घडोनि सिंधुचिया आंगा । सिंधूवरी तळपे गंगा ।
तैस पाडु तया भोगा । अवधारीजो ।।११३८।।

या ज्ञानभक्तीच्या योगाने जो माझ्याशी ऐक्य पावतो तो केवळ मीच आहे. हे तुला माहीत आहेच. अर्जुना ही भक्ती सर्वोत्तम आहे म्हणून ती कल्पारंभी मी भागवताद्वारे ब्रह्मदेवाला उपदेशिली– अर्जुना ज्ञान हाच माझा आत्मा आहे हे मी सातव्या अध्यायात प्रतिज्ञारूपाने सांगितले आहे. ज्ञानी याच भक्तीला स्वकीय ज्ञानकला किंवा स्वंसवित्ती म्हणतात, शैवशक्ती म्हणतात आम्ही आपली परम भक्ती असे म्हणतो. ज्या भक्तिमुळे अलिकडील व पलिकडील हे भेद नाहीसे होतात. जसे आकाश हे पृथ्वी, आप, तेज आणि वायू या चार भूतांना व्यापून शिल्लक रहाते. अर्जुना गंगा समुद्राला मिळाल्यानंतरही वेगळेपणाने समुद्रात उपभोग घेते. तसा जो माझ्याशी तद्रूप झाला आहे तो माझ्या भक्तीचा उपभोग द्वैतावाचून घेतो.

।। जय जय रामकृष्ण हरी ।।

तोचि जालिया भोगु तयाचा । न घडे हा भावो जयांचा ।
तिहीं बोलें केवीं बोलाचा । उच्चारू कीजे ।।११४२ ।।
हां गा राजन्यत्व नव्हतां आंगी । रावो रायपण काय भोगी ।
कां आंधारू हन आलिंगी । दिनकरातें ।।११४४ ।।
म्हणौनि मी होणें नाही । तया मीचि आहें केंही ।
मग भजेल हें कायी । बोलों कीर ।।११४६ ।।
यालागीं तो क्रमयोगी । मी जालाचि मातें भोगी ।
तारुण्य कां तरुणांगीं । जियापरी ।।११४७ ।।
तेव्हां पूर्वसंस्कारछंदें । जें कांही तो अनुवादे ।
तेणें आळविलेनि वो दें । बोलतां मीचि ।।११५२ ।।
कल्पांती उदक उदकें । रुंधिलिया वाहों ठाके ।
तैसा आत्मेनि मियां येकें । कोंदला तो ।।११६६ ।।

तोच झाल्यावर त्याचा भोग घडत नाही असा ज्यांचा अभिप्राय असेल, त्यांनी शब्दांनी शब्दांचा उच्चार कसा केला जातो? राजेपणा अंगी नसता राजा आपला राजेपणा भोगू शकेल काय? अथवा अंधार आपण अंधकाररूप राहून, सूर्याला आलिंगन देऊ शकेल काय? म्हणून जो मी झाला नाही. त्याला मीच कोठे आहे? मग तो माझी भक्ति करील; हे खरोखर बोलावयास नको. एवढ्याकरिता ज्याप्रमाणे तरुण स्त्रीच्या शरीरात तारुण्य असते. तो क्रमयोगी मी होऊन मला भोगतो. पूर्ण संस्काराच्या अनुरोधाने ती जे काही बोलेल, त्या विनवणीने ओ देऊन बोलणारा मीच होतो. कल्पाच्या शेवटी पाणी पाण्याने अडविल्यामुळे ते जसे वाहण्याचेच थांबते, त्याप्रमाणे मी जो एक आत्मा त्याने तो सर्वत्र पूर्ण भरला.

।। जय जय रामकृष्ण हरी ।।

तैसा मीपणें हा लोटला । तो आघवेयाचि मज आला ।
या यात्रा होय भला । कापडी माझा ।।११७२ ।।
आणि शरीरस्वभाववशें । कांहीं येक करूं जरी बैसे ।
तरी मीचि तो तेणें मिषें । भेटें तया ।।११७३ ।।
तेथ कर्म आणि कर्ता । हें जाऊनि पांडुसुता ।
मीच आत्मेनि मज पाहतां । मीचि होय ।।११७४ ।।
तो करी तेतुली पूजा । तो कल्पी तो जपु माझा ।
तो असे तेचि कपिध्वजा । समाधी माझी ।।११८१ ।।
किंबहुना तंतूसीं पटु । कां मृत्तिकेसीं घटु ।
तैसा तो येकवटु । मजसीं माझा ।।११८४ ।।
इया अनन्यसिद्धा भक्ती । या आघवाचि दृश्यजातीं ।
मज आपणपेंया सुमती । द्रष्ट्यातें जाणें ।।११८५ ।।

हा मी पणाने पूर्ण भरलेला असतो. ती सर्व बाजूंनी मला प्राप्त झाला. या यात्रेने तो माझा चांगल्या प्रकाराने यात्रेकरू होतो. आणि शरीर स्वभावशात तो काही एक जरी करावयास बसला. तरी त्या निमित्ताने मीच त्याला भेटतो. अर्जुना तेव्हा कर्म आणि कर्ता हे जाऊन मी जो आत्मा त्या माझ्याशी ऐक्याला पावून, मला पाहिले असता मीच होतो. अर्जुना तो जी कर्मे करील, ती माझी पूजा होय; तो जी कल्पना करील तो माझा जप आहे आणि तो ज्या स्थितीत असेल; ती माझी समाधी अवस्था होय. फार काय सांगावे! सुताशी ज्याप्रमाणे वस्त्र अथवा मातीशी ज्याप्रमाणे मडके अभिन्न असते. त्याप्रमाणे तो माझा भक्त माझ्याशी अभिन्न असतो. हे सुबुद्धि अर्जुना, या स्वयंसिद्ध असलेल्या अभेद्य भक्तीने, या सर्वच दृश्यमात्रांमध्ये तो ज्ञानी भक्त मला द्रष्ट्याला आत्मवाने जाणतो.

।। जय जय रामकृष्ण हरी ।।

नातरी स्वप्नविकारां समस्तां । चेऊनियां उमाणें घेतां ।
तो आपणयापरौता । न दिसे जैसा ।।११९१ ।।
तैसें जें कांहीं आथी नाथी । येणें होय ज्ञेयस्फूर्ती ।
तें ज्ञाताचि मी हे प्रतीती । होऊनि भोगी ।।११९२ ।।
जाणे अजु मी अजरु । अक्षयो मी अक्षरु ।
अपूर्व मी अपारू । आनंदु मी ।।११९३ ।।
अचळु मी अच्युतु । अनंतु मी अद्वैतु ।
आद्यु मी अव्यक्तु । व्यक्तुही मी ।।११९४ ।।
स्वामी मी सदोदितु । सहजु मी सततु ।
सर्व मी सर्वगतु । सर्वातीतु मी ।।११९६ ।।
ऐसें आत्मत्त्वें मज एकातें । इया अद्वयभक्ती जाणोन निरुतें ।
आणि याही बोधा जाणतें । तेंही मीचि जाणें ।।१२०० ।।

स्वप्नातील सर्व पदार्थाचे जागे होऊन माप घेतले असता ते स्वप्नातील सर्व पदार्थ आपल्याहून वेगळे आहेत. असे ज्याप्रमाणे अनुभवास येत नाही. त्याप्रमाणे आहे नाही या रूपाने जे काही ज्ञेय स्फुरते. ते मी ज्ञानातच आहे. हा त्याला अनुभव होऊन तो तो अनुभव भोगतो. तो असे जाणतो की, मी जन्मरहित आहे. वृद्धपणरहित आहे. मी नाशरहित आहे. मी न गळणारा आहे. मी अपूर्ण आहे. मी अपार आहे व आनंद आहे. मी न ढळणारा आहे. मी अच्युत आहे. मी अंतरहित आहे. मी द्वैतरहित आहे. मी सर्वांच्या आरंभीचा आहे. निराकार व साकारही मीच आहे. मी स्वामी व निरंतर असणारा आहे व स्वत: सिद्ध व अखंड आहे. मी सर्व व सर्वव्यापी आहे. मी सर्वाच्या पलीकडचा आहे. याप्रमाणे मला एकाला या अद्वय भक्तीने आत्मत्वेकरून यथार्थपणे जाणतो, आणि याही बोधाला जाणणारा तोही मीच आहे हे तो जाणतो.

।। जय जय रामकृष्ण हरी ।।

एक शिष्य एक गुरु । हा रूढला साच व्यवहारु ।
तो मत्प्राप्तिप्रकारु । जाणावया ।।१२२६ ।।
अगा वसुधेचां पोटीं । निधान सिद्ध किरीटी ।
वन्हि सिद्ध काष्ठीं । वोहां दूध ।।१२२७ ।।
परी लाभें तें असतें । तया कीजे उपायातें ।
येर सिद्धचि तैसा येथें । उपायीं मी ।।१२२८ ।।
जें गीतार्थाचें चांगावें । मोक्षोपायपर आघवें ।
आणि शास्त्रोपाय कीं नव्हे । प्रमाणसिद्ध ।।१२३० ।।
वारा आभाळचि फेडी । वांचूनि सूर्यातें न घडी ।
कां हातु बाबुळी धाडी । तोय न करी ।।११३१ ।।
तैसा आत्मदर्शनी आउळु । असे अविद्येचा जो मळु ।
तो शास्त्र नाशी येरु निर्मळु । मी प्रकाशें स्वयें ।।१२३२ ।।

एक शिष्य व एक गुरू हा जो संप्रदाय खरोखरच प्रसिद्धीस आला आहे. तो माझ्या प्राप्तीचा प्रकार जाणण्याकरिता आहे. अरे अर्जुना, पृथ्वीच्या पोटात ठेवा आयता आहे. लाकडात अग्नि आयताच आहे व कासेत दूध आयतेच आहे. एऱ्हवी पाहिले तर, जी गोष्ट स्वत: सिद्ध असते. तीच प्राप्त होते. परंतु जी गोष्ट ज्या उपायांनी प्राप्त होईल ते उपाय करावे लागतात. त्याप्रमाणे मी स्वत: सिद्ध आहे खरा, परंतु मला प्राप्त करून घेण्याकरिता उपाय करावे लागतात. कारण की गीतेतील बोधाचा चांगलेपणा हा आहे की संपूर्ण गीताशास्त्र हे मोक्षप्राप्तीचे उपाय सांगणार आहे आणि शास्त्रांनी सांगितलेले मोक्षप्राप्तीचे उपाय प्रमाण सिद्ध नाहीत. वारा हा सूर्याआड आलेले ढग नाहीसे करतो. याशिवाय सूर्याला नवा तयार करीत नाही. अथवा पाण्यावर आलेले गोंडाळ हात दूर करतो. नवे पाणी उत्पन्न करीत नाही. त्याप्रमाणे आत्मदर्शनाला प्रतिबद्धक असा जो अविद्येचा मळ आहे. तो इतर शास्त्रे नाहीसा करतात एवढेच, याशिवाय मी जो स्वत: सिद्ध निर्मळ तो आपल्याच प्रकाशाने प्रकाशित होतो.

।। जय जय रामकृष्ण हरी ।।

म्हणोनि आघवींचि शास्त्रें । अविद्याविनाशाचीं पात्रें ।
वांचोनि न होतींस्वतंत्रें । आत्मबोधीं ।।१२३३ ।।

तया अध्यात्मशास्त्रासीं । जैं साचपणाची ये पुसी ।
तैं येईजे जया ठायासी । ते हे गीता ।।१२३४ ।।

भानुभूषिता प्राचिया । सतेज दिशा आघविया ।
तैसी शास्त्रेश्वरा गीता या । सनाथें शास्त्रें ।।१२३५ ।।

एथ अविद्यानाशु हें स्थळ । तेणें मोक्षोपादान फळ ।
या दोहीं केवळ । साधन ज्ञान ।।१२४३ ।।

हें इतुलेंचि नानापरी । निरूपिलें ग्रंथविस्तारीं ।
तें आतां दोहीं अक्षरीं । अनुवादावें ।।१२४४ ।।

म्हणौनि उपेयही हातीं । जालया उपायस्थिती ।
देव प्रवर्तले तें पुढती । येणेंचि भावें ।।१२४५ ।।

सर्व शास्त्रे अविज्ञेचा नाश करण्यास योग्य आहेत परंतु त्यांच्याने स्वयंसिद्ध आत्म स्वरूपाचे ज्ञान करून देण्यास स्वतंत्र नाहीत. ते शास्त्र म्हणजे गीताशास्त्र होय. सूर्य उगवला, त्याने पूर्व दिशा सूर्याने अलंकृत झाली असता सर्व दिशांना प्रकाश पसरतो त्याप्रमाणे सर्व दिशा जशा तेजाने युक्त होतात त्याप्रमाणे जी सर्व शास्त्रात श्रेष्ठ आहे, तिच्याचमुळे सर्व शास्त्रे श्रेष्ठ झाली आहेत. त्या तत्वज्ञान प्रतिपादक शास्त्रांना जेव्हा त्यांच्या खरेपणा विषयीचा प्रश्न येतो तेव्हा त्यांना ज्या ठिकाणास यावे लागते हे ठिकाण हे गीताशास्त्र होय. या गीता शास्त्रात अविद्येचा निरास करणे हा विषय आहे. मोक्षाचा लाभ हे तिचे फळ आणि या दोन गोष्टींसाठी ज्ञान हे केवळ साधन होय. तेच ज्ञान नाना प्रकारे, विविध तऱ्हेने ग्रंथात सांगून त्यांचा विस्तार केला आहे ते ज्ञान आता एकदोन शब्दात सांगतो. म्हणून साध्यही प्राप्त झाल्यावर साधनांचे स्वरूप पुन्हा सांगण्यास देव या अभिप्रायाने प्रवृत्त झाले.

।। जय जय रामकृष्ण हरी ।।

मग म्हणे गा सुभटा । तो क्रमयोगिया निष्ठा ।
मी होऊनि होय पैठा । माझां रूपीं ।।१२४६ ।।
स्वकर्माचां चोखौळीं । मज पूजा करूनि भली ।
तेणें प्रसादें आकळी । ज्ञाननिष्ठेतें ।।१२४७ ।।
ते ज्ञाननिष्ठा जेथ हातवसे । तेथ भक्ति माझी उल्लासे ।
तिया भजन समरसें । सुखिया होय ।।१२४८ ।।
आणि विश्व प्रकाशितया । आत्मया मज आपुलिया ।
अनुसरे जो करूनियां । सर्वत्रता हे ।।१२४९ ।।
तैसा बुद्धी वाचा कायें । जो मातें आश्रऊनि ठाये ।
तो निषिद्धेंही विपायें । कर्मे करूं ।। १२५१ ।।
परी गंगेचां संबंधी । बिदी आणि महानदी ।
एक तेवीं माझां बोधीं । शुभाशुभांसी ।।११५२ ।।

मग देव म्हणतात, अर्जुना तो क्रमयोगी या मार्गाने मी होऊन माझ्या स्वरूपी प्रविष्ट होतो. स्वकर्मरूप पवित्र फुलांनी माझी चांगली पूजा करून त्या प्रसादाने ज्ञाननिष्ठा प्राप्त करून घेतो. तो ज्ञानमार्ग जेव्हा हस्तगत होतो तेव्हा माझी भक्ति प्रकट होते व त्या भक्तीच्या योगाने माझ्याशी एकरस होऊन सुखी होतो आणि विश्वाचे प्रकाशन करणारा आत्मा, जो मी त्या मला जो माझे सर्वव्यापित्व जाणून अनुसरतो. त्याप्रमाणे जो बुद्धीने वाचेने व शरीराने माझा आश्रय करून राहतो. तो चुकून निषिद्ध कर्मेही करो, परंतु गंगेला मिळाल्यावर रस्त्यावरून वाहणारे पाणी व महानदीचे पाणी जसे एक होतात. त्याप्रमाणे माझे यथार्थ ज्ञान झाल्यावर पुण्यपापाची तशी ऐक्य स्थिती होत असते.

।। जय जय रामकृष्ण हरी ।।

नाना पांचिकें आणि सोळें । हें सोनया तंवचि आलें ।
जंव परिसु आंगमेळें । एकवटीना ।।१२५४ ।।
तैसें शुभाशुभ ऐसें । हें तंवचिवरी आभासे ।
जंव येकु न प्रकाशें । सर्वत्र मी ।।१२५५ ।।
अगा रात्री आणि दिवो । हा तंवचि द्वैतभावो ।
जंव न रिगिजे गावो । गभस्तीचा ।।१२५६ ।।
म्हणौनि माझिया भेटी । तयाची सर्व कर्में किरीटी ।
जाऊनि बैसे तो पाटीं । सायुज्याचां ।।१२५७ ।।
देशें काळें स्वभावें । वेंचु जया न संभवे ।
ते पद माझें पावे । अविनाश तो ।।१२५८ ।।
किंबहुना पांडुसुता । मज आत्मयाची प्रसन्नता ।
लाहे तेणें न पविजतां । लाभु कवणु असे ।।१२५९ ।।

अथवा पाच कसांचे व सोळा कसांचे सोने हे सोन्यात तेव्हाच येतात की, जोपर्यंत परीस आपल्या अंगाच्या स्पर्शाने त्या दोन्ही सोन्यांना एका कसाचे करीत नाही त्याप्रमाणे शुभाशुभ हे तोपर्यंतच असते की, जोपर्यंत केवळ एक जो मी, तो सर्वव्यापी पणाने अनुभवाला येत नाही. अरे अर्जुना, रात्र आणि दिवस हा भेद तेथपर्यंतच असतो की जोपर्यंत सूर्याच्या गावात प्रवेश केला नाही म्हणून अर्जुना माझी भेट झाल्यावर त्यांची सर्व कर्मे नाहीशी होऊन तो मोक्षाच्या पदावर बसतो. देशाने, काळाने, स्वभावाने ज्याचा नाश संभवत नाही. त्या माझ्या अविनाश पदाला तो प्राप्त होतो. फार काय सांगावे! अर्जुना त्याला मी जो आत्मा, त्याची प्रसन्नता प्राप्त होते. ती प्राप्त झाल्यावर न मिळणारा असा कोणता लाभ राहिला आहे.

।। जय जय रामकृष्ण हरी ।।

याकारणें गां तुवां । सर्व कर्मा आपुलिया ।
माझां स्वरूपीं धनंजया । संन्यासु कीजे ।।१२६० ।।
परी तोचि संन्यासु वीरा । करणीयेचा झणें करा ।
आत्मविवेकीं धरा । चित्तवृत्ति हे ।।१२६१ ।।
मग तेणें विवेकबळें । आपणपें कर्मावेगळें ।
माझां स्वरूपीं निर्मळें । देखिजेल ।।१२६२ ।।
आणि कर्माची जन्मभोये । प्रकृति जे का आहे ।
ते आपणयाहूनि बहुवे । देखसी दुरी ।।१२६३ ।।
तेथ प्रकृति आपणयां- । वेगळी नुरे धनंजया ।
रूपेंवीणं कां छाया । जयापरी ।।१२६४ ।।
ऐसेनि प्रकृतिनाशु । जालया कर्मसंन्यासु ।
निफजेल अनायासु । सकारणु ।।१२६५ ।।

यासाठी धनंजया तू सर्व कर्में मला समर्पण कर. परंतु वीरा तू तो त्याग करशील तो वरकांती न करता विचारांचे ठिकाणी चित्तवृत्ती स्थिर करून मनापासून कर. मग त्या विचारशक्तिवर आपले कर्माहून वेगळे असे निर्मळ स्वरूप तू माझ्या स्वरूपात पाहशील आणि ज्यामुळे सर्व कर्मे होतात, सर्व कर्मांची जन्मभूमी जी प्रकृती आहे किंवा माया आपल्यापासून दूर गेल्याचे तुझ्या लक्षात येईल. मग अर्जुना रूपावाचून छाया वेगळी दिसत नाही, त्याप्रमाणे प्रकृती आपल्यापेक्षा निराळे नाही. या प्रमाणे अज्ञानाचा (प्रकृती) नाश झाल्यावर काही श्रम न पडता कारणासहित कर्माचा त्याग होईल.

।। जय जय रामकृष्ण हरी ।।

मग अभिन्ना इया सेवा । चित्त मियांचि भरेल जेव्हां ।
माझा प्रसादु जाण तेव्हां । संपूर्ण जाहला ।।१२६९ ।।
तेथ सकळदुःखधामें । भुंजीजती जियें मृत्युजन्में ।
तियें दुर्गमेंचि सुगमें । होती तुज ।।१२७० ।।
सूर्याचेनि सावायें । डोळा सावाइला होये ।
तैं आंधाराचा आहे । पाडु तया ।।१२७१ ।।
तैसा माझेनि प्रसादें । जीवकणु जयाच्या उपमर्दे ।
तो संसाराचेनि बाधे । बागुलें केवीं ।।१२७२ ।।
म्हणौनि धनंजया । तूं संसारदुर्गती यया ।
तरसील माझिया । प्रसादास्तव ।।१२७३ ।।
तरी नित्य मुक्त अव्ययो । तूं आहासि तें होऊनि वावो ।
देहसंबंधाचा घावो । वाजेल आंगी ।।१२७५ ।।

मग याप्रमाणे भेदरहित सेवेने जेव्हा तुझे चित्त माझ्याशी एकरूप होईल तेव्हा तुझ्यावर माझा पूर्ण प्रसाद होईल असे समज. जी अति दुर्घट अशी जन्ममृत्यूची, सर्व दुःखांची घरे जीवमात्राला भोगावी लागतात तीच तुला सोपी होतील. सूर्यप्रकाशाची डोळ्याला मदत मिळाल्यानंतर अंधाराची काय तमा ? याप्रमाणे अर्जुना माझ्या प्रासादामुळे ज्याचा जीवदशा नाहीसा झाला आहे तो संसाररूपी बागुलबुवा कसा पीडा पावेल ? हे अर्जुना, या संसाररूपी वाईट गतीतून माझ्या प्रसादामुळे तू तरशील. तर तू नित्य मुक्त, अव्यय असा आहेस. ते व्यर्थ होऊन देहतादात्म्याचा तडाका तुझ्या अंगावर आदळेल.

।। जय जय रामकृष्ण हरी ।।

इया मती आपुलिया । तिघां तीन नामें ययां ।
ठेऊनियां धनंजया । न जुंझें ऐसा ।।१२८० ।।
जीवामाजीं निष्टंकु । करिसी जो आत्यंतिकु ।
तो वायां धाडील नैसर्गिकु । स्वभावोचि तुझा ।।१२८१ ।।
आणि मी अर्जुनु हे आत्मिक । ययां वधु करणें हे पातक ।
हें माया वांचूनि तात्त्विक । कांहीं आहे ।।१२८२ ।।
आधी जुंझार तुवां होआवें । मग जुंझावया शस्त्र घेयावें ।
कां न जुंझावया करावें । देवांगण ।।१२८३ ।।
म्हणौनि न जुंझणें । म्हणसी तें वायाणें ।
ना मानू लोकपणें । लोकदृष्टीही ।।१२८४ ।।
तऱ्ही न जुंझें ऐसें । निष्टंकिसी जें मानसें ।
तें प्रकृति अनारिसें । करवीलचि ।।१२८५ ।।

अर्जुना, अशा या आपल्या बुद्धीने या तिघांना तीन नावे ठेवून लढणार नाही असा तू तुझ्या अंत:करणात पूर्ण निश्चय केलास तरी तुझा जो नैसर्गिक स्वभाव आहे तो तुला स्वस्थ बसू देणार नाही, तुझा निश्चय टिकू देणार नाही. अगोदर तू लढणारा ठरावास आणि मग लढण्याकरिता शस्त्र घ्यावेस. अथवा न लढण्याची शपथ घ्यावीत म्हणून लढणार नाही. असे जे तू म्हणतोस ते व्यर्थ आहे अथवा जगाप्रमाणे लोकांच्या दृष्टीने देखील तू लढणारा आहेस. असे जर घटकावर मानले तरी मी लढणार नाही. असा जो तू मनाने निश्चय करीत आहेस, तो निश्चय तुझा क्षात्रस्वभाव उलट करवीलच.

।। जय जय रामकृष्ण हरी ।।

तैसा क्षात्रसंस्कारसिद्धा । प्रकृती घडिलासी प्रबुद्धा ।
आता नुठी म्हणसी हा धांदा । परी उठवीजसीचि तूं ।।१२८८ ।।
शौर्य तेज दक्षता । एवमादिक पंडुसुता ।
गुण दिधले जन्मतां । प्रकृती तुज ।।१२८९ ।।
तरी तयांचिया समवाया– । अनुरूप धनंजया ।
न करितां उगालिया । नयेल असों ।।१२९० ।।
म्हणौनियां तिहीं गुणीं । बांधलासि तू कोदंडपाणी ।
त्रिशुद्धी निघसी वाहणीं । क्षात्राचिया ।।१२९१ ।।
तरी बांधोनि हात पाये । जो रथीं घातला होये ।
तो न चाले तरी जाये । दिगंता जेवीं ।।१२९३ ।।
तैसा तूं आपुलियाकडुनी । मी कांहींच न करीं म्हणौनी ।
ठासी परी भरंवसेनि । तूंचि करिसी ।।१२९४ ।।

त्याप्रमाणे हे बुद्धिमान अर्जुना, तुझी प्रकृती क्षात्रगुणाने घडलेली असल्यामुळे 'मी युद्ध करण्याला उठणार नाही' असे म्हणशील तर ते व्यर्थ होय. तुझा क्षात्रधर्मच तुला युद्धप्रवृत्त करील. हे बघ अर्जुना, तुझ्या क्षात्रप्रकृतीनेच तुला शौर्य, धैर्य, तेज, दक्षता इत्यादि गुण जन्मत:च दिले आहेत. अर्जुना त्या क्षात्र गुणांच्या समुदायानुरुप न करताना तुला मुकाट्याने राहता यावयाचे नाही म्हणून हे अर्जुना तू त्या शौर्यादी क्षात्र गुणांनी बांधला गेला आहेस. त्या अर्थी क्षत्रियाला योग्य अशा मार्गाच्या ओघात तू खरोखर पडशील. ज्याप्रमाणे हातपाय बांधून ज्याला रथात घातला आहे तो चालला नाही तरी दूर देशात जाणारच. त्याप्रमाणे हातपाय बांधून ज्याला रथात घातला आहे तो चालला नाही तरी दूर देशात जाणारच त्याप्रमाणे तू आपल्याकडून मी काहीच करणार नाही. असे म्हणून राहशील परंतु खात्रीने तूच करशील.

।। जय जय रामकृष्ण हरी ।।

उत्तरु वैराटींचा राजा । पळतां तू कां निघालासि जुंझा ।
हा क्षात्रस्वभावो तुझा । जुंझवील तुज ।।१२९५ ।।
महावीर अकरा अक्षौहिणी । तुवां येकें नागविले रणांगणीं ।
तो स्वभावो कोदंडपाणी । जुंझवील तूतें ।।१२९६ ।।
हां गा रोगु काय रोगिया । आवडे दरिद्र दरिद्रिया ।
परी भोगविजे बळिया । अदृष्टें जेणें ।।१२९७ ।।
तें अदृष्ट अनारिसें । न करील ईश्वरवशें ।
तो ईश्वरूही असे । हृदयीं तुझां ।।१२९८ ।।
यालागीं तो प्रकृतीतें । प्रवर्तवील हें निरुतें ।
आणि तें जुंझवील तूतें । न जुंद्रसी जऱ्ही ।।१३१६ ।।
म्हणोनि ईश्वरु तो गोसावी । तेणें प्रकृती हे नेमावी ।
तिया सुखें राबवावीं । इंद्रियें आपुलीं ।।१३१७ ।।

विराट देशाचा राजा उत्तर, तो युद्धाच्या वेळी पळत असता तू लढाईला का निघालास तोच तुझा क्षात्र स्वभाव तुला लढावयास लावील. अकरा अक्षोहिणी मोठे बलाढ्य योद्धे तू एकट्याने रणांगणावर शस्त्ररहित केलेस. अर्जुना, तो तुझा स्वभाव तुला लढण्यास लावील. अर्जुना, रोग्याला रोग आवडतो काय? दरिद्र्याला दारिद्र्य आवडते काय? परंतु ज्या बलवान प्रारब्धाने या अनिष्ट गोष्टी भोगविल्या जातात. जे अदृष्य ईश्वराच्या आधीन असल्यामुळे याहून वेगळे काही करणार नाही. व तो ईश्वरही तुझ्या लढ्यात आहेत. याकरिता तो ईश्वर प्रकृतीला प्रवृत्त करील. हे खरे आहे आणि तू जरी लढणार नाहीस तरी ती तुला लढावयास लावील. म्हणून तो ईश्वर हा मालक आहे. तो ह्या प्रकृतीवर हुकमत चालवितो व ती प्रकृती प्राण्यांच्या इंद्रियाकडून ज्यांची त्यांची कामे सहज करून घेते.

।। जय जय रामकृष्ण हरी ।।

हें गीतानाम विख्यात । सर्ववाङ्मयाचें मथित ।
आत्मा जेणें हस्तगत । रत्न होय ।।१३२३ ।।
ज्ञान ऐसिया रूढी । वेदांतें जयाची प्रौढी ।
वानितां कीर्ति चोखडी । पातली जगीं ।।१३२४ ।।
बुद्ध्यादिकें डोळसें । हें जयाचें का कडवसें ।
मी सर्वद्रष्टाही दिसें । पाहला जये ।।१३२५ ।।
तें हें गा आत्मज्ञान । मज गौप्याचेंही गुप्त धन ।
परी तूं म्हणूनि आन । केवीं करूं ।। १३२६ ।।
याकारणें गा पांडवा । आम्हीं आपला हा गुह्य ठेवा ।
तुज दिधला कणवा । जाकळिलेपणें ।।१३२७ ।।
परी भुलली वोरसें । माय बोले बाळादोषें ।
प्रीति ही परी तैसें । न करूंचि हो ।।१३२८ ।।

हे ज्ञान गीता या नावाने प्रसिद्ध आहे, हे सर्व वेदांचे सार आहे या ज्ञानाने आत्मरूप रत्न स्वाधीन होते. वेदांताने 'ज्ञान' या नावाने ज्या गीताशास्त्राचा मोठेपणा वर्णन केल्याने त्या वेदांताला जगात शुद्ध किर्ती प्राप्त झाली. बुद्धिप्रामाण्यावर आधारित ज्ञाने ज्या ज्ञानापुढे निस्तेज आहेत व मी सर्वद्रष्टाही ज्या ज्ञानाने समजला जातो ते हे आत्मज्ञान, हे आत्मज्ञान म्हणजे गीतारूप जो मी गूढ, त्या गुढाचाही गुप्त ठेवा आहे, मात्र तुझ्यासारख्या माझ्या परमभक्ताची मी प्रतारणा करू शकत नसल्याने ते उघड केले. करुणेने व्याप्त तुला दिले आहे. ज्याप्रमाणे आई मुलाच्या प्रेमाने वेडी होते, भुलून जाते आणि त्याच्यासाठी प्रेमभरित संभाषण करते त्याप्रमाणे आमचे तुझ्यावरील प्रेम !

।। जय जय रामकृष्ण हरी ।।

तरी बाह्य आणि अंतरा । आपुलिया सर्व व्यापारा ।
मज व्यापकातें वीरा । विषो करी ।।१३५३ ।।
आघवां आंगीं जैसा । वायु मिळोनि पाहे आकाशा ।
तूं सर्व कर्मीं तैसा । मजसीचि अस ।।१३५४ ।।
किंबहुना आपुलें मन । करीं माझे एकायतन ।
माझेनि श्रवणें कान । भरूनि घालीं ।।१३५५ ।।
आत्मज्ञानें चोखडीं । संत जे माझी रूपडीं ।
तेथ दृष्टि पडो आवडी । कामिनी जैसी ।।१३५६ ।।
मी सर्व वस्तीचें वसौटें । माझीं नामें जियें चोखटें ।
तियें जीवावया वाटे । वाचेचिये लावीं ।।१३५७ ।।
हाताचें करणें । कां पायांचे चालणें ।
तें होय मजकारणें । तैसें करीं ।।१३५८ ।।

तर वीरा अर्जुना तुझे अन्तर्बाह्य मानसिक व शारीरिक असे जे जे सर्व व्यापार होतील त्यांना सर्वव्यापक जो मी तोच विषय कर. वारा ज्याप्रमाणे सर्व बाजूंनी आकाशाला मिळालेला असतो त्याप्रमाणे तू जी जी कर्मे करशील ती माझ्यासाठीच कर. फार काय सांगू, तू तुझ्या मनात माझ्या एकट्याची प्रतिष्ठापना कर आणि आपल्या कानांनी माझ्या गुणांचे श्रवण कर. आत्मज्ञानाने युक्त असे जे संत ती माझीच रूपे आहेत. त्यांचे ठिकाणी तुझी दृष्टी ठेव. वस्तुमात्रांचे वसतिस्थान जो मी, त्या माझी निर्मळ नावे, सुखाने जगण्यासाठी तू तुझ्या वाणीत सदैव ठेव. तू हाताने जी कृत्ये करशील किंवा पायांनी जिकडे जाशील त्या सर्व क्रिया अर्जुना माझ्यासाठीच कर.

।। जय जय रामकृष्ण हरी ।।

सैंधव सिंधू पडलिया । जो क्षणु धनंजया ।
तेणें विरेचि कीं उरावया । कारण कायी ।।१३८० ।।
तैसें सर्वत्र मातें भजतां । सर्व मी होतां अहंता ।
नि:शेष जाऊनि तत्त्वतां । मीचि होसी ।।१३८१ ।।
एवं माझिये प्राप्तीवरी । कर्मालागोनि अवधारीं ।
दाविली तुज उजरी । उपायांची ।।१३८२ ।।
जे आधीं तंव पांडुसुता । सर्व कर्मे मज अर्पितां ।
सर्वत्र प्रसन्नता । लाहिजे माझी ।।१३८३ ।।
पाठीं माझां तियें प्रसादीं । माझें ज्ञान जाय सिद्धी ।
तेणें मिसळिजे त्रिशुद्धी । स्वरूपीं माझां ।।१३८४ ।।
मग पार्था तिये ठायीं । साध्य साधन होय नाहीं ।
किंबहुना तुज कांहीं । उरेचि ना ।।१३८५ ।।

हे धनंजया, मीठ समुद्रात पडल्यावर जो जो क्षण येईल तो ते विरघळून जाईल तसा तू माझ्यात विरघळून जा. तसे सर्व प्रकारे माझे भजन केले असता सर्वत्र मीच आहे हे एकदा तुझ्या बुद्धीला पटले की तुझा अहंकार समूळ नाहीसा होऊन तू माझ्याशी एकरूप होशील. याप्रकारे कर्मापासून ज्ञानाने माझी प्राप्ती होईपर्यंत करण्याचे उपाय तुला ऐकवले. हे पांडुसुता, अगोदर आपण करू ती सर्व कर्मे ईश्वरार्पण करावी म्हणजे सर्व ठिकाणी ईश्वर आहे याची खात्री होईल. मग माझ्या प्रसादाने त्याला ज्ञान प्राप्त होते व तो माझ्या शुद्ध स्वरूपामध्ये खरोखरच, तो मिळून मिसळून जाईल. मग पार्था, माझ्या स्वरूपात मिळाल्यानंतर साध्य व साधन दोन्ही लय पावते आणि तुला काही करण्याचे उरणार नाही.

।। जय जय रामकृष्ण हरी ।।

मग ताकौनिया काढिलें । लोणी मागौतें ताकीं घातलें ।
परी न घेणे काही केलें । तेणें जेवीं ।।१४०६ ।।

तैसें अद्वयत्वें मज । शरण रिघालिया तुज ।
धर्माधर्म हे सहज । लागतील ना ।।१४०९ ।।

तैसें मजसी येकवटलेया । मी सर्वरूप वांचूनियां ।
आन कांही उरावया । कारण असे ।।१४११ ।।

म्हणौनि तयाचें कांहीं । चिंतीं न आपुलां ठाईं ।
तुझें पापपुण्य पाहीं । मीचि होईन ।।१४१२ ।।

तेथ सर्वबंधलक्षणें । पापें उरावें दुजेपणें ।
तें माझा बोधी वायाणें । होऊनि जाईल ।।१४१३ ।।

येतुलेनि आपैसया । सुटलाचि आहासी धनंजया ।
घेईं मज प्रकाशोनियां । सोडवीन तूते ।।१४१५ ।।

ताक घुसळून लोणी काढले आणि ताकातून वेगळे केले नि परत ताकात घातले तर ते काही केल्या त्यात मिसळत नाही. त्याप्रमाणे अद्वितीय बोधाने तू मला शरण आल्यानंतर तुला धर्माधर्माचा स्पर्श होणार नाही. तसा तू माझ्याशी ऐक्य पावल्यावर सर्वरूप असा जो मी त्या माझ्यावांचून दुसरे काही उरण्यास कारण आहे काय? यासाठी अर्जुना तू पापपुण्याची किंवा धर्माधर्माची चिंता करू नको तुझे पाप असो वा पुण्य मीच होईन हे लक्षात घे. हे अर्जुना मीठ पाण्यात जसे एकरूप होते तसा मला शरण येणारा तू माझेच सर्वस्व होशील. मग का चिंता. तू केवळ मला समजून घे म्हणजे मी तुला पार नेईन.

।। जय जय रामकृष्ण हरी ।।

तरी कांडत्रयात्मकु । शब्दराशी अशेखु ।
गीतेमाजीं असे रुखु । बीजीं जैसा ।।१४३१ ।।
तरी पहिला जो अध्यावो । तो शास्त्रप्रवृत्तिप्रस्तावो ।
द्वितीयीं सांख्यसद्भावो । प्रकाशिला ।।१४३५ ।।
मोक्षदानीं स्वतंत्र । ज्ञानप्रधान हें शास्त्र ।
येतुलालें दुजीं सूत्र । उभारिलें ।।१४३६ ।।
मग अज्ञानें बांधलेयां । मोक्षपदीं बैसावया ।
साधनारंभु तो तृतीया- । ध्यायीं बोलिला ।।१४३७ ।।
जे देहवाचामानसें । विहित निपजे जें जैसें ।
ते ऐक ईश्वरोद्देशें । कीजे म्हणितलें ।।१४४२ ।।
तें विश्वरूप अकरावा । अध्यावो संपे जंव आघवा ।
तंव कर्में ईशु भजावा । हें जें बोलिलें ।।१४४४ ।।

वृक्ष जसा बीजामध्ये गुप्त रूपाने असतो तसा त्रिकांड वेद म्हणजे कर्म, उपासना व ज्ञान गीतेमध्ये गुप्त रूपाने आहे. वेदाची कर्मादिक तीन कांडे गीतेमध्ये स्पष्ट केली आहेत. पहिल्या अध्यायात प्रवृत्तिशास्त्राचा विचार केला आहे तर दुसऱ्या अध्यायात संख्या शास्त्राचा अभिप्राय थोडक्यात विषद केला. गीताशास्त्र हे ज्ञानप्रधान असून मोक्ष देण्याविषयी स्वतंत्र आहे हे दुसऱ्या अध्यायात सांगितले आहे. तिसऱ्या अध्यायात अज्ञानाने जो कर्मबंधनात सापडला आहे. त्याला बंधमुक्त होऊन मोक्षपदासाठी जी साधने आहेत ती सांगण्यास प्रारंभ केला आहे. जी वाचिक, कायिक व मानसिक विहितकर्मे आहेत ती तूं ईश्वरार्पण कर. चौथ्या अध्यायाच्या अखेरपासून ते विश्वरूपदर्शनाच्या ते अकरावा अध्यायाच्या अखेरपर्यंत सर्व कर्मे ईश्वरास अर्पून ईश्वराचे भजन कसे करावे हे सांगितले आहे.

।। जय जय रामकृष्ण हरी ।।

तें अष्टाध्यायीं उघड। जाण येथें देवताकांड।
शास्त्र सांगतसे आड। मोडूनि बोलें।।१४४५।।
आणि तेणेंचि ईशप्रसादें। श्रीगुरुसंप्रदायलब्धे।
साच ज्ञान उद्बोधे। कोंवळें जें।।१४४६।।
तें अद्वेष्टादिप्रभृतिकीं। अथवा अमानित्त्वादिकीं।
वाढविजे म्हणोनि लेखीं। बारावा गणूं।।१४४७।।
तो बारावा अध्याय आदी। आणि पंधरावा अवधी।
ज्ञानफळपाकसिद्धि। निरूपणासी।।१४४८।।
म्हणौनि चहूंही इहीं। उर्ध्वमूळांतीं अध्यायीं।
ज्ञानकांड ये ठायीं। निरूपिजे।।१४४९।।
तयाचेनि साधनज्ञानेंसीं। वैर करी जो प्रतिदिवशीं।
तो अज्ञानवर्ग षोडशीं। प्रतिपादिजे।।१४५२।।

तेंच चौथ्या अध्यायापासून अकराव्या अध्यायापर्यंत आठ अध्यायात उपासनाकांड सर्व अडथळे दूर करून मी सांगितले आहे. आणि ईश्वरप्रसादाने व गुरुसंप्रदायाने कोमल असे खरे ज्ञान प्राप्त होते, ते ज्ञान बाराव्या अध्यायात 'अद्वेष्टा सर्वभूतानाम्' या श्लोकांपासून अथवा तेराव्या अध्यायाच्या 'अमानित्व' इत्यादि श्लोकांपर्यंतच्या विस्ताराने सांगितले आहे. बाराव्या अध्यायाच्या आरंभापासून पंधराव्या अध्यायाच्या अखेरपर्यंत चार अध्यायात ज्ञानफल आणि त्याची सिद्धी याचे निरूपण आले आहे. म्हणून पंधराव्या अध्यायाच्या शेवटापर्यंत चार अध्यायांनी ज्ञानकांड सांगितले आहे. त्या ज्ञानाच्या साधनांचे सदैव वैर करणारा जो अज्ञानवर्ग तो सोळाव्या अध्यायात सांगितला आहे.

।। जय जय रामकृष्ण हरी ।।

तोचि शास्त्राचा बोळावा । घेवोनि वैरी जिणावा ।
हा निरोपु तो सतरावा । अध्याय येथ ।।१४५३ ।।
ऐसा प्रथमालागोनि । सतरावा लाणी करूनी ।
आत्मनिश्वास विवरूनि । दाविला देवें ।।१३५४ ।।
तया अर्थजातां अशेषां । केला तात्पर्याचा आवांका ।
तो अठरावा हा देखा । कलशाध्यायो ।।१४५५ ।।
एवं सकळसंसांख्यासिंधु । श्रीभगवद्गीताप्रबंधु ।
हा औदार्यें आगळा वेदु । मूर्तु जाण ।।१४५६ ।।
परी आकाशीं वसावया । पृथ्वीवरी बैसावया ।
रविदीप्ती राहाटावया । आवारु नभ ।।१४६३ ।।
तेवीं उत्तम अधम ऐसें । सेवितां कवणातेंही न पुसे ।
कैवल्यदानें सरिसें । निववीत जगा ।।१४६४ ।।

आपल्या स्वरूपरूपी पोहोचविणारा शास्त्ररूपी रक्षक बरोबर घेऊन तो अज्ञान गुणांचा समुदायरूपी वैरीच जिंकावा, हा देवाने निरोप जेथे सांगितला आहे, तोच या गीतेतील सतरावा अध्याय. अशा प्रकारे पहिल्या अध्यायापासून सतराव्या अध्यायापर्यंत आपल्या श्वासापासून झालेल्या वेदांचे देवांनी निरूपण केले आहे. त्या सर्व अध्यायांचा तात्पर्यार्थ ज्या अठराव्या अध्यायात आहे तो हा शेवटचा अध्याय सर्व अध्यायांचा कळस आहे. अशा प्रकारे सातशे श्लोकांच्या संख्येने सिद्ध झालेला हा श्रीमद्‌भगवद्‌गीता प्रबंध मूर्तिमंत वेद असून औदार्याने वेदाहीपेक्षा श्रेष्ठ आहे. आकाशात वास करण्याकरिता, पृथ्वीवर बसण्याकरिता सूर्यप्रकाशाचा व्यवहार होण्याकरिता ज्या प्रमाणे आकाशाचा आधार आहे. त्याप्रमाणे गीता उत्तम अधम वगैरे न पाहता तिचे पठण सेवन करणारांना मोक्षपद देऊन सर्व जगाला सुखी करते.

।। जय जय रामकृष्ण हरी ।।

आतां विश्वात्मकें देवें । येणें वाग्यज्ञें तोषावें ।
तोषोनि मज द्यावें । पसायदान हें ।।१७९३ ।।

जे खळांची व्यंकटी सांडो । तया सत्कर्मीं रती वाढो ।
भूतां परस्परें पडो । मैत्र जीवाचें ।।१७९४।।

दुरिताचें तिमिर जावो । विश्व स्वधर्मसूर्यें पाहो ।
जो जें वांछील तो तें लाहो । प्राणिजात ।।१७९५ ।।

वर्षत सकळमंगळी । ईश्वरनिष्ठांची मांदियाळी ।
अनवरत भूमंडळीं । भेटतु भूतां ।।१७९६ ।।

चलां कल्पतरूंचे आरव । चेतनाचिंतामणीचे गांव ।
बोलते जे अर्णव । पीयूषाचे ।।१७९७ ।।

चंद्रमे जे अलांछन । मार्तंड जे तापहीन ।
ते सर्वांही सदा सज्जन । सोयरे होतु ।।१७९८ ।।

किंबहुना सर्वसुखीं । पूर्ण होऊनि तिहीं लोकीं ।
भजिजो आदिपुरुखीं । अखंडित ।।१७९९ ।।

आणि ग्रंथोपजीविये । विशेषीं लोकीं इयें ।
दृष्टादृष्टविजयें । होआवें जी ।।१८०० ।।

येथ म्हणे विश्वेशरावो । हा होईल दानपसावो ।
येणें वरें ज्ञानदेवो । सुखिया झाला ।।१८०१ ।।

आता यावर विश्वरूप देवाने माझ्या या वाग् यज्ञावर संतुष्ट होऊन मला हा प्रसाद द्यावा. दुष्टांचा कुटिलपणा जाऊन त्यांना सत्कर्माची प्रीती उत्पन्न होवो आणि सर्व जिवांची परस्परांशी मैत्री होवो यासर्व विश्वामधील पापरूपी अंधार नाहीसा होवो, स्वधर्मरूपी सूर्य उगवून त्याचा प्रकाश सर्वत्र पसरू दे आणि प्राणिमात्रांच्या ज्या ज्या इच्छा असतील त्या पूर्ण होवोत. या भूतलावर मांगल्याचा वर्षाव करणाऱ्या ईश्वरभक्तांच्या समुदायांची सर्व भूतांना सद्भावनेने सदोदित भेट होवो ते भक्तजन कसे आहेत तर चालते बोलते कल्पतरूचे बाग, जिवंत चिंतामणीचे गाव आणि अमृताचे चालते बोलते समुद्रच होत. जे कलंकरहित प्रतिचंद्र, संसाररूपी अंधकार दूर करून शांतिसुख देणारे प्रतिसूर्य असे भगवद्भक्त ते सकल जिवांना प्रिय होवोत. फार काय सांगावे, सर्व त्रैलोक्य सुखाने परिपूर्ण होऊन सर्वांना अखंड हरिभजन करण्याची इच्छा होवो. या जगात ज्यांचे ज्यांचे प्रेम या ग्रंथावर अढळ असेल, त्यांचे जीवनच बनून राहिले असेल. त्यांना इहलोकीचे व परलोकीच सुख प्राप्त होवो, विजय मिळो. तेव्हा सद्गुरु निवृत्तिनाथ प्रसन्न होऊन म्हणाले, 'तुझ्या मनासारखे होईल' ते ऐकून ज्ञानदेव संतोषित झाले.

।। पुंडलीकवरदा हरिविठ्ठल ।।

।। श्रीकृष्णार्पणमस्तु ।।

।। श्रीज्ञानदेव तुकाराम ।।

www.ingramcontent.com/pod-product-compliance
Lightning Source LLC
Chambersburg PA
CBHW080723020726
47503CB00010B/2772